UTATA NDANI YA QURAN

JUZUU YA KWANZA

MADA FUPI FUPI
ZA KUMUWEZESHA MTU KUPAMBANUA
UTATA NDANI YA QURAN

Dr. Maxwell Shimba

Shimba Publishing, LLC
Printed in the United States of America

Toleo la Mwaka 2021

YALIYOMO

MADA FUPI FUPI

ZA KUMUWEZESHA MTU KUPAMBANUA

UTATA NDANI YA QURAN

MADA FUPI FUPI

ZA KUMUWEZESHA MTU KUPAMBANUA

UTATA NDANI YA QURAN

YALIYOMO

YALIYOMO

LENGO LA KITABU

UTANGULIZI

Hiki ni kitabu kilichotayarishwa kwa lengo la kuwapatia wasomaji, suluhisho la matatizo wanayoyapata watu wengi wanapotaka kufahamu ni ipi Dini ya Haki.

Utayarishaji wa kitabu hiki, unatokana na utafiti katika kitabu cha Biblia na Qur'an, sio tu kwa sababu vitabu hivi viwili ndivyo vitabu mashuhuri vya dini ulimwenguni, bali kwa sababu ndivyo vimebeba ndani yake ushahidi kuhusu tofauti iliyopo baina ya maneno ya Mungu na maneno ya Mitume na Manabii. Na ndivyo pia vinavyoweza kutumika kudhihirisha baadhi ya maneno ya wasomi yaliyoandikwa kisha baadhi ya watu wakadai kuwa ni maneno ya Mungu, ili wapate kuwapotosha wale ambao hawajui kusoma vyema.

Mwandishi anatarajia kwamba kitabu hiki kitaweza kutumika kama hatua ya kwanza ya kutayarisha maisha bora katika jamii zinazozungumza lugha ya Kiswahili. Hayo ni kwa sababu, hatua ya kwanza katika kuishi maisha bora wakati wote huwa kwanza ni kumfahamu vyema Mola wa Ulimwengu na kisha kujitahidi kuishi katika njia ya haki.

Mwanzo wa kuishi katika njia ya haki ni kumwamini Mungu na kuwaamini wote wale aliyowatuma na kuwatii.

Kwa hivyo, lengo la kitabu hiki ni kumsaidia msomaji kwa risala hii fupi ya kumuwezesha kupambanua ni ipi dini ya haki.

UTANGULIZI WA MCHAPISHAJI

Nawasalimu wasomaji wote kwa jina la Bwana wetu Yesu Kristo alie hai. Kitabu hiki kilicho mikononi mwako hivi sasa ni juhudi ya miaka mingi sana ya Dk. Maxwell Shimba na Huduma ya Max Shimba Ministries Org ya huko New York, Amerika. Kama lilivyo jina la Kitabu ndivyo ulivyo ujumbe wenyewe ambao mwanachuoni huyu mahiri kabisa anayefafanua Uungu wa Yesu, ni mtu aliyebobea katika fani zote ambazo mfasiri (Mfafanuzi) anatakiwa awe nazo. Mtumwa wa Yesu Kristo Dk. Maxwell Shimba ameonesha cheche zake katika vitabu vingi alivyoviandika katika maudhui mbalimbali na hivyo kujipatia wasomaji wengi sana.

Msomi huyu, mwenye fikra huru na anayetetea kile anachokiamini, ni mtu mwenye mawazo mapana na kuyaangalia mambo kwa undani sana, kipaumbele chake ni katika maslahi ya umma huu na amejaribu sana kwenda na wakati. Sifa kubwa ya pekee ya mwanachuoni huyu ni kuwa yeye hakujihusisha sana na kung'ang'ania madhehebu fulani tu, labda hii yatokana na wadhifa wake wa ukadhi "Restorative Justice" aliokuwa nao katika nchi ya Marekani ambayo ina madhehebu mengi, ambapo suala la madhehebu ni nyeti nchini humo, hata hivyo yeye aliweza kuamua matatizo ya watu kwenye ofisi yake kulingana na madhehebu yao pale walipomwendea, hiyo ilmsaidia sana hata.

Jambo lililotupa msukumo kutafsiri kitabu hiki kwa lugha ya kiswahili ni zile faida nyingi atakazozipata msomaji na kujua mambo mengi na ya ajabu yaliyo mapya kwake ambayo si rahisi kuyapata kwa waandishi wengine.

Msomaji atapata faida katika fani za Injili ya Bwana Yesu Kristo, Sayansi, Siasa, Historia, Mashairi, visa vizuri, na Saikolojia miongoni mwa mengine; ndiyo maana msomaji atashangaa kidogo anaposoma Kitabu Hiki atakapoona mwandishi amewataja na kuwanukuu watu kama kina Mtume Muhammad, Isa Bin Maryam, Mfalme Constantine, wanasayansi na wengineo, hali inayoifanya kitabu hiki kuwa ni cha kipekee kabisa. Mtindo alioutumia mwandishi ni sahali uliokusudiwa watu wa tabaka mbalimbali, wanavyuoni na watu wa kawaida.

Ruhusa imetolewa kwa yeyote anaetaka kukichapisha upya kitabu hiki kwa sharti tu kwamba asibadilishe chochote bila ya kutujulisha, na atutumie nakala moja baada ya kukichapisha. Nia yetu ni kukigawanya kitabu hiki bure lakini tumelazimika kukiuza kwa bei nafuu ili kurudisha gharama za uchapishaji. Mwisho, shukrani kubwa iwaendee bila ya kuwataja watu waliojitolea usiku na mchana, jopo la wafasiri, wahariri, wachapaji, waliotupa moyo na kutoa maoni yao na walioisimamia ili kuhakikisha kwamba kitabu kimemfikia msomaji.Mchapishaji.

Kutokana na maombi mengi ya wasomaji wetu wa Kiswahili, ambao ni wa madhehebu mbalimbali ya Wakristo walioko Afrika Mashariki na Kati, Amerika ya Kusini na Kaskazini, Uarabuni na hata nchi za Ulaya, tumeonelea kukichapisha Kitabu hiki ili kupunguza kiu yao kama si kuiondoa kabisa. Uzuri wa chapa hii ni utaratibu uliotumika, ambapo baada ya Aya kufasiriwa, maelezo yake yanapatikana moja kwa moja chini yake bila ya kwenda kwenye ukurasa mwingine, na utaratibu huu ndio utakaotumika katika chapa zote zitakazofuata.

Hatuna budi kuwashukuru wote waliotumia wakati na akili zao katika kufanikisha lengo hili adhimu, bila ya kuwasahau wafadhili na wasimamizi wetu. Mwenyezi Mungu awalipe kheri nyingi. Vilevile tunawashukuru sana wasomaji wetu amabao waliotukosoa, hivyo kuchangia, kwa kiasi kikubwa, kuisahihisha chapa hii. Na tunawaomba waendelee kufanya hivyo.

DIBAJI

Mimi nimetunga mfululizo wa vitabu vidogo vidogo katika itikadi na misingi yake. Nimevitunga kulingana na mfumo na mantiki ya kizazi cha kisasa, ambacho hakiamini kitu ila kile kinachokitaka na chenye kuafikiana na malezi yake na maendeleo yake.

Kuandika juu ya karatasi tu, sio sharti la kufaulu katika kitu chochote; isipokuwa kufaulu ni kumridhisha na kumpendeza msomaji kile atakachokisoma. Msomaji naye hawezi kuridhia kitabu chochote, isipokuwa kiwe kwa ajili yake na sio kwa ajili ya mwandishi. Na-huko kuridhia kunampa nguvu mwandishi kuendelea. Hapo ndipo msomaji na mwandishi wanapoathiriana. Kwa vyovyote ilivyo, kuenea kwa mfululizo huo wa vitabu vidogo vidogo na majarida kumenipa nguvu ya kutunga vitabu vikubwa na vipana; kama vile: Roho Mtakatifu, Yesu ni Mungu, Allah sio Yehova, Mungu wa Kweli, Yesu ndani ya Quran, Yesu sio Isa Bin Maryam n.k. Vitabu hivi vinapatikana katika lugha mbali mbali ikiwepo ya Kiingereza, Kispanishi, na Kifaransa.

Mwenyezi Mungu naye akavifanyia vitabu hivi kama alivyofanyia vile vingine.

Kwa hivyo basi, nitaendelea kuandika na kuwa na ndoto ya kutimia na kufaulu mpaka kufa. Yesu yeye peke yake ndiye ambaye atasimamisha nishati yangu. Nami nitaendelea kutoa juhudi zangu muda wote wa uzima wangu.

Kizazi cha kisasa Kila kitu kina sababu ya kutokea kwake, ni sawa kiwe ni cha kimaumbile, kama vile tufani na tetemeko; au cha kijamii, kama vile ujinga na ufukara; au kiwe ni katika mambo ya moyoni, kama vile imani na kufuru. Hakuna kitu chochote kinachotokea kwa sadfa bila ya sababu yoyote, au bila ya mipangilio yoyote. Nitayafafanua maelezo haya kwa swali na jibu lifuatalo:

Mhubiri Mlango wa 3: 1 Kwa kila jambo kuna majira yake, Na wakati kwa kila kusudi chini ya mbingu.2 Wakati wa kuzaliwa, na wakati wa kufa; Wakati wa kupanda, na wakati wa kung'oa yaliyopandwa;3 Wakati wa kuua, na wakati wa kupoza; Wakati wa kubomoa, na wakati wa kujenga;4 Wakati wa kulia, na wakati wa kucheka; Wakati wa kuomboleza, na wakati wa kucheza;5 Wakati wa kutupa mawe, na wakati wa kukusanya mawe; Wakati wa kukumbatia, na wakati wa kutokumbatia;6 Wakati wa kutafuta, na wakati wa kupoteza; Wakati wa kuweka, na wakati wa kutupa;7 Wakati wa kurarua, na wakati wa kushona;Wakati wa kunyamaza, na wakati wa kunena;8 Wakati wa kupenda, na wakati wa kuchukia; Wakati wa vita, na wakati wa amani.9 Je! Mtendaji anayo faida gani katika yale anayojishughulisha nayo?

Kwa nini kizazi cha sasa hakijishughulishi na misimamo ya kiimani na kidini kama kilivyokuwa kizazi kilichopita? Vijana wengi wa kileo wameachana na ibada na mazingira ya kidini; bali imekuwa uzito sana kwao kusikiliza mafundisho, mahubiri, na nasaha za kidini; hata msimamo mzuri wa kiutu - kama udugu, usawa, amani, kusaidiana, ukweli na uadilifu - haumo katika nyoyo zao kabisa.

Inapotokea kuuzungumzia basi wanauzungumzia katika ndimi zao tu, sio katika nyoyo zao; ila ikiwa kuna manufaa ya kibinafsi.

Na kazi ambayo tunaiweza kuifanya, nionavyo mimi,ni:

Kwanza: Tuitilie mkazo dini katika mashule, hasa Biblia, kuisoma, kuihifadhi na kuifasiri. Kwani hiyo ndiyo msingi. Kama wasimamizi wakikataa kufundisha dini katika mashule na watakataa tu, basi ni juu yetu kuanzisha Shule za kibinafsi kwa ajili ya lengo hilo tu. Tuanzishe Shule hizi kutokana na mamillioni yanayotolewa sabili kwa wanavyuoni wakubwa na wengine Wala sijui kama kuna kazi nyingine bora zaidi ya kutumia pesa hizo kuliko kufufua na kuyaeneza mafundisho ya dini.

Pili: Kila mmoja katika watu wa dini atekeleza wajibu wake kwa ikhlasi, baada ya kujiandaa kuwa kiongozi mwenye mwamko, anayejua namna ya kuwakinaisha vijana, kuwa dini ndio chimbuko la msimamo ulio sawa, ambalo litawapa maisha mema zaidi.

Tatu: Kuufafanua uhakika wa dini, kuufanya mwepesi kufahamika na kuutangaza kwa vitabu, hotuba, makala na matoleo kadhaa. Tumthibitishie mjinga na mwenye shaka kuwavuta kwenye Ukristo kwa kutumia Biblia Takatifu. Yesu anatosheleza kabisa mahitaji ya mwanadamu ya kiroho na ya kimaada; na unaweza kutatua matatizo yake; na kwamba una lengo la kumfanya afaulu katika dunia yake na akhera yake.

Yesu Kristo awabariki sana.

Dr. Maxwell Shimba

DR. MAXWELL SHIMBA

MADA FUPI FUPI ZA KUMWEZESHA MTU KUPAMBANUA UTATA NDANI YA QURAN

MADA FUPI FUPI
ZA KUMUWEZESHA MTU KUPAMBANUA
UTATA NDANI YA QURAN

DIBAJI

Kama inavyojulikana, katika dunia kunazo zaidi ya Dini 4000, lakini katika Dini hizo zote, kuna Vitabu viwili vyenye nguvu na ushawishi mkubwa sana, vitabu hivi husomwa na wafuasi wengi wa dini na imani mbali mbali na hususan Ukristo na Uislam. Vitabu hivyo ni Biblia na Quran.

Historia ni kama nyumba ya makumbusho au ghala kubwa ambamo kumehifadhiwa kila kitu. Tunapochungulia kwenye ghala hili, tunaweza kujifunza kuhusiana na wapi tumetokea, na hatimaye wapi tuliko na kule tunakoelekea.

Bila shaka Biblia na Quran ni vitabu viwili ambavyo vina umuhimu mkubwa sana kwa wanadamu na ulimwengu. Hivi ni vitabu ambavyo ndivyo vinavyoumba maisha halisi ya idadi kubwa sana ya watu. Haya si tu maisha ya kula, kunywa na kuvaa hapa duniani, lakini pia vinaaminika kuwa vimebeba hatima ya milele yote kuhisiana na kila mwanadamu.

Ni wazi kwamba hakuna mwanadamu anayeweza kuamini na kutumainia kitu kisicho cha kweli kama anajua kuwa kitamletea hasara, na hasa kupoteza uzima wa milele. [Lakini hata kama atakiamini ilhali anajua kuwa si cha kweli, basi huyo anakuwa anataka faida fulanifulani za muda mfupi; yaani hata huyu naye hawezi kuamini kitu kwa lengo la kupata hasara].

Kwa mtu anayethamini na kuitafuta kweli, bila shaka atakuwa tayari kujifunza kutoka kwenye historia.

****

Biblia na Quran zinatofautiana katika mambo mengi, lakini napenda nizungumzie machache, ambayo naamini yanaweza kutusaidia kujibu swali hili kwamba: Kati ya Biblia na Quran, kitabu kipi kinastahili kuaminika?

KUHUSU BIBLIA

Zifuatazo ni sifa za Biblia:

Idadi ya waandishi

Biblia ni kitabu kilichoandikwa na waandishi takribani 40. Waandishi 30 waliandika Agano la Kale na waandishi 10 waliandika Agani Jipya.

Nyakati:
Waandishi wa Biblia waliishi katika nyakati tofautitofauti.

Kwa muda gani?

Kuanzia wakati wa Musa hadi wakati wa akina Paulo na Yohana, ilichukua miaka zaidi ya 1500 kupata kila kitu ambacho ndicho kimekuja kuwa Biblia hii tunayoifahamu.

Aina ya waandishi:

Biblia haikuandikwa na watu wa aina moja. Badala yake kulikuwa na aina mbalimbali za watu. Kulikuwa na wafalme, kwa mfano Sulemani hadi watu wa chini kabisa, kama vile akina Petro ambao walikuwa ni wavuvi waishio kijijini.

Lugha:
Kwa asili, Biblia iliandikwa kwa lugha mbalimbali, yaani Kiebrania, Kiaramu na Kigiriki. Baadaye ndipo lugha hizi zikaja kutafsiriwa katika lugha karibu zote duniani hivi leo.

Mitindo ya uandishi:

Biblia imeandikwa kwa mitindo mbalimbali ya uandishi. Kwa mfano:

Historia au masimulizi - Kutoka, Hesabu, Yoshua, Nyakati, n.k.

Sheria – Walawi na Kumbukumbu la Torati

Ushairi – Wimbo Ulio Bora na maombolezo

Unabii – Yeremia, Ezekieli, Habakuki, Yoeli, Malaki, Danieli, n.k.

Nyaraka au barua – Warumi, wakorintho, Waefeso, Yakobo, Petro, n.k.

Mafunuo – Ufunuo

Jinsi ujumbe ulivyokuja:

Ujumbe wa Biblia ulikuja kwa njia mbalimbali ambazo ni za kawaida kabisa. Kwa mfano:

Mungu kuongea moja kwa moja na wanadamu. Mathalani aliongea na Adamu (Mwanzo 2:16-17), Nuhu (Mwanzo 6:13-21), Ibrahimu (Mwanzo 12:1-3; 22:1-2) na Musa (Kutoka 3:4; 4:16).

Kwa njia ya maono. Kwa mfano, alisema kwa njia ya maono na Ibrahimu (Mwanzo 12:7; 15:1), Yakobo (Mwanzo 46:2; 28:12-17), Isaya (Isaya 6:1-10), Ezekieli (Ezekiel 1:1-28; 10:1-22), n.k.

Kupitia historia ya kawaida ya maisha ya Waisraeli. Ndio maana historia hiyo imeandikwa na sisi tunajifunza kweli za kiroho kupitia maisha yao ya kimwili.

HII MAANA YAKE NI NINI?

Maana yake ni kuwa, kwa vile Biblia imeandikwa kwa muda mrefu sana, na watu wengi, na watu tofauti, ambao hawakujuana, walioishi nyakati tofauti, walioishi sehemu tofauti, waliokuwa na elimu na vyeo tofauti, basi tungetarajia kuwepo na mgongano, msigano, na tofauti kubwa kabisa katika ujumbe wake. Isingewezekana kabisa kibinadamu:

Kuwepo na ujumbe unaofanana kwa watu wote hao:

Kuwepo na mtiririko safi unaoendana kimantiki na kukubaliana kabisa na majira na nyakati

Maana yake nyingine ni kwamba, ukweli huu unatoa ishara ya wazi kwamba Biblia imetoka kwenye chanzo kimoja tu. Wanadamu walioandika walikuwa wanatumiwa kama vyombo tu na huyo Mwandishi halisi ambaye ni Roho Mtakatifu. Ndiyo maana ujumbe wa watu wote unaendana na kukubaliana sawasawa licha ya tofauti zao kubwa namna hiyo.

KUHUSU QURAN

Quran ni kitabu ambacho, kama inavyoshuhudia Quran yenyewe, kilitokana na kushuka kwa aya kutoka kwa Allah. Aya hizi alipewa Muhammad, ambaye sasa kutoka kwake zilifika kwa wanadamu. Kwa hiyo, yafuatayo ni mambo kuhusiana na Quran pamoja na ujumbe wake:

Idadi ya waandishi:

Quran imeandikwa na mwandishi zaidi ya mmoja. Kama Muhammad alipokea kweli hicho anachosema au hakupokea ni vigumu kuthibitisha.

Nyakati:
Kama mwandishi alikuwa mmoja, basi aliishi kwenye wakati mmoja tu alipokuwa hai.

Kwa muda gani? Madai:

Muhammad alipokea aya za Quran kwa muda wa miaka 23 tu.

Aina ya waandishi:

Kwa vile 'mwandishi' wa Quran wanadai ni mmoja tu, hatuwezi kuongelea suala la aina za waandishi katika hii mada.

Lugha:
Lugha iliyotumika kuandika ujumbe wa mwanzo wa Quran ni moja tu.

Mitindo ya uandishi:

Kwa ujumla Quran ina aina moja tu ya uandishi, ambayo ni aina ya kuambiwa.

JUZUU YA KWANZA

Jinsi ujumbe ulivyokuja:

Ujumbe wa Quran ulikuja kwa njia tofauti na ule wa Biblia.

[Tafsiri: Ubada bin Samit alisema kwamba wakati wahyi alipomshukia Mtume wa Mwenyezi Mungu (amani iwe juu yake), alijisikia mzigo kutokana na hali hiyo na rangi ya uso wake ilibadilika. (Sahih Muslim, Juzuu ya 4, 1248)]

[Tafsiri: Hakika, al-Harith Ibn Hisham alisema: Ewe Mtume wa Mwenyezi Mungu! Ufunuo huwa unakujaje kwako? Mtume wa Mwenyezi Mungu, Mwenyezi Mungu ambariki, alisema: Wakati mwingine huja kwangu kama vile sauti ya kengele, na hii huwa ngumu sana kwangu; (hatimaye) unakoma na mimi ninakumbuka kile kilichosemwa. Wakati mwingine malaika hunitokea na anaongea na mimi nami hukumbuka yale aliyosema. Ayishah alisema: Nilishuhudia ufunuo ukimjia katika siku ambayo ilikuwa ya baridi kali sana; ulipomalizika, niliona kwamba uso wake unatoka jasho. (Ibn Sa'd, Kitab al-Tabaqat al-Kabir, Juzuu ya 1, Ukurasa 228.)]

[Tafsiri: Mtume aliongeza, "Malaika alinikaba (kwa nguvu) na kunikandamiza kwa nguvu sana kiasi kwamba sikuweza kustahimili zaidi. Kisha aliniachia na kwa mara nyingine akaniambia nisome, nami nikamjibu, 'Mimi sijui kusoma.' Hapo alinikaba tena (kwa nguvu) na kunikandamiza kwa nguvu sana kiasi kwamba sikuweza kustahimili zaidi. Aliniachia na kwa mara nyingine akaniambia nisome, nami nikamjibu, 'Mimi sijui kusoma.' Hapo alinikaba tena na kunikandamiza na kuniachia kisha akasema, "Soma kwa jina la Mola wako ambaye ameumba (vyote) Amemuumba mtu kwa bonge la damu. Soma! Na Mola wako ni mwingi wa ukarimu." Kisha Mtume wa Mwenyezi Mungu alirudi na wahyi huku moyo wake ukidunda kwa nguvu. Kisha akenda kwa Khadija binti Khuwailid na akasema, "Nifunike! Nifunike!" Nao wakamfunika mpaka hofu ilipomwishia na baada ya hapo akawasimulia kila kitu kilichomtokea na akasema, "Naogopa kwamba kuna kitu kinaweza kunitokea." Khadija alijibu, "Hapana! Kwa jina la Allah. Allah hawezi kukuaibisha. Una uhusiano mzuri na ndugu zako, unasaidia walio maskini na fukara, unawafanyia ukarimu wageni wako na kusaidia wenye misiba wanaostahili." (Sahih Al-Bukhari, Juzuu ya 1, Kitabu 1, Namba 3)]

Desturi za Kiislamu ziko kinyume na matumizi ya kengele kwani zinatajwa kuwa ni vyombo ya shetani. Desturi hizi hata zinasema kwamba malaika hawawezi kuwasaidia wale wanaobeba kengele. Ona mifano ifuatayo:

Abu Hurairah alisimulia kwamba Mtume (amani iwe juu yake) alisema: kengele ni ala ya muziki ya Shetani. (Sahih Muslim, Kitabu 024)

Imesimuliwa na Umar ibn al-Khattab: Ibn az-Zubayr alisema kwamba mteja wao mwanamke alimpeleka binti wa az-Zubayr kwa Umar ibn al-Khattab akiwa amevaa kengele miguuni mwake. Umar alizikata na kusema kwamba alikuwa amesikia Mtume wa Mwenyezi Mungu (amani iwe juu yake) akisema: Kuna shetani katika kila kengele. (Sunan Abu Dawud, Kitabu 34)

Abu Hurairah alisema kwamba Mtume (amani iwe juu yake) alisema: Malaika huwa hawamsindikizi msafiri ambaye ana mbwa na kengele. (Sahih Muslim, Kitabu 024)

Imesimuliwa na Ummu Habibah: Mtume (amani iwe juu yake) alisema: Malaika huwa hawaongozani na watu wanaosafiri huku wana kengele. (Sunan Abu Dawud, Kitabu 14)

Swali linalokuja kwetu ni kwamba, mtume alipoulizwa ni vipi huwa anapokea wahyi (ufunuo), mojawapo ya njia alizozitaja ni kwamba, upo ufunuo ambao huja kwa sauti kama za kengele. Na hapa anasema kuwa kengele zinahusiana na shetani. Hapo inakuwaje?

Hitimisho

Rafiki uliyesoma Dibaji hii, unapolinganisha vitabu hivi viwili (Biblia na Quran), unadhani ni kipi kinastahili kuaminiwa?

Siulizi kwamba unaamini kipi? Maana nadhani tayari unacho kile unachokiamini. Lakini swali langu ni kwamba, Kipi kinastahili kuaminiwa na kufuatwa?

JUZUU YA KWANZA

BIBLIA NI BORA KULIKO QURAN

Tofauti za Msingi katika ya Biblia na Quran:

Neno "Biblia" linatokana na na neon la Kilatini na la Kigiriki lenye maana ya "kitabu," jina linalofaa, tangu Biblia ni kitabu kwa watu wote, kwa wakati wote. Ni kitabu si kama vingine, ni ya hali yake yenyewe.

Vitabu sitini na sita tofauti vyaunda Biblia. Navyo ni pamoja na vitabu vya sheria, kama vile Mambo ya Walawi na Kumbukumbu; vitabu vya kihistoria, kama vile Ezra na Matendo; vitabu vya mashairi, kama vile Zaburi na Mhubiri; vitabu vya unabii, kama vile Isaya na Ufunuo; wasifu, kama vile Mathayo na Yohana; na nyaraka (barua rasmi kama vile Tito na Waebrania.

BIBLIA INA SURA 1,189 WAKATI QURAN INA SURA 114

B I B L I A:

Biblia ina Surah 1,189 ikiwa ni zaidi ya mara kumi ya Quran yenye Surah 114. Ndio maana Waislam wanaweza kukariri hizo sura chache na si miujiza bali ni jambo la kawaida tu.

Biblia imegawanywa katika sehemu mbili kuu: Agano la Kale na Agano Jipya. Kwa ufupi, Agano la Kale ni hadithi ya taifa, na Agano Jipya ni hadithi ya mwanadamu. Taifa ilikuwa njia ya Mungu ya kuleta Mwana-Adamu- Yesu Kristo ulimwenguni.

Agano la Kale inaeleza mwanzilishi na utunzaji wa taifa la Israeli. Mungu aliahidi kutumia Israeli kubariki dunia nzima (Mwanzo 12:2-3). Pindi tu baada ya Israeli ilianzishwa kama taifa, Mungu alianzisha familia ndani ya taifa hilo ambaye kupitia kwayo baraka zitapitia: jamaa ya Daudi (Zaburi 89:3-4). Kisha, kutoka ukoo wa Daudi ameahidi Mtu moja ambaye ataleta baraka ya ahadi (Isaya 11:1-10).

Agano la Jipya laeza kwa undani juu ya ujio wa mtu wa ahadi. Jina lake Yesu, na alitimiza unabii wa Agano la Kale kama Yeye aliishi maisha kamilifu, alikufa ili awe Mwokozi, na kufufuka kutoka wafu.

Q U R A N:

Quran 2:106

Aya yoyote TUNAYOIFUTA AU KUISAHAULIZA tunaleta iliyo bora kuliko hiyo au iliyo mfano wake. Hujui kuwa Mwenyezi Mungu anao uwezo juu ya kila kitu?

شَيۡءٖ كُلِّ عَلَىٰ ٱللَّهَ أَنَّ تَعۡلَمۡ أَلَمۡ مِثۡلِهَآۗ أَوۡ مِّنۡهَآ بِخَيۡرٖ نَأۡتِ نُنسِهَا أَوۡ ءَايَةٍ مِنۡ نَنسَخۡ مَا ۝

Maa nansakh min aayatin aw nunsihaa na-ti bikhairim minhaaa aw mislihaaa; alam ta'lam annal laaha 'alaa kulli shai'in qadeer

Kwanini Allah alikuwa anafuta aya zake? Je, tutawezaje iamini Quran iliyi futwa futwa?

Mwandishi maarufu wa Kiislamu-Caliph Uthman aliandika Quran na kuchoma aya ambazo hakupendezwa nazo! (Sahih Bukhari 6:61:510)

Hakuchoma tu aya za kuran bali Sura nzima ya kuran ilipotea na kusahaulika. (Sahih Muslim 5:2286)

Vile vile, aya zingine zilifutwa kwa maksudi. (Bukhari 6:61:527).

Mohammad aliwaagiza waislamu kujifunza uislamu kutoka kwa kuran ya Ubai na wala sio ambayo Zayd Ibn Thabit aliandika (ambayo ni ya kisasa) tazama (Bukhari 6:61:521).

Ibn Sad (Kitab al-Tabaqat al-Kabir Juzuu ya 2 Ukurasa wa 444) inasema kuwa maandiko ya kuran ya Zayd Ibn Thabit ni tofauti na ya Muhammad. Kwa hivyo waumini wamepotoshwa kwa kukariri kuran hiyo ya kisasa.

Jami At-Tirmidhi 3104 vile vile anasema kuran iliyopo sasa ni feki-ya Zayd Ibn Thabit.

Katika kufanya marekebisho mengi kwenye kuran watu walikuja na nakala tofautitofauti za kuran (Jami at-Tirmidhi 3104) hivyo kulikuwa na mtafaruku miongoni mwa wafuasi wa mohammad kwa sababu zilikuwa tofauti.

Quran ya Ibn Masood ilikuwa na sura 111, ya Ubay ilikuwa na sura 116 na kuran ya Zayd (ambayo ndio inatumika sasa hivi) ina sura 114. Tazama (Ibn Daud, Kitab al-Masahif).

Hata zile zilizotajwa kuwa feki hazikuhifadhiwa kwa sababu mbuzi alikula sehemu ya aya zake (Sunan Ibn Majah 1934/1944).

Hivyo hamna aliyeandika kuran hadi baadhi ya waliokuwa wanakariri mafunzo ya Mohammad kufa na kulikuwa na hofu kuwa aya zilizosalia zingepotea kabisa (Bukhari 6:61:509).

Hivi ndivyo Zayd Ibn Thabit alipata kuandika kuran ambayo tunayo leo hii kutoka kwa shuhuda za wakariri waliobaki (kurasa chache tu kutokana na miaka 23 ya ufunuo).

BIBLIA INA AYA 31,102 WAKATI QURAN INA AYA 6,236 UKIONDOA NENO BISMILLAH

Biblia imeshehena aya takatifu ambazo ni zaidi ya mara 5 ya aya za Quran ambazo ndani yake kuna aya za watu na Mashetani.

BIBLIA INA MANENO 783,137 WAKATI QURAN INA MANENO 77,430

Waislam wanapodai kuwa eti wamekariri Quran ni kwasababu Quran ina maeno machache sana. Quran ni sawa na Asilimia 10 tu ya Biblia. Ikimaanisha kuwa, Muislamanatakiwa kukariri vitavu 10 zaidi ili aweze kukariri Biblia. Quran ni sawa na tamthilia, hadithi fupi na ndio maana

Uislam unatumia Usaidizi wa Sahih Hadith za Muhammad. Kwenye Ukristo hatuna Hadithi za watu kama kwenye Uislam ila Biblia Pekee ndio Msingi wa Ukristo.

BIBLIA INA WAANDISHI 40 WANAO THIBITISHIKA NA IMEANDIKWA KWA MIKA MINGI WAKATI QURAN INA MWANDISHI MMOJA TU AMBAYE ANADAI ALIPOKEA UNABII BILA YA UTHIBITISHO WOWOTE ULE.

Biblia na Quran zinatofautiana katika mambo mengi, lakini napenda nizungumzie machache, ambayo naamini yanaweza kutusaidia kujibu swali hili kwamba: Kati ya Biblia na Quran, kitabu kipi kinastahili kuaminika? Zaidi ya hapo, Kitabu hiki kinaonyesha Utata ndani ya Quran.

SEHEMU YA KWANZA – UTATA KUHUSU ALLAH

Utata kuhusu Allah

UTATA NDANI YA KURAN KUHUSU UTAMBULISHO WA ALLAH!

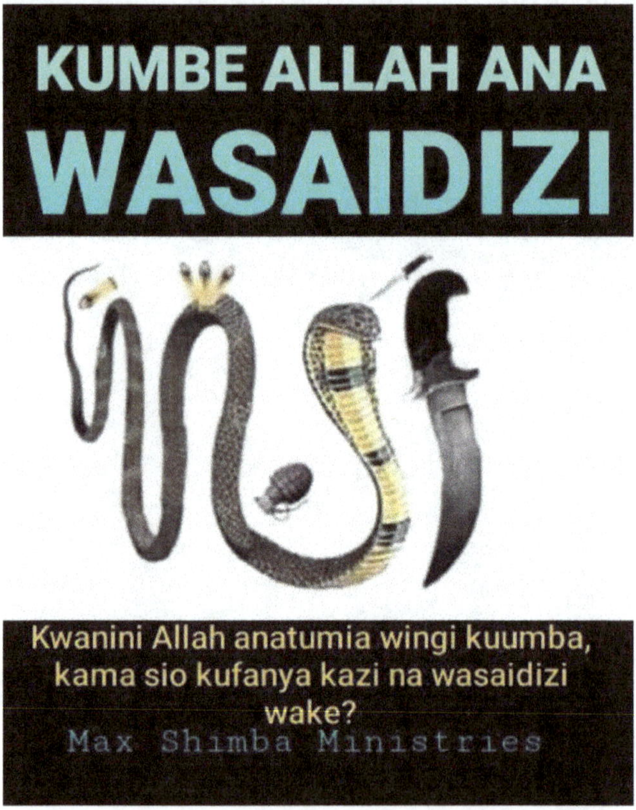

KUMBE ALLAH ANAYE MSAIDIZI

1. Je, Allah anaye Msaidizi, mbona anatumia wingi katika kujieleza?
2. Kama Allah hana msaidizi, je Waislam mna Ma-Allah wangapi?

Hebu rejea kwenye Quran kwanza:

Suratul Anbiyaa 91. Na mwanamke aliye linda uke wake, na TUKAmpulizia katika roho YETU, na TUKAmfanya yeye na mwanawe kuwa ni Ishara kwa walimwengu.

وَٱلَّتِيٓ أَحۡصَنَتۡ فَرۡجَهَا فَنَفَخۡنَا فِيهَا مِن رُّوحِنَا وَجَعَلۡنَٰهَا وَٱبۡنَهَآ ءَايَةٗ لِّلۡعَٰلَمِينَ

Wallateee ahsanat farjahaa fanafakhnaa feehaa min roohinaa wa ja'alnaahaa wabnahaaa Aayatan lil'aalameen

Ndugu zanguni, Allah ameanza vituko vyake hapa. Katika Quran Allah anadai kuwa hana msaidizi Suratul Baqarah aya 106 — 107 Lakini katika aya tuliyo isoma hapo mwanzoni - Suratul Anbiyaa 91 tumeona kuwa Allah anatumia wingi alipo kuwa akielezea jinsi alivyo mpa ujauzito Maryam na au labda wenzetu wana MA-ALLAH WENGI.

Waislam, nyie mna Ma-Allah wangapi?

ALLAH ANAMUUMBA ISA BIN MARYAM KWA KUTUMIA WINGI

Quran imejaa utata, hebu soma hapa *Suratul At tahriim 12. Na Mariamu binti wa Imrani, aliye linda ubikira wake, na TUKAmpulizia humo kutoka ROHO YETU, na akayasadiki maneno ya Mola wake Mlezi na Vitabu vyake, na alikuwa miongoni mwa wat'iifu.*

وَمَرۡيَمَ ٱبۡنَتَ عِمۡرَٰنَ ٱلَّتِيٓ أَحۡصَنَتۡ فَرۡجَهَا فَنَفَخۡنَا فِيهِ مِن رُّوحِنَا وَصَدَّقَتۡ بِكَلِمَٰتِ رَبِّهَا وَكُتُبِهِۦ وَكَانَتۡ مِنَ ٱلۡقَٰنِتِينَ

Wa Maryamab nata 'Imraanal lateee ahsanat farjahaa fanafakhnaa feehee mir roohinaa wa saddaqat bi kalimaati Rabbihaa wa Kutubihee wakaanat minal qaaniteen (End Juz 28)

HAPA: Allah anasema kwa undani zaidi TUKAmpulizia ROHO YETU. Hivi huyu Allah ni kweli alikuwa Mungu au ni madai ya Muhammad na rafiki yake Jibril? Mbona alisema kuwa yeye hana msaidizi wala Mwana? Kivipi Allah anatumia wingi katika kumuumba Isa Bin Maryam? Kumbe Waislam mna Ma-Allah wengi.

Aya zaidi kuhusu Maryam na kupata ujauzito za Isa: Suratul Anbiyaa 91.

Endelea hapa tena:

ALLAH ANAMUUMBA BINADAMU KWA KUTUMIA WINGI:

Suratul Hijr 26. Na tulimuumba mtu kwa udongo unao toa sauti, unao tokana na matope yaliyo tiwa sura.

وَلَقَدْ خَلَقْنَا ٱلْإِنسَـٰنَ مِن صَلْصَـٰلٍ مِّنْ حَمَإٍ مَّسْنُونٍ

Wa laqad khalaqnal insaana min salsaalim min hama im masnoon

HAPA tumesoma kuwa Allah anamuumba Binadamu kwa kutumia wingi"

Nukuu: Na TULIMUUMBA MTU"

Endelea hapa tena

ALLAH ANAUMBA MAJINI KWA KUTUMIA WINGI:

Suratul Hijr 27. Na majini tuliwaumba kabla kwa moto wa upepo umoto.

وَٱلْجَآنَّ خَلَقْنَـٰهُ مِن قَبْلُ مِن نَّارِ ٱلسَّمُومِ

Waljaaanna khalaqnaahu min qablu min naaris samoom

Allah anaendelea kutumia wingi katika uumbaji. Sasa anasema kuwa "TULIWAUMBA MAJINI" Allah anaendelea kutumia wingi katika uumbaji.

Je, unafikiri kuwa labda Allah alijisahau au fanya makosa pale alipo sema kuwa yeye hama msaidizi. Kumbe Waislam wana Ma-Allah wengi.

Wadhalimu wa dini ya Kiislam wamekuwa mstari wa mbele kusema kuwa, eti Wakristu wana miungu mingi na wao wana Mungu Mmoja tu naye ni Allah. Leo tumejifunza kuwa, Allah hayupo peke yake maana sasa anatumia wingi katika kazi zake ikiwa pamoja na ya uumbaji wa Binadamu na Majini.

Nukuu zingine ambazo ALLAH anatumia wingi: S. 3:44, S. 3:145, S. 17:1, S. 6:114, S. 19:40-42, 50-53, 56-74 Arberry, S. 2:252-253, S. 3:108 Y. Ali; cf. S. 45:6, S. 37:161-166 Pickthall, S. 37:170-182 Y. Ali, S. 23:12-14 Arberry, S. 19:16-2, S. 66:12 Pickthall, S. 15:26-29 Pickthall.

Ndugu zanguni nimeweka ushaidi wa kutosha kutoka Quran yao kuhusu wingi ambao Allah amekuwa anautumia kila mara kwenye Quran yake.

1. Waislam, nyie mna MA-ALLAH WANGAPI?
2. Je, Allah anaye Msaidizi?
3. Je, Allah anaye Mwana ambaye na yeye ana wadhifa wa Ki Allah?
4. Kwanini Allah anatumia wingi huku tukifahamu kuwa Allah hafananishwi wala hana msaidizi?

Hakika kuna shaka kubwa kubwa kwenye Quran ya Allah ambayo sasa inasema kwa kutumia wingi.

Biblia inasema kuwa Mungu anaye Mwana na anaitwa Yesu, zaidi ya hapo Biblia inatuambia kuwa kuna Mungu Roho Mtakatifu na hao wote ni WAMOJA katika Roho.

Karibuni kwa Mungu wa Biblia ambaye amesema kiuwazi kuwa yeye ni Baba na ana Mwana ambaye na yeye ni Mungu. Kumbuka hawa ni wamoja kwa kupitia Mungu Roho Mtakatifu.

Katika Huduma yake.

Utata kuhusu Allah – Juzuu ya 1, Sehemu ya Kwanza, Uthibitisho wa 1, Toleo la Tovuti ya Max Shimba Ministries la Mwaka 2013, Chapisho la 2021, Max Shimba Ministries

Utata wa Allah katika kusamehe watu dhambi

Je, Allah anao uwezo wa Kusamehe watu dhambi?

Ndugu zanguni,

Katika Sehemu hii ya kwanza ningependa tumuangalie Allah wa dini ya Uislam ambaye wanasema ndie Mungu wao. Je, huyu Allah anayo mamlaka ya kusamehe dhambi zote?

Ungana nami katika some letu la leo na tuone utata mkubwa sana uliopo ndani ya dini ya Uislam.

Tuanze na Surat Azzumar aya 53 na 54 ambazo zinadai na kusema kuwa, Allah anasamehe dhambi zote, hebu tusome kwanza:

Surat Azzumar 53. Sema: Enyi waja wangu walio jidhulumu nafsi zao! Msikate tamaa na rehema ya Mwenyezi Mungu. Hakika Mwenyezi Mungu husamehe dhambi zote. Hakika Yeye ni Mwenye kusamehe, Mwenye kurehemu. 54. Na rejeeni kwa Mola wenu Mlezi, na silimuni kwake, kabla ya kukujieni adhabu. Kisha hapo hamtanusuriwa.

قُلْ يَٰعِبَادِىَ ٱلَّذِينَ أَسْرَفُوا۟ عَلَىٰٓ أَنفُسِهِمْ لَا تَقْنَطُوا۟ مِن رَّحْمَةِ ٱللَّهِ ۚ
إِنَّ ٱللَّهَ يَغْفِرُ ٱلذُّنُوبَ جَمِيعًا ۚ إِنَّهُۥ هُوَ ٱلْغَفُورُ ٱلرَّحِيمُ

Qul yaa'ibaadiyal lazeena asrafoo 'alaaa anfusihim laa taqnatoo mirrahmatil laah; innal laaha yaghfiruz zunooba jamee'aa; innahoo Huwal Ghafoorur Raheem

وَأَنِيبُوٓا۟ إِلَىٰ رَبِّكُمْ وَأَسْلِمُوا۟ لَهُۥ مِن قَبْلِ أَن يَأْتِيَكُمُ ٱلْعَذَابُ ثُمَّ لَا تُنصَرُونَ

Wa aneebooo ilaa Rabbikum wa aslimoo lahoo min qabli any yaatiyakumul 'azaabu summa laa tunsaroon

Katika aya hizo hapo juu, tumesoma kuwa Allah anasamehe dhambi zote na labda tukubaliane naye kwasasa kwa ajili ya kujifunza Utata na Mashaka yalio ndani ya kitaa'b cha Allah.

SASA TUANAGALIE VIFUNGU VINGINE AMBAVYO ALLAH ANASEMA KUWA, HANA UWEZO WA KUSAMEHE DHAMBI

Sasa rejea katika Surat Al I'mran: 86. Mwenyezi Mungu atawaongoaje watu walio kufuru baada ya kuamini kwao, na wakashuhudia ya kuwa Mtume huyu ni wa haki, na zikawafikia hoja zilizo wazi? Mwenyezi Mungu hawaongoi watu madhaalimu. 87. Hao malipo yao ni kuwa ipo juu yao laana ya Mwenyezi Mungu na ya Malaika na ya watu wote. 88. Humo watadumu. Hawatapunguziwa adhabu wala hawatapewa nafasi. 89. Isipo kuwa wale walio tubu baada ya hayo na wakatengenea; kwani Mwenyezi Mungu ni Mwenye kusamehe na Mwenye kurehemu. 90. Hakika wale walio kufuru baada ya kuamini kwao, kisha wakazidi kukufuru, toba yao haitakubaliwa, na hao ndio walio potea. 91. Hakika wale walio kufuru, na wakafa hali ni makafiri haitakubaliwa kutoka kwa yeyote wao fidia ya dhahabu ya kujaza dunia nzima lau wangeli itoa. Hao watapata adhabu chungu, wala hawatakuwa na wa kuwanusuru.

ٱلْبَيِّنَـٰتُ وَجَآءَهُمُ حَقٌّ ٱلرَّسُولَ أَنَّ وَشَهِدُوٓاْ إِيمَـٰنِهِمْ بَعْدَ كَفَرُواْ قَوْمًا ٱللَّهُ يَهْدِى كَيْفَ
ٱلظَّـٰلِمِينَ ٱلْقَوْمَ يَهْدِى لَا وَٱللَّهُ ۗ

Kaifa yahdil laahu qawman kafaroo ba'da eemaanihim wa shahidooo annar Rasoola haqqunw wa jaaa'ahumul baiyinaat; wallaahu laa yahdil qawmaz zaalimeen

أَجْمَعِينَ وَٱلنَّاسِ وَٱلْمَلَـٰٓئِكَةِ ٱللَّهِ لَعْنَةَ عَلَيْهِمْ أَنَّ جَزَآؤُهُمْ أُوْلَـٰٓئِكَ

Ulaaa'ika jazaaa'uhum anna 'alaihim la'natal laahi walmalaaa'ikati wannaasi ajma'een

يُنظَرُونَ هُمْ وَلَا ٱلْعَذَابُ عَنْهُمُ يُخَفَّفُ لَا فِيهَا خَـٰلِدِينَ

Khaalideena feehaa laa yukhaffafu 'anhumul 'azaabu wa laa hum yunzaroon

رَّحِيمٌ غَفُورٌ ٱللَّهَ فَإِنَّ وَأَصْلَحُواْ ذَٰلِكَ بَعْدِ مِنْ تَابُواْ ٱلَّذِينَ إِلَّا

Illal lazeena taaboo mim ba'di zaalika wa aslahoo fa innal laaha Ghafoorur Raheem

ٱلضَّآلُّونَ هُمُ وَأُوْلَـٰٓئِكَ تَوْبَتُهُمْ تُقْبَلَ لَّن كُفْرًا ٱزْدَادُواْ ثُمَّ إِيمَـٰنِهِمْ بَعْدَ كَفَرُواْ ٱلَّذِينَ إِنَّ

Innal lazeena kafaroo ba'da eemaanihim summaz daadoo kufral lan tuqbala tawbatuhum wa ulaaa'ika humud daaalloon

إِنَّ ٱلَّذِينَ كَفَرُوا۟ وَمَاتُوا۟ وَهُمْ كُفَّارٌ فَلَن يُقْبَلَ مِنْ أَحَدِهِم مِّلْءُ ٱلْأَرْضِ ذَهَبًا وَلَوِ ٱفْتَدَىٰ بِهِۦٓ

ۗ أُو۟لَـٰٓئِكَ لَهُمْ عَذَابٌ أَلِيمٌ وَمَا لَهُم مِّن نَّـٰصِرِينَ

Innal lazeena kafaroo wa maatoo wa hum kuffaarun falany yuqbala min ahadihim mil'ul ardi zahabanw wa lawiftadaa bih; ulaaa 'ika lahum 'azaabun aleemunw wa maa lahum min naasireen (section 9) (End Juz 3)

Kifungu cha hapo juu kinatoa habari inayo changanya na kuweka shaka kubwa sana: Swali la kwanza nauliza kwa kejeli, "Je, Allah atawaongoaje watu ambao ..." na alisema jibu kwamba Allah hawaongoi watu hao. Kinyume chake ni kwamba, kwa mujibu wa aya hizi laana ya Allah itakaa kwa wale walio amini, ambao walikuwa Waislamu, lakini baadae waligeuka na kufuata imani zingine. Na Allah anasema kuwa wao waliongezwa na watakuwa huko kwenye laana na hata waongoa "kukaa humo," "makao yao ni humo milele" (mstari 88), ambayo kulingana na baadhi ya wafasiri wa Kiislamu inahusu makafiri na Waislam walio mpokea Yesu kuwa watadumu katika Jahannamu:

Hebu tusome tafsir nyingine ya Surat Al I'mran 88. Laana hiyo haitowabanduka, wala hawatapunguziwa adhabu, wala hawapewi muhula.

Hii aya inatuambia kuwa, hao Makafir hata wakiomba msamaha na kuamua kumfuata Allah, yeye hato wasamehe maana Allah alisha fanya maamuzi kuwa Makafir hata wakubali kumfuata Allah hato wasamehe. Lakini Waislam wao wana nafasi nyingine maana laana kwao inaweza kuwabanduka na Allah atawapunguzia adhabu na muhula wao wa kukaa Jehannam utatolewa.

Sasa tunapo endelea kusoma aya ya 89 Allah anasema kuwa wale ambao waligeuka na kuwa Makafir wanaweza kusamehewa. Rejea Surat Al I'mran 89. Isipo kuwa wale walio tubu baada ya hayo na wakatengenea; kwani Mwenyezi Mungu ni Mwenye kusamehe na Mwenye kurehemu. HAPA Allah anaanza kizungumkuti, maana teyari amesha jichanganya katika aya ya 88 ambayo anasema kamwe watu hao hato wasamehe lakini kwenye aya ya 89, Allah kabadilika na kusema "wakitubu atawsamehe". Je, inawezekana kuwa wakati Allah anateremsha hizi aya alikuwa anahasira na kujisahau nini anasema? Au ndio ile tabia yake ya kuleta UTATA katika Kitaa'b chake chenye shaka kubwa kubwa?

ANAGALIA JINSI AMBAVYO ALLAH ANASEMA KUWA, YEYE HUSAMEHE WALE AMBAO WALIFANYA MAKOSA KWA UJINGA.

Katika *Surat An Nisaai 17. Hakika toba inayo kubaliwa na Mwenyezi Mungu ni ya wale wafanyao uovu kwa ujinga, kisha wakatubia kwa haraka. Hao ndio Mwenyezi Mungu huwakubalia toba yao, na Mwenyezi Mungu ni Mjuzi na ni Mwenye hikima. 18. Wala hawana toba wale wafanyao maovu mpaka yakamfikia mmoja wao mauti, kisha hapo akasema: Hakika mimi sasa nimetubia. Wala wale wanao kufa na hali wao ni makafiri. Hao tumewaandalia adhabu chungu.*

HUU NI MSIBA KWA WAISLAM, maana Allah anasema kuwa, yeye husamehe wale ambao wamefanya uovu kwa Ujinga -aya 17. Ndugu zanguni, hivi kuna Muislam atapona hapa, maana wengi wa Waislam wanafanya makosa huku wakifahamu, lakini Allah anasema kuwa hao hato wasamehe kutoka na Surat An Nisaai 17.

Allah anaendelea kusema, kuwa Waislam amaboa walifanya dhambi mpaka mauti ikawafikia aya 18, wao hato wasamehe, cha ajabu ni kuwa, Ndugu zetu huwa wanaswalia MAITI na kuisafisha eti Allah akija usiku kukutembelea basi utaomba Msamaha na labda kusema shahada na uingie Akhera na au Peponi ya Allah. Leo Allah anawakana kuwa hato wasamehe hata mkisha kamuliwa ngama na kuzikwa. HUU NDIO MSIBA UNAPO INGIA KWA NDUGU ZETU AMBAO WALIFIKIRIA KUWA LABDA WAKATI WA UMAUTI Allah bado anaweza kuwasamehe.

ALLAH HANA UWEZO WA KUSAMEHE DHAMBI WAISLAM WALIO KUFA

Quran inaendelea kusema kuwa wale walio kuwa katika Umauti kamwe Allah hana uwezo wa kuwasamehe dhambi, ingawa WAISLAM bado wana utamaduni wa kuombea Maiti msamaha ili Allah aipokee roho ya marehemu.

*Suratul Muuminum 101. Basi litapo pulizwa baragumu hapo hautakuwapo ujamaa baina yao siku hiyo, wala hawataulizana. ***102. Ama wale ambao mizani zao zitakuwa nzito, hao ndio wenye kufanikiwa. ***103. Na wale ambao mizani zao zitakuwa nyepesi, hao ndio walio zitia khasarani nafsi zao, na katika Jahannamu watadumu. ***104. Moto utababua nyuso zao, nao watakuwa na nyuso zilizo kunjana. ***105. Je! Hazikuwa Aya zangu mkisomewa, na nyinyi mkizikanusha? ***106. Mola wetu Mlezi! Tulizidiwa na uovu wetu na tukawa watu tulio potea. ***107. Mola wetu Mlezi! Tutoe humu Motoni. Na tufanyapo tena basi kweli sisi ni wenye kudhulumu. 108. Atasema Mwenyezi Mungu: Tokomeeni humo, wala msinisemeze. 109. Bila ya shaka lilikuwapo kundi katika waja wangu likisema: Mola wetu Mlezi! Tumeamini; basi tusamehe na uturehemu, nawe ndiwe Mbora wa wanao rehemu. ***110. Lakini nyinyi mliwakejeli hata wakakusahaulisheni kunikumbuka, na mlikuwa mkiwacheka. ***111. Hakika Mimi leo nimewalipa kwa vile walivyo subiri. Bila ya shaka hao ndio wenye kufuzu. 112. Atasema: Mlikaa muda gani katika ardhi kwa hisabu ya miaka? 113. Watasema: Tulikaa siku moja au sehemu ya siku. Basi waulize wanao weka hisabu. ***114. Atasema: Nyinyi hamkukaa huko duniani ila kidogo, laiti ingeli kuwa mnajua. ***115. Je! Mlidhani ya kwamba tulikuumbeni bure na ya kwamba nyinyi kwetu hamtarudishwa? ****

Katika hii suratul Muuminum tunasoma kuwa hawa ni Waislam walio zidiwa na dhanb, Allah atawakana na hato wasamehe ingawa ndugu zao waliwafanyia maombi wakati wa umauti na kuwasafisha ngama. Allah yeye anasema hato wasamehe hawa Waislam. Ushaidi mwingine unawza upata hapa S. 35:36-37, S. 40:10-12, S. 43:74-77, S. 67:6-11, S. 4:93

ALLAH HASAMEHI MUISLAM ANAPO UA MUISLAM MWENZAKE: MFANO KAMA ULE WA SUNNI WANAPO UANA NA SHIA.

Allah anaendelea kusema kuwa Muislam akimuua Muislam mwenzake, Allah kamwe hato msamehe dhambi yule aliye uwa: *Surat An Nisaai 93. Na mwenye kumuuwa Muumini kwa kukusudia, basi malipo yake ni Jahannamu humo atadumu, na Mwenyezi Mungu amemkasirikia, na amemlaani, na amemuandalia adhabu kubwa.*

Ushaidi upo mwingi sana wa Waislam kuuwa Waislam wenzao, hasa kwa kujilipua na kupigana kwenye nchi zai. Soma habari za niddle east kwa ushaidi zaidi. Je, hawa Sunni wanapo Pigana na Shia na kutoana Roho wote wataishia wapi? Allah kesha sema kuwa HAO WOTE WATATUPWA JEHANNAM na kamwe Allah hato wasamehe dhambi. Rejea Surat An Nisaai 93. Labda ndio maana Allah alisema kuwa Waislam wote kuingia Jehannam. Quran 40: 60. Na Mola wenu Mlezi anasema: Niombeni nitakuitikieni. Kwa hakika wale ambao wanajivuna na kuniabudu Mimi wataingia Jahannamu wadhalilike.

Ndugu zanguni, Allah kamaliza kwenye Sura 40 aya 60 kuwa wale wote wanao jivunia Uislam wataingia Jehannam, Jem kuna Muislam atapona hapo? Kumbe ndio maana Allah ameonyesha kigeugeu katika kusamehe dhambi kwasababu alisha weka amri kuwa Waislam wote wataingia Motoni.

Kumbe ndio maana na Allah ataingia Motoni. Sasa tusome Sahih Hadith: Bukhari :: Kitabu 6 :: Juzuu 60 :: Hadith 371 Amehadithia Anas: Mtume wa Allah alisema, "watu watatupwa (Kuzimu) Jehannam na matokeo yake Jehannam itasema:" Je, kuna zaidi watu zaidi? (50.30) mpaka Allah atakapo weka mguu wake juu ya Kuzimu na Jehannam itasema, 'Qati! Qati! (Imetosha imetosha!) "

Ushaidi zaidi: Bukhari :: Kitabu 9 :: Juzuu 93 :: Hadith 481, Bukhari :: Kitabu 6 :: Juzuu 60 :: Hadith 373

Sasa tumefahamu siri kubwa hapa. Kumbe na Allah ataingia motoni. Jamani, hivi huu si ndio Msiba mkubwa sna kwa dini ya Muhammad? Allah nayeye anaingia motoni.

Katika Biblia tunasoma kuwa Shetani na yeye ataingi mtoni, tena atakuwa wa Mwisho kama Allah alivyo kuwa wa Mwsiho pale Jehannam ilipo itisha watu zaidi. Sasa rejea kwenye Biblia: *Ufunuo 20:10 Na yule Ibilisi, mwenye kuwadanganya, akatupwa katika ziwa la moto na kiberiti, alimo yule mnyama na yule nabii wa uongo. Nao watateswa mchana na usiku hata milele na milele.* HAPO TUNASOMA KUWA IBILISI anaingia Motoni na kuwakuta wenzake humo, kama ambavyo Sahih Bukhari imesema kuwa Allah anaingia Jehannam na kuwakuta watu huko.

Ndugu Wasomaji, Allah hana uwezo wa kusamehe dhambi na zaidi ya hapo Allah hana uwezo wa kukwepa Jehannam.

Nawakaribisha watu wote kwa Yesu Kristo aliye hai. *Luka 7: 48 Kisha alimwambia mwanamke, Umesamehewa dhambi zako.* Hapa tunasoma kuwa Yesu anasamehe watu dhambi ambayo ni adhama ya Mungu.

Biblia inaendelea kusema kuwa Yesu anayo amri ya kusamehe dhambi hapa duniani: Soma ushaidi: Marko 2: 10 Lakini mpate kujua ya kwamba Mwana wa Adamu anayo amri duniani ya kusamehe dhambi, (hapo amwambia yule mwenye kupooza),

NAMALIZA KWA KUSEMA:

Warumi 10: 9 Kwa sababu, ukimkiri Yesu kwa kinywa chako ya kuwa ni Bwana, na kuamini moyoni mwako ya kuwa Mungu alimfufua katika wafu, utaokoka.

Je, ungependa kuokoka na kuwa na uhakikisho wa kwenda Mbinguni? Kiri kwa kinywa chako kuwa Yesu ni Bwana na amini moyoni mwako ya kuwa Mungu alimfufua Yesu katika wafu, leo hii utakuwa umeokoka.

Utata wa Allah katika kusamehe watu dhambi – Juzuu ya 1, Sehemu ya Kwanza, Uthibitisho wa 2, Toleo la Mwaka 2011, Chapisho la 2021, Max Shimba Ministries

Allah ni Mungu wa Kipagani

Muhammad alikiri kuwa Allah ni mmoja wa miungu ya Kipagani

Je, Wakristo na Waislam, wanaabudu Mungu mmoja?
Je, Allah ni Mungu wa Kipagani?

Ndugu wasomaji, kwa mara nyingine tena, Nabii wa Allah amekiri kuwa Wakristo na Waislam hawaabudu Mungu mmoja na Allah ni mungu wa Kipagani.

Katika hiki kijarida tunaangalia ushahidi mbalimbali kuwa, Allah sio Mungu wa Adam, Musa na Mitume wote walio tajwa kwenye Biblia Takatifu.

Kutokana na Surat Al Kafirun iliyoteremka Makka, Nabii Muhammad anakiri kwa mdomo wake kuwa Wakristo na Wayahudi hawaabudu Mungu mbaye anaabudiwa na Waislamu.

Sura 109 1. Sema: Enyi makafiri! 2. Siabudu mnacho kiabudu; 3. Wala nyinyi hamuabudu ninaye muabudu. 4. Wala sitaabudu mnacho abudu. 5. Wala nyinyi hamuabudu ninaye muabudu. 6. Nyinyi mna dini yenu, nami nina Dini yangu.

Surah hii inamatatizo mengi sana ambayo ypo wazi kuwa, madai ya Wiaslam ya Mungu wa Wakrist na Mungu wao ni mmoja, ni batili na hayana ushahid.

TATIZO LA KWANZA:

Hivi, hii Surah inamzungumzia nani?
(a) Watu wa Kitabu (Wayahudi, Wakristo na labda Wasebia)?
(b) Makafir wa Makkah?

Quran hapa imeshindwa kutueleza kuwa, Muhammad alikuwa anaongelea ummah upi.

TATIZO LA PILI:

Hata kama ni moja ya dai la (a) au (b) hapo juu, hii Surah ya 109 imejaa utata na kupinga aya mbaimbali za Quran ambazo zinadai kuwa Wakristo, Wayahudi na wengine wote wanaabudu Mungu mmoja ambaye anaabudiwa na Waislamu.

Surat Al Baqara 62. Hakika Walio amini, na Mayahudi na Wakristo, na Wasabai; yeyote atakaye muamini Mwenyezi Mungu na Siku ya Mwisho na akatenda mema basi watapata malipwa yao kwa Mola wao Mlezi, wala haitakuwa khofu juu yao, wala hawatahuzunika.

2: 139. Sema: Mnahojiana nasi juu ya Mwenyezi Mungu, naye ni Mola wetu Mlezi na Mola wenu Mlezi, na sisi tuna vitendo vyetu na nyinyi mna vitendo vyenu? Nasi tunamsafia Yeye tu.

Surah 3: 64. Sema: Enyi Watu wa Kitabu! Njooni kwenye neno lilio sawa baina yetu na nyinyi: Ya kwamba tusimuabudu yeyote ila Mwenyezi Mungu, wala tusimshirikishe na chochote; wala tusifanyane sisi kwa sisi kuwa Waola Walezi badala ya Mwenyezi Mungu. Na wakigeuka basi semeni: Shuhudieni ya kwamba sisi ni Waislamu.

KWENYE Surat Al Ankabut 46. Wala msijadiliane na Watu wa Kitabu ila kwa njia iliyo nzuri kabisa, isipo kuwa wale walio dhulumu miongoni mwao. Na semeni: Tumeyaamini yaliyo teremshwa kwetu na yaliyo teremshwa kwenu. Na Mungu wetu na Mungu wenu ni Mmoja. Na sisi ni wenye kusilimu kwake.

Kwenye hiyo aya hapo juu, Muhammad anadai kuwa Mungu wa Wakristo, Wayahudi na Waislam ni mmoja.

Hivyo basi, kwenye ushahidi tulio sona unaonyesha kuwa kikundi cha (b) nacho kinaabud Mungu wa Waislam ingawa vilevile kinaabudu miungu mingine na mbalimbali.

*Surah 29: 61. Na ukiwauliza; Nani aliye umba mbingu na ardhi na akafanya jua na mwezi kuti'ii amri yake? Bila ya shaka, watasema: Mwenyezi Mungu. Wapi basi wanako geuzwa? *** 62. Mwenyezi Mungu humkunjulia, na humdhikishia, riziki amtakaye katika waja wake. Kwa hakika Mwenyezi Mungu ni Mjuzi wa kila kitu. *** 63. Na ukiwauliza: Ni nani anaye teremsha* *maji kutoka mbinguni, na akaihuisha ardhi baada ya kufa kwake? Bila ya shaka watasema: Ni Mwenyezi Mungu. Sema: Alhamdu Lillahi, Sifa njema zote ni za Mwenyezi Mungu. Bali wengi katika wao hawafahamu. ****

*Surat An Nahl 35. Na washirikina wanasema: Mwenyezi Mungu angeli taka tusingeli abudu chochote badala yake, sisi wala baba zetu, wala tusingeli harimisha chochote bila ya Yeye. Kama hivyo walifanya walio kuwa kabla yao. Basi lipo lolote juu ya Mitume isipo kuwa kubalighisha kwa uwazi? ****

Wapagani tulio wasoma hapo juu, walikuwa wanarudia na au sema maneno ambayo Allah aliyasema kwa Muhammad.

*Surat Al Ana'am 107. Na lau Mwenyezi Mungu angeli penda, wasingeli shiriki. Na Sisi hatukukufanya wewe uwe mtunzaji wao. Wala wewe si mlinzi juu yao. ****

Mwisho basi:

*Surat Azzumar 3. Hakika Dini Safi ni ya Mwenyezi Mungu tu. Na wale wanao wafanya wenginewe kuwa ni walinzi wakisema: Sisi hatuwaabudu ila wapate kutujongeza tu kumkaribia Mwenyezi Mungu - Hakika Mwenyezi Mungu atahukumu baina yao katika wanayo khitalifiana. Hakika Mwenyezi Mungu hamwongoi aliye mwongo kafiri. ****

Katika aya hapo juu, tumejifunza kuwa mungu wa Wapagani ni Allah, na hao miungu wao wengine walikuwa ni wasaidizi katika kumwabudu Allah. Hivyo basi, Allah, ndie aliye kuwa MUNGU WA MKUU WA KIPAGANI.

Kuna aya moja katika Quran ambayo inawasema watu ambao wanamwamini Allah kama muumba wa vitu vyote:

Surah Luqman (31:25). Na ukiwauliza: Nani aliye ziumba mbingu na ardhi? Bila ya shaka watasema: Mwenyezi Mungu. Wewe sema: Alhamdulillahi! Sifa njema zote ni za Mwenyezi Mungu. Lakini wengi wao hawajui kama hii aya inazungumzia kundi la A au B, au yote mawili, hii aya ipo wazi kuwa, Muhamamd alijua ni kuwa anamwamini Allah wa Magani wa Mekkah.

Ngoja niweke kwa kifupi hiyo aya:

1. Wakristo na Wayahudi wanadaiwa kumwabudu Allah.
2. Wapagani na waislam vilevile nao wanamwabudu Allah, ingawa walikuwa na miungu wengine.

Kama hii ndio dai letu, ni kivipi Surah 109 idai kuwa Makafiri hawamwabudu mungu wa Muhammad na hawaabudu anacho abudu Muhammad?

Kusema kuwa hii aya inahusu waabudu "idols" ni Wapagani peke yao, ni uongo kwasababu zifuatazo:

1. Waislam wanafahamuje kuwa hii aya iliteremshwa kwa ajili ya Wapagani peke yao?

2. Hata kama hii aya ilikuwa inawaongelea Wapagani peke yao, je, Quran si inasema kuwa Wapagani walijua kuwa wanamwabudu Allah, na hivyobasi walikuwa wanaabudu alicho kuwa anaabudu Muhammad.

Ni kweli kuwa Muhammad hakuabudu miungu wao wote, lakini ukweli unabakia palepale kuwa wote Muhammad na Wapagani waliabudu mungu wa Kipagani aitwaye Allah kama ilivyo semwa kwenye sura 109:3.

Kwa mfano, Quran inadai kuwa Muhammad aabudu ambacho Wapagani waliabudu isipokuwa Allah:

Surat Yunus (10: 104). Sema: Enyi watu! Ikiwa nyinyi mnayo shaka katika Dini yangu, basi mimi siwaabudu mnao waabudu nyinyi badala ya Mwenyezi Mungu. Lakini mimi namuabudu Mwenyezi Mungu anaye kufisheni. Na nimeamrishwa niwe miongoni mwa Waumini.

Surat Ghafir (40:66). Sema: Mimi nimekatazwa kuwaabudu hao mnao waomba badala ya Mwenyezi Mungu, zilipo nijia hoja zilizo dhaahiri kutokana na Mola wangu Mlezi. Na nimeamrishwa nisilimu kwa Mola wa walimwengu wote.

Hizo aya hapo juu zinasema kuwa, Wapagani walikuwa wanamwabudu Allah, pamoja na miungu wengine wa kipagani.

Hivyo basi, leo tumejifunza kwa undani kabisha kuwa Muhammad alikuwa anamwabudu Allah ambaye ni mungu wa kipagani. Jina la Baba yake Muhammad ni Abdallah, likimaanisha slave of allah. Inafahamika kuwa Muhammad ndie muislam wa kwanza, au sio. Kama hayo madai ni kweli, je, baba yake Muhammad alilipata wapi jina la Abdallah kama si yule Allah mungu wa kipagani?

Hakika Allah aabudiwe na Wapagani ni yule yule ambaye aliabudiwa na Muhammad.

Allah ni Mungu wa Kipagani – Juzuu ya 1, Sehemu ya Kwanza, Uthibitisho wa 3, Toleo la Mwaka 2016, Chapisho la 2021

Max Shimba Ministries
@February 9, 2016.

SEHEMU YA PILI – UTATA KATIKA UUMBAJI KWENYE QURAN

Utata katika uumbaji wa Dunia kwenye Quran

Je, Allah aliumba Dunia kwa siku 6 au 8?

Katika somo letu la leo, tutajifunza kuhusu uumbaji wa Dunia. Allah wa Uislam, anasema kuwa yeye ni Mungu na aliumba Dunia na vitu vyote vilivyo ndani yake. Hebu tuanze somo letu kwa kusoma aya za Quran.

Allah anasema katika Sura 7:54, 10:3, 11:7, na 25:59 kuwa, aliumba dunia kwa siku 6. Soma aya hizi hapa chini kwa ushaidi zaidi.

Quran 7:54. Hakika Mola Mlezi wenu ni Mwenyezi Mungu aliye ziumba mbingu na ardhi katika siku sita. Kisha akatawala juu ya Kiti cha Enzi. Huufunika usiku kwa mchana, ufuatao upesi upesi. Na jua, na mwezi, na nyota zinazo tumika kwa amri yake. Fahamuni! Kuumba na amri ni zake. Ametukuka kabisa Mwenyezi Mungu, Mola Mlezi wa viumbe vyote.

Surah 10: 3. Hakika Mola wenu Mlezi ni Mwenyezi Mungu, ambaye ameziumba mbingu na ardhi kwa siku sita, na ametawala kwenye ufalme wake, anaendesha mambo yote. Hapana mwombezi ila baada ya idhini yake. Huyo ndiye Mwenyezi Mungu, Mola wenu Mlezi. Basi muabuduni Yeye. Je! Hamkumbuki?

Lakini Ndugu zanguni, nilipo endelea kuchunguza Quran nikagundua kuwa, kumbe Allah alidanganya pale alipo sema kuwa aliumba Dunia kwa siku sita. Sasa ungana nami katika uchunguzi wa uumbaji wa dunia kama ulivyo wekwa kiuwazi zaidi kupitia Quran iliyo shushwa na Jibril.

Sasa tutasoma Surah ya 41: 9-12. Katika hizi aya tutakazo zisoma, utangudua kuwa Allah hakuumba Dunia kwa Siku 6 kama alivyo dai hapo mwanzoni.

HII AYA INASEMA ALLAH KAUMBA KWA SIKU MBILI (2)

Quran 41:9. Sema: Hivyo nyinyi mnamkataa aliye umba ardhi katika siku mbili, na mnamfanyia washirika? Huyu ndiye Mola Mlezi wa walimwengu wote.

+

HAPA ALLAH ANAUNGANISHA MAWINGU NA ARDHI KWA SIKU NNE (4)

Quran 41:10. Na akaweka humo milima juu yake, na akabarikia humo na akakadiria humo chakula chake katika siku nne. Haya ni sawa kabisa kwa wanao uliza 11. Kisha akazielekea mbingu, na zilikuwa moshi, akaziambia hizo na ardhi: Njooni, kwa khiari au kwa nguvu! Vyote viwili vikasema: Tumekuja nasi ni wat'iifu.

+

HAPA ALLAH ANAZITENGENEZA MBINGU KWA SIKU MBILI (2)

Quran 41:12. Basi akazifanya mbingu saba kwa siku mbili, na akazipangia kila mbingu mambo yake. Na tukaipamba mbingu ya chini kwa mataa na kwa ulinzi. Hichi ndicho kipimo cha Mwenyezi Mungu Mwenye Kujua.

HIZI ZOTE KWA PAMOJA NI SIKU NANE (8)

Siku mbili kwa ajili ya viumbe wa dunia, basi siku nne kujaza ardhi na milima baraka, na chakula kwa ajili ya wakazi wake wote, na mwisho kwa siku mbili zaidi ili kujenga mbingu saba na kujenga nyota yao. Hii inaongeza hadi **2 + 4 + 2** = siku **8** kinyume na siku **6** zilizotajwa katika aya nyingine.

NGOJA NIWEKE KWA UFUPI

Muundo ni wazi sana: Haya ni Matabaka Matatu ambayo ni umbaji chini hadi juu:

*Quran 41:9*** Mbingu [angani, "dari" juu ya dunia] katika siku 2*

----

*Quran 41:10*** BARAKA [kujaza dunia na kila kitu zinahitajika kwa ajili ya maisha] katika siku 4*

----

*Quran 41:12***EARTH [msingi] kukamilika katika siku 2*

Ndugu zanguni, hivi Allah alishindwa mahesabu au ndio kutuhakikishia kuwa yeye hakuwa Muumbaji?

Kwanini Allah afanye makosa makumbwa namna hii? Leo Allah kwa mara nyingine tena ametuhakikishia kuwa yeye si Muumbaji.

Uchaguzi ni wako, kufuata Allah asiye fahamu aliumba Dunia kwa Siku Ngapi au Jehova ambaye alisema aliumba Dunia kwa siku 6.

Je, Allah aliumba dunia kwa siku 6 au 8? – Juzuu ya 1, Sehemu ya Pili, Uthibitisho wa 1, Toleo la Tovuti ya Max Shimba Ministries, Mwaka 2009, Chapisho la 2021, Max Shimba Ministries

Je, Allah aliumba dunia saba?

Quran na Muhammad wanadai Allah aliumba dunia saba

Je, hizi dunia saba zipo wapi?

Tatizo la Qur'an na Sayansi:

Dunia Saba

Kuwepo kwao na Mahali pao

Inaweza ikawa mshangao kwa baadhi ya wasomaji wetu kupata kwamba Qur'an inafundisha kwamba Mwenyezi Mungu aliumba ardhi saba.

"Mwenyezi Mungu ndiye aliyeziumba mbingu saba, na ardhi nyingi..." S. 65:12, tafsiri ya F. Malik

Je, tunapaswa kuelewa hizi dunia saba kuwa nini? Dunia kwa maana ya misa ya ardhi, yaani mabara saba yaliyo kwenye sayari yetu moja ya dunia? Sayari nyingine zinazofanana na dunia yetu? Kabla ya kutathmini kama tamko hili la Qur'ani ni la kweli, yaani, kuamua juu ya usahihi wake wa kisayansi, tunahitaji kufafanua ufahamu kamili wa hizi 'ardhi saba', hasa jinsi Muhammad alizielewa. Mafundisho juu ya ardhi saba yanapatikana katika data za mwanzo za Kiislamu, hadith na fafanuzi za Qur'an.

Ushahidi kutoka kwa Ahadith

Sahih Al-Bukhari

Imepokewa kutoka kwa Muhammad bin Ibrahim bin Al-Harith: kutoka kwa Abu Salama bin 'Abdur-Rahman ambaye alikuwa na mgogoro na baadhi ya watu kwenye kipande cha ardhi, na hivyo akaenda kwa Aisha na kumwambia kuhusu hilo. Akasema, "Ewe Abu Salama, iepuke ardhi, kwani Mtume wa Mwenyezi Mungu amesema, 'Mtu yeyote atakayechukua hata span ya ardhi kwa dhulma, shingo yake itazungushiwa ardhi saba.' (Juzuu 4, Kitabu 54, Nambari 417; ona pia Hesabu 418, 420; Buku la 3, Kitabu cha 43, Hesabu 632-634)

Imepokewa kutoka kwa Abdullah:

Rabi (Myahudi) alikuja kwa Mtume wa Mwenyezi Mungu na akasema: Ewe Muhammad! Tunajifunza kwamba Mwenyezi Mungu ataweka mbingu zote kwenye kidole kimoja, na ardhi kwenye kidole kimoja, na miti kwenye kidole kimoja, na maji na udongo. kwenye kidole kimoja, na viumbe vingine vyote kwenye kidole kimoja. Kisha Atasema, 'Mimi ndiye Mfalme.'" Hapo Mtume akatabasamu ili meno yake ya kabla ya molar yaonekane, na hiyo ilikuwa ni uthibitisho wa Rabi. Kisha Mtume wa Mwenyezi Mungu akasoma: 'Hawajamkadiria Mwenyezi Mungu kama inavyostahiki kwake.' (39.67) (Juzuu ya 6, Kitabu 60, Namba 335).

Sahih Muslim
Muhammad b. Ibraahiym alisema kwamba Abu Salama alimpasha habari kwamba kulikuwa na mzozo baina yake na watu wake juu ya kipande cha ardhi, na akaja kwa Aisha na akamtajia hilo, kisha akasema: Abu Salama, jizuie kupata ardhi hii. kwani Mtume wa Mwenyezi Mungu (rehema na amani zimshukie) amesema: "Mwenye kupora hata sehemu ya ardhi atavishwa udongo saba shingoni mwake. (Kitabu 010, Nambari 3925; ona pia Hesabu 3920-3924)

مسلم صحيح

فجاء ، أرض قطعة على نزاع قومه وبين بينه أن أبلغه سلامة أبو إن إبراهيم قال .ب محمد صلى الله رسول عن ، الأرض هذه عن امتنع ، سلامة أبو :فقالت ذلك لها وذكر عائشة إلى رقم ، 010 كتاب) .أتربة سبع عنقه حول يلبس كان أرضاً اغتصب من :قال وسلم عليه الله 3925 ؛ راجع أيضًا أرقام 3920-3924)
sahih muslim

Muhamad bi. qal 'Iibrahim 'iina 'abu salamat 'ablaghah 'ana baynah wabayn qawmih nizae ealaa qiteat 'ard, faja' 'iilaa eayishat wadhakar laha dhalik faqalat: 'abu salamat, amtanae ean hadhih al'ard, ean rasul allah salaa allah ealayh wasalam qali: man aghtasab ardaan kan yalbas hawl eunuqih sabe 'atribata. (ktab 010, raqm 3925; rajie aydan 'arqam 3920-3924)

Al-Tirmidhiy
Imepokewa na AbuHurayrah

Wakati Mtume wa Mwenyezi Mungu (Swalla Allaahu 'alayhi wa aalihi wa sallam) na maswahaba zake wamekaa, mawingu yakawafunika na Mtume wa Mwenyezi Mungu (saw) akauliza: Je, mnajua ni nini hawa? Na alipowajibu kuwa Mwenyezi Mungu na Mtume wake wanajua zaidi, alisema: Haya ni mawingu (anan), haya ni waigizaji wa ardhi katika ardhi, ambao Mwenyezi Mungu huwaendesha kwa watu wasiomshukuru wala hawamuombi. Kisha akauliza, "Je! Unajua kilicho juu yako?" Na walipowajibu kuwa Mwenyezi Mungu na Mtume wake (Swalla Allaahu 'alayhi wa aalihi wa sallam) wanajua zaidi, alisema: "Ni anga, dari inayolindwa na mawimbi yanayozuiliwa." Kisha akauliza, "Je, unajua yaliyo baina yako na hayo?" Na walipojibu kuwa Mwenyezi Mungu na Mtume wake (Swalla Allaahu 'alayhi wa aalihi wa sallam) wanajua zaidi, alisema: "Baina yenu na ni miaka mia tano." Kisha akauliza, "Je, unajua kilicho juu ya hayo?" Na walipo jibu kwamba Mwenyezi Mungu na Mtume wake bora zaidi alisema: Mbingu mbili zenye umbali wa miaka mia tano baina yao. Aliendelea kusema hivyo mpaka akazihesabu mbingu saba, umbali kati ya kila jozi ni kama kati ya Mbingu na Ardhi. Kisha akauliza, "Je! Unajua kilicho juu ya hapo?" Na walipojibu kuwa Mwenyezi Mungu na Mtume wake (Swalla Allaahu 'alayhi wa aalihi wa sallam) wanajua zaidi, alisema: "Hapo juu ya Arshi, na umbali uliopo baina yake na mbingu (ya saba) ni sawa na ule baina ya kila jozi ya mbingu. Kisha akauliza, "Je! Unajua kilicho chini yako?" Na walipo jibu kuwa Mwenyezi Mungu na Mtume wake wanajua zaidi, alisema: "Ni ardhi." Kisha akauliza, "Je, unajua ni nini chini ya hayo?" Na walipojibu kuwa Mwenyezi Mungu na Mtume wake (Swalla Allaahu 'alayhi wa aalihi wa sallam) wanajua zaidi, alisema: "Chini yake kuna ardhi nyengine yenye safari ya miaka mia tano baina yao," na kuendelea mpaka akazihesabu ardhi saba pamoja na safari. ya miaka mia tano kati ya kila jozi. Kisha akasema: "Naapa kwa Yule ambaye nafsi ya Muhammad imo mkononi Mwake, lau ukidondosha kamba kwenye ardhi ya chini kabisa haitatoka katika ujuzi wa Mwenyezi Mungu." Kisha akasoma: "Yeye ndiye wa mwanzo na wa Mwisho, wa nje na wa ndani, na ni mjuzi wa yote." (Tirmidhi ametoa maoni yake kwamba kisomo cha Mjumbe wa Mwenyezi Mungu katika Aya hiyo inaashiria kwamba itashuka chini ya ujuzi wa Mwenyezi Mungu, uwezo na mamlaka yake, kwani ujuzi wa Mwenyezi Mungu, uwezo na mamlaka yake viko kila mahali, na hali Yeye yuko juu ya Arshi, kama alivyojieleza katika Kitabu chake.)

Ahmad na Tirmidhiy waliisambaza. (Nambari 1513- imechukuliwa kutoka toleo la ALIM CD-ROM)

الترمذي

هريرة أبو رواه

رسول فسأل السحاب عليهم حل جالسين وأصحابه (وسلم عليه الله صلى) الله نبي كان وفيما هذه" :قال ، أعلم ورسوله الله أن ردهم وفي هؤلاء؟ ما أتدرون :وسلم عليه الله صلى الله ثم ."يدعوه ولا يشكره لا لمن الله يقودها التي الأرض مياه حاملة هذه ، (عنان) الغيوم هي إنه) :قال :أعلم (وسلم عليه الله صلى) ورسوله الله أن ردهم وعن فوقك؟ ما أتدري :سأل صلى) ورسوله الله أن ردهم وفي وبينها؟ بينك ما أتدري :سأل ثم .(الْمُحْتَفِرُ السَّقْفُ السَّمَاوُ وفي ذلك؟ فوق هو ما تعلم هل :سأل ثم .(سنة خمسمائة وبينكم بينكم) :أعلم (وسلم عليه الله خمسمائة مسافة بينهما سموتان" :قال أفضل (وسلم عليه الله صلى) ورسوله الله أن ردهم مثل زوج كل بين المسافة وكانت ، سماوات سبع عد حتى هكذا الحديث في استمر ."سنة عليه الله صلى) ورسوله الله أن ردهم وعن ذلك؟ فوق ما أتدري :سأل ثم .والأرض السماء زوج كل بين المسافة هي السماء وبين بينه والمسافة ، العرش ذلك فوق :قال :أعلم (وسلم (وسلم عليه الله صلى) ورسوله الله أن ردهم وعن دونك؟ ما أتدري :سأل ثم .السماوات من الله صلى) ورسوله الله أن ردهم عن ذلك؟ تحت ما أتدري :سأل ثم .(الأرض هي) :أعلم يعد حتى وهكذا (سنة خمسمائة مسافة بينهما أخرى أرض تحتها) :قال :أعلم (وسلم عليه أنزلت لو ، محمد روح بيده الذي" :قال ثم .زوج كل بين سنة خمسمائة .برحلة كواكب سبع

الخارج ، والآخر الأول هو" :تلا ثم ."الله علم من خرج لما الدنيا الأرض على بحبل أنها على تدل للآية الله رسول قراءة أن على الترمذي وعلق) ."العلم كلي وهو ، والداخل على وهو مكان كل في وسلطانه وقدرته الله علم لأن ، وسلطانه وقدرته الله علم في ستنزل كتابه في وصفه كما العرش).

والترمذي أحمد نقلها. (رقم 1513- مأخوذ من نسخة ALIM CD-ROM)

altirmidhiu
rawah 'abu hurayra

wfyma kan nby allh (sla allh elyh wslm) washabh jalsyn hl elyhm alshab fsal rswl allh sla allh elyh wslm: atdrwn ma hwla'? wfy rdhm an allh wrswlh aelm , qal: "hdhh hy alghywm (enan) , hdhh hamlt myah alard alty yqwdha allh lmn la yshkrh wla ydewh". thm sal: atdry ma fwqk? wen rdhm an allh wrswlh (sla allh elyh wslm) aelm: qal: ('inh alsamaw alsaquf almuhtafiru). thm sal: atdry ma bynk wbynha? wfy rdhm an allh wrswlh (sla allh elyh wslm) aelm: (bynkm wbynkm khmsmayt sn). thm sal: hl telm ma hw fwq dhlk? wfy rdhm an allh wrswlh (sla allh elyh wslm) afdl qal: "smwtan bynhma msaft khmsmayt sn". astmr fy alhdyth hkdha hta ed sbe smawat , wkant almsaft byn kl zwj mthl alsma' walard. thm sal: atdry ma fwq dhlk? wen rdhm an allh wrswlh (sla allh elyh wslm) aelm: qal: fwq dhlk alersh , walmsaft bynh wbyn alsma' hy almsaft byn kl zwj mn alsmawat. thm sal: atdry ma dwnk? wen rdhm an allh wrswlh (sla allh elyh wslm) aelm: (hy alard). thm sal: atdry ma tht dhlk? en rdhm an allh wrswlh (sla allh elyh wslm) aelm: qal: (ththa ard akhra bynhma msaft khmsmayt sn) whkdha hta yed sbe kwakb brhl. khmsmayt snt byn kl zwj. thm qal: "aldhy bydh rwh mhmd , lw anzlt bhbl ela alard aldnya lma khrj mn elm allh". thm tla: "hw alawl walakhr , alkharj waldakhl , whw kly alelm". (welq altrmdhy ela an qra't rswl allh llayt tdl ela anha stnzl fy elm allh wqdrth wsltanh , lan elm allh wqdrth wsltanh fy kl mkan whw ela alersh kma wsfh fy ktabh). naqaluha 'ahmad waltirmidhi. (raqm 1513- makhudh min nuskhat ALIM CD-ROM)

Kumbuka: Hadith hii inahusika hasa, kwa kuwa marejeo ya ardhi saba ni wakati huu haujafanywa kwa kupita wakati wa kuzungumza juu ya mada nyingine. Ni Muhammad mwenyewe ndiye anayechukua hatua ya kuwafundisha wafuasi wake muundo wa ulimwengu. 'Ukweli' wa kwamba kuna mbingu saba na ardhi saba tayari umeshaelezwa katika Qur'ani. Muhammad, hata hivyo, anataka wafuasi wake wajue pia uhusiano uliopo kati ya hizi mbingu saba na ardhi saba, ni nini hasa nafasi yao ya kadiri na umbali baina yao.

Imepokewa na Ubay bin Ka'b

Kuhusiana na maneno ya Mwenyezi Mungu, Aliyetukuka na Mtukufu, "Mola wako Mlezi alitoa dhuria zao katika viuno vya wana wa Adam." (7:172) Ubay akasema: Aliwakusanya na kuwaunganisha kisha akawatengeneza na akawajaalia uwezo wa kusema na wakaanza kusema. Kisha akafanya mapatano na agano nao. Akawashuhudisha nafsi zao (akawaambia) Je! Mimi si Mola wenu Mlezi? Wakasema: Ndiyo. Akasema: Ninashuhudisha mbingu saba na ardhi saba juu yenu.

Imepokewa na Ahmad. (Nambari 41- imechukuliwa kutoka toleo la ALIM CD-ROM)

Imepokewa na AbuSa'id al-Khudri

Mtume wa Mwenyezi Mungu (Swalla Allaahu 'alayhi wa aalihi wa sallam) amesema kuwa Musa alimuomba Mola wake Mlezi amfundishe jambo la kumtaja au kumuomba, na akaambiwa aseme: "Hapana mungu ila Mwenyezi Mungu." Akamjibu Mola wake Mlezi kwamba waja wake wote wamesema hivi, lakini alijitakia jambo fulani makhsusi, na akasema: Musa, bila mimi ni mbingu saba na wakazi wake, na ardhi saba zimewekwa upande mmoja wa mizani. Na hakuna mungu ila Mwenyezi Mungu, kwa upande mwingine, hakuna mungu ila Mwenyezi Mungu.

Inapitishwa katika Sharh as-Sunnah. (Nambari 731- imechukuliwa kutoka toleo la ALIM CD-ROM)

Imesimuliwa na Ya'la ibn Murrah

Ya'la amesimulia kuhusu kumsikia Mtume wa Mwenyezi Mungu (Swalla Allaahu 'alayhi wa aalihi wa sallam) akisema: "Mtu yeyote akidhulumu sehemu ya ardhi, basi Mwenyezi Mungu, ambaye ni Mkuu na Mtukufu, atamchimba mpaka afikie mwisho wa ardhi saba. kisha ataifunga shingoni mwake mpaka Siku ya Kiyama watakapohukumiwa."

Ahmad aliisambaza. (Nambari 885- imechukuliwa kutoka kwa Toleo la ALIM CD-ROM)

Fiqh-us-Sunna

... Ata bin Abi Marwan anaeleza kutoka kwa baba yake kwamba Ka'b aliapa kwa Yule aliyemfungulia bahari Musa kwamba Suhaib alimsimulia kuwa kila Mtume wa Mwenyezi Mungu (Swalla Allaahu 'alayhi wa aalihi wa sallam) anapouona mji anaotaka kuuingia. Angesema: Ewe Mwenyezi Mungu, Mola Mlezi wa mbingu saba na zinavyo kivuli, Mola Mlezi wa ardhi saba na wanazo zibeba, Mola Mlezi wa mashet'ani na wanao wapoteza, Mola Mlezi wa pepo na wanachopeperusha. nakuomba kheri ya mji huu na kheri ya wakaazi wake na kheri ya vilivyomo ndani yake.Najikinga Kwako na shari yake na shari ya wakaazi wake na shari ya yaliyomo ndani yake." Hii inasimuliwa na an-Nasa'i, ibn Hibban, na al-Hakim ambaye anaiita sahih ... (Juzuu la 2, Nambari 119b- imechukuliwa kutoka Toleo la ALIM CD-ROM)

... Khalid b. Walid aliripoti kwamba mara moja aliugua kukosa usingizi. Mtume (Swalla Allaahu 'alayhi wa aalihi wa sallam) akamwambia, "Je, nikufundishe maneno yatakayokufanya ulale unapoyasema? ardhi na vilivyomo, Muumba wa mashetani na wanao wapoteza, uwe mlinzi wangu na shari ya viumbe Wako wote wasije baadhi yao wakafanya haraka kunifanyia jeuri au wakavuka mipaka. Ametakasika aliye katika hifadhi yako na amebarikiwa. Jina lako, hakuna mungu ila Wewe." (Imepokewa na At-Tabrani katika Al-Kahir na Al-Awsat. Mlolongo wake ni mzuri, ingawa Abdur-Rahman hakuusikia kutoka kwa Khalid.

Al-Hafidh al-Mundhari ameitaja)... (Juzuu ya 4, Namba 122-imechukuliwa kutoka kwa toleo la ALIM CD-ROM)

Ushahidi kutoka kwa Wanahistoria wa Awali wa Kiislamu na Watoa maoni

Tafsir Ibn Abbas

(Mwenyezi Mungu ndiye aliyeziumba mbingu saba) moja juu ya nyingine kama kuba, (na ardhi mfano wake) ardhi saba ILA NI TAMBARARE. (Amri inashuka baina yao polepole) Anasema: Anateremsha Malaika kutoka mbinguni kwa wahyi, Kitabu na maafa, (ili mjue) na kukiri (kwamba Mwenyezi Mungu ni Muweza wa kila kitu) kwa watu wa mbingu na ardhi, (na kwamba Mwenyezi Mungu amekizunguka kila kitu kwa ilimu) na kwamba ujuzi wake umekizunguka kila kitu. (Tanwîr al-Miqbâs min Tafsîr Ibn 'Abbâs; chanzo cha mtandaoni; chetu kwa ujasiri, mstari na msisitizo mkuu)

Al-Tabari

Kwa mujibu wa Muhammad b. Sahl b. 'Askar-Isma'il b. 'Abd al-Karim-Wahb, akitaja baadhi ya utukufu wake (kama inavyofafanuliwa kama ifuatavyo): Mbingu na ardhi na bahari zimo kwenye haykal, na haykal iko kwenye Kiti cha miguu. Miguu ya Mungu iko juu ya Kiti cha miguu. Anabeba Kinyesi cha miguu. Ikawa kama viatu miguuni mwake. Wahb alipoulizwa: Haykal ni nini? Akajibu: Kitu kilichoko kwenye ncha za mbingu kinachoizunguka ardhi na bahari kama kamba zinazotumika kufunga hema. Na Wahb alipoulizwa vipi ardhi (zimeumbwa), akajibu: Ni ardhi saba zilizo tambarare na visiwa. Kati ya kila ardhi mbili, kuna bahari. Yote ambayo imezungukwa na bahari (iliyoizunguka), na haykal iko nyuma ya bahari. (Historia ya Al-Tabari-General Introduction and From the Creation to the Flood, Volume 1, trans. Franz Rosenthal [State University of New York Press, Albany 1989], pp. 207-208)

Ibn Kathir

<na ardhi mfano wake.> maana yake, Ameumba ardhi saba. Katika Sahih Mbili, kuna Hadiyth inayosema ...

Mwanzoni mwa kitabu changu, Al-Bidayah wan-Nihayah, nilitaja riwaya mbalimbali za Hadiyth hii niliposimulia kisa cha kuumbwa ardhi.

Shukrani na sifa zote ni za Mwenyezi Mungu.

Wale walioieleza Hadithi hii kuwa na maana ya mabara saba wameleta maelezo yasiyowezekana ambayo yanapingana na herufi ya Qur'an na Hadithi bila ya kuwa na uthibitisho. (Tafsir Ibn Kathir (Imefupishwa) Juzuu ya 10 (Surat At-Tagabun hadi mwisho wa Qur'ani), imefupishwa na kundi la wanazuoni chini ya usimamizi wa Shaykh Safiur-Rahman Al-Mubarakpuri [Darussalam Publishers & Distributors, Riyadh, Houston. , New York, London, Lahore; toleo la kwanza, Septemba 2000], ukurasa wa 55-56; msisitizo wa ujasiri ni wetu)

Muhammad ibn 'Abd Allah al-Kisa'i

... Kuna ardhi saba. Ya kwanza inaitwa Ramaka, ambayo chini yake ni Upepo Tasa, ambao unaweza kuzuiwa na malaika wasiopungua elfu sabini. Kwa upepo huu Mungu aliwaangamiza watu wa Ad. Wenyeji wa Ramaka ni umma unaoitwa Muwashshim, ambao juu yao iko adhabu ya milele na adhabu ya Mwenyezi Mungu. Ardhi ya pili inaitwa Khalada, ndani yake mna zana za mateso kwa watu wa Motoni. Hapo wanakaa taifa liitwalo Tami, ambao chakula chao ni nyama yao wenyewe, na kinywaji chao ni damu yao wenyewe. Dunia ya tatu inaitwa Arqa, ambamo tai hukaa kama nyumbu wenye mikia kama mikuki. Juu ya kila mkia ni mia tatu na sitini quills sumu. Iwapo hata kicheshi kimoja kingewekwa juu ya uso wa dunia, ulimwengu mzima ungepita. Wakaazi wake ni watu wanaoitwa Qays, wanaokula uchafu na kunywa maziwa ya mama. Nchi ya nne inaitwa Haraba, ambamo wanakaa nyoka wa Kuzimu, ambao ni wakubwa kama milima. Kila nyoka ana manyoya kama mitende mirefu, na ikiwa wangepiga mlima huo mkubwa zaidi kwa meno yao, ingesawazishwa chini. Wakaaji wa dunia hii ni taifa linaloitwa Jilla, na hawana macho, mikono wala miguu bali wana mbawa kama popo na wanakufa kwa uzee tu. Ardhi ya tano inaitwa Malthamu, ambayo mawe ya salfa yananing'inia shingoni mwa makafiri. Moto unapowaka kuni huwekwa juu ya vifua vyao, na miali ya miali ikawaruka juu ya nyuso zao, kama alivyosema: Moto ambao kuni zake ni watu na mawe (2:24), na Moto utazifunika nyuso zao (14). 50). Wakaazi ni umma unaoitwa Hajla, ambao ni wengi na wanakula wao kwa wao. Ardhi ya sita inaitwa Sijjin. Hapa kuna daftari za watu wa Motoni, na vitendo vyao ni vichafu, kama alivyosema: "Hakika orodha ya matendo ya waovu ni Sijjin (83:7). Humo wanakaa taifa liitwalo Qatat, ambao wana umbo la ndege na wanamwabudu Mungu kweli kweli. Ardhi ya saba inaitwa Ajiba na ni makazi ya Iblis. Kuna taifa linaloitwa Khasum, ambao ni WEUSI na wafupi, wenye makucha kama simba. Hao ndio watakaopewa mamlaka juu ya Gogu na Maajuju, ambao wataangamizwa nao… (Hadithi za Manabii-Qisas al-anbiya, trans. Wheeler M. Thackston Jr. [Great Books of the Islamic World, Inc., Imesambazwa na Kazi Publications; Chicago, IL 1997], uk. 8-9)

Sheikh Al-Albani

Mwanachuoni mashuhuri wa hadithi za kisasa Al-Allamah Muhammad Nasir ud-Deen Al-Albani, baada ya kutaja riwaya ifuatayo:

134- "Mauti yalipomfikia Mtume wa Allaah (Swalla Allaahu 'alayhi wa aalihi wa sallam) alimwambia mwanawe: Nitakuhadithia wasia wangu, nakuamrisheni mambo mawili na nakukataza mambo mawili. La ilaha 'illa Allaah' ('Hapana apasaye kuabudiwa kwa haki isipokuwa Allaah) ikiwa mbingu saba na ardhi saba zingewekwa kwenye mizani na 'La ilaha 'illa Allaah' ikawekwa kwenye nyengine, kisha 'La ilaha. 'Illa Allaah' atakuwa mzito zaidi… Silsilah Swahiyhah: 134

Alisema kuwa:

4- Ardhi saba ni kama mbingu saba. Kuna Ahadiyth nyingi kuhusiana na hili katika Bukhariy na Muslim na katika vitabu vingine. Labda siku moja tutapata muda wa kuzifuatilia Hadiyth hizi na kuzitafiti. Kinachoziunga mkono Hadiyth hizi ni kauli ya Allaah Tabaraka wa Ta' aala: << Ni Allaah Ambaye Ameziumba mbingu saba na ardhi mfano wake (yaani saba). >> I.e. wanafanana katika uumbaji na idadi.

Kwa hivyo, usimtilie maanani yule anayeifafanua, hapo inaishia kuwa ni kukanusha kufanana na kwa idadi, kudanganywa na Wazungu na ambapo ujuzi wao umefikia, kutoka kwa kupanda juu. angani hata hivyo hawajui kuhusu ardhi saba, pamoja na hayo hawajui kuhusu mbingu saba. Je, tutaikataa kauli ya Allaah na kauli ya Mtume Wake kutokana na ujinga wa Wazungu na wengineo pamoja nao, tukisema kwamba kadiri wanavyozidisha elimu ya ulimwengu, ndivyo wanavyozidi kuongezeka katika ujinga wao. Allaah Mtukufu Amesema kweli aliposema: << Na katika elimu mmepewa kidogo tu >> (Al-Albani, Hadiyth ya Tawhiyd kutoka kwa Silsilah Ahadiyth As-Swahiyhah; chanzo; shupavu). na kusisitiza msisitizo wetu)

Nukuu zilizotangulia zinaonyesha bila shaka yoyote kwamba Waislamu wa kwanza, Muhammad na masahaba zake, waliamini kwamba kuna ardhi saba halisi. Kwa kuongeza, vyanzo hivi vinathibitisha kwa uthabiti kwamba Muhammad alifundisha dunia hizi zote saba, ikiwa ni pamoja na dunia tunayoishi, kuwa tambarare, kitu kama bamba la bara, lakini si duara kama tufe. (Kwa data zaidi, ona makala The Earth: Flat or Round?). Ni dhahiri kwamba Muhammad alikosea sana hapa. Angalizo moja muhimu zaidi linapaswa kufanywa kuhusu suala hili:

"Mwenyezi Mungu ndiye aliyeziumba mbingu saba, na ardhi nyingi…" F. Malik

"Mwenyezi Mungu ndiye aliyeziumba mbingu saba, na ardhi mfano wake..." Pickthall

"Mwenyezi Mungu ndiye aliye umba anga saba na ardhi kwa idadi sawa…" Yusuf Ali

Tafsiri zote hizi zinaonyesha kwamba msisitizo wa Aya hii sio idadi ya mbingu na ardhi, makusudio ya Ayah hii ni kujibu kwa uwazi swali: Ni nani muumba wa mbingu na ardhi saba? Hakika kuna mbingu saba na ardhi saba. Hii si habari mpya. Katika hadithi nyingi zilizonukuliwa hapo juu, ukweli kwamba Muhammad alitaja idadi ya mbingu na ardhi kuwa saba haukuibua mshangao wowote. Ilikuwa uelewa wa jumla wakati huo, ulioaminiwa na wengi. Kwa hakika, katika Hadith ya pili iliyonukuliwa hapo juu, ni Rabi wa Kiyahudi ambaye anakuja kwa Muhammad na kuzungumza juu ya wingi wa mbingu na wingi wa ardhi. Qur'an inasisitiza tu, kwamba muumba wao wote ni Mwenyezi Mungu, sio miungu mingine yoyote kati ya miungu mingi ambayo Waarabu walikuwa bado wanaiamini wakati huo. Yeye peke yake ndiye muumba wa ardhi zote, na kwa hiyo yeye pekee ndiye mwenye uwezo juu ya ardhi yote. Aya nyingine zote zinathibitisha msisitizo huu:

"Mwenyezi Mungu ndiye aliye umba mbingu saba, na katika ardhi idadi kama hiyo inateremka amri yake kati yake, ili mjue kwamba Mwenyezi Mungu ni Muweza wa kila kitu, na kwamba Mwenyezi Mungu anakijua kila kitu. Maarifa." Yusuf Ali

Hitimisho

Kwa kutilia maanani data zote za awali za Kiislamu zilizotolewa hapo juu, je, kuna njia yoyote ya kuepuka hitimisho kwamba mafundisho ya Qur'ani kuhusu ulimwengu kuwa umeundwa katika mbingu saba na ardhi saba ni marudio tu ya imani na ushirikina wa watu wa siku za Muhammad? Imani ya kale ya ardhi saba ni kosa kubwa la kisayansi na ufahamu huu wa uongo haukufunzwa waziwazi tu na Muhammad bali hata kuingizwa kwenye Qur'an kana kwamba ni ukweli wa kisayansi. Hii inatoa ushahidi zaidi kwamba Muhammad si nabii wa Mungu, Qur'an si neno la Mungu na kwamba Mwenyezi Mungu wa Uislamu si Mungu wa kweli.

Je, Allah aliumba dunia saba? – Juzuu ya 1, Sehemu ya Pili, Uthibitisho wa 2, Toleo la Tovuti ya Max Shimba Ministries, Mwaka 2011, Chapisho la 2021, Max Shimba Ministries

Je, Adam aliumbwaje?

Binadamu aliumbwa kutoka nini? Tone la Damu? Maji? Udongo? Vumbi?

Jamani huu nao ni Msiba Mkubwa katika taifa la Allah. Hivi, Allah alikuwa msanii au alikuwa nani/ Maana anapenda sana kuchanganya madawa. Leo ALLAH AMELETA UTATA Katika uumbaji wa Binadamu. Sasa tuanze kwa kusoma kitabu chake kilicho shushwa na Jibril msaidi wake.

Je, Adam aliumbwa kwa tone la Damu?

Quran 96 1-2

*1. Soma kwa jina la Mola wako Mlezi aliye umba, ***2. Amemuumba binaadamu kwa tone la damu, ****

Allah anasema kuwa, Binadamu aliumbwa kwa tone la damu. Endela kupa ilmu ya Koran.

Je, Adam aliumbwa kutokana na Maji?

*Quran 25:54. Naye ndiye aliye muumba mwanaadamu kutokana na maji, akamjaalia kuwa na nasaba na ushemeji. Na Mola wako Mlezi ni Muweza. ****

Allah anachanganya madawa. Sasa anaumba Mwanadamu kupitia MAJI. Tuendelee kusoma usanii wa Allah.

Je, Binadamu aliumbwa kutoka kwa Udongo?

*Quran 15:26. Na tulimuumba mtu kwa udongo unao toa sauti, unao tokana na matope yaliyo tiwa sura. ****

Allah amebadilika tena, sasa anaumba Mwanadamu kupitia Udongo. Jamani huu si Msiba?

Endelea kupata Elimu.

Je, Binadamu aliumbwa kutoka vumbi?

*Quran 30:20. Na katika Ishara zake ni kuwa kakuumbeni kutoka Vumbi. Kisha mmekuwa watu mlio tawanyika kote kote. ****

Ndugu zanguni, hivi kweli Koran ilishushwa kutoka kwa Mungu? Mbona kuna utata kila sehemu?

Binadamu aliumbwa kutoka nini? Tone la Damu? Maji? Udongo? Vumbi?

Kweli Allah anafahamu yote, ingawa hajui alimuumbaje Adam.

Je, Adam aliubwaje? – Juzuu ya 1, Sehemu ya Pili, Uthibitisho wa 3, Toleo la Mwaka 2012, Tovuti ya Max Shimba Ministries, Chapisho la 2021, Max Shimba Ministries

Je, Allah aliumba kila kitu katika jozi?

Allah wa dini ya Kiislamu amekuwa na tabia ya kuchanganya mambo, jambo ambalo linafanya wataalam wa mambo ya dini kujiuliza maswali ambayo yanakosa majibu kutoka kwa Allah.

Katika somo letu la leo, Allah anasema kuwa, aliumba kila kitu katika "JOZI" (Pair).

Quran 51:49. Na katika kila kitu tumeumba kwa jozi ili mzingatie.

Allah anadai kuwa kila kitu amekiumba kwa jinsia mbili, jinsia ya kiume na jinsia ya kike kama alivyo sema kwenye aya hapo juu.

Hebu tumwangalie binadamu, je, kuna jinsia mbili za kiini cha damu yako (blood cell). Kufuatana na madai ya aya hapo juu, Allah anasema kuwa hata kiini cha damu yako kipo kwa jinsia mbili. Hivi, kweli Allah aliumba? Mbona anaonyesha upungufu wa hekima na uelewo wa sayansi? Unaweza kusema kuwa, labda Max Shimba anamsingizia Allah au labda Max Shimba ameshindwa kuielewa hiyo aya, kwasababu ya kushindwa kuisoma katika lugha yake ya asili, nikimaanisha Kiarabu. Endelea kusoma Koran na tuone kama kweli ni makosa ya kusoma na kuelewa au ni Allah mwenye kukosa ufahamu katika uumbaji.

Allah aliumba matunda dume na matunda jike

Quran 13: 3. Na ndiye aliye itandaza ardhi na akaweka humo milima na mito. Na katika kila matunda akafanya dume na jike. Huufunika usiku juu ya mchana. Hakika katika haya zimo Ishara kwa watu wanao fikiri.

Allah anasema kuwa Nukuu "Na katika kila matunda akafanya dume na jike". Ameumba Matunda Dume na Jike!!! Haya kweli ni maajabu ya uumbaji wa Allah. Labda ndugu msomaji wewe umesha wai ona Ndizi Dume na Ndizi Jike? Labda umesha wai kubahatika kula Embe Jike na Embe Dume, lakini katika dunia tunayo ishi hii leo, hayo madai ya Allah yanashindwa kujitekeleza na kukosa ushaidi wa aina yeyote ile. Huu ni Msiba katika dini ya Allah.

Hebu tuangalie baadhi ya viumbe ambavyo haviitaji jinsia mbili ili vizaliane.

Bakteria, Kuna kundi zima la fungi (Deuteromycete / Fungi Imperfecti) ambao hawana mizunguko ya ngono. Kuna kundi zima la viumbe wich ambalo haliitaji ngono ili kuzaliana. Mimea yote ni ya jinsia moja.

Basi, kuna minyoo ambayo huzaliana kwa kujamiiana lakini wote ni wa jinsia na au aina moja, wanaitwa "huntha". Konokono karibia wote ni wa aina ya huntha (hermaphrodite).

Kufuatana na ukweli niliouweka hapo juu, basi lazima tujiulize maswali yafuatayo:

1. Je, inawezekana kuwa labda Allah alikosea kuteremsha aya hizi za Koran?

2. Au inaweza kuwa mtu ambaye alikuwa anamakosa hakuwa Allah bali ni Jibril aliye shusha hizi aya kimakosa?

3. Labda ukosaji wa Elimu wa Muhammad ulisababisha makosa haya ya kisayansi?

Ndugu wasomaji:

Mungu huwa hafanyi makosa wala hatendi dhambi. Hiyo ni sifa na adhama pekee ya MUNGU WA BIBLIA. Lakini, Allah ameonyesha MAKOSA NA UTATA MWINGI SANA katika Koran.

Je, Allah aliumba? Hebu soma hii aya:

QURAN 92 1-3

1. Naapa kwa usiku ufunikapo, 2 kwa mchana uingiapo, 3. na kwa aliye umba kiume na kike.

Katika aya hapo juu, ALLAH ANAAPA KWA ALIYE UMBA KIUME NA KIKE.

Je, nani kaumba Kiume na Kike?

Ni mategemeo yangu kuwa, sehemu hii itakusaidia kuelewa kuwa, Mungu muumbaji ni Jehova wa Biblia na Allah wa Quran anaapa kwake.

Je, Allah aliumba kila kitu katika jozi? – Juzuu ya 1, Sehemu ya Pili, Uthibitisho wa 4, Toleo la Mtandao, Mwaka 2008, Max Shimba Ministries

Je, Majini yaliumbwaje?

UTATA wa Allah katika uumbaji wa Majini. Hebu tusome kwanza hii aya kutoka Koran iliyo shushwa na Jibril ambaye ni msaidizi wa Allah.

Quran 15: 27. Na Majini tuliwaumba kabla kwa moto wa upepo umoto. ***

Katika aya hapo juu tumesoma kuwa Allah aliumba Majini kwa "MOTO" wa upepo Umoto. Hivyo ndivyo Majini yaliumbwa kutokana na Koran. Lakini nilipo soma kwa uzaidi na au undani Je, Allah aliumba vipi vitu vyote vyenye uhai, nilibakia nikishangaa kama Majini nayo yapo kwenye viumbe vyenye uhai. Hebu soma hii aya hapa chini.

Quran 21: 30. Je! Hao walio kufuru hawakuona kwamba mbingu na ardhi zilikuwa zimeambatana, kisha Sisi tukazibabandua? Na tukaumba kwa maji kila kilicho hai? Basi je, hawaamini? ***

Katika aya tuliyo isoma ya 30. Allah anasema kuwa aliumba kila kitu chenye uhai kupitia 'MAJI" Je, Majini ni viumbe vyenye uhai. Kama ni kweli, kwanini Koran inatuambia kuwa Majini yaliumbwa kupitia MOTO.

Ndugu zanguni, leo, kwa mara nyingine tena Allah amesema UONGO.

Kwanini tumfuate Allah mwenye kigeugeu namna hii?

Je, Majini yaliumbwaje? – Juzuu ya 1, Sehemu ya Pili, Uthibitisho wa 5, Toleo la Mtandao, Mwaka *2008, Max Shimba Ministries*

Je, Allah aliumba viumbe vilivyo sahaulika?

Viumbe vya Mwenyezi Mungu vilivyosahaulika

Suala la Kurani na Sayansi

Nilipokuwa nikifanyia kazi makala kuhusu mkanganyiko kati ya S. 15:27 na 21:30 (*), nilipata mstari mwingine ambao unalingana kwa karibu na S. 21:30.

Je! hawakujua walio kufuru kwamba mbingu na ardhi ni kitu kimoja, kisha tukazitenganisha, na tukaumba kila kitu kilicho hai kwa maji? Basi je, hawataamini? 21:30 Pickthall

Hata hivyo, aya hii inayohusiana ina taarifa ya ziada yenye matatizo ambayo itakuwa mada ya makala hii.

Mwenyezi Mungu ameumba KILA kiumbe chenye uhai (hai) kutokana na maji. Miongoni mwao wapo wanaotambaa kwa matumbo yao, wengine wanatembea kwa miguu miwili, na wengine wanatembea kwa mine. Mwenyezi Mungu huumba apendavyo. Hakika! Mwenyezi Mungu ni Muweza wa kila kitu. S. 24:45 Al-Hilali & Khan

Na Mwenyezi Mungu ameumba kutokana na maji KILA kiumbe hai, basi miongoni mwao wapo wanaokwenda kwa matumbo yake, na wapo wanaokwenda kwa miguu miwili, na wapo wanaokwenda kwa miguu minne. Mwenyezi Mungu huumba apendavyo; Hakika Mwenyezi Mungu ni Muweza wa kila kitu. S. 24:45 Shakiri

Je, hakuna viumbe vingi vinavyokosekana katika “kategoria ya kimungu” ya viumbe hai ambayo imetolewa katika S. 24:45? Mwandishi anaanza kwa kutoa taarifa ya kina, inayojumuisha yote. Anazungumza juu ya "kila kiumbe hai". Kwanza anarejelea asili yao ya kawaida, yaani kwamba wote waliumbwa kutokana na maji, na kisha anawapanga kulingana na kile kinachowatofautisha, mali yao ya tabia. Anatoa aina tatu ambazo viumbe hivyo vipo:

'kutembea' bila miguu [k.m. nyoka na konokono]

kutembea kwa miguu miwili [wanadamu (?), ndege (?), majini (?), ona mazungumzo katika nyongeza]

kutembea kwa miguu minne [k.m. mamalia wengi (kondoo, ng'ombe, mbwa, farasi, ngamia, n.k.) na wanyama watambaao wengi (vyura, mamba, mijusi wengi, n.k.)]

Hata hivyo, kadiri kategoria hizi tatu zinavyoweza kuonekana mara ya kwanza, mwandishi wa S. 24:45 alisahau idadi kubwa ya spishi alipotoa kauli hii. Hata Kurani inataja viumbe kadhaa ambavyo havijafunikwa na uainishaji huu: mbu (2:26), nyuki (16:68), inzi (22:73), na nondo (101:4) ambao wote ni. wadudu na kutembea kwa miguu sita, buibui (29:41) anayetembea kwa miguu minane, na kila aina ya samaki (5:96, 18:61, 37:142) wasio na miguu na hawatembei (au kutambaa) hata kidogo. [1] Zaidi ya hayo, mbali na viumbe hivyo mbalimbali vilivyotajwa katika Qur'an, kuna pweza ("futi nane", kwa kweli, kuna aina 300 za pweza, chanzo) na sefalopodi nyingine, kaa mbalimbali ambazo zina miguu kumi (1, 2)), viwavi, mende na millipedes, ambayo yote hayakutajwa katika Qur'an.

Kwa kweli, kwa yeyote anayehusika na "muujiza wa kisayansi wa Qur'an" kuachwa kwa wadudu wa miguu sita lazima kuwa mbaya sana kwa kuwa sayansi inafundisha kwamba kuna wadudu wengi zaidi kuliko wanyama wasio na miguu, miguu miwili au minne iliyochukuliwa. pamoja. Ingizo la Wikipedia kuhusu Wadudu linaanza na maneno haya:

Wadudu (Class Insecta) ndio tabaka kubwa la athropoda na ndio pekee wenye mbawa. Wao ni kundi la wanyama tofauti zaidi kwenye sayari. Zinatofautiana zaidi kwenye ikweta na utofauti wao hupungua kuelekea kwenye nguzo. Ikiwa na zaidi ya spishi milioni moja zilizofafanuliwa - zaidi ya nusu ya viumbe hai vyote vinavyojulikana [2][3] - na makadirio ya spishi zisizoelezewa kuwa za juu kama milioni 30, na hivyo uwezekano wa kuwakilisha zaidi ya 90% ya aina tofauti za maisha kwenye sayari.[4]] (Chanzo, kilifikiwa tarehe 25 Machi 2009; pigia mstari mgodi wangu wa msisitizo)

Ongeza kwa hiyo karibu spishi hai 40,000 za buibui (chanzo), takriban spishi 3,000 zilizofafanuliwa za centipedes (na inakadiriwa idadi ya spishi 8,000, chanzo), na karibu spishi 10,000 za millipeds (chanzo), na spishi 6,793 za kaa (chanzo) , na karibu spishi 28,000 zinazojulikana za samaki (chanzo), inapaswa kuwa dhahiri dhahiri kwamba Mwenyezi Mungu alisahau kutaja idadi kubwa ya viumbe vyake - na kwamba katika aya inayozungumza kwa uwazi juu ya "kila kiumbe hai", na kisha kuainisha viumbe hivi. Tena, Mwenyezi Mungu alisahau kujumuisha idadi kubwa ya viumbe vilivyopo kwenye sayari hii katika kategoria yake ya viumbe hai!

Zaidi ya hayo, kwa wale Waislamu wanaoamini usahihi wa kiajabu wa kisayansi wa Qur'ani tunatakiwa kubainisha kwamba makundi haya ya Qur'ani yanapanga viumbe kwa njia zisizo sahihi, kuwakusanya pamoja vile ambavyo haviko pamoja, na kuwatenganisha wale wanaopaswa kukusanywa pamoja. . Mifano michache tu: kisayansi, mamalia ni familia moja, lakini Qur'an inatenganisha mamalia wa miguu miwili (binadamu na pengine aina fulani za nyani) kutoka kwa mamalia wa miguu minne. Huwaunganisha mamalia (wengi) na wanyama watambaao (wengi) kwa sifa ya juu juu kwamba wana miguu minne, lakini hutenganisha wanyama watambaao, na hata mijusi kutoka kwa kila mmoja, kwa kuwa mijusi wengi wana miguu minne lakini mnyoo mwepesi (blindworm) ni mjusi bila. miguu (1, 2, 3).

Lakini orodha katika S. 24:45 haikukusudiwa kuwa pana!

Waislamu wanaotaka kuinusuru Qur'ani kutokana na makosa kama hayo, kauli inayopingana na ukweli uliothibitishwa wa kisayansi, hawana chaguo ila kutoa hoja kwamba S. 24:45 inatoa mifano fulani tu ya aina mbalimbali za viumbe lakini kauli hii haikupaswa. kufunika viumbe vyote, kuonekana kinyume chake. Kauli hiyo isichukuliwe kwa njia halisi, bali inadhihirisha tu uwezo wa Mwenyezi Mungu kwa kudokeza aina mbalimbali za wanyama.

Je, kuna uthibitisho wowote thabiti unaounga mkono tafsiri kama hiyo? Kitu chochote zaidi ya madai tu? Ifuatayo, nitawasilisha sababu zinazoonekana kuunga mkono usomaji halisi. [Zaidi ya hayo, tazama uchunguzi wangu juu ya tafsir ya al-Qurtubi (hapo chini) ambayo pia haiungi mkono tafsiri kwamba aya hii inatoa mifano fulani tu.]

Kwanza, usemi tu kwamba kuna wanyama wanaotembea kwa miguu minne, wengine wanaotembea kwa miguu miwili na wengine wanaoteleza juu ya ardhi bila miguu yoyote ni upuuzi mtupu. Huo ni uchunguzi unaoweza kutolewa na mtoto wa miaka minne. Hatuhitaji ufunuo wa kiungu kwa hilo. Lakini ama ni jambo lisilo na maana kabisa, au kwa hakika limekusudiwa kuwa kategoria ya kila kiumbe hai, lakini basi si tu kwamba halijakamilika bali ni kosa kwa viwango vyote vya kisayansi.

Je, mwandishi wa Qur'an anahusika vipi na idadi? Hebu tuchunguze baadhi ya kauli kutoka katika Qur'an inayohusisha namba, hasa aya ambazo kauli inapita zaidi ya idadi fulani (au kiasi) kilichotajwa:

Mwenyezi Mungu anakuusieni katika (kuwaruzuku) watoto wenu: kwa mwanamume ni sawa na fungu la wanawake wawili, na wakiwa wanawake zaidi ya wawili, basi watapata thuluthi mbili ya urithi, na wakiwa mmoja.) kisha nusu. Na kila mmoja katika wazazi wake sita katika urithi akiwa ana mtoto wa kiume. Na ikiwa hana mwana, na wazazi wake ndio warithi wake, basi wa tatu ni wa mama yake. Na akiwa ana ndugu, basi atapewa mama yake wa sita, baada ya urithi anao usia, au deni. Wazazi wenu na watoto wenu. Hamjui ni nani kati yao aliye karibu zaidi nanyi kwa manufaa. Ni maamrisho kutoka kwa Mwenyezi Mungu. Hakika! Mwenyezi Mungu ni Mjuzi, Mwenye hikima. S. 4:11 Pickthall

Na tukamtuma kwa (watu) laki moja au Zaidi [2] S. 37:147 Pickthall.

Je! huoni kwamba Mwenyezi Mungu anayajua yaliyomo mbinguni na yaliyomo katika ardhi? Hapana mkutano wa siri wa. watatu ila Yeye ndiye wa nne wao, wala wa watano ila Yeye ndiye wa sita wao, wala wa chini kuliko hao au zaidi, ila Yeye yu pamoja nao popote walipo. na baadaye Siku ya Kiyama atawaambia waliyo kuwa wakiyatenda. Hakika! Mwenyezi Mungu ni Mjuzi wa kila kitu. S. 58:7 Pickthall

Hakika Mwenyezi Mungu haoni haya kutoa mfano wa mbu au ulio juu yake. ... S. 2:26 Shakiri

Inapaswa kuwa dhahiri kwamba Qur'an ina kauli kadhaa zinazotumia misemo kama "na/au zaidi", au "zaidi ya ____", na yeyote anayeweza kusema "na chochote zaidi ya hapo", anaweza pia kusema "na nambari yoyote juu ya hiyo". Katika taarifa hizi, mwandishi aliweka wazi kwamba yeye harejelei tu nambari/zinazotajwa bali pia nambari ya juu zaidi inatazamwa. Ikiwa hiyo ingekuwa nia ya S. 24:45 vilevile, basi mwandishi angeweza kwa urahisi kuongeza kishazi kimoja zaidi kwa S. 24:45, akisema, kwa mfano, "na wengine wanaotembea kwa miguu minne au zaidi" au "na wengine ambao miguu yao ni zaidi ya minne", au "na miguu zaidi ya minne", "na wengine wanaotembea kwa nne au nambari juu ya hiyo", au "tembea kwa minne au hata zaidi", au usemi fulani sawa.[3] Hata hivyo, hakufanya hivyo, na hilo linahitaji kuchukuliwa kwa uzito.

Baada ya yote, ni nani kati ya wasomaji wetu Waislamu angethubutu kuongeza "au zaidi" katika orodha hii:

Na ikiwa mnaogopa kuwa hamwezi kuwafanyia mayatima uadilifu, basi oeni mnaowapenda wanawake wawili, watatu na wanne. Na mkiogopa kuwa hamtafanya uadilifu, basi (oeni) mmoja tu au iliyomilikiwa na mikono yenu ya kulia. hili linafaa zaidi, ili usije ukakengeuka kutoka kwenye njia iliyo sawa. S. 4:3 Shakiri

Nambari zilizotajwa hazipaswi kuwa za uhakika? Je, Muislamu anataka kubishana kwamba nambari hizi ni mapendekezo au sampuli tu, orodha iliyo wazi inayokusudiwa kujumuisha ruhusa ya kuoa wake sita au kumi au ishirini? Na muundo katika S. 4:3 unafanana sana na ule unaopatikana katika S. 24:45. Chaguzi tatu (au kategoria) zimeunganishwa na "wa" (na).

Nadhani ni sawa kusema kwamba katika hali zile Qur'ani inapotoa kauli ambazo hazizuiliwi kwa idadi iliyotajwa waziwazi bali inatoa mifano fulani tu na kuashiria kwamba kuna zaidi, basi inaongeza ibara kama "au. zaidi". Lakini kama hilo halipo, basi Qur'an ina maana ya kile inachosema. Kitu kingine chochote si kuichukulia Qur'an kwa uzito na hufungua mlango wa tafsiri ya kiholela.

Waislamu ambao wanasisitiza kwamba tuisome aya hiyo kana kwamba ina maneno "au zaidi" wanasema kwamba Mwenyezi Mungu hawezi kuaminiwa kuhusiana na kueleza waziwazi anachotaka kusema na wanahitaji "kumsaidia Mwenyezi Mungu" ili kuweka wazi. alichopaswa kusema. Pia ina maana kwamba Mwenyezi Mungu halingani katika uundaji wake, na kwa hiyo ni juu ya muumini (au kafiri) iwapo anataka kuongeza "au zaidi" katika kauli hii, ile au nyingine. Hiyo ni ya kiholela, na kimsingi inasema kwamba Mwenyezi Mungu alimaanisha, lakini akasahau, kuongeza maneno haya. Mtazamo kama huo unachukua nafasi ya tatizo la "Mwenyezi Mungu kusahau kutaja viumbe fulani" na "Mwenyezi Mungu akisahau kuongeza maneno muhimu" katika aya hii ili kufafanua kile anachomaanisha.

Hatimaye, wengine wanaweza kusema, sehemu ya tatu ya S. 24:45 inahusu viumbe wengine. Kwa maneno mengine, kuna aina nne:

kutembea bila miguu

kutembea na miguu miwili

kutembea na miguu minne

"Mwenyezi Mungu huumba apendavyo. Hakika Mwenyezi Mungu ni Muweza wa kila kitu." kuwa marejeo ya wazi kwa viumbe vingine vyote.

Hiyo haionekani kuwa tafsiri halali. Sehemu ya mwisho ya aya si kategoria ya ziada bali ni hitimisho (kutoa sifa kwa Mungu) iliyotolewa kama tafakari ya yale yaliyosemwa hapo awali. Kategoria hizo tatu zimeunganishwa na "wa" (na): "wale wanaotembea bila miguu" NA "wale wanaotembea na miguu miwili" NA "wale wanaotembea kwa miguu minne". Hakuna "wa" wa tatu kuunganisha maandishi yanayofuata makundi mengine matatu. Mabadiliko haya katika muundo hairuhusu kuelewa tafakari ya kuhitimisha kama kategoria ya nne.

Ninakubali kwamba kutoa kategoria kamili ya viumbe vyote sio msukumo mkuu wa aya hii. Ujumbe wake mkuu ni uwezo wa Mwenyezi Mungu ambaye ameumba kila kitu na mwenye uwezo wa kufanya kila kitu. Hivyo ndivyo Aya hii inavyoanza na kumalizia, "Mwenyezi Mungu ameumba kila kiumbe chenye kutembea (hai) ... Mwenyezi Mungu huumba apendavyo. Hakika Mwenyezi Mungu ni Muweza wa kila kitu." Hata hivyo, ni vigumu kukwepa hitimisho kwamba mtunzi wa Qur'ani kwa kiasi fulani alikuwa mzembe au wa kawaida katika uundaji wa sehemu ya katikati ya Aya hii; hakufikiria kwa makini kauli iliyokusudiwa kudhihirisha ukubwa wa uwezo wa Mwenyezi Mungu wa kuumba.

Kwa kuchukulia asili ya mwanadamu ya Qur'an, uchunguzi huu ni rahisi kueleweka. Inapaswa kuwa dhahiri kwamba Muhammad, kama mtu anayeishi katika jangwa la Uarabuni katika karne ya saba, hakuweza kufikiria kwamba uumbaji wa Mungu kwa kweli ulikuwa wa aina nyingi zaidi kuliko vile alivyokuwa akifahamu. Pia inaeleweka kwamba huenda wadudu waliteleza akilini mwake alipotunga mstari huo. Maelezo haya ya "kuteleza kwa akili" yana maana na yanakubalika kwa mwandishi wa kibinadamu, lakini ni vigumu kukubali wakati mtu anataka kuamini kwamba Qur'an inatoka moja kwa moja kwa Mungu mjuzi na mwenye hekima yote. Hata zaidi, mtu anapoamini kwamba Mwenyezi Mungu alikusudia "muujiza wa kisayansi wa Qur'ani" kuthibitisha uandishi wake wa kiungu.

Ni yupi kati ya masahaba wa Muhammad aliyeharibu maandishi ya Qur'an?

Al-Qurtubi inatoa ufafanuzi ufuatao wa kuvutia juu ya S. 24:45.

"Basi miongoni mwao wapo wanaokwenda kwa tumbo, na wapo wanaokwenda kwa miguu miwili, na miongoni mwao wapo wanaokwenda kwa mine; Mwenyezi Mungu huumba apendavyo…"

Kutembea kwa tumbo ni kwa nyoka na samaki na kama minyoo na wengine. Juu ya miguu miwili ni kwa binadamu na ndege wanapotembea. Juu ya nne ni kwa wanyama wengine wote.

Katika Ubay (nakala ya) Kurani: "na miongoni mwa wale wanaotembea juu zaidi". Kwa hiyo katika nyongeza hii alijumuisha wanyama wote kama vile kaa, hata hivyo hii ni nakala ya Qur'an ambayo haikupata maafikiano. Al-Naqqash amesema: Aya imetumia futi nne badala ya zaidi ya hiyo kwa sababu wanyama wote wanategemea miguu minne kwa kutembea, na wale wanyama wenye miguu zaidi ya minne hawahitaji miguu hii ya ziada... (Chanzo cha Kiarabu, tafsiri ya Mutee'a al-Fadi)

Tunaweza kuona kwamba mfasiri huyu wa Kiislamu anajitahidi kupata maana ya kauli iliyomo ndani ya Qur'an, lakini madai yake si ya kusadikisha.

Kutumia usemi "kutembea juu ya tumbo" tayari ni ya kushangaza, kwani "kutembea" kunaonyesha miguu, lakini kudai kwamba usemi huu pia unajumuisha samaki ni zaidi ya kunyoosha. Angalau nyoka wanaruka juu ya ardhi; hakika wanatumia matumbo yao kusonga mbele (yaani harakati zao za mwili kwa msuguano wa tumbo chini nk.). Hata hivyo, kwa kawaida samaki hawagusi chini kwa matumbo yao na hawatumii matumbo yao kusonga. Samaki hutumia mapezi na mikia kusonga mbele. Tumbo la samaki halichangii zaidi harakati zake kuliko mgongo wake.

"Juu ya nne ni kwa wanyama wengine wote" ni madai ya kukata tamaa. Nambari ya nne si kiwakilishi cha nambari zote "nne na zaidi" zaidi katika mstari huu kuliko katika S. 4:3. Aidha, si wanyama wote hutegemea miguu minne kwa kutembea. Kwa upande mmoja, badala ya wanadamu kuna wanyama ambao wanaweza kutembea kwa miguu miwili tu (ndege, nyani, kangaroos). Kwa upande mwingine, millipeds hangeweza kutembea kwa miguu minne tu ikiwa wengine wangeondolewa. Hata kaa wangekuwa na ulemavu mkubwa ikiwa futi sita kati ya kumi zingekatwa. Je, al-Naqqash wanajua zaidi kuliko muumba wao anapodai kwamba "wanyama hao ambao wana miguu zaidi ya minne hawahitaji miguu hii ya ziada"? Je, Mungu aliumba kitu kisicho cha kawaida kabisa?

Hata hivyo, sababu kuu ya kunukuu maelezo haya ni kurejelea kodeksi ya Ubayy ya Qur'ani ambayo ndani yake maandishi ya aya hii yana ibara ya ziada ambayo ingesuluhisha angalau sehemu kubwa ya tatizo lililojadiliwa katika makala hii (lakini samaki bado haijafunikwa). Tofauti hii ya awali ya maandishi ni ushuhuda kwamba tayari (baadhi ya) masahaba wa Muhammad walitambua kwamba kuna tatizo kubwa katika aya hii.

Maswali kadhaa ya kusikitisha yanazuka: Ni yupi kati ya masahaba aliyeipotosha Qur'ani? Je, Ubay ibn Ka'b aliboresha maandishi "yaliyoteremshwa" kwa Muhammad? Au je, Zaid ibn Thabit kwa bahati mbaya au kwa makusudi aliacha kifungu hiki cha maneno alipofanyia kazi "toleo lake la kawaida lililorekebishwa" (RSV[4]) la Qur'an? Au Muhammad alichanganyikiwa kiasi kwamba aliisoma nyakati fulani kwa namna moja na nyakati nyingine kwa namna nyingine? Je, Mwislamu yeyote anawezaje kujua kwa uhakika ni toleo gani ambalo ni maandishi sahihi? Je, anashughulikaje na ukweli kwamba toleo ambalo lilikuja kuwa kiwango sio sahihi kisayansi? Je! ni sehemu ngapi zaidi katika Qur'an ambapo "lahaja isiyo sahihi" ilisawazishwa?

Zaidi ya hayo, kama ilivyoonyeshwa hapo juu, al-Qurtubi anathibitisha hoja yangu katika sehemu ya mwisho. Anatambua kwamba kuna wanyama ambao kwa asili hawako katika mojawapo ya makundi matatu yaliyotolewa. Hata hivyo, kwa hiyo habishani kwamba Aya hii inazitaja aina hizi tatu tu kama mifano na kwamba kauli yake Mwenyezi Mungu haijaribu kuwafunika viumbe vyote vilivyo hai. Kinyume chake, anajaribu kuviweka viumbe vyote katika kategoria zilizotolewa jambo ambalo ni ushahidi kwamba anaelewa kategoria hizi zilizotolewa kuwa ni za kina. Hata anaonyesha kuwa kuna usomaji tofauti wa maandishi ambayo yangesuluhisha shida ya wanyama wenye miguu zaidi ya minne kwa njia ya kifahari zaidi. Lakini kwa kuwa hathubutu kwenda kinyume na usomaji wa kawaida na "makubaliano", anajaribu kukusanya msaada kwa kujumuisha wanyama wote wenye futi zaidi ya nne katika kundi la wale wenye miguu minne. Kwa wazi, katika ufahamu wa al-Qurtubi, kategoria tatu zilizotolewa zinapaswa kujumuisha viumbe vyote, na kwa hivyo yeye "(re) anafafanua" ni viumbe gani wanapaswa kugawiwa kundi gani.

Hata haoni kuwa ni chaguo kwamba kauli ya Mwenyezi Mungu inaweza kuwa haijakamilika kuhusiana na kategoria zilizotolewa na kwamba haikusudii kuwafunika viumbe wote.

Uchunguzi kama huo unaweza kutolewa katika maelezo ya Ibn Kathir:

Mwenyezi Mungu anataja uwezo wake kamili na mkubwa wa kuumba aina zote tofauti za Wanyama pamoja na aina zao mbalimbali, rangi na njia za kusonga na kuacha, kutoka kwa aina moja ya maji.

(Miongoni mwao wapo wanaotambaa kwa matumbo yao,) kama nyoka na kadhalika;

(na wengine waendao kwa miguu miwili) kama binadamu na ndege;

(na wengine waendao kwa minne) kama ng'ombe na kila aina ya wanyama. Mwenyezi Mungu anasema:

(Mwenyezi Mungu huumba apendavyo.) maana yake kwa uwezo wake, kwa sababu anayoyataka hutokea na asichotaka hakitokei. Kwa hivyo anasema:

(Hakika Mwenyezi Mungu ni Muweza wa kila kitu.) (Chanzo; msisitizo mkubwa ni wangu)

Kama vile al-Qurtubi, Ibn Kathir pia hasemi kwamba hawa sio makundi yote, na sio kwamba kuna wanyama wengine ambao hawajashughulikiwa na makundi haya, na makundi yaliyotolewa ni mifano tu, lakini pia anadai kwamba kundi la wale. kutembea kwenye vifuniko vinne "kila aina ya wanyama". Kwa kweli, katika kauli yake ya kwanza hata anazungumza hasa kuhusu "aina zote za wanyama" (kinyume na "wanyama wote"), na neno aina linaonyesha ufahamu kwamba uainishaji wa wanyama wote unatazamwa katika hili. mstari.

Kiambatisho: Kundi la pili na wanachama wake wenye maswali Kategoria ya pili iliyotolewa katika S. 24:45 kwa kweli ina matatizo. Mwandishi wa Qur'an alifikiria nini hasa kuhusiana na viumbe wenye miguu miwili? Hakuna wanyama wengi wanaotembea kwa miguu miwili, hasa tunapozingatia aya mbili zifuatazo kutoka kwenye Qur'an:

Hakuna mnyama anayetembea (dabbatin) katika ardhi, wala ndege anayeruka kwa mbawa zake mbili, bali ni umma kama nyinyi. Hatukupuuza chochote katika Kitabu, basi kwa Mola wao Mlezi watakusanywa. S. 6:38 Al-Hilali & Khan

Na katika watu na AdDawab (viumbe vinavyotembea, wanyama n.k.), na mifugo, kwa namna ya rangi mbalimbali. Hakika wanaomcha Mwenyezi Mungu ni wale walio na elimu miongoni mwa waja wake. Hakika Mwenyezi Mungu ni Mwenye nguvu, Mwenye kusamehe. S. 35:28 Al-Hilali & Khan

S. 6:38 inataja ndege tofauti na viumbe hai vinavyosonga (dabbatin, neno lilelile kama katika S. 24:45), ikimaanisha kwamba ndege hawapaswi kuhesabiwa miongoni mwa hao. Qur'an inatambua kuwa sifa bainifu ya ndege sio kwamba (au jinsi) wanavyotembea, bali ni kuruka. Kutaja spishi za ndege kama "kutembea kwa miguu miwili" kunasikika kuwa sio sawa. Ina maana ndege wametoka nje?

S. 35:28 inadokeza kwamba wanadamu wanaweza pia wasiwe sehemu ya viumbe watambaao. Ingawa AdDawab katika 35:28 haifanani na dabbatin katika 24:45, maneno haya mawili yanaonekana kuwa visawe, kwa kuwa Al-Hilali & Khan wanatoa istilahi zote mbili kwa takriban tafsiri sawa. Kutaja wanaume na "viumbe vinavyotembea" tofauti kunaweza kupendekeza kwamba wanadamu hawaeleweki kuwa sehemu ya viumbe hawa. Kwa upande mwingine, ng'ombe pia hutajwa tofauti, lakini bila shaka ni sehemu ya viumbe vinavyohamia. Kwa hivyo uchunguzi huu kutoka 35:28 sio wa kuhitimisha.

Vipi kuhusu malaika na majini? Watoa maoni wengi wanaonekana kuwatenga waziwazi. Kwa nini? Theolojia ya Kiislamu, yenye msingi wa Kurani na Hadith, inafundisha kuhusiana na viumbe vya ulimwengu upitao maumbile kwamba Malaika waliumbwa kutokana na nuru na majini waliumbwa kwa moto (15:27; 55:15), tofauti na viumbe vya ulimwengu huu kwamba viliumbwa kwa maji (21:30; 24:45). Hata hivyo, Kurani haiwaondoi majini au malaika kutoka katika aya hizi, na hasa kwa S. 21:30 kesi nzuri inaweza kufanywa kwamba majini wanapaswa kujumuishwa miongoni mwa "viumbe hai". Ikiwa tutajumuisha majini (na malaika) basi 21:30 ni kipengele kingine tu katika mgongano kuhusu uumbaji wa majini, unaojadiliwa hapa. Lakini tukizitenga, kategoria hii ya pili inakaribia kuwa tupu.[5]

Kwa vyovyote vile, tumebanwa kwa kiasi fulani kupata spishi ambazo zimejumuishwa wazi katika kategoria ya pili ya S. 24:45. Mwandishi wa Qur'an alifikiria nini hasa kuhusiana na viumbe wenye miguu miwili?

Labda tunaweza kujumuisha ndege kadhaa ambao hawawezi kuruka katika jamii ya watembea kwa miguu miwili? Mwandishi wa Kurani labda alikuwa anafahamu mbuni (37:47 ni marejeo yaliyofichika kwa kiasi fulani ambapo baadhi ya wafasiri huongeza neno mbuni kwenye mabano). Zaidi ya hayo, pengwini pia ni ndege ambao hawawezi kuruka lakini wanatembea kwa miguu miwili tu (mbali na waogeleaji bora).

Bado, Qur'an inataja kundi ambalo lina wanachama wachache sana na kuacha kundi la wanyama wa miguu sita ambao kwa mbali ndio kundi kubwa zaidi ikiwa tunataka kuainisha viumbe kulingana na idadi ya miguu yao kabisa.

Maelezo ya chini

1. Kwa hakika, moja ya aya zinazotaja samaki ina uundaji ambao unakuwa wa kejeli katika muktadha huu:

... kisha nikamsahau yule samaki - na ni Shetani mwenyewe aliyenisahaulisha ili nisimkumbuke ... S. 18:63 Arberry. Je, hiyo ina maana kwamba S. 24:45 ni "aya nyingine ya Kishetani" katika Kurani, kwani umbo lake halisi liliathiriwa na Shetani?

[Tahadhari! Tahadhari nyekundu kwa wale ambao wana matatizo ya kugundua ucheshi: Ndiyo, tanbihi hii ni mzaha! Sikuweza kupinga kujumuisha uchunguzi huu wa kuchekesha. Hiyo ina maana hakuna haja ya kuandika kukanusha tanbihi hii, cf. Kanusho la janga na potofu la Bassam Zawadi (*) kwa sehemu ya kejeli na mzaha katika makala yangu nyingine.]

2. Hakika Aya hii ni kauli ya ujinga. Ingekuwa "zaidi ya 100,000" ingeweza kuwa kauli ya mtu ambaye ana ujuzi fulani, ambaye anajua ni zaidi ya 100,000 lakini hakuona ni muhimu kusema ni ngapi zaidi ya 100,000. Nambari hiyo ni nzuri ya kutosha, si lazima kuwa maalum zaidi. Lakini kuongeza "au zaidi" baada ya nambari kusaliti kwamba

mzungumzaji hana uhakika sana juu ya nambari hiyo. Uundaji huu unadhihirisha ujinga wa mzungumzaji. Ona pia makala, Je, Mwenyezi Mungu ni Mungu Ajuaye Yote?

3. Au angeweza kuvunja lengo la idadi ya miguu na kusema kitu kama "na aina nyingine za viumbe".

4. Labda tuiite Toleo la Khalifa Uthman (CUV) kama tulivyo na KJV (King James Version) ya Biblia katika Kiingereza?

5. Hata hivyo, tunasoma pia:

Na katika Ishara ZAKE ni kuumba mbingu na ardhi, na kila kiumbe kilicho hai (dabbatin) ALICHOKIeneza katika vyote viwili. Na YEYE anao uwezo wa kuwakusanya pamoja kila apendapo. S. 42:29 Al-Hilali & Khan

Hapa neno hilohilo linatumika kwa viumbe hai mbinguni na duniani kama linavyotumiwa katika S. 24:45 kwa "kila kiumbe hai" (kulla dabbatin). Kwa kuwa S. 42:29 kwa wazi inajumuisha malaika na majini (au, ikiwa sivyo, ni viumbe gani vingine vilivyo mbinguni?) labda mtu anaweza kubishana kwamba majini na malaika pia wamejumuishwa katika S. 24:45. Baada ya yote, wao pia hutembea duniani, ingawa sio pekee.

Je, Allah aliumba viumbe vilivyo sahaulika? – Juzuu ya 1, Sehemu ya Pili, Uthibitisho wa 6, Toleo la Mtandao, Mwaka *2011, June 11, Max Shimba Ministries*

Je, binadamu ni mbegu?

VIOJA VYA UISLAM KUHUSU KIFO NA KUFUFUKA WAKATI WA KIYAMA

1. Eti Binadamu asili yake ni MBEGU" ya Ajabu Dhanab"
2. Eti Siku ya Kiyama Allah atanyeshea Mvua Ajab Dhanab na wewe ndio utafufuka tena.
3. Huu ni msiba mkubwa sana kwa Waislam.

Ndugu Msomaji, ebu jiunge nami leo na jifunze kuhusu Sayansi dhaif ya Allah na Muhammad.

MTU ANAPOKUFA, ZILE ASILI TATU KILA MOJA INARUDI MAHALA PAKE PA ASILI

Kwa kifo, udongo ambao kwao ndio mwili ulijengeka, unarudi mahala pake pa asili napo ni ardhini.
Mwenyezi Mungu anasema:

"Kwa hakika tunajua kiasi cha kila kinachopunguzwa na ardhi katika miili yao (wakati wanapooza huko makaburini) Na kwetu kiko kitabu kinachohifadhi (kila kitu)".
Qaf-4

AJABU DHANAB- ETI BINADAMU NDIO KATOKEA HAPO:

Kinachobaki katika mwili wa mwanadamu ni kitu kidogo kinachoitwa "Ajabu dhanab" (kilichoingia pamoja na mbegu). Hii ni sehemu ambayo ndani yake mtu aliumbiwa, na kitu hiki asili yake kilikuwa katika uti wa mgongo wa Baba yetu Adamu (AS), kwa vile kitu hiki ni kidogo sana (Hakiwezi kuonekana ila kwa kutumia microscope zenye nguvu sana), ndiyo maana uti wa mgongo wa Baba yetu Adamu (AS) uliweza kuzibeba asili hizi zote za wanawe.

Na sehemu hii iitwayo "Ajabu dhanab" haiozi wala haivurugiki.

Mtume(SAW) amesema:-

<<Mwili wote wa mwanaadamu unaoza isipokuwa "Ajabu dhanab", kutokana nayo ameumbwa na kutokana nayo atakusanywa tena>>. Bukhari – Muslim – An Nasai, Malik katika Muwata a na Abu Daud.

Ama Roho itarudi mahali anapopataka Mwenyezi Mungu (katika Barzakh) mpaka Siku ya Kiama.

SIKU YA KUFUFULIWA ZILE SEHEMU TATU ZINAKUSANYIKA TENA

Unapofika wakati wa kufufuliwa, Mwenyezi Mungu atateremsha mvua na kuifanya ile mbegu isiyooza "AJABU DHANAB", imee tena.

Mtume (SAW) amesema:-
<<Kisha inateremshwa mvua na watamea kama imeavyo mboga, na hapana katika mwili wa mwanadamu kisicholiwa na ardhi isipokuwa fupa moja nalo ni "Ajabu dhanab" ndani yake humo watakusanywa viumbe Siku ya Kiama>>. (Bukhari, Muslim, Imam Malik, Abu Daud na AnNasaiy)

Yaliyofanana na haya yanatokea duniani kila siku. Panapotokea ukame, tunaona miti ikianguka na kufa (na kutoweka). Hauonekani mti wowote wala mmea. Lakini Mwenyezi Mungu amejaalia ndani ya ardhi au ndani ya mawe kuwemo mbegu, na mbegu hizo hazionekani kwa macho, isipokuwa mvua inaponyesha ndipo hupasuka na kuchipua miti na mimea mbali mbali.

Mwenyezi Mungu anasema:-
"Hukitoa kilicho hai katika kilichokufa na hukitoa kilicho kufa katika kilicho hai na huihuisha ardhi baada ya kufa kwake na hivyo ndivyo mtakavyofufuliwa". (Al - Rum - 19).

Mtu mmoja alimuuliza Mtume (SAW):-
"Ewe Mtume wa Mwenyezi Mungu, namna gani MwenyeziMungu atawarudisha tena viumbe, na nini dalili yake?"

Mtume (SAW) akamjibu;

"Uliwahi kupita bondeni kijijini kwenu wakati wa ukame (miti yote ikiwa imekufa), kisha ukapita tena wakati miti (imeota tena na) imejaa na ardhi ikageuka (na kuwa) rangi ya kijani?

Akasema:- "Naam".

Mtume(SAW) akamjibu:
"Basi hiyo ndiyo dalili ya Mwenyezi Mungu katika kuumba kwake na hivyo ndivyo atakavyowafufuwa wafu".

(Imam Ahmad)
(Siku ya Kiama), Pale Ajab dhanab itakapochipua na kutoka ndani ya ardhi na mwili ukarudi tena, ndipo zitakapokuja roho na kuingia kila moja katika mwili wake.

Ndio sababu Mwenyezi Mungu akasema:

"Na nafsi zitakapounganishwa (na viwiliwili vyake)."

(At - Takwiyr - 7)

Na hivi ndivyo watakavyorudi viumbe mara ya pili kama walivyoanzishwa hapo mwanzo.

Mwenyezi Mungu anasema:-

"Kama tulivyoanza umbo la awali tutalirudisha tena, ni ahadi ilio juu yetu, bila shaka sisi ni wenye kufanya (tusemavyo)."

(Al - Anbiyaa -104).

Ndugu msomaji, hivi ni kweli Allah wa hii dini ya Kiislam aliumba? Mbona hii imani imejaa shaka na utata kila kona?

Leo Allah kesha jisahau na kusema kuwa eti wewe umetoka katika Ajabu Dhanab na sio tena vumbi.

Je, Adam aliumbwa kwa tone la Damu?

Quran 96 1-2

*1. Soma kwa jina la Mola wako Mlezi aliye umba, ***2. Amemuumba binaadamu kwa tone la damu, ****

Allah anasema kuwa, Binadamu aliumbwa kwa tone la damu.

Endela kupa ilmu ya Koran.

Je, Adam aliumbwa kutokana na Maji?

*Quran 25:54. Naye ndiye aliye muumba mwanaadamu kutokana na maji, akamjaalia kuwa na nasaba na ushemeji na Mola wako Mlezi. ****

Allah anachanganya madawa. Sasa anaumba Mwanadamu kupitia MAJI. Tuendelee kusoma usanii wa Allah.

Je, Binadamu aliumbwa kutoka kwa Udongo?

*Quran 15:26. Na tulimuumba mtu kwa udongo unao toa sauti, unao tokana na matope yaliyo tiwa sura. ****

Allah amebadilika tena, sasa anaumba Mwanadamu kupitia Udongo, tena unao toa Sauti.

Jamani huu si Msiba?

Endelea kupata Elimu.

Je, Binadamu aliumbwa kutoka vumbi?

*Quran 30:20. Na katika Ishara zake ni kuwa kakuumbeni kutoka Vumbi. Kisha mmekuwa watu mlio tawanyika kote kote. ****

Sasa Allah anaumba mtu kutoka vumbi. Mimi ningependa Waislam watuambie, hivi Allah wenu ana kigeugeu au ni msahalifu wa anacho sema au ni yule yule Ibilisi ambey sifa yake kubwa ni Muongo?!!!

Ndugu zanguni, hivi kweli Koran ilishushwa kutoka kwa Mungu? Mbona kuna UTATA kila sehemu?

Binadamu aliumbwa kutoka nini? Tone la Damu? Maji? Udongo? Vumbi?

Kweli Allah anafahamu yote, ingawa hajui alimuumbaje Adam.

UHAKIKA WA UFUFUO WA WAFU KWA WAKRISTO

Ufufuo wa wafu, ni moja kati ya masomo ya msingi sana katika Ukristo na ni mafundisho ya kwanza ambayo kila Mkristo inampasa kuyafahamu (Waebrania 6:1-2). Kiyama ya wafu au Ufufuo wa wafu, umetabiriwa mapema katika Neno la Mungu (Luka 14:13-14; Yohana 5:28-29; Wafilipi 3:10-11;1 Wathesalonike 4:16). Yesu Kristo ndiye kielelezo cha wafu na uhakika wa ufufuo wa wafu kwa watu wote (1 Wakorintho 15:21, 20-23). Yesu kristo alitabiri mapema juu ya kufufuka kwake kabla hata hajafa (Mathayo 16:21; 17:22-23; 20:17-19; Marko 8:31-32; 10:32-34; Luka 9:20-22; 18:31-34). Yesu Kristo huyuhuyu alitabiri juu ya kufufuka kwake na ikawa hivyo, ndiye pia aliyetabiri juu ya ufufuo wa watu wote (Yohana 5:25-29). Ni muhimu kufahamu kwamba walikuwepo watu wenye mashaka, ambao hawakuamini kwamba Yesu angefufuka kama alivyosema (Luka 18:31-34); lakini kutokuamini kwao hakukuzuia kufufuka kwa Yesu. Vivyo hivyo leo, pamoja na kuwapo watu wasioamini kwamba kutakuwa na ufufuo wa wafu, kutokuaminii kwao hakutaweza kuzuia jambo hilo kutokea (Warumi 3:3-4). Uongo wa askari Walinzi wa kaburi la Yesu, waliutawanya baada ya kupokea rushwa na kufundishwa kusema uongo, kwa kuabiwa "semeni, ya kwamba wanafunzi wake walikuja usiku, wakamwiba, sisi tulipokuwa tumelala ", ni uongo ulio dhahiri (Mathayo 28:11-15). Ikiwa walinzi walikuwa wamelala usingizi, waliwaona namna gani watu waliokuja kuuiba mwili wa Yesu na kufahamu kwa hakika ni wanafunzi wake? Na kama waliwaona kwa nini waliwaacha wakauiba mwili huo na wasiwazuie kufanya hivyo? Ni uongo ulio wazi. Ni jambo lililo dhahiri kwamba Yesu alifufuka! Kwa jinsi hiyohiyo, ufufuo wa wafu wote ni jambo lililo dhahiri kabisa kutokea.

Je, binadamu ni mbegu? – Juzuu ya 1, Sehemu ya Pili, Uthibitisho wa 7, Nukuu: Toleo la Mtandao, Mwaka *2009, Max Shimba Ministries*

SEHEMU YA TATU-UTATA KUHUSU MANABII NA WATUMISHI WA AGANO LA KALE

UTATA KUHUSU MANABII NA WATUMISHI WA AGANO LA KALE

Je, ni kweli kuwa mtoto mmoja wa Nuhu aliachwa nje ya Safina na kumezwa na mafuriko?

Tuanze kusoma aya za Koran:

Surat Hud 42. Ikawa inakwenda nao katika mawimbi kama milima. Na Nuhu akamwita mwanawe naye alikuwa mbali: Ewe mwanangu! Panda pamoja nasi, wala usiwe pamoja na makafiri.

43. Akasema: Nitakimbilia mlimani unilinde na maji. (Nuhu) akasema: Leo hapana wa kulindwa na amri ya Mwenyezi Mungu ila aliye mrehemu mwenyewe. Na wimbi likawatenganisha, akawa katika walio zama.

Quran iliyo kuja miaka zaidi ya 630 baada ya Biblia inatatanisha kwa kudai eti mtoto mmoja wa Nuhu alimezwa na Mafuriko. Je huyu mtoto jina lake nani? Kwanini Koran haitaji majina ya watoto wa Nuhu?

LAKINI NILIPO ISOMA BIBLIA ISIYO NA SHAKA NDANI YAKE INASEMA HIVI:

NUHU alikuwa na mke na wana watatu. Wana hao ni Shemu, Hamu na Yafeti. Kila mmoja wao alikuwa na mke. Kwa hiyo, jamaa ya Nuhu ilikuwa yenye watu nane.

Kisha, Nuhu na jamaa yake wakaingia katika safina. Ndipo Mungu akaufunga mlango. Nuhu na jamaa yake walingoja humo ndani. Mwanzo 6:9-22; 7:1-9.

"Lakini nitafanya agano langu nawe kuwa thabiti; nawe utaingia katika safina, wewe, na wanao, na mkeo, na wake za wanao, pamoja nawe." Mwanzo 6:18

Mwanzo 9:18-29 SUV
18 Wana wa Nuhu waliotoka katika safina, ni Shemu, na Hamu, na Yafethi; na Hamu ndiye baba wa Kanaani. 19Hawa watatu walikuwa wana wa Nuhu na kwa hao nchi yote ikaenea watu.

Biblia imetaja watoto wote wa Nuhu huku Koran ikiweweseka bila ya kutaja ni nani kati ya Shemu, Hamu au Yafethi aliachwa nje na kumezwa na mafuriko.

Tunaposema Koran ni BANDIA huwa hatubahatishi.

Utata kuhusu Manabii, Mtoto wa Nuhu – Juzuu ya 1, Sehemu ya Tatu, Uthibitisho wa 1, Nukuu: Toleo la Mtandao, Mwaka *2007, Max Shimba Ministries*

JUZUU YA KWANZA

UTATA KUHUSU WAJUMBE WALIO KATALIWA NA NUHU KWENYE QURAN

Ni akina nani hao wajumbe waliokataliwa na watu wa Nuhu?

Kwa vile Biblia haijui kuhusu wajumbe wengine walioishi wakati wa Nuhu, na Kurani pia inazungumza kwa umoja tu katika vifungu vingine vyote vinavyohusu wakati na hadithi ya Nuhu (rej. orodha hii), nilikuwa nimeuliza karibu miaka kumi na tano. iliyopita (*) ni akina nani hao Mitume wengine ambao Qur'ani inadai kuwa wamekataliwa na watu wa Nuh kwa mujibu wa Aya mbili hizi:
Na watu wa Nuhu. walipowakadhibisha Mitume. tuliwazamisha, na tukavifanya kuwa ni Ishara kwa watu. ... Sura 25:37

Watu wa Nuhu waliwakanusha Mitume. Sura 26:105

Kwa kuchochewa na makala ya hivi karibuni ya Osama Abdallah kuhusu mada hii (tazama hapa chini), madhumuni ya makala haya ni kuchunguza idadi ya majaribio mbalimbali yaliyofanywa na Waislamu ili kutatua tatizo hili.

Wachambuzi wengine wa kitamaduni wanaandika:

Na wataje kaumu ya Nuhu, walipowakadhibisha Mitume katika kumkanusha Nuhu, ni kana kwamba yeye ni Mitume wengi kutokana na muda aliokaa nao. au [hivyo imeelezwa kwa wingi] kwa sababu kumkanusha ni [sawa] na kuwakanusha Mitume wengine wote, kwani wote walikuja na uthibitisho mmoja wa Upweke wa Mungu - ... (Tafsir al-Jalalayn, chanzo; pigia mstari mgodi wa msisitizo)

Na watu wa Nuhu walipomkanusha, Mwenyezi Mungu akawaangamiza vile vile, kwani anayemkanusha Mtume mmoja anawakanusha Mitume wote, kwa sababu hakuna tofauti baina ya Mtume mmoja na mwingine. Lau ingetokea kwamba Mwenyezi Mungu aliwatuma Mitume wake wote, wangeliwakadhibisha. Anasema Mwenyezi Mungu: ... (Na watu wa Nuh walipowakadhibisha Mitume) ijapokuwa Mwenyezi Mungu alimtuma kwao Nuh ila akakaa nao miaka 950 akiwalingania kwa Mwenyezi Mungu na kuwaonya adhabu yake, ... (Na hawakuamini pamoja naye ila wachache tu) (11:40). Kwa ajili hiyo Mwenyezi Mungu akawazamisha wote na hakumuacha hai yeyote katika wana wa Adam katika ardhi isipokuwa wale waliopanda jahazini, ... (na tukawafanya kuwa ni Ishara kwa wanadamu.) maana yake ni somo la kujifunza. (Tafsir Ibn Kathir kwenye S. 25:37; chanzo 1, 2; piga mstari chini yangu)

Hapa Mwenyezi Mungu anatueleza kuhusu mja wake na Mtume wake Nuh, amani iwe juu yake, ambaye alikuwa ni Mtume wa kwanza kutumwa na Mwenyezi Mungu kwa watu wa ardhi baada ya kuanza kuabudu masanamu. Mwenyezi Mungu alimtuma kukataza hayo na kuwaonya watu na matokeo ya kuabudu masanamu. Lakini watu wake walimkadhibisha na wakaendelea na tabia yao mbaya ya kuabudu masanamu badala ya Mwenyezi Mungu. Mwenyezi Mungu aliteremsha kuwa kumkufuru kwao ni sawa na kuwakufuru Mitume wote, Mwenyezi Mungu akasema: ... (Watu wa Nuh waliwakadhibisha Mitume. Ndugu yao Nuh alipowaambia: "Je, nyinyi hamtakuwa na Taqwa") maana yake? 'hammuogopi Mwenyezi Mungu wakati mnamwabudu badala yake' (Tafsir Ibn Kathir kwenye S. 26:105; chanzo; piga mstari msisitizo wangu)

Wafasiri hawa wanakubaliana na Biblia (na Qur'ani nyingine) kwamba kulikuwa na mjumbe mmoja tu, Nuhu. Hakukuwa na wajumbe wengine wakati wake. Na wanajaribu kutoa majaribio mawili yasiyoridhisha ya kuelezea wingi wa "mitume" ambao unapatikana katika Qur'an katika sehemu hizi mbili.

Mwito wa urefu wa muda ambao Nuhu aliishi na watu wake (ambalo ni tatizo jingine kwa Kurani, tazama makala ya Enzi ya Nuhu) haufanyi kazi. Yohana Mbatizaji au Yesu alikuwa na huduma fupi sana (chini ya miaka mitatu) wakati huduma ya Musa au Muhammad kama manabii (wa kweli au wa uwongo) ilidumu miaka arobaini na miaka 22 mtawalia, lakini Qur'an haisemi kamwe juu ya wajumbe kwa wingi. kwa wakati wa Muhammad ingawa "huduma" yake ilidumu mara saba au nane zaidi ya ile ya Yesu. Hili ni jaribio la kukata tamaa la kuhalalisha wingi. Nuhu alikuwa mtu mmoja, na urefu wa maisha yake haukumgeuza kuwa watu kadhaa. Wala hakuugua ugonjwa wa tabia nyingi.

Maelezo mengine hayana uaminifu mkubwa pia. Hakuna mahali popote katika Qur'an Nuhu anataja Mitume wengine (wajao). Watu wa Nuhu hawakujua hata kuwa kutakuwa na mitume wengine. Basi wangewezaje kuwakana? Nuhu alikuwa mjumbe wa kweli wa kwanza, yaani, wajumbe wengine wote wangekuja muda mrefu tu baada yake. Haina maana kusema kwamba watu walikataa na kukataa kitu au mtu ambaye hata bado hajaonekana.

Ninaona maelezo haya mawili kama ishara ya kukata tamaa. Wafafanuzi wanakubali kwamba kulikuwa na mjumbe mmoja tu, lakini hawajui la kufanya na wingi. Wanatoa majaribio mawili ya maelezo kwa sababu hakuna hata moja kati yao ambayo ni ya kuridhisha. Lakini majaribio mawili hafifu hayajumuishi kufanya jibu moja la nguvu.

Osama Abdallah, mwombezi wa Kiislamu wa kisasa ambaye si wa Orthodox, alitoa jibu lifuatalo (la kwanza) mwaka 1999:

Kwa Aya 25:37 na 26:105 hapo juu, Mitume wa kabla ya Nuhu amani iwe juu yake walikuwa Ibrahim (taz.19:46), Shuayb (11:91), na Salih (11:61-66) amani iwe juu ya wote. Yao

Bwana Katz aliandika: "Je, wajumbe wengine walizama pia?"

Jibu ni, hapana hawakuzama pia. Mwenyezi Mungu Mtukufu aliwazamisha watu wa Nuh wakati wa Nabii Nuh amani iwe juu yake. Amesema Mwenyezi Mungu Mtukufu katika sura ya 25:37 kwamba kwa vile watu wa Nuh walisisitiza kuukataa ujumbe wa Mwenyezi Mungu kutokana na wahyi zilizotangulia zilizotumwa kwao na Ibrahim, Shuayb na Salih, na juu ya hayo wakiendelea kukataa wahyi uliomjia Nuhu, basi ukawa wakati. ili wote wafe na kutoweka.

Mwenyezi Mungu Mtukufu aliwapa watu aliowazamisha wahyi na Mitume kwa wingi ili kuwaelekeza kwenye njia iliyonyooka ya Mwenyezi Mungu Mtukufu, lakini watu hawa waliendelea kushindwa na kushindwa kuukubali ukweli. Wakati wao ulikuwa umeisha pale Nuhu alipokuja na wahyi wa mwisho wa Mwenyezi Mungu Mtukufu kwao. (Chanzo; msisitizo mzito wangu; sasisho: Abdallah alifuta makala haya tarehe 6 Mei 2009 baada ya kuchapishwa kwa makala yangu ya kukanusha.)

Jibu la Abdallah ni muunganiko wa ujinga uliopitiliza na kipimo fulani cha akili timamu. Ingawa mwandishi wa Kurani mara nyingi anavuruga mlolongo wa wajumbe wengine (kama vile S. 4:163, 6:83-87, n.k.) na kuchanganya na kuunganisha matukio machache tofauti ya kihistoria yaliyoripotiwa katika Biblia (ona. makala haya), Muhammad alijua angalau kwamba Nuhu aliishi (muda mrefu) kabla ya Ibrahimu (S. 4:163; 6:83-84; 37:79-83), na wakati wowote majina yote mawili yanapoonekana pamoja katika aya moja ya Qur'an. na, Nuhu anatajwa kila mara mbele ya Ibrahimu (km 3:33; 4:163; 9:70; 19:58; 33:7; 42:13; 57:26). Hata katika hadithi, Muhammad anashikamana na mlolongo huo (1, 2, 3, 4, 5). Kwa hakika, Hadith hizi zilizounganishwa zote zinasema (pamoja na kutofautiana kwa maneno) kwamba Nuhu alikuwa mjumbe wa kwanza wa Mungu [k.m. "Aadam atajibu, 'Sifai kwa jambo hili', na atakumbuka dhambi yake, na atasema, 'Nenda kwa Nuhu, Mtume wa kwanza aliyetumwa na Mwenyezi Mungu' (*)]. Katika Uislamu, Adamu kwa kawaida huchukuliwa kuwa nabii wa kwanza tangu Mwenyezi Mungu alipozungumza naye, lakini Nuhu ndiye mjumbe wa kwanza, jambo ambalo limeelezwa kwenye mamia ya kurasa za wavuti za Waislamu (km 1, 2, 3, 4, 5, 6, n.k.). Osama Abdallah ni mjinga sana - hata wa imani yake mwenyewe.

Zaidi ya hayo, hata kama Nuhu asingekuwa mjumbe wa kwanza, na Ibrahim, Shuayb na Salih walikuwa kweli ni Mitume kabla ya zama za Nuhu, ni kwa msingi gani Abdallah anadhani kwamba walitumwa kwa watu wale wale? Hayo ni madai tu yasiyo na uthibitisho ambayo hajatoa hata chembe cha ushahidi.

Sababu pekee ya kurejea jibu hili (la kwanza) la Osama Abdallah ni kwamba angalau aliona kwamba watu wanaweza tu kukataa kile wanachokijua, yaani, watu wanaweza tu kukataa wajumbe na jumbe zilizopita ambazo tayari zimetolewa. Maelezo yaliyopendekezwa na Ibn Kathir na Al-Jalalayn kwamba S. 25:37 na 26:105 yanazungumzia kukataa (kwa kudhahania au kwa ziada) ya wajumbe wa siku zijazo ambao watu wa Nuhu hawakuwahi kukutana nao ni ya mbali sana. Kwa hiyo, Abdallah "aliifahamu" kwa kuwahamisha baadhi ya Mitume wa Mwenyezi Mungu katika zama za kabla ya Nuh na akatangaza kuwa wametumwa kwa watu wale wale.

Wafasiri wawili wa kisasa wa Kurani waliamua kwenda njia tofauti. Walichagua kugeuza maandishi ya tafsiri yao ya S. 25:37 ili kuficha tatizo:

Kaumu ya Nuhu tuliwazamisha walipomkadhibisha Mtume wao, na tukawafanya kuwa ni Ishara kwa umma. Hakika tumewaandalia madhalimu adhabu chungu (Qaribullah).

Na (wafikirie) kaumu ya Nuhu walipomkanusha Mitume, tuliwazamisha na tukawafanya kuwa ni alama kwa watu wote.] kufanya vibaya! (Muhammad Asad)

Qaribullah anapuuza tu wingi na kutafsiri kana kwamba kuna umoja katika maandishi. Asad hufanya tatizo kutoweka kwa kuongeza mabano "moja ya" kwenye maandishi ambayo hayapo katika Kiarabu. Hata hivyo, Asad na Qaribullah wanakubali kwamba kulikuwa na mjumbe mmoja tu. La sivyo, wasingejaribu kuchafua maandishi hayo ili kuyapatanisha na ukweli. Hakuna kitu kingine kinachohitajika kusemwa juu ya suluhisho la "watetezi hawa wawili wa Qur'ani".

Hatimaye, nikifikia sababu kuu ya kuandika makala hii, nataka kuchunguza maelezo ya hivi karibuni ya Osama Abdallah, ya pili, yaliyochapishwa tarehe 3 Aprili 2009. Pengine hakuridhika kabisa na yale yake ya awali hivi kwamba aliwekeza juhudi fulani kuibua. mwingine, "suluhisho" tofauti? Anaandika:

Je, watu wa Nuhu waliwakanusha Mitume wangapi? Je, hakukuwa na Nabii mmoja tu - Nuh?

[025:037] Na watu wa Nuhu walipowakanusha Mitume, tuliwazamisha, na tukawafanya kuwa ni Ishara kwa watu. Na tumewaandalia madhalimu adhabu chungu.

Kwa Kiarabu, rasool maana yake ni mjumbe. Labda si lazima awe Mtume kutoka kwa Mwenyezi Mungu Mtukufu. Angeweza kabisa kuwa mmishenari tu, na kwa vile Nuhu, amani iwe juu yake, aliishi kati ya watu wake kwa muda wa miaka 950, basi inawezekana kabisa kwamba alikuwa na wajumbe wake waliotumwa kwa watu na makabila mbalimbali ili kuwaonya juu ya gharika kubwa. :...

Ama sehemu ya pili ya swali hapo juu, ndio, kulikuwa na Nabii mmoja tu aliyetumwa kwa watu wa Nuhu, naye alikuwa ni Nabii Nuh, amani iwe juu yake, yeye mwenyewe. (Chanzo; piga mstari chini yangu ya msisitizo)

Maoni kadhaa yamepangwa hapa. Kwanza, Abdallah apewe pointi za ziada kwa ubunifu. Ninavyojua, ameunda maelezo ambayo ni mapya kabisa. Hakuna hata mmoja wa wafafanuzi wa kitamaduni aliyewahi kupendekeza wazo hilo. (Na tutaona kwa nini baada ya dakika moja.) Pili, ninafurahi Abdallah bado anakubaliana na Waislamu wengine wote walionukuliwa hapo juu kwamba hakika Nuhu ndiye pekee aliyetumwa na Mwenyezi Mungu moja kwa moja. Wakati wake, Nuhu alikuwa nabii pekee (4:163; 33:7) au mjumbe (7:61, 26:107) kwa maana hiyo. Lakini kwa vile Abdallah anakubaliana na hili, anahitaji pia kutafuta njia fulani ya kulitatua tatizo la wingi katika S. 25:37 (na 26:105). Tatu, hatua ya Abdallah ya kuwapiga "mitume" katika tafsiri ya Yusuf Ali na badala yake "mitume" haina athari hata kidogo kwa vile maneno haya ni visawe.[1] Tafsiri nyingi za Kiislamu zinatumia neno "wajumbe" katika aya hii, na neno "mjumbe" wakati wowote Qur'an ya Kiarabu inapotumia "rasul" kumrejelea Muhammad au mitume wengine wa Mwenyezi Mungu. Nne, madai ya urefu wa utume wa Nuhu si hoja. Madai ya Abdallah kwamba "inawezekana kabisa kwamba alikuwa na wajumbe wake waliotumwa kwa watu na makabila mbalimbali" yangeweza kufanywa iwapo Nuhu alikuwa mjumbe kwa miaka mitano, miaka ishirini, miaka mia moja au miaka 950. Abdallah hajaeleza kwa nini muda mrefu wa utume unaashiria kwamba Nuhu alituma mitume. Mtu anaweza vilevile kubishana kinyume chake, kwani muda huu mrefu unamaanisha kwamba Nuhu hakuwa na haraka na angeweza kuwatembelea kwa urahisi wale watu na makabila yote ambayo Mwenyezi Mungu alikusudia kuonywa.

Tano, Suluhu la Abdallah ni dhana tu. Hakuna kitu chochote kinachodokeza hata kidogo juu ya ufahamu huo kilichotajwa ndani ya Qur'an, si katika aya hii wala popote pengine. Kinyume chake, ingawa Kurani inazungumza juu ya idadi ya manabii / mitume ambao ni wa zama moja - k.m. Ibrahim na Lutu, Ibrahimu na Isaka na Ismail, Isaka na Yakobo, Yakobo na Yusufu, Musa na Haruni, Samweli na Daudi, Daudi na Suleiman, [2] Yohana na Isa - lakini kila mmoja wao bado ametumwa moja kwa moja na Mwenyezi Mungu. Wao si wajumbe wao kwa wao. Qur'ani haitoi hata mfano mmoja wa mjumbe au nabii wa Mwenyezi Mungu ambaye amekuwa akiwatuma wengine (yaani baadhi ya wafuasi wake) ili kueneza ujumbe huo zaidi, na pale ambapo wafuasi hao wanapewa pia cheo cha "mitume". Osama Abdallah hana msingi wa quraan kwa hoja yake. Katika Nyongeza ya 1, nitawasilisha sababu nyingine yenye nguvu dhidi ya tafsiri ya Abdallah ambayo imejikita kwenye kisa cha Yesu kama ilivyoonyeshwa kwenye Qur'an.

Sita, uchambuzi wa namna Qur'ani inavyotumia neno "rasul" inazungumza kinyume na tafsiri ya Abdallah. Ni kweli, "rasul" ni neno la jumla, lililopo kwa Kiarabu kabla na mbali na Qur'an (k.m. kwa wajumbe wa kisiasa). Walakini, hiyo sio suala. Swali muhimu ni je, Qur'an inalitumiaje neno hili? Katika Kurani, inaonekana mara mbili tu[3] katika maana yake ya jumla: (a) Ms. 12:50 inazungumza juu ya wajumbe waliotumwa na mfalme wa Misri kwa Yusufu, na (b) Ms. 27:35 inazungumza. ya Malkia wa Sheba kutuma wajumbe (wajumbe) kwa Mfalme Sulemani lakini kila wakati muktadha unaweka wazi kabisa hawa walikuwa ni wajumbe wa aina gani kwa kueleza waziwazi ni nani aliyewatuma. Neno rasul limetumika zaidi ya mara mia mbili[4] ndani ya Qur'an na daima linarejelea kwa mjumbe wa Mwenyezi Mungu, isipokuwa katika hali hizi mbili ambapo maana yake iko wazi bila utata kutoka katika muktadha. Kwa kutambua kwamba neno hili kimsingi linatumika kwa wajumbe wa Mungu TU, mtu anahitaji kuwa na ushahidi mzuri wa kuunga mkono anapotaka kulifasiri vinginevyo katika aya maalum. Hakuna ushahidi kama huo unaopatikana katika kesi hii.

Saba, neno la wajumbe halisimami peke yake. Ni sehemu ya usemi wa fomula. Usemi "wakakataa mjumbe" unaonekana mara nyingi katika Kurani (5:70; 6:34; 7:101; 10:74; 12:110; 15:80; 23:44; 25:37); 26:105, 123, 141, 160, 176; 29:18; 34:45; 35:4, 25; 50:14). Ni kanuni ambayo daima inawahusu mitume wa Mwenyezi Mungu, sio tu wajumbe waliotumwa na wanadamu.

Nane, muktadha wa karibu wa S. 25:37 unazungumza juu ya kuangamizwa kwa wale wanaowakataa mitume wa Mwenyezi Mungu: S. 25:30-34 inazungumza juu ya hatima ya wale wanaomkataa Muhammad, rasul (25:30) na Qur'an, 25:35-36 kuhusu Musa na Harun kutumwa kwa wale waliokanusha wahyi wa Mwenyezi Mungu na kuangamizwa kwao, 25:37 kuhusu kuzama kwa watu wa Nuhu kwa kuwakataa kwao Mitume, 25:38-39 kuhusu maangamizo. ya A'ad na Thamud kwa kuzikataa kwao Ishara za Mwenyezi Mungu, 25:40 kuhusu kuangamizwa kwa mji kwa mvua ya maangamizi (yaani Sodoma, mji ambao Nabii Lut'i inadaiwa alitumwa kwao), na kuanzia Aya ya 41 na kuendelea inazungumza tena kuhusu wale ambao. kumkataa Muhammad. Ni kinyume cha maumbile kudhania kwamba mitume katika 25:37 hawatakiwi kuwa wajumbe wa Mwenyezi Mungu. Ingevunja muundo wa kifungu hiki.

Tisa, tafsiri ya Abdallah inapingana moja kwa moja na andiko hilo kwani S. 25:37 na 26:105 zote zinasema kwamba watu wa Nuh, si watu wengine au makabila mengine, waliwakataa mitume hao na wakazamishwa kwa kuwakataa kwao (25:37). Haina maana kusema kwamba hawa walikuwa ni Mitume waliotumwa kwa watu wengine, lakini watu wa Nuh waliwakanusha na wakazama kwa kuwakataa Mitume ambao hata hawakutumwa kwao. Hapana, katika Qur'ani yote, Mitume daima wanakataliwa na wale waliotumwa kwao.

Kumi, tafsiri ya Abdallah ina mengi mno. Inamtenga Nuhu na Mitume na kuwaweka katika makundi tofauti. Lakini natija basi ni kwamba watu wa Nuh walizamishwa kwa sababu ya kuwakataa "mitume waliotumwa na Nuhu" badala ya kuhukumiwa kwa kumkataa Nuh, Mtume aliyetumwa na Mwenyezi Mungu. Hiyo haionekani kuwa sawa, sivyo?

Kumi na moja, kuna aya mbili zinazozungumza juu ya "wajumbe" kwa wingi kuhusiana na Nuhu. S. 25:37 ni mstari wa "kusimama peke yako" (Nuhu hajatajwa tena katika sura hii) ili muktadha wa karibu hautusaidii sana kuelewa kile kinachoweza kumaanisha "wajumbe". Hata hivyo, Sura 26 ina sehemu nzima kuhusu Nuhu, inayosimulia hadithi yake katika S. 26:105-122 (bofya na usome!). Ikiwa tunataka kujua S. 26:105 inamaanisha nini, tunahitaji tu kuendelea kusoma. Mstari wa 105 hauongezi habari kwenye 106-122 bali ni kichwa cha mukhtasari au muhtasari wa sehemu hii, na mistari inayofuata dhidi ya 105 kisha inafafanua juu yake na kueleza kile kilichotokea.

Kutoka 26:106 hadi mwisho, inazungumza tu kuhusu mjumbe mmoja, Nuhu. Hakuna Mitume wengine zaidi ya Nuh (isipokuwa Osama Abdallah anataka kudai kuwa "Ndugu yao Nuh alipowaambia" (26:106) maana yake ni kwamba Nuh alizungumza na hao wajumbe wengine). Na msumari katika jeneza la nadharia ya Abdallah unakuja katika S. 26:117, ambapo Nuhu anaomba, "Ewe Mola wangu! Hakika watu wangu wamenikataa." Au Abdallah anataka kudai kuwa yeye anajua zaidi kuliko Nuh na hili linahitaji kueleweka kuwa "Mola wangu, watu wangu wamenikadhibisha kwa kuwakadhibisha Mitume niliowatuma"? Hapana, sehemu nzima inamhusu Nuhu na si mtu mwingine yeyote.

Si ajabu, az-Zamakhshari anasema kwa urahisi, "mitume maana yake ni Nuhu", na Muqatil anakubali: "'akakanusha mitume' maana yake ni Nuhu pekee". Na wafasiri wengine walionukuliwa hapo mwanzo wanakubali vilevile, ila tu kwamba walijaribu kutoa uhalalishaji au maelezo kwa nini Qur-aan inatumia wingi ingawa kuna Mtume mmoja tu.

Kwa kipimo kizuri, hapa kuna maoni mengine kadhaa ya Kiislamu yanayojulikana (tafsiri kutoka kwa Kiarabu asilia kwa yote yafuatayo ya Bassam Khoury):

Yeye [mwandishi wa Qur'ani] maana yake ni Nuhu, ambaye alikuwa mjumbe wa kwanza, na ndiye aliyekusudiwa kwa wingi. (Ibn A'ashwor, al-tahreer wa al-tanweer, (1/4592); Chanzo cha Kiarabu)

maana yake ni Mtume, [kwa kuwa] anayemkanusha Mtume mmoja amewakanusha Mitume wote, ndiyo maana iko katika wingi. (Al-Baghawy, 5/431; chanzo cha Kiarabu)

Walimkanusha Nuh peke yake, lakini Nuhu aliwajia na Dini ya haki ambayo ndiyo iliyokuja nayo Mitume wote; kwa hiyo kwa kumkana wakakanusha yote. (Sayyid Qutb, Katika Kivuli cha Qur-aan, 5/318; Chanzo cha Kiarabu)

Ingawa walikuwa wamemkataa Mtume mmoja tu, ilikuwa ni kuwakataa Mitume wote kwa sababu wote walikuwa wameleta ujumbe mmoja kutoka kwa Mwenyezi Mungu. (Sayyid Abul Ala Maududi, Tafhim al-Qur'an - Maana ya Qur'an, maelezo ya chini kwenye S. 26:105; chanzo)

Wote wanaafikiana, alikuwepo Nuh tu, na Nuh amekusudiwa kwa kauli hii, ingawa baadhi yao wanadai kuwa kumkanusha kwao Nuhu (peke yake) ni kukanusha kwa waziwazi kwa Mitume wote.[5] Baada ya yote, wanahitaji kwa namna fulani kuhalalisha wingi katika maandishi ya Qur'ani.

Kwa kumalizia, maelezo ya riwaya ya Abdallah - kwamba S. 25:37 (na 26:105) inarejelea wajumbe waliotumwa na Nuhu - hayawezekani sana na hayapatani na Qur'ani kwa ujumla. Hii pia inaeleza kwa nini hatukuweza kupata hata mtoa maoni mmoja wa kitambo (au hata kuheshimiwa wa kisasa) ambaye vile vile alitaja wazo kama hilo, achilia mbali kuliunga mkono. Muktadha wa moja kwa moja na mpana wa Qur'ani wote ni kinyume chake.

Hata zaidi, Muhammad alisema kwa uwazi:

Nimepewa vitu vitano ambavyo hakupewa mtu mwingine yeyote kabla yangu. ... Kila Mtume alikuwa akitumwa kwa umma wake tu, lakini mimi nimetumwa kwa watu wote. (Sahih Bukhari, Juzuu ya 1, Kitabu cha 7, Nambari 331, Kitabu cha 8, Nambari 429, Sahih Muslim, Kitabu cha 4, Nambari 1058)

Ikiwa Muhammad yuko sawa, basi Nuhu alitumwa na ujumbe wake kwa watu wake pekee. Je, dhana ya Abdallah haimaanishi kwamba Nuh angekuwa muasi kwa Mwenyezi Mungu kwa kutuma Mitume kwa watu wengine bila ya kuwa na amri ya Mwenyezi Mungu kufanya hivyo?

Kupeleka ujumbe uliotolewa kwa watu wa Nuhu kwa watu wengine haukukusudiwa? Je, Osama Abdallah anajua zaidi kuliko wafasiri wote wa kitambo wa Qur'ani na hata zaidi ya Muhammad mwenyewe kile ambacho Nuhu anadaiwa kufanya?

Hatimaye, wakati Muhammad alipotuma wajumbe, hawakuitwa tu "rasul" bila sifa yoyote ya ziada. Baada ya yote, rasul alikuwa Muhammad! Tanwîr al-Miqbâs min Tafsîr Ibn 'Abbâs, kwa mfano, anamwita al-Fihri "rasul rasul Allah" (yaani "mjumbe wa mjumbe wa Mwenyezi Mungu"), ambayo inatafsiriwa kwa Kiingereza kama "mjumbe wa mjumbe wa Mwenyezi Mungu" (*). Kwa njia hii, hakuna kuchanganyikiwa na Muhammad au mjumbe mwingine yeyote wa Mwenyezi Mungu kunaweza kutokea.

Tatizo linabaki: Kulikuwa na mjumbe mmoja tu, lakini Qur'an mara mbili inatumia wingi. Hili ni kosa lililo wazi, licha ya juhudi shupavu za wafasiri mbalimbali kupanua kukataa kwa mjumbe mmoja kwa kudai kuwa ni sawa na kukataliwa kwa mitume wote.

Matatizo Zaidi

Zaidi ya hayo, maelezo ya Abdallah hayaendi kinyume tu na muundo wa Kurani, lakini hayasuluhishi mkanganyiko unaohusika ambao Ms. 21:76 na 37:77 unadai kwamba ni familia/zao za Nuhu pekee ndio waliookolewa. Katika "suluhisho" lake la kwanza Abdallah aliepuka tatizo hilo kwa kudai kwamba wale mitume wengine walikuwa ni wajumbe wa Mungu kabla ya Nuhu (na hawakuwa hai tena katika zama za Nuhu). Lakini sasa kwa kuwa katika jibu lake la pili wajumbe ni wa wakati mmoja wa Nuhu, suala hili linarudi. Je, hao wajumbe wengine walizama kwenye gharika pamoja na makafiri waliowakataa?

Sio tu kwamba "suluhisho" la pili la Abdallah halishughulikii tatizo la zamani lililotajwa hivi karibuni (*), hata linazua matatizo na migongano mipya.

Nuhu angeweza tu kutuma wajumbe kwa watu na makabila mbalimbali ikiwa kulikuwa na vikundi vya watu wengine wakati huo. Sasa, Qur'an inafunza kwa uwazi kwamba wanadamu wote walitokana na Adam. Kwa hiyo, walikuwa watu wamoja hapo mwanzo. Ni lini walitofautiana katika mataifa na vikundi vya lugha tofauti kulingana na Uislamu? Je! hiyo ilikuwa tayari kabla ya wakati wa Nuhu, au baada ya Nuhu tu? [Ingawa haihusiani mara moja na mjadala huu wa migongano katika Kurani, kulingana na Biblia, ubinadamu ulijitenga tu katika makundi ya lugha tofauti muda mrefu baada ya wakati wa Nuhu, tazama Mwanzo 11.] Je, Kurani inafundisha hivyo katika zama za Nuhu. tayari kulikuwa na mataifa kadhaa tofauti duniani, au kulikuwa na kundi moja tu la watu duniani,[6] "watu wa Nuhu"? Ikiwa wanadamu wote walikuwa bado ni kundi moja la watu, basi Nuhu hawezi kutuma wajumbe kwa makundi ya watu wengine.

Kisha tunaweza kuongeza uchunguzi huu kama nambari kumi na mbili katika orodha iliyo hapo juu ya sababu kwa nini suluhisho la Abdallah halifanyi kazi. Lakini kwa ajili ya hoja, hebu tuchukulie kwamba kulikuwa na vikundi kadhaa vya watu tofauti tayari wakati wa Nuhu, yaani, kulikuwa na "watu wa Nuhu", na kisha watu wengine ambao hawakuwa sehemu ya watu wa Nuhu. Hili basi litapelekea idadi ya migongano zaidi katika Qur'an.

Kwa kuzingatia kuwa Nuh alikuwa mjumbe wa kwanza, na hakuna Mitume wengine wa Mwenyezi Mungu kabla ya Gharika, na kudhania kuwa katika zama za Nuhu yalikuwepo makundi ya watu wengine zaidi ya “watu wa Nuh”, je Osama Abdallah atafanya nini na aya zifuatazo?

Na HATUTA Adhibu mpaka tumpeleke Mtume. S. 17:15 Sher Ali

Na kwa yakini tumemtuma katika kila umma Mjumbe asemaye: Muabuduni Mwenyezi Mungu, na muepuke miungu. ... Ms. 16:36 Pickthall; cf. 10:47

Na Mola wako Mlezi hakuwahi kuiangamiza miji mpaka ampeleke Mtume katika mji wa mama yao anaye wasomea Aya zetu. S. 28:59 Pickthall

Vipi hawa watu wengine waadhibiwe kwa kuzama kwenye Gharika na hali hawakumpokea mjumbe aliyetumwa na Mwenyezi Mungu? Aya hizi ziko wazi kabisa kwamba hawa hawana budi kuwa ni Mitume waliotumwa na Mwenyezi Mungu, sio na wengine, hata kama hao wengine wanaweza kuwa ni Mitume wenyewe.

Kwa hiyo, ili kuepusha mgongano huu, Abdallah inabidi basi adai kwamba Gharika haikuwazamisha ili waweze kupata nafasi ya kupokea mjumbe kutoka kwa Mwenyezi Mungu baadaye. Hii itasababisha angalau matatizo mawili. Kwanza, wafafanuzi wa kitamaduni wanakubaliana kabisa kwamba Gharika ilikuwa ya ulimwengu wote, iliyofunika dunia nzima, yaani, kila mtu alizama kando na watu hao kwenye Safina, tazama makala Je Quran Inafundisha Gharika ya Mahali? La sivyo, ni nini kingefaa kusema katika hadithi ya Nuhu na Gharika, "na akaufanya uzao wake kuwa waokokaji" (37:77), wakati ambapo kwa hakika watu wengi duniani waliokoka Gharika hiyo, isipokuwa majirani wa karibu wa Nuhu?

Zaidi ya hayo, ni nini kingekuwa kusudi la kuwekeza jitihada hiyo yote ya kujenga safina hii kubwa ili kuokoa Noa, familia yake na jozi kutoka kwa kila aina ya wanyama (11:40; 23:27), ikiwa Gharika ilikuwa ya mahali fulani, ulimwengu wa wanyama ungekuwa kwa hivyo si katika hatari yoyote ya kutoweka, na Mungu angeweza tu kumwambia Nuhu ahamie nchi nyingine, au akimbilie milimani, kwa kuwa eneo lake lingefurika hivi karibuni? Zaidi ya hayo, Kurani inasema kwamba baada ya maji ya Gharika kutulia, safina ilitua juu ya mlima (mrefu) uitwao Al-Judi. Kwa maneno mengine, hata milima ilifunikwa na Gharika. Hii inadokeza kwamba Gharika ilikuwa ya ulimwengu wote.

Tatizo la pili: Je, hawa wajumbe wa baadae kwa ajili ya watu hawa watatoka wapi wakati Mwenyezi Mungu alipoweka mipaka ya unabii kwa kizazi cha Nuhu?

Na kwa yakini tulimtuma Nuhu na Ibrahim na tukauweka Unabii na Kitabu miongoni mwa dhuria zao, na wapo miongoni mwao waongofu, lakini wengi wao ni wapotovu. S. 57:26 Pickhall

Wakati kanuni ya Qur'ani ni kwamba kila watu walipata mjumbe wao wenyewe kutoka miongoni mwao:

Na kila umma una Mtume. Na atakapokuja Mtume wao (Siku ya Kiyama) itahukumiwa baina yao kwa uadilifu, wala hawatadhulumiwa. S. 10:47 Pickthall
Na kwa yakini tumemleta Mtume katika kila umma ... S. 16:36 Pickthall.
Na hatukumtuma Mtume ila kwa ulimi wa watu wake ili awabainishie yote. ... S. 14:4 Arberry
S. 14:4 inasema kwamba wajumbe hutumwa tu kwa lugha yao wenyewe, ambayo ina maana kwamba wanatumwa tu kwa watu wao wenyewe, waone Mwenyezi Mungu, wajumbe wake, na lugha yao.

Tena, ikiwa kanuni ya Qur'ani ni kwamba Mitume wote wanatumwa kwa watu wao, na kwamba utume ni kwa kizazi cha Nuhu, basi hawa watu wengine katika zama za Nuhu hawana nafasi ya kuwa na Mtume wao kutoka kwa Mwenyezi Mungu. inayopingana na Ms. 16:36. Watu wasiohusiana na Nuhu hawawezi kuwa na wajumbe ambao ni kizazi cha Nuhu, kwa kuwa wao si sehemu ya watu hawa.

Dhana ya Osama Abdallah inaleta matatizo mengi ya ziada kiasi kwamba anashauriwa kuachana na nadharia yake ya kubahatisha. Lakini basi tunarudi kwenye mraba wa kwanza: Ni akina nani hao wajumbe (wingi) ambao walikataliwa na watu wa Nuhu?

Abdallah anajipinga

"Suluhu" mbili zilizopendekezwa na Abdallah zinapingana sana. Kwa vile kuna takriban miaka kumi kati ya makala hizi mbili na Abdallah aliandika pengine zaidi ya makala elfu moja wakati huo huo, mtu angeweza kujiuliza kama alikuwa amesahau tu "suluhisho" lake la awali alipopendekeza hii ya pili. Hata hivyo, Abdallah alihakikisha anawaunganisha wawili hao, akipendekeza katika kila moja ya makala haya kuwa na nyingine:

Tafadhali tembelea: *Watu wa Nuhu waliwakanusha Mitume wangapi? Je, hakukuwa na Nabii mmoja tu - Nuh?*

(Ni wajumbe wangapi walitumwa kwa watu wa Nuhu? Chanzo, kilipatikana tarehe 22 Aprili 2009; makala hii ilichapishwa mwaka 1999, kiungo cha juu kiliongezwa pamoja na uchapishaji wa makala ya pili ya 3 Aprili 2009; sasisho: ukurasa huu ulifutwa na Abdallah tarehe 6 Mei 2009 baada ya kuchapishwa kwa makala hii ya sasa)

Tafadhali tembelea makala zifuatazo zinazohusiana: ...

http://www.answering-christianity.com/quran/qb010.htm
(Watu wa Nuhu waliwakanusha Mitume wangapi? Je, hakukuwa na Nabii mmoja tu - Nuh? Chanzo, kilichochapishwa tarehe 3 Aprili 2009; sasisho: kiungo hiki kilifutwa na Abdallah tarehe 6 Mei 2009)

Kwa maneno mengine, hii si bahati mbaya kutokana na kusahau, lakini Osama Abdallah kwa makusudi anakuza tafsiri mbili zinazopingana, akidai kwamba wajumbe waliotajwa katika S. 25:37 ni:

(1) Mitume waliotangulia waliotumwa na Mwenyezi Mungu kwa kaumu ya Nuhu
(2) wajumbe wa siku hizi waliotumwa na Nuhu kwa watu wengine
... ambayo inathibitisha tu kwamba mantiki na uthabiti sio kile ambacho mtu anapaswa kutarajia kutoka kwa Osama Abdallah. Kwa kupendekeza maelezo mawili yanayopingana (na labda zaidi katika siku zijazo), je, anataka kusema kwamba kila msomaji anaweza kuchagua ni "suluhisho" gani analopenda zaidi? Swali langu kwa Abdallah lingekuwa: Je, wewe mwenyewe unaamini katika maelezo gani kati ya

haya? Au unaamini kweli kwamba zote mbili zinaweza kuwa kweli kwa wakati mmoja? Au inawezekana Abdallah haamini hata mmoja wao kwa sababu hajali sana ukweli, ilimradi tu apate kitu/chochote kinachoonekana kama utetezi wa Qur-aan na hivyo anaweza kuhalalisha. yeye mwenyewe na wengine kwamba yeye bado ni Muislamu?

"hotfix" ya Abdallah

Lazima nitoe pongezi moja kwa Osama Abdallah: Alijibu haraka. Saa chache tu baada ya kuchapishwa kwa makala hii (jioni ya tarehe 30 Aprili 2009), Abdallah alifanya mabadiliko makubwa katika maelezo yake ya pili (lakini bila ya kutoa dokezo lolote kuhusu kilichomfanya asasishe makala yake wala kutoa kiungo cha mjadala huu) Muhammad aliwahi kusema,

Hatuibatili Aayaat Zetu au kusahaulika, lakini tunabadilisha bora au mfano wa hayo. Hujui kwamba Mwenyezi Mungu ni Muweza wa kila kitu? S. 2:106

Kwa Abdallah aya hii inapaswa kurekebishwa kidogo: "Kila tunapofuta dhana zetu (kwa matumaini ya kusahaulika upesi), tunazibadilisha na kitu kilichochanganyikiwa sawa au kibaya zaidi. Je, hujui kwamba Abdallah ana uwezo juu ya mambo hayo?" Walakini, Osama Abdallah alibadilisha uvumi wake usio na msingi na mwingine kama huo (wakati wa saa za usiku kutoka 30 Aprili hadi 1 Mei 2009), ambapo anachagua kutangaza kauli zote mbili za kupingana zilizoainishwa hapo juu kwa maneno sawa ("... na akili haina nguvu juu yake!"). Hoja mpya ya Abdallah itachambuliwa kwa kina katika Kiambatisho cha 2 (chini) ili sehemu kuu ya makala hii isiwe ndefu na ngumu kusomeka.

Suala la Sarufi ya Kiarabu

Ingawa S. 26:105 ni aya fupi sana, Muhammad aliweza kuingiza ndani yake zaidi ya tatizo moja. Sio tu neno "wajumbe" katika wingi ndilo lililowasumbua wafafanuzi, bali pia ukweli kwamba jinsia ya kiima na kitenzi haikubaliani. Hapa kuna tafsiri ya 26:105 na sehemu ya kwanza ya S. 25:37.

26:105 Kaththabat qawmu noohin almursaleena Waliwakanusha watu wa Nuhu Mitume

25:37 Waqawma noohin lamma kaththaboo alrrusula Na watu wa Nuhu walipowakadhibisha Mitume,...

Hili ndilo tatizo: neno qawm (watu) ni umoja wa kiume. Katika 25:37 kitenzi kaththaboo ni wakati uliopita, wingi wa kiume. Katika 26:105 kitenzi kaththabat ni wakati uliopita, umoja wa kike lakini kilipaswa kuwa kiume ili kuendana na mada. Katika tafsir ya kitambo tunapata maoni haya:

... (mtu wa kike [mtu wa kitenzi kadhdhabat, 'akanusha', anayetawaliwa na] qawm, 'watu', ni kwa sababu ya kuingizwa, lakini ni wa kiume kwa sababu ya umbile lake la [kimolojia] (Tafsir al. -Jalalayn; chanzo; piga mstari mgodi wa msisitizo)

Al-Baidhawi, az-Zamakhshari, na ar-Razi wanasema: "Al-qawm" (watu) ni wa kike.

Al-Qurtubi anasema: "Al-qawm" ni ya kiume lakini anatumia umbo la kike [la kitenzi] kwa sababu [i.e. al-qawm] maana yake ni "kundi lake" na kundi (Kiarabu: jamaa'h) ni la kike.

Ash-Shawkani anasema: ilikuja katika umbo la kike kwa sababu "Qawm" maana yake ni kundi au taifa au kabila na [maneno] hayo yote ni ya kike.

Ni wazi kwamba wanazuoni wa Kiislamu wamechanganyikiwa. Wengine wanasema neno hili ni la kiume [baada ya yote, linaonekana katika zaidi ya aya 100 katika Qur'an, na karibu kila mara linachukuliwa kuwa la kiume], wengine wanasema ni la kike. Wengine wanaonekana kudai kwamba qawm hapa ina maana au inasimamia neno tofauti, k.m. kundi au kabila au taifa, na hayo ni maneno ya kike na "qawm" inaazima jinsia yake kutoka kwa mojawapo ya hayo. Je, hiyo ina maana kwamba msamiati wa Mwenyezi Mungu una maneno yasiyopendeza ambayo ni ya kiume lakini mara kwa mara yanavaa mavazi ya kike? Vyovyote ilivyokuwa, wanazuoni hawa wote waliona tatizo la sarufi hapa na walikuwa wakijaribu kulitatua, lakini hakuna hata mmoja wao anayetoa jibu la kuridhisha; tuliyo nayo ni madai mbalimbali.

Inaachwa kwa msomaji kuamua kama anataka kuamini lolote kati ya haya, au akubali kwamba kweli kuna tatizo la kisarufi hapa, pamoja na tatizo la maudhui ambalo lilikuwa mada kuu ya mjadala katika makala hii.

Nyongeza ya 1: Wanafunzi wa Yesu na 'wajumbe wa Nuhu' wa Osama Abdallah.

Kama ilivyoonyeshwa hapo juu, Qur'an haitoi hata mfano mmoja wa mtume au nabii wa Mwenyezi Mungu ambaye aliwatuma baadhi ya wafuasi wake kueneza ujumbe zaidi na kutumia jina la "mjumbe" (rasul) kwa wajumbe hao.

Kinyume chake, mwandishi wa Qur'ani anafanya kinyume kabisa; hata anaondoa jina la "mitume" ambapo limetumika katika Biblia! Yesu alichagua wanaume kumi na wawili kutoka miongoni mwa wanafunzi wake na kuwapa jina la cheo "mitume" (maana yake: "waliotumwa", "wajumbe") ambayo ni sawa kabisa na neno la Kiarabu "rasul" - na Biblia ya Kiarabu inatumia "rasul" katika mistari hiyo kwani hiyo ndiyo tafsiri sahihi ya neno la Kiyunani "apostolos".

Yesu alipanda mlimani na kuwaita wale aliowataka, nao wakamwendea. Aliwateua kumi na wawili—akiwachagua mitume—ili wawe pamoja naye na kwamba awatume kuhubiri na wawe na mamlaka ya kutoa pepo. Marko 3:13-15

Mitume wakakusanyika kumzunguka Yesu na kumwambia mambo yote waliyofanya na kufundisha. Marko 6:30

Siku moja, Yesu alitoka akaenda mlimani ili kuomba, akakesha usiku kucha akimwomba Mungu. Kulipopambazuka, aliwaita wanafunzi wake, akachagua kumi na wawili miongoni mwao, aliowaita mitume pia: Luka 6:12-13

Katika kitabu changu cha kwanza, Theofilo, niliandika juu ya mambo yote ambayo Yesu alianza kufanya na kufundisha mpaka siku ile alipochukuliwa juu mbinguni, baada ya kutoa maagizo kwa njia ya Roho Mtakatifu kwa mitume aliowachagua. Baada ya kuteseka kwake, alijionyesha kwa wanaume hao na kutoa uthibitisho mwingi wa kusadikisha kwamba alikuwa hai. Aliwatokea kwa muda wa siku arobaini na akazungumza juu ya ufalme wa Mungu. Matendo 1:1-3

Kisha Yesu akaja kwao, akasema nao, akasema, Nimepewa mamlaka yote mbinguni na duniani. Basi, enendeni, mkawafanye mataifa yote kuwa wanafunzi, mkiwabatiza kwa jina la Baba, na Mwana, na Roho Mtakatifu, na na kuwafundisha kuyashika yote niliyowaamuru ninyi, na hakika mimi nipo pamoja nanyi siku zote, hata ukamilifu wa dahari. Mathayo 28:18-20

Licha ya ukweli kwamba jina hili hususa linatumiwa kwa wanafunzi hawa maalum mara kadhaa katika Biblia (kwa mfano, Mathayo 10:2; Marko 3:13-15; 6:30; Luka 6:12-13; 9:10; Matendo. 1:1-3; 4:2; 15:2,22; 16:4; Wagalatia 2:8; Waefeso 4:11; 2 Petro 3:2; Yuda 17; na kadhalika.), Kurani inakataa. kutumia au hata kukiri cheo hiki kwa wanaume hawa na kuwaita badala yake "hawariyun" (S. 3:52; 5:111-112; 61:14), neno ambalo halina maana yoyote katika Kiarabu.[7]

Kwa maneno mengine, mwandishi wa Kurani alifanya mabadiliko ya kimakusudi ya istilahi na anatumia neno tofauti kwa mitume wa Yesu kuliko linavyotumiwa na Wakristo. Huo ni ushahidi wenye nguvu kwamba mtunzi wa Qur'ani alitoka katika njia yake ili kuepusha mkanganyiko wowote kati ya "Mitume wa Mwenyezi Mungu" na "Mitume wa Manabii wa Mwenyezi Mungu". Hilo linaifanya tafsiri ya Osama Abdallah ya S. 25:37 kuwa inawataja mitume wa Nuhu badala ya mitume wa Mwenyezi Mungu kuwa isiyowezekana zaidi.

Kurani kwa hakika haieleweki kabisa juu ya swali la kile ambacho wanafunzi wa Yesu wanapaswa kufanya.

Lakini Isa alipo tambua ukafiri wao, aliita: Nani wasaidizi wangu katika Njia ya Mwenyezi Mungu? Wanafunzi wakasema: Sisi tutakuwa wasaidizi wa Mwenyezi Mungu. Tumemuamini Mwenyezi Mungu, na wewe shuhudia kwamba sisi tumesilimu (kwake). S. 3:52 Pickthall

Na nilipo wafunulia wanafunzi: Niaminini Mimi na Mtume wangu, wakasema: Tumeamini. Shuhudia kwamba sisi tumejisalimisha (Kwako) "sisi ni Waislamu". Wanafunzi walipo sema: Ewe Isa bin Maryamu! Je! Mola wako Mlezi anaweza kututeremshia meza yenye chakula kutoka mbinguni? Akasema: Mcheni Mwenyezi Mungu ikiwa nyinyi ni Waumini wa kweli. S. 5:111-112 Pickthall

Enyi mlio amini! Kuweni wasaidizi wa Mwenyezi Mungu, kama alivyo waambia Isa bin Maryamu kuwaambia wanafunzi wake: Ni nani wasaidizi wangu kwa Mwenyezi Mungu? Wakasema: Sisi ni wasaidizi wa Mwenyezi Mungu. Na kundi la Wana wa Israili liliamini, na kundi moja likakufuru. Kisha tukawatia nguvu walio amini dhidi ya adui zao, na wakawa wenye kushinda. S. 61:14 Pickthall

Yesu anaita "wasaidizi", lakini wasaidizi katika nini? Msisitizo ni wao kumuamini Mwenyezi Mungu, kujisalimisha kwa Mwenyezi Mungu, na kuzingatia wajibu wao kwa Mwenyezi Mungu, lakini ni kwa njia gani watamsaidia Yesu? Hasa, hakuna dokezo kwamba walitumwa kama wajumbe. Quran haijui chochote kuhusu mitume (wa awali) waliotuma mitume kwa watu wengine.

Katika Biblia, amri ya Yesu kwa wanafunzi na mitume wake iko wazi. Aya zilizonukuliwa hapo juu ni sampuli ndogo tu ya vifungu vinavyoweza kutajwa katika suala hilo. Biblia hutumia hasa istilahi mbili kwa wafuasi wa Yesu, wanafunzi, yaani wanafunzi, wanafunzi (Kigiriki: mathetes; Kiarabu: talamyth), ikilenga zaidi uhusiano kati ya wafuasi na Yesu kama mwalimu wao. Neno lingine la wanafunzi waliopewa utume maalum ni mitume, yaani wajumbe, "waliotumwa" (Kigiriki: apostolos;

Kiarabu: rasul) ambalo linasisitiza kazi waliyo nayo kuhusiana na wale wengine ambao wametumwa kwao. Qur'an, hata hivyo, haina mojawapo ya maana hizi kwa njia iliyo wazi na inayoeleweka.

Walakini, kuna kejeli fulani katika suala hili. Sababu kwa nini hawariyun haimaanishi chochote katika Kiarabu ni kwa sababu asili yake si neno la Kiarabu, tazama Arthur Jeffery, The Foreign Vocabulary of the Qur'an, uk. 115-116 (chanzo mtandaoni). Ni neno la kigeni, lililoagizwa kutoka kwa Ethiopia, ambapo ni tafsiri ya neno la Kigiriki "apostolos". [Wakimbizi wa Kiislamu wanaweza kuwa walikuja nao wakati huo waliporudi kutoka uhamishoni huko Abyssinia.] Kwa maneno mengine, Quran haitumii rasul, bali inatumia neno jingine (bila maana yoyote katika Kiarabu) ambalo kwa hakika lina maana sawa kabisa na rasul. Ijapokuwa mwandishi wa Kurani alijaribu kuficha au kuficha maana na kazi ya wanafunzi wa Yesu, kwa ujinga alitumia neno linalomaanisha kile hasa alichojaribu kuepuka.

Zaidi ya hayo, Kurani ina hadithi, inayoitwa kwa uwazi mfano, ambapo baadhi ya mitume wa Kristo wanaitwa kwa jina la "rasul" (S. 36:13-29), lakini hadithi yenyewe haijatambulishwa na haijulikani wazi. kwamba hitimisho hili lingekuwa gumu kufikiwa bila maelezo zaidi ya usuli ambayo yanapatikana katika Hadith za Kiislamu. Mjadala wa hadithi hii unapatikana katika makala Mitume wa Kristo: Mitume wa Mungu au Wanafunzi wa Pekee? Hata hivyo, kutokana na uchunguzi wa maana kwamba mwandishi wa Qur'ani kwa makusudi alikataa jina "mitume" anaporejelea waziwazi wanafunzi wa Yesu, inaonekana zaidi kwamba Muhammad hakujua ukweli kwamba hadithi hii ilikuwa hadithi ya hadithi. kuhusu baadhi ya mitume wa Kristo; vinginevyo asingetumia cheo hicho kwa watu hawa, au asingeiingiza hadithi hiyo ndani ya Qur'an.

Kiambatisho cha 2: Toleo la 2A la suluhisho la Osama Abdallah kwa tatizo la wajumbe

Katika kiambatanisho hiki nitapitia Toleo la 2A la Abdallah [A like "abrogating" (mansukh)] kipande kwa kipande. Tafsiri yake ya upya ya riwaya ya S. 25:37 inaenda kama hii:

Aya hii tukufu inaweza kuwa inarejelea ama ..., au ..., au zote mbili ...

Kwa maneno mengine, tunaletewa baadhi ya dhana mbaya na Abdallah. Hajui cha kuamini mwenyewe, lakini ana maoni angalau matatu juu yake. Ni kitu gani anachopenda kutufanya tuamini wakati huu? Hapa kuna maandishi yake kamili, kipande kwa kipande:

Aya hii tukufu inaweza kuwa inawahusu Mitume waliotumwa kutoka kwa Mwenyezi Mungu kabla na zama za Nabii Nuhu (sawa na Harun kutumwa na Musa), au Mitume kutoka kwa Nabii Nuh waliotumwa kwa watu katika miji ya jirani au katika ardhi, au wote wawili (Mitume waliotumwa kutoka kwa Mwenyezi Mungu Mtukufu na Mitume waliotumwa kutoka kwa Nabii Nuh):

Naam, vizuri. Hiyo ni mdomo. Hatimaye Abdallah ameacha maafikiano ya wafasiri wa Kiislamu ambao wana kauli moja kwamba hapakuwa na mitume wengine wala mitume wa Mwenyezi Mungu katika zama za Nuhu. Abdallah anaweza asijali sana kuhusu miaka 1400 ya tafsiri ya Qur'ani na wanazuoni wa Kiislamu, wala asisumbuliwe na hadithi ambazo Muhammad anasema kwamba Nuhu alikuwa mjumbe wa kwanza kwa watu wa ardhi. Abdallah anaweza kuyapuuza haya yote kuwa hayana umuhimu. Hata hivyo, nahitaji kuzingatia ukweli kwamba hivi ndivyo Abdallah anafanya. Inavyoonekana, Osama Abdallah anayajua haya yote zaidi kuliko wanachuoni na kuliko Muhammad mwenyewe.

Kwanza, nakubaliana na Abdallah katika jambo moja, nalo ni kwamba aya hii "inaweza kuwa inawahusu" Mitume waliotumwa kabla ya Nuhu au zama za Nuh tu kwa sababu haina mantiki kudai kuwa watu wa Nuhu waliwakanusha Mitume. ambao hawakuwahi hata kumsikia, kwani Mitume hao walitumwa tu (kwa watu wengine) baada ya watu wa Nuh kuzama. Walakini, uwezekano wa kinadharia sio sawa na ukweli na ukweli halisi. Aya "inaweza kuwa inarejelea" wajumbe kabla ya Nuhu ikiwa tu kulikuwa na wajumbe kabla ya Nuhu. Lakini kwa vile hapakuwa na wajumbe kabla ya Nuhu, aya hii kwa hakika haiwezi kurejelea mitume kabla ya Nuhu. (Na hitimisho lile lile linashikilia kwa wajumbe dhahania wa ziada wakati wa Nuhu.) Hiyo ni mantiki rahisi sana. Kwa hiyo, hili ndilo suala muhimu ambapo makubaliano yangu na Abdallah yanaisha.

Katika uchambuzi wa mwisho, mjadala huu unajikita katika mambo yafuatayo: Upande mmoja tuna ushahidi wa Biblia, na Ayah nyingi sana ndani ya Qur'an, na kauli za Muhammad katika Hadith, na Ijmaa ya Muslim. watoa maoni. Wote hawa wanakubali kwamba Nuhu alikuwa mjumbe pekee wa Mungu kwa watu wake. Upande wa pili tuna aya mbili za kificho ndani ya Qur'an zinazozungumzia Mitume kwa wingi ambao eti walikataliwa na watu wa Nuhu. Kuna mambo matatu yanayowezekana: (1) Ms. 25:37 na 26:105 yana makosa ya kweli. (2) [Kukiri kwamba kulikuwa na mjumbe mmoja tu, Nuhu,] Wingi "wajumbe" wahitaji kueleweka kwa njia fulani ya sitiari. Hivyo ndivyo wafasiri wengi wa Kiislamu wanavyolichukulia. (3) Kwa vile Aya hizi mbili zinazungumzia juu ya Mitume kwa wingi, kwa hiyo walikuwepo Mitume katika wingi hata kama hakuna dalili juu yake, na dalili zote zilizopo zinapinga hilo. Ikiwa Qur'an inasema hivyo, basi ilikuwa hivyo. Hiyo ndiyo hoja ya Osama Abdallah. Abdallah anakisia tu kwamba wangeweza kuwa wajumbe wa aina gani, lakini anafanya hivyo bila kuwasilisha ushahidi wowote chanya na kinyume na ushahidi uliopo. Pamoja na hayo yote, ngoja nizichunguze kwa undani dhana za Abdallah.

Ingawa ufafanuzi wa kawaida wa Kiislamu wa maneno "nabii" (nabi) na "mjumbe" (rasul) ulivyo (tazama mjadala huu), Waislamu kwa kawaida hutofautisha kwa makini kati ya majina haya mawili. Abdallah, hata hivyo, anaonekana kuwachanganya kwa furaha bila kupambanua sana. Anaruka-kuanza maelezo yake na:

Aya hii tukufu inaweza kuwa inawazungumzia aidha Mitume waliotumwa kutoka kwa Mwenyezi Mungu Mtukufu kabla na katika zama za Nabii Nuhu (sawa na Harun kutumwa na Musa), ...

Sio haraka sana, Abdallah! Je, umeona kwamba S. 25:37 inazungumza juu ya "rusul" ("wajumbe"), si "manabii"? Je, manabii wote pia ni wajumbe katika ufafanuzi wako? Ikiwa sivyo, unaweza kutangaza manabii wengi unavyotaka, hawatakusaidia kutatua tatizo la wajumbe waliokosekana. Kwa hivyo, ni nini tafsiri yako ya Mtume na nini tafsiri yako ya mjumbe na ni juu ya ushahidi gani kutoka kwa Qur'ani unaoegemeza ufafanuzi huu? Ni baada tu ya kufafanua masharti yako ndipo kauli yako hata ina maana yoyote na inaweza kuchunguzwa ikiwa inakaribia suluhu la tatizo au la.

Zaidi ya hayo, "inaweza kuwa" haitoshi. Nionyesheni kutoka katika Qur'ani Tukufu kwamba kulikuwa na nabii mmoja au mtume mmoja kabla ya zama za Nuh au zama za Nuh (achilia mbali kutumwa kwa watu wa Nuhu). Mitume au mitume hawa hawaji kwa sababu tu Abdallah anawabashiri. Hadithi za Kiislamu zinazungumza juu ya manabii kadhaa kabla ya Nuhu (Adam, Seth, Idris), lakini kwa vile Abdallah anaonekana kuzitupilia mbali Hadith, hasa zile zinazosema kwamba Nuhu alikuwa mjumbe wa kwanza, hawezi kuwaomba anapokuja mtupu. katika utafutaji wake wa Qur'an. Kumbuka kwamba Seth hajatajwa katika Qur'an, Adam haitwi nabii, na kwa kuzingatia Qur'an pekee, tunaweza tu kuona kwamba Idris ametajwa baada ya Ismail (21:85). Iwapo Abdallah anataka kulingania Hadith, ili aweze kumtambulisha Idris na Henoko na kumtambua kuwa ni babu wa Nuh, basi hawezi kuitupilia mbali Hadith inaposema pia kwamba wanadamu walianza kuabudu masanamu katika zama za Nuh, ili Idris aweze. bado hawajawaita wanadamu kutoka kwenye uabudu masanamu na kuwapeleka kwenye tauhidi, na hivyo watu hawakuwa na sababu ya kumkataa Idris. Zaidi ya hayo, Qur'an haisemi kwamba Idris alikataliwa. Hatimaye, Idris haitwi mjumbe hata hivyo, ila nabii (19:56).

Je, walikuwepo manabii au mitume waliotumwa kwa watu wa Nuhu kabla ya zama za Nuhu? Abdallah hajatoa ushahidi wowote kwamba zilikuwepo, achilia mbali kwamba zilikataliwa na kwa hiyo zingeweza kurejelewa katika S. 25:37 na 26:105.

Je, walikuwepo manabii au mitume wa ziada ambao Mwenyezi Mungu aliwatuma kwa watu wa Nuhu wakati uleule wa Nuhu? Tena, hakuna ushahidi unaotolewa. Ndiyo, Haruni alitumwa pamoja na Musa. Kwa hiyo? Je, Abdallah sasa anadai kwamba Mwenyezi Mungu hufanya kila kitu kwa njia ile ile, na kila Mitume alikuwa na mjumbe mwenzake? Hakika sivyo. Hali ya Musa ilikuwa maalum, na Kurani inasema kwamba Musa alimwomba Mungu hasa amtume Haruni pamoja naye. Na Mwenyezi Mungu analazimisha, na kuanzia hapo Musa na Harun huwa wanaonekana pamoja. Lakini zote mbili zimetajwa kwa uwazi zaidi ya mara kumi na mbili. Je, Qurani inasema Nuhu aliomba msaidizi? Je, Qur'an inasema kuwa Mwenyezi Mungu alimtuma Nuhu kuwa msaidizi? Je, kuna kifungu hata kimoja katika Qur'an ambapo Nuhu anatokea katika timu? Hakuna. Kwamba Musa alikuwa na msaidizi-nabii si hoja kwamba Nuhu alikuwa na mmoja pia. Zaidi ya hayo, Haruni anaitwa nabii katika Kurani (S. 19:53), lakini yeye si mara moja anaitwa mjumbe ingawa ametajwa mara 21 kwa jina.[8] Hiyo ni sababu ya ziada kwa nini rufaa ya Abdallah kwa Haruni haimsaidii katika kutatua tatizo la S. 25:37. Hatimaye, neno rusul liko katika wingi ambalo kwa Kiarabu lina maana ya angalau wajumbe watatu. Mjumbe mwenza mmoja hangetosha. Lau wangekuwepo wawili tu (Nuhu na "Haruni" wake, basi Kiarabu kingetumia uwili badala ya umbo la wingi wa nomino. Kwa wazi, kadiri Mitume wa ziada wa Mwenyezi Mungu Abdallah anavyopaswa kuzua, ndivyo hali nzima inavyozidi kuwa isiyowezekana.

Sasa tunageukia sehemu ya pili ya uvumi wa mara tatu wa Abdallah (pigilia mstari msisitizo wangu):

Aya hii tukufu inaweza kuwa inawahusu Mitume waliotumwa kutoka kwa Mwenyezi Mungu kabla na zama za Nabii Nuhu (sawa na Harun kutumwa na Musa), au Mitume kutoka kwa Nabii Nuh waliotumwa kwa watu katika miji ya jirani au katika ardhi, au wote wawili (Mitume waliotumwa kutoka kwa Mwenyezi Mungu Mtukufu na Mitume waliotumwa kutoka kwa Nabii Nuh):

Sehemu iliyopigiwa mstari ni ile nadharia iliyoenezwa na Abdallah katika toleo asilia la makala yake (tazama hapo juu). Tayari nimejibu hili kwa undani katika mwili kuu wa makala hii. Abdallah hajajaribu hata kuingiliana na hoja zangu za kupinga. Hakuna haja ya maoni zaidi juu ya kipengele hiki.

Hatimaye, Abdallah anadai kuwa wingi wa rusul "unaweza kuwa unawahusu wote wawili (Mitume waliotumwa na Mwenyezi Mungu Mtukufu na Mitume waliotumwa kutoka kwa Nabii Nuh)", pengine ni kwa sababu Abdallah anadhani Mwenyezi Mungu ni kama yeye na makusudio ya wahyi wa Mwenyezi Mungu ni kumchanganya kila mtu. kwa kuchanganya dhana mbalimbali katika ubeti mmoja. Ikiwa uwezekano wa "mitume waliotumwa na Mwenyezi Mungu kabla au wakati wa Nuhu" ni sufuri, na uwezekano wa kuwa aya ina maana ya "mitume waliotumwa na Nuhu" pia ni sifuri, tunaweza kuhitimisha nini juu ya uwezekano wa kufasiri ambayo ya hypotheses hizi ni maana wakati huo huo?

Kwa kuona kwamba Qur'ani inawahimiza mara kwa mara waumini kutotofautisha kati ya Mitume (ya Mwenyezi Mungu) (S. 2:136, 285; 4:150,152), itakuwa badala ya kutofautiana kuchanganya na kuunganisha aina mbalimbali za Mitume kwa kurejelea. wao kwa neno moja, na kusababisha ulazima wa kisha kupambanua baina yao, yaani kupambanua baina ya kundi hilo miongoni mwa hao Mitume ambao ni Mitume wa watu na kundi jingine miongoni mwa hao Mitume ambao ni Mitume wa Mwenyezi Mungu.

Kama ilivyoonyeshwa mara kadhaa kabla, Qur'an haina hata mfano mmoja wa Mtume wa Mwenyezi Mungu ambaye naye hutuma wajumbe. Hiyo sio sehemu ya dhana ya quraan. Ni dalili ya kukata tamaa kwamba Abdallah hana budi kugeukia uvumi ambao unakinzana kwa kiasi kikubwa na mafundisho ya jumla ya Qur'ani.

Abdallah anaendelea kuleta mkanganyiko zaidi:

[020:025] (Musa) akasema: Mola wangu Mlezi! Nipanue kifua changu.
[020:026] "Nirahisishie kazi yangu;
[020:027] Na uondoe kizuizi katika usemi wangu
[020:028] "Ili wapate kuelewa ninayosema:
[020:029] "Na nipe Waziri katika familia yangu.
[020:030] "Haruni, ndugu yangu;

Kwa Kiarabu, rasool maana yake ni mjumbe. Labda sio lazima kila wakati awe Mtume kutoka kwa Mwenyezi Mungu Mtukufu. Angeweza kuwa ni mjumbe tu kutoka kwa kiongozi yeyote, na kwa vile Nuhu, amani iwe juu yake, aliishi kati ya watu wake kwa muda wa miaka 950, basi inawezekana kabisa kwamba alikuwa na wajumbe wake waliotumwa kwa watu na makabila mbalimbali ili kuwaonya juu ya jambo hilo. mafuriko makubwa:

"Tulimtuma (mara moja) Nuhu kwa watu wake, na akakaa nao miaka elfu chini ya hamsini, lakini Gharika iliwagharikisha na wao (wamedumu) katika dhambi." (Qur'ani Tukufu, 29:14)

Utata kuhusu Manabii, Wajumbe walio kataliwa na Nuhu – Juzuu ya 1, Sehemu ya Tatu, Uthibitisho wa 2, Nukuu: Toleo la Mtandao, Mwaka *2007, Max Shimba Ministries*

UTATA KUHUSU WAJUMBE WALIO KATALIWA NA NUHU KWENYE QURAN

Angalizo pekee la kuvutia ni kwamba Waislam wanapenda kutumia mfano wa Haruni mara mbili. Katika aya ya kwanza alimwomba Harun kuunga mkono dhana yake kwamba huenda Mwenyezi Mungu alimtuma nabii (mjumbe?) mwingine pamoja na Nuhu, kama vile Harun alivyotumwa PAMOJA NA Musa. Lakini jinsi nukuu ya S. 20:25-30 inavyowekwa inadokeza kwamba Waislam wanataka kumsihi Haruni (pia) ili kuunga mkono dhana yao ya ubunifu ya wasaidizi kwa Nuhu ambaye Nuhu anamtuma kama wajumbe.

Hapana shaka, Musa ndiye aliye mashuhuri zaidi kati ya hao ndugu wawili. Hata hivyo, Haruni si msaidizi tu ambaye alichaguliwa na kuteuliwa na Musa; yeye ni msaidizi aliyewekwa na Mwenyezi Mungu, na (katika Uislamu) ni Mtume kwa haki yake mwenyewe.

Na kwa rehema zetu tulimpa nduguye, Harun, kuwa Nabii. S. 19:53 Y. Ali

Na Qur'ani inaeleza kwa uwazi kwamba Harun alikipokea kitabu pamoja na Musa. Haruni si rahisi mfuasi au mwanafunzi wa Musa. Kitabu hakikutolewa kwa Musa peke yake ambaye kisha akamfundisha Harun na kumteua kuwa mjumbe wake:

Na tukawapa Musa na Harun Ubaguzi na Nuru na mawaidha kwa watu wema, S. 21:48 Sher Ali.

Na kwa yakini tuliwaneemesha Musa na Harun ... Na tukawapa Kitabu kinacho bainisha. S. 37:113, 117 Pickthall

Quran inamwita Harun nabii lakini si mtume; si Mtume wa Mwenyezi Mungu, wala Mtume wa Musa. Zaidi ya hayo, haiandiki popote kwamba Musa alimtuma Haruni popote kueneza ujumbe wake. Walienda pamoja kila mara (au Haruni alibaki nyuma mara kwa mara, k.m. Musa alipokutana na Mungu mlimani ili kupokea mbao zenye amri). Lakini Musa kamwe hamtume Haruni kama mjumbe popote. Kwa hivyo, mfano wa Haruni haufai kabisa kuunga mkono nadharia ya Abdallah. Aidha, katika suala la Harun, Quran inasema nini kilitokea. Inafafanua uhusiano kati ya Musa na Haruni. Kuhusu Nuh, Osama Abdallah bado anabahatisha na kutoa dai tupu baada ya jingine.

Nakala hizo zinazodaiwa kuwa "zinazohusiana" ambazo Abdallah anatualika kuzisoma hazitoi chochote kutatua shida hii, kwa hivyo zimeachwa hapa.

Kutenguliwa kwa Abdallah kunashangaza hasa katika uundaji wa aya yake ya mwisho. Hapo awali, aliandika:

Ama sehemu ya pili ya swali hapo juu, ndio, kulikuwa na Nabii mmoja tu aliyetumwa kwa watu wa Nuhu, naye alikuwa ni Nabii Nuh, amani iwe juu yake, yeye mwenyewe.

Sasa ni:

Ama sehemu ya pili ya swali hapo juu, ndio, kulikuwa na mtu mmoja tu aliyeitwa Mtume ambaye alitumwa kwa watu wa Nuhu, naye alikuwa ni Nabii Nuh, amani iwe juu yake, yeye mwenyewe. Lakini tena, kuna pia "Mitume" ambao Aya tukufu Zinasema kwamba ama walitumwa kabla yake (kutoka kwa Mwenyezi Mungu Mtukufu labda kwa watu sawa na Mayahudi, kwa mfano, pia walipokea Mitume wengi kabla ya kulaaniwa hatimaye [2] [3] [4] [5]) au wakati wake kwa yeye binafsi kuwatuma wanafunzi wake. (Chanzo; toleo la pili, lililochapishwa 1 Mei 2009)

Kuingiza tu neno "jina" kabla ya "Mtume" kimsingi kunabadilisha kile anachosema Abdallah; kufutwa kwa ubora wake. Lakini suala halikuwa kamwe kwamba hawa wajumbe wengine wanahitaji kutajwa kwa uwazi. Kurani inarejelea idadi ya manabii au mitume bila kuwataja. Kwa mfano, katika S. 2:246-248 inazungumza kuhusu nabii asiyetajwa jina ambaye anatangaza kuteuliwa kwa Talut kuwa mfalme juu ya Israeli, na S. 36:13-29 ni hadithi nyingine inayozungumza kuhusu wajumbe watatu bila kutaja majina yao. Sio tu kwamba hakuna nabii mwingine aliyetajwa kwa wakati wa Nuhu, hakuna ushahidi wa kuwepo kwa nabii mwingine hata kidogo, aliyetajwa au ambaye hakutajwa.

Hata hivyo, kuingiza "jina" katika sentensi hiyo, kunamruhusu kuendelea na sentensi nyingine ambayo nataka kuichambua katika ifuatayo. Abdallah anasema, "Lakini tena, kuna "mitume" ambazo Aya tukufu zinasema kwamba ama walitumwa kabla yake (kutoka kwa Mwenyezi Mungu ...) au wakati wa wakati wake na yeye binafsi kutuma wanafunzi wake." Kusema kweli, hivyo sivyo S. 25:37 inavyosema. Inasema tu: "Na watu wa Nuhu, walipowakadhibisha Mitume, tuliwazamisha,..." HAIsemi chochote anachodai Abdallah. Hasa, haisemi,

"Na kaumu ya Nuhu, walipowakadhibisha Mitume tulio watuma kabla ya zama za Unabii wa Nuhu [yaani angalau miaka elfu moja kabla ya Gharika, kwa kuwa inadaiwa kuwa utume wa Nuhu ulidumu miaka 950], tuliwazamisha."

Wala haisemi,
"Na kaumu ya Nuhu walipowakanusha Mitume wengine tulio watuma katika zama za Nuhu, tuliwazamisha...."

Wala haisemi,
"Na kaumu ya Nuhu, walipowakadhibisha wanafunzi wa Nuhu aliowatuma kwa watu katika miji ya jirani na katika ardhi zote, tuliwazamisha...."

Kila moja ya kauli hizi hailingani, na kuziunganisha katika taarifa moja kwa kutumia nakala "au" haifanyi kuwa bora zaidi. Tatizo kubwa katika kila moja ya miundo hii ni kwamba watu wa Nuh wanazamishwa kwa kuwakataa watu wengine mbalimbali, badala ya kuadhibiwa kwa kumkataa Nuh, Mtume wa Mwenyezi Mungu. Ghafla, kukataliwa kwa Nuh kwa hakika si sababu tena ya kuadhibiwa kwao, kukataliwa kwa

watu wengine kunakuwa lengo, kugeuza hadithi juu chini na kupingana na vifungu vingine vyote vya Qur'an ambavyo vinasimulia hadithi ya Nuhu.
Na, tunapotaka kumuongeza Nuhu tena kwenye mlingano, wala kifungu hakisemi:

"Na kaumu ya Nuhu, walipomkanusha Nabii Nuhu na Mitume wake (aliowatuma kwa watu katika miji ya jirani na katika ardhi zote), tuliwazamisha,..."

Abdallah anaweza tu kuifikia tafsiri hiyo kwa kuchezea maandishi na kuikata kutoka katika mafundisho ya Qur'an kwa ujumla wake. Osama Abdallah ameshindwa kutoa tafsiri yoyote thabiti na yenye maana ya aya hii licha ya mazoezi yake yote ya mazoezi ya viungo. Ufafanuzi mwepesi zaidi wa uundaji wa aya hii bado ni kwamba mtunzi wa Qur'ani alifanya kosa tu, ambalo si la kushangaza sana kutokana na makosa mengine mengi na migongano iliyomo ndani ya kitabu hiki, tazama sehemu ya Contradictions katika Qur'an. 'a.

Kwa vile nilikuwa nimejadili maelezo mengi ya makala yangu ya kwanza ya majibu na Bassam Khoury, pia nilimwomba atoe maoni yake kuhusu toleo lililosahihishwa la Abdallah. Haya hapa majibu yake:

"Lakini tena, kuna "wajumbe" ambao aya tukufu inasema kwamba walitumwa mbele yake ..."

Kwa maneno mengine anachosema ni kwamba aya hiyo haiwezi kuwa na makosa. Kwa sababu swali lilikuwa "Ni akina nani hao wajumbe ambao aya inawazungumzia?", na jibu ni "Pia kuna 'mitume' ambayo Aya inawazungumzia."

Ndio, tumethibitisha tayari aya inazungumzia "mitume" na tunasema ni makosa kwa vile hapakuwa na wajumbe wengine. Anasema walikuwepo kwa sababu mstari unasema hivyo? Hiyo inamaanisha tu kwamba hataruhusu hata mambo ya hakika yazuie imani yake. Hilo ni jambo ambalo tayari tulijua kabla hata hatujauliza maswali. Waislamu hawataruhusu ukweli kuwazuia imani yao, lakini kama ataamini chochote bila hata chembe ya ushahidi basi hakika kuna matumaini madogo sana kwake. Itakuwa kama kumpa dawa mtu aliyekufa.

Ili kulieleza kwa mara nyingine: Tunajua Osama anaamini kwamba kulikuwa na wajumbe wengine kabla au pamoja na Nuhu, lakini swali ni "je, anajua hilo?" au ni imani potofu tu? Tunachohitaji kutoka kwake hivi sasa sio kueleza tena msimamo wake bali kutoa ushahidi wa kuaminika wa hao wajumbe wengine, na kwa ushahidi wa kuaminika hakika hatumaanishi uvumi wa Osama mwenyewe.

Hiyo inahitimisha kwa uzuri. Osama Abdallah ni "ni hivyo kwa sababu Qur'an inasema hivyo" mwaminifu. Kwa kadiri ninavyohusika, kila kitu kinasemwa juu ya suala hili. Abdallah anaweza kujibu na/au kufuta na kurekebisha ibara hiyo tena, lakini isipokuwa kama atawasilisha jambo ambalo ni jipya kabisa na kutoa maudhui ambayo yanapita zaidi ya dai lingine tupu au madai tu, sitajibu mara nyingine.

Sasisho ndogo: nilikuwa nimemaliza jibu langu la hapo juu kwa toleo la 2A la Abdallah (lililochapishwa tarehe 1 Mei 2009) tarehe 4 Mei 2009, lakini sikuwa nimeliweka hadharani wakati Abdallah alipobadilisha makala yake tena tarehe 6 Mei 2009 (pamoja na kuiondoa kwenye tovuti yake. jibu lake la kwanza la aibu sana ambalo alimtangaza Ibrahimu kuwa aliishi kabla ya wakati wa Nuhu).

Nadhani niongeze maelezo kadhaa kuhusu alichoongeza ili kiambatisho changu kijibu kikamilifu toleo lake (la sasa) wakati wa uchapishaji wetu. Abdallah aliongeza kauli moja ya mukhtasari baada ya orodha ya ibara zilizopendekezwa, akisema: "Basi kuhusu sehemu ya kwanza ya swali, idadi kamili ya Mitume haijulikani, Mwenyezi Mungu Mtukufu hakuibainisha. ." ambayo haiongezi chochote katika hoja kama hiyo.

Zaidi ya hayo, baada ya sentensi hiyo, aliweka sanduku kubwa la kijivu, ambalo mimi naliita "sanduku la kukata tamaa la Abdallah", akitangaza makala nyingine mbalimbali ambazo huwa anazivuta wakati hana la kusema na anahisi kwamba anahitaji haraka kuondoa tahadhari kutoka kwa sasa. mada. Masuala mawili anayoyaibua siku zote ni: (1) Qur'an ni muujiza wa kisayansi (na kwa kuwa hii inathibitisha asili yake ya kiungu, Qur'an haiwezi kukosea juu ya chochote inachosema), na (2) Biblia ni kitabu kilichopotoka na kisicho cha adili ambacho kimejaa ponografia.

Kuna mtu yeyote aliyevutiwa? Mimi si. Inaonyesha tu kwamba Abdallah anahitaji kufanya kazi kwa makosa ya kimantiki na hawezi kushikamana na mada.

Walakini, juu ya kisanduku hicho, aliongeza pia aya ifuatayo:

Historia ambayo Mwenyezi Mungu Mtukufu aliiacha bila kutajwa:

Kwa wale wanaotaka kutumia nukta hii dhidi ya Qur'ani Tukufu, jibu langu kwao litakuwa kwamba Mwenyezi Mungu Mtukufu, kwa Mapenzi Yake ya Kimungu na Hekima Yake, aliamua kuacha habari hii. Pengine, kwa sababu Wanadamu walikuwepo kwa mamilioni ya miaka duniani, kwa hakika kuna Mitume na Mitume wengi mno kuwataja. Mtume Muhammad (rehema na amani zimshukie) alisema kwamba kulikuwa na Mitume zaidi ya 120,000 waliotumwa na Mwenyezi Mungu Mtukufu kwa Wanaadamu. Zaidi ya hayo, je, wana umuhimu gani kwa ujumla wa Ujumbe wa Kiungu wa Uislamu? Karibu hakuna. Pia, historia yao kubwa na ndefu inaweza pia kusaidia katika upotovu wa Maandiko Matakatifu ya Qur'ani Tukufu, kwa sababu kungekuwa na data nyingi sana zisizo na umuhimu kuzielewa na kuzihifadhi, na Aya nyingi mno za kukariri.

Hatua nzuri! Sasa habari zinazokosekana zinazofanya S. 25:37 kuwa tatizo kama hilo ni ishara ya hekima kuu ya Mwenyezi Mungu. Hili ni dai lingine tupu la Abdallah ambaye hawezi kutoa jibu la kweli kwa tatizo hilo. Kwa kuchukulia kwamba kulikuwa na mitume na au manabii wengi, nisingetarajia kwamba wote wameorodheshwa kwa majina na historia katika Qur'an, lakini bado ningetarajia kwamba hadithi za mitume hao ambao Mwenyezi Mungu aliamua kuwazungumzia zitaripotiwa bila ya kuzua mkanganyiko kutokana na kutokuwa na mshikamano na mgongano baina ya matoleo mbalimbali yanayopatikana ndani ya Qur-aan. Mtu anaweza pia kushangaa jinsi Waislamu wanataka kueleza kwamba 99.9% ya hawa wanaodaiwa kuwa manabii hawajaacha alama yoyote katika historia.

Lakini swali muhimu zaidi ambalo Abdallah anatakiwa kulijibu kuhusiana na mkabala wake wa mjadala huu ni hili: Ni kwa msingi gani Abdallah anakubali usemi huu unaodaiwa kuwa wa Muhammad kuwa ni kweli, wakati anapuuza (na hivyo kukataa kabisa) usemi mwingine wa Muhammad ambamo anaeleza waziwazi kwamba Nuhu alikuwa mjumbe wa kwanza wa Mwenyezi Mungu?

Abdallah anapendeza kwa hiari kwa baadhi ya Hadith na kuzipuuza zingine. Yeye ni holela kabisa katika kuzikubali na kuzikataa Hadith za Kiislamu, na kwa urahisi anafanya chochote kile anachokipenda na kinachomfaa zaidi wakati huo. Tatizo la Abdallah kuhusu uthabiti hutafsiri moja kwa moja katika tatizo la uaminifu.

Hatimaye, hivi ndivyo Abdallah alivyotangaza nyongeza zake:

05/06/2009- ... Pia niliongeza nukta nyingi mpya kwenye makala Je, watu wa Nuhu walikataa Mitume wangapi? Je, hakukuwa na Nabii mmoja tu - Nuh? (Chanzo; piga mstari chini yangu ya msisitizo)

Hiyo ni huzuni na upumbavu. Hakuongeza "pointi nyingi mpya". Aliongeza kisanduku cha kijivu kilicho na wazo moja ambalo lilihusiana na mada na hii ndio sehemu iliyonukuliwa hapo juu kwenye sehemu ya juu ya "kisanduku cha kukata tamaa". Mengine yalikuwa ni jaribio la kusikitisha la kuvuruga mada, "pointi" ambazo hazikuwa na uhusiano wowote na mjadala huu. Lakini Abdallah ni muuzaji: ikiwa ubora wa bidhaa zako ni duni, tumia tu maneno makubwa kuzitangaza. Lazima kuwe na mtu ambaye atakuamini.

Vidokezo

1. Mchezo wa Abdallah kubadilisha maneno na maneno mengine yenye maana hiyo hiyo bado haujaisha. Kulingana na ingizo la sasa la Wikipedia, chini ya neno kuu "mmishonari" linasema:

... Neno "misheni" linatokana na neno la Kilatini missioninimus (nom. missio), linalomaanisha "tendo la kutuma" au mitto, mittere, maana yake halisi "kutuma" au "kutuma", sawa na neno linalotokana na Kigiriki. neno "mtume" kutoka kwa apostolos, maana yake "mjumbe, hasa, balozi wa Injili; rasmi kamishna wa Kristo ["mtume"] ... (chanzo; ilifikiwa 22 Aprili 2009; msisitizo wangu wa ujasiri)

Kwa maneno mengine, mjumbe, mtume na mmishenari wote wanamaanisha kitu kimoja kimsingi, yaani "mtu aliyetumwa na ujumbe"; la kwanza likiwa ni neno la Kiingereza, neno la pili linatokana na Kigiriki, na neno la tatu linatokana na kitenzi cha Kilatini cha "kutuma nje". Ninakubali, kwamba neno mtume na mmishenari hutumiwa na maana tofauti maalum, lakini maana yao ya msingi ni sawa. Zaidi ya hayo, hakuna "wamisionari tu" kama Abdallah anawaita kwa dharau. Wakristo wote ni wamisionari kulingana na amri ya Yesu iliyotolewa katika Mathayo 28:18-20.

2. Kuhusu Daudi na mwanawe Sulemani, ni dhahiri kwamba kuna muda mwingi wa mwingiliano katika maisha yao, ingawa Sulemani anaweza kuwa alipokea wadhifa wa utume baada tu ya kifo cha Daudi. Vile vile mtu anaweza kuwa na uwezo wa kubishana kwa ajili ya jozi Isaka na Yakobo, na pengine Ibrahimu na Isaka, lakini wengine kwa hakika walikuwa "katika ofisi" kwa wakati mmoja kulingana na ufahamu wa Kiislamu.

3. Sifahamu matukio zaidi, lakini niko tayari kusahihishwa wakati wasomaji wanaweza kunipa mifano mingine. Hata hivyo, hitimisho halingebadilika ikiwa kuna mfano wa tatu au hata wa nne, ikiwa wanafanana kwa maana kwamba muktadha unasema wazi ni wajumbe wa aina gani.

4. Kutafuta mtume.* or messenger.* kulileta vibonzo 3410 zaidi ya tafsiri kumi za Kiingereza. Kwa kuwa baadhi ya matukio haya yanapatikana katika mabano yaliyotolewa na wafasiri na si katika maandishi ya Kiarabu, makadirio yangu ni kwamba hii inakuja takribani matukio 250-300 ambapo neno rasul linatumika katika umoja au wingi. Ili tu kuwa katika upande salama, ninatumia katika hoja yangu makadirio ya chini ya mara mia mbili ambayo labda ni ya chini sana. Ningeshukuru kama mtu angeweza kuchunguza kwa makini maandishi ya Kiarabu ya Kurani. Hata hivyo, hii inachukua muda kwa kiasi fulani kwani kutafuta mizizi ya konsonanti huleta zaidi ya aya 500; ilhali wengi wao ni mifano ya kitenzi, si nomino, k.m. "tunatuma" katika 54:27. Inaonekana kuwa ngumu katika Kiarabu kutafuta maumbo ya nomino pekee. [Sasisho: Kuna tovuti ya takwimu za Qur'an ambayo ina nambari zifuatazo: mjumbe (mara 249), wajumbe (mara 135) lakini baadhi ya hizi zinahitaji kupunguzwa kwa kuwa ziko kwenye mabano katika tafsiri iliyotumiwa. Hata hivyo, kurasa hizi zinaweza kutoa muhtasari wa haraka, ingawa mtu bado atalazimika kuangalia kama Kiarabu kina "rasul" kila wakati Kiingereza kina "messenger" bila kuwa kwenye mabano.]

5. Hapa kuna maelezo ya chini kabisa ya Sayyid Abul Ala Maududi kwenye S. 26:105:

75 Na ingawa wamemkadhibisha Mtume mmoja tu, lakini ilikuwa ni kuwakataa Mitume wote kwa sababu walikuwa wamekuja na ujumbe mmoja kutoka kwa Mwenyezi Mungu. Hili ni jambo muhimu ambalo Qur'ani imelitaja tena na tena kwa njia tofauti. Kwa hivyo, hata wale watu waliomkataa Mtume mmoja tu wamehesabiwa kuwa ni makafiri ingawa walikuwa wanawaamini Mitume wengine wote, kwa sababu rahisi kwamba Muumini wa ukweli wa Mtume mmoja hawezi kukataa ukweli huo huo katika hali nyingine isipokuwa akifanya hivyo kwa sababu ya ukweli. ya ubaguzi wa rangi, kuiga wazee, n.k. (Chanzo; piga msisitizo wangu)

Maududi na wafasiri wengine wengi wanachanganya ukweli na hukumu. Kwa hakika Mwenyezi Mungu atakuwa huru kusema kwamba atahesabu "kumkataa Mtume mmoja" kama "kukanusha Mitume wote" na kuwahukumu watu wanaomkanusha Mtume mmoja kana kwamba wamewakanusha Mitume wote. Hata hivyo, S. 25:37 na 26:105 si kauli za maoni au hukumu. Ni kauli za ukweli; na kama kauli za ukweli ni makosa.

Tovuti ya kisasa ya wamisionari wa Kiislamu ina muundo huu:

Pia ni rai yetu kwamba anayeukataa ujumbe wa ulimwengu mzima wa Muhammad, amani iwe juu yake, anakataa ujumbe wa Mitume wote, hata kama anadai kuwa ameamini na kumfuata Mtume Wake. Amesema Mwenyezi Mungu Mtukufu: "Watu wa Nuhu waliwakanusha Mitume" (26:105). Kwa hivyo, Mwenyezi Mungu aliwaona kuwa wamewakanusha Mitume wote pamoja na kwamba hapakuwa na Mtume kabla ya Nuhu. Hili pia liko wazi kutokana na aya zifuatazo: "Wale wanaomkufuru Mwenyezi Mungu na Mitume wake, na wanataka kufarikisha baina ya Mwenyezi Mungu na Mitume wake, na wakasema: "Tumewaamini baadhi na tunawakufuru wengine, wakitaka kushika njia ya katikati. Hakika hao ndio makafiri, na tumewaandalia makafiri adhabu ya kudhalilisha." (4:150-51). (Chanzo; piga mstari chini yangu ya msisitizo)

Kwa hakika, haya ni maoni ya Waislamu wengi, na maana hii inaweza hata kuwa maoni ya mtunzi wa Qur'an, lakini hilo bado halibadilishi suala kwamba kauli hiyo inabakia kuwa potofu kiukweli. Bado watu wa Nuhu walimkanusha Nuhu peke yake.

Zaidi ya hayo, S. 4:150-151 haiwezi kutumika kueleza Ms. 26:105. Kupambanua baina ya wajumbe kunadhania kwamba watu wanawajua hawa wajumbe mbalimbali. Mtu hawezi kufanya tofauti kati ya haijulikani. S. 4:150-51 inazungumza dhidi ya watu wanaojua wajumbe kadhaa na kisha kufanya tofauti kati yao, kukubali mmoja na kukataa mwingine. Hata hivyo, kaumu ya Nuhu hawakuwa na Mitume kadhaa wa kupambanua baina yao. Watu wa Nuhu walikuwa wamemwona mtume mmoja tu. Na walimkadhibisha bila ya kubainisha. Tena, aya hii inawahusu tu mitume waliopita, lakini kwa vile Nuhu alikuwa mjumbe wa kwanza, haielezi chochote.

Zaidi ya hayo, hata tunapotazama kundi la wajumbe waliopita, S. 4:150-151 bado haisemi nini hawa wafasiri wa Kiislamu wangependa kutufanya tuamini. Ibara hii inasema tu kwamba kumkataa mmoja wa Mitume kunamfanya Mwenyezi Mungu amchukulie mtu huyu kuwa ni kafiri na ataadhibiwa kwa adhabu ya kufedhehesha. Haisemi "kukufuru mjumbe mmoja" ina maana kwamba kwa hiyo "aliwakadhibisha Mitume wote". Aya hii inasema tu kwamba kuamini baadhi tu ya Mitume hakutamsaidia mtu, bali hakukanushi imani ya mtu anayepambanua wala hakuenezi ukafiri wake kwa Mitume wote. Kwa hiyo, aya hii haina sawa na "kumkataa Mtume mmoja" ni sawa na "kuwakataa Mitume wote". Bado sijaona uthibitisho wowote kwamba Qur'an kweli inafundisha haya.

Kwa hakika, kwa nini Qur'ani ingeleta tofauti baina ya makafiri wapagani wanaowakataa mitume wote na watu wa Kitabu (Mayahudi na Wakristo) ambao wanawakubali Mitume wengi isipokuwa wachache miongoni mwa wale wanaohesabiwa kuwa ni Mitume katika Uislamu? Kwa nini wafikiriwe tofauti kama Qur'an ilikusudia kweli kufundisha kwamba "kumkataa mmoja" ni sawa na "kuwakataa wote"?

Pengine Waislamu wangeweza kutoa hoja kwamba kwa mujibu wa Qur'an, adhabu (ya mwisho) ya kumkataa Mtume mmoja (kwa mfano wale Waislamu wanaomkataa Rashad Khalifa, mjumbe wa ahadi, au

Wakristo wanaomkataa Muhammad) ni kama adhabu ya kuwakataa Mitume wote. km wasioamini), lakini huo ungekuwa usawa katika kiwango cha athari, sio kwa kiwango cha ukweli wa kihistoria. Kama vile mauaji au uzinzi au uasi hubakia kuwa ni "mahalifu" au dhambi tofauti katika Uislamu, licha ya kwamba zote zina hukumu ya kifo katika Shari'ah.

6. Qur'an inaonekana kuashiria kwamba wanadamu walikuwa jamii moja angalau mpaka Mtume(wa)(ma)mtume wa kwanza (kadhaa) wakiwa na andiko walipotumwa.

Wanadamu walikuwa umma mmoja na Mwenyezi Mungu aliwatuma Manabii kwa bishara na maonyo, na pamoja nao akakiteremsha Kitabu kwa haki ili kihukumu baina ya watu katika mambo waliyo khitalifiana. ... S. 2:213 Al-Hilali & Khan

Kwa kuwa Nuhu ndiye mjumbe wa kwanza, hiyo inaonekana kudokeza kwamba mseto wa wanadamu katika mataifa mbalimbali ulitokea muda mrefu baada ya Nuhu.

7. Wafasiri wa zamani wa Kiislamu walitoa mawazo mengi kuhusu neno hili, wakipendekeza maana zinazoweza kutokea kama vile "wale walio na macho yaliyopanuka" au "wale wanaokufa nguo" au "wale waliosimama karibu na Iesa" au "wale waliochanganyikiwa" au " waliochaguliwa na manabii" au "wale wasio na mawaa" n.k.

8. Haruni ametajwa mara 21 kwa mujibu wa ukurasa huu (ondoa matukio hayo matatu ambapo Haruni anatokea ndani ya mabano). Inashangaza: Muhammad ametajwa kwa jina mara nne tu katika maandishi ya Qur'an, na mara moja jina lake ni jina la sura (chanzo).

Utata kuhusu Manabii, Wajumbe walio kataliwa na Nuhu – Juzuu ya 1, Sehemu ya Tatu, Uthibitisho wa 3, Nukuu: Toleo la Mtandao, Mwaka *2009, Max Shimba Ministries*

Utata wa Kihistoria ndani ya Quran kuhusu Yusufu na Baba yake

Ndugu msomaji,

Leo tutaangalia kwa undani sana MAKOSA MAKUBWA YA ALLAH kuhusu Yusufu mtoto wa Yakobo.

Allah anasema kuwa, Yusufu alipo kuwa Misri na kufuatwa na ndugu zake, eti, wazazi wake wote walienda Misri. Je, haya madai ya Allah ni ya kweli? Hebu kwanza tusome ushahid hapa chini:

TUANZE NA QURAN:

Surat Yusuf aya ya 99. Na walipo ingia kwa Yusuf aliwakumbatia wazazi wake na akasema: Ingieni Misri, Inshallah, mmo katika amani. 100. Na akawapandisha wazazi wake kwenye kiti cha enzi. Na wote wakaporomoka kumsujudia. Na akasema: Ewe baba yangu! Hii ndiyo tafsiri ya ile ndoto yangu ya zamani. Na Mwenyezi Mungu ameijaalia iwe kweli. Na Mwenyezi Mungu amenifanyia wema kunitoa gerezani, na kukuleteni kutoka jangwani baada ya Shet'ani kuchochea baina yangu na ndugu zangu. Hakika Mola wangu Mlezi ni Mpole kwa alitakalo. Bila ya shaka Yeye ni Mjuzi Mwenye hikima.

ALLAH ANASEMA KUWA YUSUFU aliwakumbatia WAZAZI WAKE NA AKASEMA INGIENI MISRI kama alivyo shahidiwa kwenye Surat Yusufu aya ya 99 hapo juu, jee, hayo madai ya Allah ni ya kweli?

HEBU SASA TUANZE kupangua madai/hoja ya Allah moja baada ya nyngine kwa kutumia Taurat iliyo kuja kabla ya Quran.

BIBLIA INASEMA:

Mwanzo Mlango wa 35 :16 Wakasafiri kutoka Betheli, hata ukabaki mwendo wa kitambo tu kufika Efrathi, Raheli akashikwa na utungu wa kuzaa, na utungu wake ulikuwa mzito. 17 Ikawa alipokuwa anashikwa sana na utungu, mzalisha akamwambia, Usiogope, maana sasa utamzaa mwanamume mwingine. 18 Ikawa hapo katika kutoa roho yake, maana alikufa, akamwita jina lake Benoni, lakini babaye alimwita Benyamini. 19 Akafa Raheli, akazikwa katika njia ya Efrathi, ndio Bethlehemu. 20 Yakobo akasimamisha nguzo juu ya kaburi lake, ndiyo nguzo ya kaburi la Raheli hata leo.

BIBLIA IMETUTHIBITISHIA KUWA Raheli mama yake Yusufu alifariki wakati wa kuzaliwa kwa mdogo wake Benyamini na alizikwa njia ya Efrathi. Ushahidi huu ndio tumeusoma katika Mwanzo 35 aya ya 19.
Sasa maswali ya kujiuliza hapa, ni kwanini ALLAH ANASEMA KUWA YUSUFU ALIWAKARIBISHA wazazi wake na sio Mzazi wake, maana aliye kuwa hai ni Baba yake tu?

Wahadhiri wa Kiislam nilipo ongea nao wakadai kuwa eti, ni kweli mama yake mzazi wa kibaologia ambaye ni Raheli alifarikia lakini Benyamini alilelewa na Mama yake Mkubwa aitwaye Leah. Haya madai yapo vile vile katika (Abdullah Yusuf Ali, The Holy Qur'an, Saudi edition, fn. 1777). Je, tunaweza kuyakubali haya madai kama ni kamilifu na kuvunja hoja yangu ya UTATA wa Allah kuhusu WAZAZI WA YUSUFU walio ingia Misri?

Ngoja niongeze na hoja zaidi kutoka Waislam kabla ya mimi kujibu hayo madai yao ya Benyamini kutunzwa na LEAH hivyo basi Yusufu alipo sema kwa WAZAZI WAKE INGENI MISRI alikuwa sahihi.

Kufuatana na ushahidi wa Biblia [Mwanzo 35:16-20], inafahamika kuwa mama yake Yusufu alifariki wakati anamzaa Benyamini. Hivyo, ngoja tu hisi/KUBALI kuwa labda Quran na Allah walimaanisha ni LEAH ambaye aliitwa kama MZAZI WA Yusufu, kwasababu LEAH alikuwa mmoja ya wake wa Yakobo, na hivyo basi, Leah ndie aliye mlea Benyamini baada ya mama yake kufariki wakati akimzaa. Haya madai yanaweza kuwa sahihi kwa tamaduni za Kiarabu kuwa mzazi mwenza ana haki ya kutunza mtoto wa mumewe "mother" to a foster-mother.

(Muhammad Asad, The Message of the Qur'an, p. 352, fn. 96; bold emphasis mine)

Ingawa tamaduni za Kiarabu kwenye hiki kisa hazina mshiko kwasababu Yakobo hakuwa Muarabu hata kama Leah alifanya hivyo na kumtunza Benyamini na Yusufu kumuita Leah Mama yake.

Zaidi ya hapo, hayo madai ya Waislam hayana nguvu tena kwasababu Biblia sio tu ilituambia kuhusu kifo cha Raheli, bali ilituambia vilevile kuhusu kifo cha Leah kabla ya Yakobo na familia yake kwenda Misri.

Mwanzo 46: 5 Yakobo akaondoka kutoka Beer-sheba; wana wa Israeli wakamchukua baba yao na watoto wao wadogo, na WAKE ZAO katika magari aliyoyapeleka Farao ili kumchukua.

6 Wakatwaa na wanyama wao, na mali zao walizokuwa wamezipata katika nchi ya Kanaani, wakaja Misri, Yakobo na uzao wake wote pamoja naye.

7 Wanawe, na wana wa wanawe, pamoja naye, binti zake na binti za wanawe, na uzao wake wote, aliwaleta pamoja naye mpaka Misri.
Unapo soma aya hapo juu, utagundua kuwa Biblia imesema kuhusu WAKE ZA WATOTO WA YAKOBO lakini haikusema kuhusu mke wake Yakobo aitwaye LEAH.

Ukiendelea kusoma aya zinazo fuatia utagundua kuwa Wote walio kwenda Misri wametajwa na hakuna jina la Raheli au Leah katika hizo aya. Lakini tunasoma majina ya wake za watoto wa Yakobo. Tafadhali soma Mwanzo 46 aya ya 8 mpaka 25.

SASA BASI, Yakobo alipo karibia kifo, aliwaambia wanawe wapi anataka azikwe Mwanzo Mlango wa *49: 29 Akawaamuru, akasema, Mimi ninakwenda kukusanywa pamoja na watu wangu; mnizike pamoja na baba zangu, katika pango iliyomo shambani mwa Efroni, Mhiti;*

30 katika ile pango iliyomo shambani mwa Makpela, iliyo mbele ya Mamre katika nchi ya Kanaani, aliyoinunua Ibrahimu pamoja na shamba kwa Efroni Mhiti, pawe milki yake ya kuzikia. 31 Humo walimzika Ibrahimu, na Sara mkewe; humo wakamzika Isaka, na Rebeka mkewe; nami humo nikamzika Lea;32 shamba na pango iliyomo lililonunuliwa kwa wazawa wa Hethi.

Katika aya ya 31 inathibitisha kuwa Yakobo alimzika Lea KANANI. Huu ni ushahidi zaidi kuwa Lea alizikwa KANANI na sio Misri, hivyo basi haiwezekani Lea kwenda Misri na apokewe na Yusufu kama amabvyo Quran inadai. Je, unwezaje kumwanini ALLAH AMBAYE ANAFANYA MAKOSA MAKUBWA NAMNA HII KUHUSU TUKIO LA MUHIMU KAMA HILI?

HITIMISHO:

1. Mama yake Yusufu alikufa muda mrefu hata kabla ya Yufuku kwenda Misri.
2. Lea vile vilealifariki muda mrefu hata kabla ya mumewe Yakobo kwenda Misri.
3. Hakukuwa na mke hata mmoja ambaye alikwenda na Yakobo Misri.
4. Allah alipo sema kuwa WAZAZI WA YUSUFU WALIENDA MISRI, hapo ni MAKOSA MAKUBWA SANA AMBAYO yanatufanya tuushuki uungu wa Allah.

Zaidi ya hapo, Quran huwa inasema kuwa baba na mama yako ni wazazi wako wa kibaologia na sio wa kambo, haya madai yalisemwa na Yusuf Ali.

Ndugu msomaji,

Kwa mara nyingine tena tunaona utata mkubwa sana katika Quran ambayo Waislam wanadai kuwa haina shaka ndani yake.

Je, baada ya kusoma hiki kisa na kuona shaka na utata ndani ya Quran, utaweza endelea kuiamini kuwa hicho kitabu ni thabiti na cha Mungu Mkuu?

Ndugu msomaji, mii sipo hapa kubishana bali kukuonyesha kuwa Quran sio kitabu cha Mungu na kimejaa shaka. Amua leo kumfuata Yesu aliye hai ambaye hana makosa wala utata ndani yake na ni MWOKOZI WA MAISHA YAKO.

Utata kuhusu Manabii, Yusufu na Baba yake – Juzuu ya 1, Sehemu ya Tatu, Uthibitisho wa 4, Nukuu: Toleo la Mtandao, Mwaka *2006, Max Shimba Ministries*

Utata kuhusu Injili kwenye Quran

Kupingana kwa Quran

Injil ni kitabu cha aina gani?

Quran inatoa kauli zifuatazo kuhusu Injil:

Na katika nyayo zao tulimtuma Isa bin Maryam (Mariamu) akiisadikisha Taurati iliyo kuwa kabla yake, na tukampa Injili ambayo ndani yake mna uwongofu na nuru na uthibitisho. Taurati iliyotangulia, uwongofu na mawaidha kwa Al-Muttaqun (wachamungu - tazama Aya.2:2). S. 5:46 Al-Hilali & Khan; cf. S. 57:27

Akasema [Yesu]: Hakika mimi ni mja wa Mungu, Mwenyezi Mungu amenipa Kitabu, na amenifanya Nabii. S. 19:30 Arberry

Yeye ndiye aliye kuteremshia Kitabu (Qur'ani) kwa Haki, kinachosadikisha yaliyo kuwa kabla yake. Na akateremsha Taurati (Tawrat) na Injili. S. 3:3 Al-Hilali & Khan

Sura 5:46 inasema kwamba Injil alipewa Yesu na Mwenyezi Mungu. Sura 19:30 na 3:3 basi fafanua kuwa Injil ni kitabu kama vile Qur-aan na Taurati ni vitabu vilivyoteremshwa na Mwenyezi Mungu.

Qur'ani pia ina seti ya pili ya kauli kuhusu Injil:

Na wahukumu watu wa Injili kwa yale aliyoteremsha Mwenyezi Mungu ndani yake. ... S. 5:47 Al-Hilali & Khan

Sema: Enyi watu wa Kitabu! Hamsimami juu ya kitu chochote mpaka mtimize Taurati na Injili (Injil) na mliyoteremshiwa kutoka kwa Mola wenu Mlezi. ... S. 5:68 Arberry

Ambao wanamfuata Mtume, Nabii asiyejua kusoma wala kuandika, ambaye watamkuta ameelezwa katika Taurati na Injili [Injil] (zinazo) pamoja nao. S. 7:157 Pickthall

[Sema (Ewe Muhammad SAW)] 'Je! Wale tulio wapa Kitabu [Taurati (Tawrat)] na Injili (Injiyl) wanajua kwamba imeteremshwa kutoka kwa Mola wako Mlezi kwa haki. Basi usiwe miongoni mwa wenye shaka. S. 6:114 Al-Hilali & Khan

Aya hizi zinabainisha kuwa Injil ni kitabu cha Wakristo, kitabu kilicho pamoja nao na wanachokiamini. Mtunzi wa Qur'an hata anawausia Wakristo kutii (Tawrat na) Injil waliyo nayo kikamilifu.

Mgongano:

Hata hivyo, hapa kuna tatizo: tunapoangalia Agano Jipya, kitabu ambacho ni Maandiko ya Wakristo, tunaona kwamba hakuna mahali popote kinachodai kuwa ni kitabu "alichopewa Yesu". Kinyume chake, Agano Jipya lina vitabu kadhaa ambavyo viliandikwa na wafuasi wa Yesu (chini ya uvuvio wa Roho Mtakatifu) BAADA ya kupaa kwa Yesu.

Kwa hiyo, Injil inaweza AIDHA kuwa kitabu alichopewa Yesu, AU inaweza kuwa kitabu ambacho Wakristo wanashikilia kama yalivyo Maandiko Matakatifu, lakini hakiwezi kuwa vyote viwili. Kwa hakika Muhammad alichukulia kwamba Maandiko ya Wakristo (na Wayahudi) yangefanana sana na Kurani, kitabu ambacho alifikiri kuwa amekipokea kutoka kwa Mwenyezi Mungu. Hata hivyo, Muhammad alikuwa hajui jambo hilo.

Asili muhimu ya Kurani na Biblia ni tofauti sana. Kitabu "alichopewa Yesu" kwa njia sawa na vile Muhammad anavyodai kuwa amepokea Kurani hakipo na Wakristo hawajawahi kudai kuwa kitabu kama hicho kilikuwepo wakati wowote. Dai hili la S. 5:46 ni wazo potofu tu lililotoka katika akili ya Muhammad.

Lau mwandishi wa Kurani angetoa kauli kama zile zinazopatikana katika S. 5:46 na 19:30, lingeweza kuwa chaguo kwa Waislamu kudai kwamba Injil ya Yesu ilipotea tu. Kwa kweli Yesu alipokea kitabu kama hicho lakini, kwa njia fulani, kilitoweka. Waislamu wangeweza kusema kwamba AJ kwa uwazi ni kitu tofauti sana na Injil kama inavyofafanuliwa na Kurani, na wangeweza kuhitimisha kwamba kwa hiyo hawaamini Agano Jipya la Kikristo kwa vile Kurani haiidhinishi.

Walakini, seti ya pili ya taarifa hapo juu inazuia maelezo haya. Qur'an inaitaja Injil kuwa ni Kitabu cha Wakristo. Kwa hiyo, kwa vile Injil ni kitabu cha Wakristo, Qur'an inatoa madai yasiyo sahihi waziwazi kuhusu asili ya msingi ya Injil. Sio kitabu wala hakijawahi kupewa Yesu.

Chanzo?

Je, kosa hili lingewezaje kutokea katika akili ya Muhammad? Huenda alisikia maneno kama katika mstari wa kwanza wa Injili kulingana na Marko:

Mwanzo wa Injili ya Yesu Kristo,

na wakafikiri kimakosa kwamba hii ilimaanisha sawa na "Torati ya Musa" yaani ufunuo aliopewa nabii kwa namna ya kitabu. Hata hivyo, ukisoma muktadha unaonyesha kwamba inamaanisha "huu ndio mwanzo wa Injili KUHUSU Yesu Kristo"; Injili ni ujumbe unaotuambia juu ya maisha na mafundisho ya Yesu, iliyoandikwa na wafuasi wake, si kitabu alichopewa Yesu mwenyewe.

Muhammad alionyesha uzoefu wake mwenyewe wa kupokea ufunuo wa kitabu (Kurani) juu ya Yesu na akadhani tu kwamba kitabu cha Yesu ambacho kilichukuliwa kuwa kitakatifu na wafuasi wake lazima pia kilikuwa ni kitabu alichopewa Yesu (kama vile kitabu kitakatifu cha Waislamu ni kitabu alichopewa Muhammad). Hata hivyo, Muhammad alikosea kuhusu hili, na kosa hili linaiweka wazi Qur'an kuwa ni ya kughushi. Qur'an si ufunuo wa Mwenyezi Mungu bali ni mkusanyiko wa dhana potofu za mwandishi wake.

Lakini Biblia imepotoshwa kama wanavyo dai Waislam?!

Mara nyingi Kurani inapopingana na Biblia, Waislamu hupiga kelele, "lakini Biblia imeharibika" kana kwamba hilo ndilo jibu na suluhisho la kila tatizo kama hilo.

Kuna angalau sababu mbili kwa nini jibu hili halitatua tatizo.

Kwanza, Qur'an haidai kamwe kwamba Injil imeharibika. Kuna mashtaka fulani dhidi ya Mayahudi, lakini hakuna shtaka kwamba Wakristo waliharibu Maandiko yao. Sehemu hiyo, Inavyosema Kurani kuhusu Biblia, inachunguza jambo hili kwa karibu na inaonyesha kwamba Kurani haiungi mkono madai ya Waislamu ya ufisadi wa Biblia.

Pili, hata kama kungekuwa na upotovu wa baadhi ya vifungu, mabadiliko madogo yaliyosababisha mabadiliko fulani ya maana, hii haiwezi kuelezea ukinzani hapo juu katika Qur'an. Hapa tuna tofauti ya kimsingi katika asili ya kitabu ambayo haiwezi kuhesabiwa ama kwa mabadiliko ya taratibu au kwa mabadiliko ya ghafla.

Kwa mfano: Qur'ani (inadaiwa) ni kitabu "kilichoteremshwa" kutoka kwa Mwenyezi Mungu kwenda kwa Muhammad. (Eti) haikuandikwa na Muhammad bali alipewa na Allah. Kwa upande mwingine, Hadith ni kumbukumbu za masahaba na wafuasi wa Muhammad, zilizotungwa na kuandikwa na Waislamu muda mrefu baada ya kifo cha Muhammad. Wao ni ukumbusho wao wa yale Muhammad alisema na kufanya.

Je, itawezekana kwa mtu yeyote kubadilisha Kurani (kitabu alichopewa Muhammad) kuwa mkusanyo wa Hadith bila ya umma wa Kiislamu kutambua kwamba maandiko yao yamebadilika na kuwa kitu tofauti kabisa?

Bila shaka, jibu la Muislamu litakuwa HAPANA yenye kishindo. Lakini kama hilo haliwezekani kwa kitabu cha Waislamu na jumuiya, kwa nini Mwislamu yeyote afikiri kwamba hilo lingewezekana katika jumuiya ya Wakristo? Hapo awali, Wakristo walikuwa na "kitabu alichopewa Yesu" lakini siku moja waliamka na maandiko yao yamegeuzwa kuwa mkusanyiko wa maandishi ya wafuasi wa Yesu na hakuna mtu aliyetambua mabadiliko hayo, na hakuna mtu aliyepinga dhidi yake? Kuamini nadharia kama hiyo kunahitaji imani nyingi kipofu katika Qur'an. Haiwezekani. Yeyote aliye na akili ndogo hata kidogo atalazimika kuhitimisha kwamba hili haliwezekani kutendeka, na hii ina maana kwamba mwandishi wa Kurani alifanya tu kosa kuhusu asili ya Maandiko ya Kikristo.

Utata kuhusu Manabii, Utata wa Injili Kwenye ya Quran – Juzuu ya 1, Sehemu ya Tatu, Uthibitisho wa 5, Nukuu: Toleo la Mtandao, Mwaka *2006, Max Shimba Ministries*

Je, ni kweli kulikuwa na ghalika na mafuriko katika siku za Musa?

Gharika katika siku za Musa?

Quran, katika sehemu kadhaa, inarejelea gharika iliyotokea wakati wa Nuhu:

Hakika tulimtuma Nuhu kwa kaumu yake, na akakaa nao miaka elfu, isipokuwa hamsini. Basi Gharika ikawashika na hali wao ni waovu. S. 29:14 Arberry

Lakini walimsema uwongo; Basi tukamwokoa yeye na waliokuwa pamoja naye katika jahazi, na tukawazamisha wale waliozikadhibisha Ishara zetu. Hakika hao walikuwa watu vipofu. S. 7:64 Arberry

Lakini walimkanusha, na tukamwokoa yeye na walio kuwa pamoja naye katika jahazi. Hakika walikuwa watu vipofu! Y. Ali

Lakini walimsema uwongo; Basi tukamwokoa yeye na walio kuwa pamoja naye katika jahazi, na tukawafanya makhalifa, na tukawazamisha walio kadhibisha Ishara zetu. basi tazama ulikuwaje mwisho wa walio onywa! S. 10:73 Arberry

Quran inadai kuwa mafuriko mengine yalitokea wakati wa Musa!

Basi tukawapelekea mafuriko, na nzige, na chawa, na vyura, na damu, dalili zilizo wazi. lakini walijivuna na wakawa watu wakosefu... Basi tukawalipiza kisasi na tukawazamisha baharini kwa sababu ya kuzikanusha Ishara zetu wala hawakuzisikiliza. S. 7:133, 136 Arberry

Na tukawavusha bahari Wana wa Israili; Na Firauni na majeshi yake wakawafuata kwa jeuri na upesi, mpaka ilipomfikia kuzama, akasema: Hakika mimi nimeamini kwamba hapana mungu ila yule wanayemuamini Wana wa Israili. Mimi ni miongoni mwao Waislamu. 'Sasa? Na kabla hujafanya maasi, ukiwa miongoni mwa wapotovu. Basi leo tutakuokoa kwa mwili wako, ili uwe Ishara kwa walio baada yako. Hakika watu wengi wameghafilika na Ishara zetu. S. 10:90-92 Arberry

Tukawavusha bahari Wana wa Israili, na Firauni na majeshi yake wakawafuata kwa dhulma na chuki. Hatimaye, ilipozidiwa na mafuriko, alisema: "Nimeamini kwamba hakuna mungu ila yule ambaye Wana wa Israili wamemuamini; mimi ni miongoni mwa waliosilimu." S. 10:90 Y. Ali

Sababu ya kunukuu toleo la Y. Ali ni kuonyesha jinsi tafsiri yake inavyodokeza kwamba Farao alikufa maji kwa hakika kutokana na mafuriko, jambo ambalo halijaonyeshwa katika toleo la Arberry. Bado tukisoma vifungu hivyo kwa kufuatana au mpangilio wa matukio inaonekana wazi kabisa kwamba Mwenyezi Mungu alituma mafuriko kama sehemu ya mapigo juu ya Misri na kisha akamzamisha Farao baharini wakati Waisraeli walipowafuata Israeli.

Iwe iwe hivyo, ukweli huu ni hakika ... Qur'an kwa makosa inakisia kwamba Mungu alileta gharika juu ya Firauni na watu wake! Uthibitisho zaidi kwamba hivi ndivyo Quran inavyosema kwa hakika unaweza kuonekana kutokana na kauli za mfasiri mashuhuri wa Kisunni Ibn Kathir kuhusu Sura 7:133:

<Basi tukawapelekea Tufani>

Ibn `Abbas alisema; "Ilikuwa mvua kubwa iliyoharibu mazao na matunda." Pia anaripotiwa kusema kuwa Tuwfan inahusu kifo cha watu wengi. Mujahid alisema ni maji yanayobeba tauni kila mahali ...

Ibn Abi Najih amepokea kutoka kwa Mujahid kuhusu kauli ya Mwenyezi Mungu ...

<Basi tukawapelekea mafuriko na nzige…>

"Kula misumari kwenye milango yao na kuacha kuni." Ama Qummal, Ibn Abbas alisema kwamba ni mdudu wa nafaka, au, kwa maoni mengine, nzige wadogo ambao hawana mbawa. Sawa na hii imeripotiwa kutoka kwa Mujahid, `Ikrimah na Qatadah. Al-Hasan na Sa`id bin Jubayr walisema kwamba 'Qummal' ni wadudu wadogo weusi. Abu Ja'far bin Jarir ameandika kwamba Said bin Jubayr alisema: "Musa alipokuja kwa Firauni, alimtaka, 'Nipe Wana wa Israili. Tuwfan, na hiyo ni mvua iliyoendelea mpaka wakaogopa kuwa ni aina ya adhabu, wakamwambia Musa: Tuombee Mola wako Mlezi atuondolee mvua hii, nasi tutakuamini na tutawatuma Wana wa Israili pamoja nawe. Musa akamwomba Mola wake Mlezi na akawaondolea dhiki, lakini hawakuamini, wala hawakuwatuma Wana wa Israili pamoja naye... Akasema Muhammad bin Is-haq bin Yasar: "Alikwenda adui wa Mwenyezi Mungu, Fir'awn. nyuma kushindwa na kufedheheshwa, baada ya wachawi kumuamini Musa. Alisisitiza kubaki katika ukafiri na akaendelea na uovu. Mwenyezi Mungu alimteremshia Ishara, na yeye (na watu wake) kwanza walipatwa na njaa. Kisha Mwenyezi Mungu akaleta mafuriko, nzige, Qummal, vyura, kisha damu, kwa ishara zinazofuatana. Mwenyezi Mungu alipoleta Gharika, ilijaza uso wa ardhi maji. Lakini kiwango cha maji kilipungua, na hawakuweza kuyatumia kulima ardhi au kufanya jambo lingine lolote... (Chanzo; msisitizo mkuu na piga mstari ni letu)

Mfasiri mwingine, mwanahistoria mashuhuri wa Kiislamu Al-Tabari, aliandika:

Akaunti inarejea kwenye ile ya al-Suddi. Ama al-Suddi amesema katika maelezo yake: Imetajwa kuwa ishara ambazo Mwenyezi Mungu aliwatia mtihani watu wa Firauni zilikuja kabla ya kukutana na Musa na wachawi. Mshale ulipomrudia ukiwa umetapakaa damu, Farao akasema, "Tumemuua Mungu wa Musa," ndipo Mungu akaileteа mafuriko, mvua kubwa; kila kitu walichokuwa nacho kilizama. Wakasema: Ewe Musa! Tuombee kwa Mola wako Mlezi atunusuru, nasi tutakuamini, na tutawatuma Wana wa Israili pamoja nawe. Mungu aliwaondolea mafuriko, na mbegu zao zikamea... (Historia ya Al-Tabari: The Children of Israel, iliyotafsiriwa na William M. Brinner [State University of New

York Press (SUNY), 1991], Volume III, uk. 59; msisitizo wa ujasiri ni wetu)

Ibn Ishaq amesema - Ibn Humayd - Salamah: Na Mwenyezi Mungu akamletea ishara kwa ukame alipokataa kuamini baada ya yote yaliyompata yeye na wachawi. Basi akamteremshia mafuriko, kisha nzige, kisha wanyama waharibifu, kisha vyura, kisha damu, ishara zote zinazofuatana. Alileta gharika, nayo ikafurika juu ya uso wa nchi; kisha ikatulia, hivyo hawakuweza kulima wala kufanya lolote mpaka wapate njaa... (uk. 66; msisitizo wa ujasiri ni wetu)

Ibn Humayd ametusimulia - Salamah - Ibn Ishaq - Buraydah b. Sufyan b. Farwah al-Aslami - Muhammad b. Ka'b al-Qurazi, ambaye alisema: Umar b. Abd al-Aziz aliniuliza kuhusu dalili tisa ambazo Mwenyezi Mungu alimuonyesha Firauni, nikasema: Gharika, nzige, wanyama waharibifu, vyura, damu, fimbo yake, mkono wake, uharibifu, na bahari. " ... (uk. 68)

Tafsir ya Ibn Abbas (Tanwîr al-Miqbâs min Tafsîr Ibn Abbas) inaeleza kwa kurejelea Sura 7:133:

(Basi tukawatuma) Mwenyezi Mungu akawanyeshea (mafuriko) mvua isiyokatika, mchana na usiku, kuanzia Jumamosi hadi Jumamosi (na nzige) Akawapelekea nzige waliokula kila kilichozalishwa na ardhi: mimea na matunda. wanyama waharibifu) na pia Akawatia wadudu watambaao bila mbawa-ambao walikula kila walichoacha nzige bila kuliwa (na vyura) na baada ya hayo akawaweka vyura juu yao hata wakawadhuru (na damu) baada ya hayo. Ambao aliwapa damu, hata visima vyao na mito ikajaa damu (mfululizo wa dalili zilizo wazi) kwa muda wa mwezi mmoja. (Lakini walijivuna) na wakakataa kuamini (na wakawa washirikina). (Chanzo; msisitizo mzito na upige mstari ni wetu)

Tafsir al-Jalalayn iliandika kuhusu maandishi haya haya:

Basi tukawateremshia mafuriko ya maji, yaliyokuwa yanapenya majumbani mwao, yanawafikia watu shingoni kwa muda wa siku saba. na nzige waliokula mazao yao na matunda yao vivyo hivyo [wakawatafuna kwa muda wa siku saba]; na chawa (al-qummal ni kama al-sūs, 'woodworm', au al-qurād, 'kupe'), ambao hufuata [na kula] yale waliyoacha nyuma ya nzige; na vyura, hata wakaingia nyumba zao na chakula; Na damu inayotiririka ndani ya maji yao ni Ishara zilizo wazi. Nao walikuwa ni watu wa kudharau, na hawakuamini, na walikuwa watu wakosefu. (Chanzo; msisitizo mzito na upige mstari ni wetu)

Kama mtu yeyote anayesoma Biblia Takatifu ajuavyo hapakuwa na mafuriko wakati wa kutoka Misri. Biblia Takatifu haisemi popote kwamba Mungu aligharikisha Misri wakati wa Musa, bila shaka si sehemu ya mapigo yaliyotumwa dhidi ya Misri kwa Farao kukataa kuwaruhusu Waisraeli waondoke. Na wasije Waislamu wakadai kuwa Biblia ni mbovu kwa wakati huu tunahitaji tu kuwakumbusha maandishi yafuatayo:

Na tulimpa Musa Ishara tisa zilizo wazi. Waulize Wana wa Israili alipo wajia, na Firauni akamwambia: Ewe Musa! Nadhani umelogwa. Akasema: Hakika wewe unajua ya kwamba hayakuteremshwa ila Mola Mlezi wa mbingu na ardhi, kuwa ni hoja zilizo wazi. na, Farao, nadhani umelaaniwa. Alitaka kuwashtua kutoka katika nchi; na tukamzamisha yeye na waliokuwa pamoja naye wote pamoja. S. 17:101-103 Arberry

Na hakika tulimpa Musa Ishara tisa zilizo wazi. basi waulize wana wa Israili. Alipo wajia, Firauni akamwambia: Hakika mimi nakuona ewe Musa kuwa ni mtu asiye na akili. S. 17:101 Shakiri

Waislamu wanaambiwa wawaulize Waisraeli kuhusu hali ya kutoka Misri na mapigo ambayo Mungu aliyafanya wakati huo. Kama vile Mwisraeli yeyote aliyeelimika anayejua Biblia Takatifu anavyoweza kukuambia, Mungu hakuwahi kuleta mafuriko juu ya Farao na Wamisri. Jambo la kupendeza ni kwamba Sura 17:101 inatanguliza kosa lingine, yaani, dai kwamba Mungu alimtuma Musa na ishara tisa kinyume na kumi. Quran inarudia kosa hili katika kifungu kingine:

Na weka mkono wako katika kifua cha vazi lako, litatoka jeupe lakini halina madhara. (Hii ni moja) katika Ishara tisa kwa Firauni na watu wake. walikuwa watu wabaya daima. Lakini zilipo wajia Ishara zetu zilizo dhaahiri, walisema: Huu ni uchawi tu, S. 27:12-13 Pickthall.

Kwa hakika, hii hapa Tafsir ya Ibn Abbas kwenye Sura 17:101 ambayo inaorodhesha dalili hizi tisa:

(Na kwa yakini tulimpa Musa Ishara tisa zilizo wazi) Ishara tisa zilizo wazi: Mkono, na fimbo, na MFURIKO, na nzige, na chawa, na damu, na miaka ya ukame, na kutoweka kwa mali. (Lakini waulize Wana wa Israili) Abdullah Ibn Salam na wafuasi wake (jinsi alivyowajia Musa (alivyowajia, kisha Firauni akamwambia: Hakika mimi naona umerogwa, ewe Musa) Nadhani umepagawa. (Chanzo; msisitizo mzito na upige mstari ni wetu)

Al-Jalalayn pia inatoa orodha:

Na kwa yakini tulimpa Musa ishara tisa zilizo wazi, ambazo ni za mkono, na fimbo, na Gharika, na nzige, na chawa, na vyura, na damu, na maangamizi [ya mali zao, taz. Q. 10:88], miaka [ya njaa] na uhaba wa matunda [rej. S. 7:130]. Waulize, ewe Muhammad (saww), Wana wa Israili kuhusu hili (swala [laghai] iliyokusudiwa kuwathibitishia washirikina wa ikhlasi yako; au [ina maana kwamba] tulimwambia [Muhammad, s]: Uliza. '; usomaji tofauti una wakati uliopita [fa-sā'ala, 'na akauliza']), alipowajia, Firauni akamwambia, 'Ewe Musa, hakika mimi nadhani umelogwa', umedanganyika. akili yako ilidanganywa. (Chanzo; msisitizo mzito na upige mstari ni wetu)

Kama mwandishi Mkristo marehemu, 'Abdallah 'Abd al-Fadi, alivyosema:

Mapigo ambayo Mungu aliteremsha juu ya Misri yalikuwa kumi; damu (Kutoka 7:20), vyura (Kutoka 8:6), chawa (Kutoka 8:17), nzi (Kutoka 7:24), kifo cha mifugo (Kutoka 9:6), majipu (Kutoka 9:10), mvua ya mawe (Kutoka 9:23), nzige (Kutoka 10:14), giza (Kutoka 10:23), na kifo cha wazaliwa wa kwanza (Kutoka 12:29,30).

Ama mafuriko yaliyotajwa katika Sura al-A'raf, hakuna tukio kama hilo lililotokea Misri wakati wa Firauni. Kile ambacho Qur'an inachanganya hapa ni gharika ya dunia nzima iliyotokea wakati wa siku za Nuhu, kama inavyoelezwa katika Sura al-A'raf 7:63,64 [ona Mwanzo 6-9]. (Al-Fadi, Je, Qur'an Haina Makosa? [Nuru ya Maisha, P.O. Box 13, A-9503 Villach, Austria], uk. 88-89)

Hivyo, hapa kuna wakati mwingine ambapo Quran inafanya kosa la wazi kwa kupinga ufunuo uliopita na historia tukufu.

Utata kuhusu Manabii, Gharika wakati wa Musa – Juzuu ya 1, Sehemu ya Tatu, Uthibitisho wa 6, Nukuu: Toleo la Mtandao, Mwaka *2006, Max Shimba Ministries*

Je, kulikuwa na Wasamalia Wema wakati wa Musa?

Je, Haruni na Msamaria Mwema walitengeneza Ndama wa dhahabu?

Ndugu Msomaji,

Hebu rejea katika Surat Taha iliyo teremka Maka katika aya ya 92 mpaka 95.

*92. (Musa) akasema: Ewe Harun! Ni nini kilicho kuzuia, ulipo waona wamepotea, *** 93. Hata usinifuate? Je, umeasi amri yangu? *** 94. Akasema: Ewe mwana wa mama yangu! Usinishike ndevu zangu, wala kichwa changu. Kwa hakika naliogopa usije sema: Umewafarikisha Wana wa Israil, na hukungojea kauli yangu. *** 95. (Musa) akasema: Ewe Msamaria! Unataka nini? ****

Aya hapo juu zinasema kuwa Musa alimkaripia Harun na "Msamaria Mwema" kwa kutengeneza Ndama wa Dhahabu kwa wana wa Israeli wakati Musa alipo kuwa katika Mlima wa Sinai. Je, haya madai ni kweli?

HEBU TUANGALIE USHAHID WA KIHISTORIA

Wa Assyria waliwashinda Wayahudi wa Ufalme wa Kaskazini katika mwaka 722 BC (Kabla ya kuzaliwa Kristo), na kuhamia uhamishioni na kuleta watu wengine walio tekwa kutoka falme mbali mbali, ambao baadae waliona na Wayahudi wa kabila la chini ambao waliruhusiwa kukaaa hapo na wa Assyria.

Sasa basi, watoto wao ndio waliitwa "Wasamaria" kwasababu walikaa katika ardhi ya Samaria ambayo iliitwa kutoka mwenye ardhi hiyo aliye julikana kwa jina la "Shermer" (Soma 1 Wafalme 16:24). 1 Wafalme 16: 24 Alinunua kilima cha Samaria kutoka kwa Shemeri kwa talanta mbilia za fedha na akajenga mji juu ya hicho kilima, akiuita

Samaria, kutokana na Shemeri, jina la mmiliki wa kwanza wa kilima hicho.

Wayahudi waliwadharau Wasamaria kwa sababu mbili, moja kwa mchanganyiko wao damu "mixed race" na kwa ajili ya kuanzisha mahekalu yao wenyewe kushindana dhidi hekalu la Yerusalemu.

MASHAKA NA UTATA UNAANZIA HAPA:

Tukio la Ndama wa Dhahabu lililo tokea karibu na Mlima Sinai kama lilivyo tajwa kwenye Quran Sura 20: 92-95 hapo juu lilitokea miaka 1446 BC (Kabla ya Kristo), ambayo ilikuwa ni miaka 725 kabla ya Msamaria wa kwanza kuzaliwa mwaka wa 721 BC.

Ndugu zanguni,

Kwa mara nyingine tena, tunaoana jinsi Quran ilivyo jaa shaka na utata kila sehemu.

Katika aya za Quran hapo juu na ukilinganisha na ushahid wa historia ya tukio la Wasamaria, unaona tofauti kubwa sana tokea Wasamaria walipo anza kuzalia na tukio halisi la Ndama wa Dhahabu. Tukio la Ndama wa dhahabu lilitokea miaka 1446 KK ambayo ni miaka 725 kabla ya Msamaria wa kwanza kuzalia, lakini Allah yeye anasema eti, kulikuwa na Wasamaria wakati wa tukio hilo. Hivi, kwanini Allah anashindwa kuweka takwimu zake vyema?

MASWALI:
1. Kwanini Allah ameshindwa kusema ukweli wa tukio la Ndama wa dhahabu na kulazimisha kuwa lilitokea wakati wa uzao wa Wasamaria?
2. Je, inawezekana kuwa labda kuto kuwa na elimu kwa Muhammad kulisababisha Muhammad kushindwa elewa nini Jibril alikuwa anasema?
3. Je, inawezekama kuwa labda Jibril alipo pewa ujumbe na Allah nayeye Jibril alishindwa kumweleze Muhammad kwa usahih?

4. Je, tunaweza iamini Quran inayo shindwa kuweka takwimu zake kwa usahihi kuwa ni kitabu kisicho kuwa na shaka ndani yake?

Histori ya Ndama wa dhahabu ipo sio tu katika vitabu vya dini bali hata vitabu vya historia. Lakini katika Quram hii habari imesemwa kwa uongo mkubwa sana.

Kama kweli Allah ndie aliye iteremsha Taurat kwa Musa, kwanini alishindwa kusema ukweli?

Kama kweli Allah ndie aliye iteremsha Taurat kwa Musa, je, Waislam na Allah, mnaweza tuonyesha ipo wapi hiyo Taurat iliyo teremshwa kabla ya Quran?

Ndugu wasomaji, Quran haikuteremshwa na Allah bali iliandikwa na watu hapa duniani, kama Waislam wanabisha, basi watueleze kwanini Allah anashindwa kusema ukweli na kujaza shaka kwenye Quran?

Hakika Msingi wa Dini ya Uislam ni Allah ambaye amesha pokea sifa ya kuwa ni Baba wa Uongo. Hebu rejea na soma hii aya kutoka Biblia kitabu cha Mungu:

Yohana 8: 44 Ninyi ni watoto wa baba yenu Ibilisi, nanyi mnataka kutimiza matakwa ya baba yenu. Yeye alikuwa mwuaji tangu mwanzo, wala hakushikana na kweli maana hamna kweli ndani yake. Asemapo uongo husema yaliyo yake mwenyewe kwa maana yeye ni mwongo na baba wa huo uongo.

Biblia imesha kujibu kuwa baba wa Uongo ni Ibilisi na husema yaliyo yake mwenyewe. Kumbe basi, ndio maana Allah wa Waislam nayeye anasema yaliyo yake.

Nakukaribisha kwa Mungu Mkuu ambaye yeye sio Baba wa Uongo bali ndie Muumba wa kila kitu na alikufa kwa ajili ya dhambi zako.

Mpokee Yesu leo na upate Uzima wa Milele.

Mungu awabariki sana.

Max Shimba Ministries Org.

at October 16, 2016

Utata kuhusu Manabii, Musa, Nuhu na Msamaria Mwema – Juzuu ya 1, Sehemu ya Tatu, Uthibitisho wa 7, Nukuu: Toleo la Mtandao, Mwaka *2016, October 16, Max Shimba Ministries*

Je, Sanamu ya Ndama wa dhahabu "Ng'ombe mtoto" iliwezaje kukoroma mooo mooo kama Ng'ombe aliye hai?

Katika Kurani, tunapata mchwa wanaozungumza kwenye Sura 27:18-19, tazama mazungumzo ya Suleiman na ndege wa Hoopoe kwenye Sura 27:20-28 na hata tunasoma:

Akasema (Mwenyezi Mungu): Tumewatia mtihani watu wako tangu ulipowaacha. Msamaria amewapoteza. Kisha Musa akarudi...

Tukavitupa (vipambo vya dhahabu) kama vile yule Msamaria alivyovitupa motoni." (Kisha akawatolea ndama, mwili wa kulia; wakasema: Huyu ndiye mungu, na mungu wa Musa, ambaye amemsahau.") ...
Musa akasema, "Na wewe Msamaria, ulikuwa na kazi gani?" ...
-- Sura 20:85-88, 95

Je! kipande kidogo cha dhahabu kinawezaje kukoroma kama ng'ombe aliye hai? (Hii imeelezwa tena katika 7:148). Mbali na tatizo la kisayansi ambalo lingeweza kujibiwa kwa jibu kwamba Mungu anaweza kufanya muujiza, kuna tatizo la kitheolojia: Je! Hili pia linapingana na neno la Mungu katika Zaburi, kwani Zaburi 155:4-5 inasema:

Lakini sanamu zao ni fedha na dhahabu, zilizotengenezwa kwa mikono ya wanadamu.

Zina vinywa, lakini hazisemi, zina macho, lakini hazioni; ... Na Mungu anasema juu ya sanamu katika Isaya 46:7 "Hata mtu akiililia, haitajibu," na katika Yeremia 10:5, "Kama kunguru katika kitanga cha tikitimaji, sanamu zao haziwezi kunena; kwa sababu hawawezi kutembea".

Mtu angeweza kuuliza wazo hili la "kushuka kwa ndama" linatoka wapi na kupata kwamba huenda lilichukuliwa kutoka kwa ngano kutoka kwa Wayahudi kama vile Pirqey Rabbi Eliezer, §45 tunasoma: "Na ndama huyu akatoka akipiga kelele, na Waisraeli waliiona." Rabi Yehudah anasema kwamba Sammaeli alikuwa amefichwa ndani yake, na alikuwa akipiga kelele ili awadanganye Israeli.

Wazo la ajabu kwamba ndama huyu wa dhahabu alikuwa akiinama haliko kwenye Torati, lakini linapatikana tu katika ngano hii ya Kiyahudi. Na Muhammad alionekana kutomuelewa Sammael [malaika wa kifo] ni nani, na hivyo likabadilika na kuwa neno alilolijua, Samiri, Msamaria kwa vile alijua Wasamaria ni maadui wa Wayahudi, kwa hiyo ilifanya akili kuwa kutaka kuwahadaa Mayahudi na kuwapoteza. [Maelezo zaidi: Tisdall, "Vyanzo Asili vya Kurani", uk. 112-114]

Utata kuhusu Manabii, Ndama wa dhahabu atoa sahuti – Juzuu ya 1, Sehemu ya Tatu, Uthibitisho wa 8, Nukuu: Toleo la Mtandao, Mwaka *2016, October 16, Max Shimba Ministries*

Utata kuhusu kizazi cha Ibrahimu kwenye Quran

Kizazi cha Ibrahimu:

Mpangilio wa chini unaweza kuonekana wa ajabu mwanzoni, lakini imeandikwa kwa njia hiyo ili kufanya muundo wa maandishi wazi zaidi.

Sura 6:83-89 inasema:

83. Hiyo ndiyo ilikuwa hoja juu yetu. tuliyompa Ibrahim kwa watu wake. Tunamnyanyua tumtakaye daraja baada ya daraja. Hakika Mola wako Mlezi ni Mwenye hikima na ujuzi. 84 Tukampa Is-haq na Yaaqub, wote wakiwa wameongoka. Na kabla yake tulimuongoza Nuhu. na miongoni mwa kizazi chake. Daudi, Sulemani, Ayubu, Yusufu, Musa na Haruni: hivi ndivyo tunavyo walipa wafanyao wema. 85 Na Zakaria na Yohana na Isa na Eliya. wote katika safu za watu wema. 86 Na Ismaili, na Elisha, na Yona, na Lutu; Na wote tukawafadhilisha kuliko walimwengu wote. 87 (Wao) na baba zao na kizazi na ndugu zao. Tuliwachagua, na tukawaongoza kwenye njia iliyonyooka. 88 Huu ndio uwongofu wa Mwenyezi Mungu. Humpa uwongofu amtakaye katika waja wake. Wakiungana Naye miungu mingine, yote waliyoyafanya yatakuwa ni ubatili kwao. 89 Hao ndio watu tulio wapa Kitabu. na mamlaka na unabii. ikiwa hawa (wazazi wao) watawakanusha. Tazama! Nasi tutaweka dhamana yao kwa watu wapya ambao hawakatai.

Ni sababu gani ya kutoa orodha hii ya majina iliyochanganyikiwa kabisa?

Ukipangwa kwa mpangilio sahihi wa wakati, mfuatano wa majina yaliyotajwa ya uzao wa Ibrahimu unapaswa kuwa Ismaili, Isaka, Yakobo, Yusufu, Haruni, Musa, Daudi, Sulemani, Eliasi, Elisha, Yona, Zakariya, Yohana, Yesu. Walakini, kuchanganyikiwa yenyewe sio kosa.

Mambo kadhaa yanahitajika kuinuliwa kuhusu kifungu hiki.

Kwanza, Lutu na Ayubu SI wa uzao wa Ibrahimu. Lutu alikuwa mpwa wa Ibrahimu ambaye alikuja pamoja naye Israeli wakati Ibrahimu alikuwa bado hana uzao wowote (Mwanzo 11:27-30, 12:4-5). Ingawa hakuna mengi yanajulikana kuhusu Ayubu, alikuwa kutoka taifa tofauti, na si sehemu ya uzao wa Ibrahimu pia. Kutoka kwa muundo wa kifungu inazungumza waziwazi juu ya Ibrahimu, na majina yote yamesemwa katika uhusiano naye. Nuhu kama aliyekuja kabla yake na majina mengine yote yameorodheshwa kuwa wazao wake.

Zaidi ya hayo, Qur'an inasema katika aya ya 89, "hawa ndio watu tulio wapa 'Kitabu". Ni kitabu gani kinatazamwa? Afadhali isiseme kwamba kila mmoja wao alipewa "kitabu" (sehemu ya ufunuo wa Mungu)? Je, wote wanawezaje kupewa kitabu kimoja? Kitabu gani? Katika sehemu nyingine inasemekana kuwa Musa alipewa Taurati, Daudi alipewa Zaburi, na Yesu alipewa Injil. Je, kila wakati ni sawa na "kitabu"?

Muhammad pia anapewa "kitabu". Je, Taurati = Zabur = Injil = Qur'an? (Baadhi ya Waislamu wanavuka mipaka ya kudai kwamba kweli ndivyo hivyo.) Kwa nini madai hayo hayajulikani mahali pengine na Taurati na Zaburi na Injili ni maandiko tofauti kwa uwazi kabisa katika milki ya Watu wa Kitabu?

Ni kitabu gani kilipewa Zakariya, baba yake Yohana, au kwa jambo hilo, kwa Yohana mwenyewe? Ni kitabu gani alipewa Isma'il? Maneno haya yote yanapingana na kile kinachojulikana kutoka kwa ufunuo wa Mungu katika Biblia. Na hata zinapingana na imani iliyosalia ya Kurani na Waislamu kwani hawa si miongoni mwa wale waliopokea kitabu (sehemu ya kibao cha milele).

Kauli kama hiyo inapatikana katika Sura 29:27 inayotangaza:

Na tukampa Isaka na Yaaqub. Na tukauthibitisha Unabii na Kitabu miongoni mwa dhuriya zake. na tukampa ujira wake duniani.

na tazama! Hakika yeye katika Akhera ni miongoni mwa watu wema.

Baadhi ya mjadala kama "uzao wake" inahusu Yakobo kama mtu wa mwisho kutajwa au kwa Ibrahimu ambaye Isaka na Yakobo walipewa. Katika hali yoyote ile utume ni kama ilivyotajwa hapo juu kuhusiana na uzao wa Ibrahimu. Na haya ijapokuwa Lut'i ametajwa katika Aya zilizotangulia moja kwa moja (29:26) na zinazofuatia (29:28) Aya hii. Lutu si wa uzao wa Ibrahimu au wa Yakobo. Wala Ayubu au Nuhu.

Zaidi ya hayo, aya hapo juu pia inapingana na Surah 16:36.

Suala jengine: Katika hayo hapo juu inasemekana kuwa Ismaili ni miongoni mwa waliopewa Kitabu (al-Kitab). Lakini 6:156-157 inaonekana kuonyesha kwamba ilitumwa hapo awali kwa watu WAWILI tu, na Waarabu hawakuwa mmoja wao. Hiyo inalinganaje? Je, huo ni ushahidi kwamba Maquraishi si dhuria wa Ismail, si sehemu ya watu hawa (wajukuu) wa Isma'il walioipokea?

Utata kuhusu Manabii, Je, Ayubu ni Uzao wa Ibrahimu – Juzuu ya 1, Sehemu ya Tatu, Uthibitisho wa 9, Nukuu: Toleo la Mtandao, Mwaka *2010, Max Shimba Ministries*

Nani aliye tolewa kafara, Ishmaeli au Isaka?

Kwenye Mwanzo 22:1-18, je inawezekana kuwa mvulana ambaye Abraham alikaribia kumtoa kafara awe ni Ishmael, siyo Isaka, kama ambavyo Waislam wanadai? Vinginevyo, inawezekanaje Isaka awe "mtoto pekee wa kiume" wa Abram?

Jibu: Ni Isaka aliyetolewa kafara na si Ishmael kwa sababu angalau nne:

Hata Kurani haisemi kuwa alikuwa ni Ishmael: Mwanzo 22:2 inasema alikuwa ni Isaka. Kwa Waislam, ingawa Kurani ya kiislam inazungumzia jambo hili kwenye Sura 37:99-111, hakuna sehemu yoyote kwenye Kurani nzima inayosema kuwa huenda alikuwa Ishmael au Isaka. Kwa hakika, wanazuoni wengi wa awali wa kiislam walifundisha kuwa alikuwa ni Isaka, wakati wengine walifundisha kuwa alikuwa ni Ishmael. Tazama al-Tabari juzuu ya 2 uk.68. al-Tabari juzuu ya 2 uk.82-97 inasema mabingwa 16 wa kiislam walisema kuwa ni Isaka wakati mabingwa 23 wa kiislam walisema kuwa ni Ishmael.

Abram alikuwa na mtoto mmoja tu wa kiume wakati ule: Ishmael alikuwa na miaka 14 wakati Isaka alipozaliwa. Hajiri na Ishamael walifukuzwa na kwenda sehemu nyingine Isaka alipoachishwa kunyonya kwenye Mwanzo 21:8-10. Abraham alijaribiwa "kwa muda mrefu" baada ya hapo kwenye Mwanzo 21:34, na "mtoto wa kiume" alikuwa kwenye meza ya kutolea kafara kwenye Mwanzo 22:12.

Mrithi pekee: Isaka alikuwa mirthi pekee, na mtoto pekee wa kiume, pia inamaanisha "mtoto wa kiume mpendwa". Ingawa utamaduni wa wakati ule uliruhusu watu kuwa na masuria kwa ajili ya kupata watoto, urithi na haki ya mzaliwa wa kwanza vilienda kwa watoto wa kiume wa mke halisi, siyo watoto wa kiume wa masuria. Tazama Mambo Magumu kwenye Biblia na Mambo Yanayoonekana Kupingana uk.141 kwa maelezo kamili.

Mwana pekee wa ahadi: Mwanzo 21:12 inasema, "katika Isaka uzao wako utatajwa." Abraham alikuwa na watoto wengine pia wa kiume, lakini walizaliwa baada ya ahadi hii.

Utata kuhusu Manabii, Nani akiyetolewa Kafara, Isaka au Ishameli? – Juzuu ya 1, Sehemu ya Tatu, Uthibitisho wa 10, Nukuu: Toleo la Mtandao, Mwaka *2010, Max Shimba Ministries*

Je, Ishmaeli alikuwa Mwarabu na Muislam?

Ndugu msomaji,

Waislam wamekuwa na tabia ya kumng'angania Ishmael na kudai eti ni ndugu ya Muhammad wa Waislam. Lakini tukisoma vitabu vya Mungu na historia, hakuna hata sehemu moja tunasoma kuwa Ishmael ambaye Mama yake alikuwa Mwafrika alikuwa na undugu na Muhammad wa Waislam.

Hebu tusome ushahid huu hapa:

Mwanzo 21: 14 Ibrahimu akaamka asubuhi na mapema akatwaa mkate na kiriba cha maji, akampa Hajiri akimtwika begani pake, na kijana, akamruhusu; naye akatoka, akapotea katika jangwa la Beer-sheba.
15 Yale maji yakaisha katika kiriba, akamlaza kijana chini ya kijiti kimoja. 16 Akaenda akakaa akimkabili, mbali naye kadiri ya mtupo wa mshale; maana alisema, Nisimwone kijana akifa; naye akakaa akimkabili, akapaza sauti yake, akalia. 17 Mungu akasikia sauti ya kijana. Malaika wa Mungu akamwita Hajiri kutoka mbinguni, akamwambia, Una nini, Hajiri? Usiogope, maana Mungu amesikia sauti ya kijana huko aliko. 18 Ondoka, ukamwinue kijana, ukamshike mkononi mwako, kwa kuwa nitamfanya kuwa taifa kubwa. 19 Mungu akamfumbua macho, naye akaona kisima cha maji; akaenda akakijaza kiriba maji, akamnywesha kijana. 20 Mungu akawa pamoja na huyo kijana, naye akakua, akakaa katika jangwa, akawa mpiga upinde. 21 Akakaa katika jangwa la Parani; mama yake akamtwalia mke katika nchi ya Misri.

KATIKA AYA YA 21 KITABU CHA MWANZO SURA YA 21, tunajifunza kuwa MKE WA ISHMAELI ALITOKA AFRIKA NA HAKUWA MWARABU.

Ndugu zanguni, UISLAM NI DINI YA KUTUNGWA TUNGWA TU. Haina mbele wala nyuma zaidi ya kuupapatikia Ukristo na Uyahudi.

UISLAM HAUFUNDISHIKI BILA YA UKRISTO. ALLAH HAWEZI KUWEPO BILA YA YEHOVA. MUHAMMAD HAWEZI KUJIITA MTUME BILA YA KUWEPO KWA MUNGU YESU.

ISHMAEL WA WAISLAM HAWEZI KUFUNDISHIKA BILA YA WAISLAM KUIBIA NA KUTUMIA BIBLIA ILIYO KAMILIKA NA KUKOSA SHAKA NDANI YAKE.

ZAIDI YA HAPO, hakuna ushahidi wa kuthibitishika kuwa Ishmael alimuoa Jurhumite, Biblia takatifu imetuthibitishia kuwa Ishmael alimuoa Mwanamke kutoka Misri, Afrika.

SOMA USHAHIDI MWINGINE HAPA:

Mwanzo 25: 12 Hivi ndivyo vizazi vya Ishmaeli, mwana wa Ibrahimu, ambaye Hajiri, Mmisri, mjakazi wa Sara, alimzalia Ibrahimu. 13 Na haya ndiyo majina ya wana wa Ishmaeli, kwa majina yao, na kwa vizazi vyao. Mzaliwa wa kwanza wa Ishmaeli, ni Nebayothi, na Kedari, na Abdeeli, na Mibsamu, 14 na Mishma, na Duma, na Masa, 15 na Hadadi, na Tema, na Yeturi, na Nafishi, na Kedema. 16 Hao ndio wana wa Ishmaeli, na hayo ni majina yao, katika miji yao, na katika vituo vyao, maseyidi kumi na wawili kwa kufuata jamaa zao. 17 Na hii ndiyo miaka ya maisha ya Ishmaeli, miaka mia na thelathini na saba. Akakata roho, akafa, akakusanyika kwa watu wake. 18 Wakakaa toka Havila mpaka Shuri, unaoelekea Misri, kwa njia ya kwenda Ashuru. Akakaa katikati ya ndugu zake wote.

Tumesoma kuwa watoto wa Ishmael waliishi mpakani mwa Misri na sio kwenye nchi za Uarabuni au Saudi Arabia.

Sasa kwanini Waislam wanampapatikia Ishmaeli?

Waislam wanamlilia Ishmael ili waweze kuunganisha undugu na Ibrahim ambaye ni baba ya Isaka. Muhammad alijua kuwa, kama akisema hana undugu na Ibrahim, hakuna mtu angefuata dini yake bandia ya Uislam.

ALLAH HAKUWAI ONGEA NA ISHMAEL HATA MARA MOJA

WAISLAMU WAMEKUWA WAKIMTETEA ISHMAEL KWA KUTUMIA BIBLIA!

HAKUNA AYA ALLAH ANASEMA KUWA ISHMAEL NI MUISLAM.

WANAZIDI KUTUHAKIKISHIA KUWA QURAN NI KITABU CHENYE SHAKA!

1. Hakuna kokote kule kwenye Quran panaponyesha kuwa ALLAH alisema na Ishmael! Wala hakuna kokote kwenye kitabu hicho panaposema eti Allah alimfanya kuwa taifa kubwa na kwamba atazaa maseyyidina 12!

2. HAKUNA KOKOTE KWENYE BIBLIA PANAPOONYESHA KUWA MAREHEMU MUHAMMAD ALITOKA KWENYE UZAO WA ISHMAEL ACHILIA MBALI NA JINA LAKE KUTOTAJWA!

KWA KUWA WANATEGEMEA BIBLIA, WATUELEZE KATI YA ISAKA NA ISHMAEL NANI ALITOLEWA NA IBRAHIMU KUWA SADAKA YA KUTEKETEZWA?

(Mwanzo 22:1-18)

BILA SHETANI KUPOTOSHA MAANDIKO YA BIBLIA UISLAMU HAUHUBIRIKI!!

KUMBE UISLAM NI DINI TEGEMEZI.

Sasa Waislam. Jibuni maswali yafuatayo:

1. Lete uthibitisho wa kihistoria kabla ya kuzaliwa kwa Muhammad kuwa Ishmael alikuwa Muislam.
2. Leteni uthibitisho ulio kuwepo kabla ya Quran na Muhammad kuwa Ishmael alikuwa Muislam.
3. Leteni uthibitisho wa Allah akiongea na Ishmael.
4. Kwanini Waislam mnatumia Biblia msio iamini kumtetea Ishmael?

MKINIPA MAJIBU KWA AYA ZA QURAN NA BILA YA MATUSI, LEO HII NITASILIMU NA KUWA MUISLAM.

Ni mimi Max Shimba, mtumwa wa Yesu Kristo, Mungu Mkuu.

For Max Shimba Ministries Org.

www.maxshimbaministries.org

Other references:

The Encyclopedia of Religion, Vol. 7, pg. 296 where the connection between the Midianites and the Ishmaelites is noted.
The Shorter Encyclopedia of Islam, pgs. 178-179.
A Popular Dictionary of Islam, p. 127.

[1][i] Halabieh, I, page 93 ; comments on Ibn Hisham, page m

[2][ii] Halabieh I, page 36

[3][iii] Masudi, Muruj al-Thahab, Beirut-Lebanon, 1991, II, pages 280-282

[4][iv] Halabieh, I, page 35, 36

[5][v] Tarikh al-Tabari, I , page 127

[6][vi] Tarikh al-Tabari, I, page 127

[7][vii] Tarikh al-Tabari, I, page 127

[8][viii] Diwan Ummiah bin Abi al-Salt, (Beirut-1938), page 58

[9][ix] Tarikh al-Tabari, I, page 128
[10][x] Tarikh al-Tabari, I, page 128

[11][xi] Tarikh al-Tabari, I, page 516

[12][xii] K.A. Kitchen, Documentation For Ancient Arabia, Part I, pages 90-222
[13][xiii] Diwan Ummiah, page 26

[14][xiv] Tarikh al-Tabari, I, page 429

[15][xv] Sahih al-Bukhari, I, page 92

[16][xvi] Ibn Hisham, 2, page 32; Halabieh, 2, page 91

[17][xvii] Sahih al-Bukhari, 4, page 125

Utata kuhusu Manabii, Ishameli hakuwa Mwarabu wala Muislam – Juzuu ya 1, Sehemu ya Tatu, Uthibitisho wa 11, Nukuu: Toleo la Mtandao, Mwaka *2010, Max Shimba Ministries*

SEHEMU YA NNE-NANI ALIKUWA MUISLAM WA KWANZA?

Je, nani alikuwa Muislam wa Kwanza?

Ndugu zanguni:

"Nani alikuwa Muislam wa Kwanza" kutokana na Koran iliyo teremshwa na Allah.

Kwa mujibu wa vifungu kadhaa katika Quran, Muhammad ni Muislamu kwanza

Quran 6: 14. Sema: Je, nimchukue rafiki mlinzi asiye kuwa Mwenyezi Mungu, ambaye ndiye Muumba mbingu na ardhi, naye ndiye anaye lisha wala halishwi? Sema: Mimi nimeamrishwa niwe wa kwanza wa wenye kusilimu. Na wala kabisa usiwe miongoni wa washirikina. 161. Sema: Kwa hakika mimi Mola wangu Mlezi ameniongoa kwenye Njia Iliyo Nyooka, Dini iliyo sawa kabisa, ambayo ndiyo mila ya Ibrahim aliye kuwa mwongofu, wala hakuwa miongoni mwa washirikina. 162. Sema: Hakika Sala yangu, na ibada zangu, na uhai wangu, na kufa kwangu, ni kwa ajili ya Mwenyezi Mungu, Mola Mlezi wa viumbe vyote. 163. Hana mshirika wake. Na hayo ndiyo niliyo amrishwa, na mimi ni wa kwanza wa Waislamu. (Wa ' Ana ' Awwalu Al- Muslimin). S. 6:161-163

Sema (Ewe Muhammad): Hakika Mimi nimeamrishwa nimuabudu Mwenyezi Mungu, kwa kumsafishia Dini Yeye (tu). Na nimeamrishwa niwe wa kwanza wa wale ambao ni Waislamu (kujisalimisha kwake). S. 39:11-12 Pickthall

Sura hizo hapo juu na aya hizo ulizo zisoma zinapingana vibaya sana na sura zingine katika Koran hiyo hiyo ambazo ziliteremshwa na Allah huyo huyo na kusema Manabii walio tangulia kabla ya Muhammad ndio walikuwa Waislam wa Kwanza.

Kuran inadai kwamba Adam, Ibrahim, Nuhu, mababu, makabila kumi na mawili ya Israeli, Musa, Yesu nk, hao wote walikuwa waumini wa Allah na walikuwa Waislam, kumbuka hao wote waliishi kabla ya Muhammad ambaye anadai kuwa yeye ni Muislam wa Kwanza:

S. 02:30, 34-35, 37

30. Na pale Mola wako Mlezi alipo waambia Malaika: Mimi nitamweka katika ardhi Khalifa (mfwatizi), wakasema: Utaweka humo atakaye fanya uharibifu humo na kumwaga damu, hali sisi tunakutakasa kwa sifa zako na tunakutaja kwa utakatifu wako? Akasema: Hakika Mimi nayajua msiyo yajua. 34. Na tulipo waambia Malaika: Msujudieni Adam, wakamsujudia wote isipo kuwa Iblis, alikataa na akajivuna na akawa katika makafiri. 35. Na tulisema: Ewe Adam! Kaa wewe na mkeo katika Bustani, na kuleni humo maridhawa popote mpendapo, lakini msiukaribie mti huu tu; mkawa katika wale walio dhulumu. 37. Kisha Adam akapokea maneno kwa Mola wake Mlezi, na Mola wake Mlezi alimkubalia toba yake; hakika Yeye ndiye Mwingi wa kukubali toba na Mwenye kurehemu. S. 02:30, 34-35, 37

163. Hakika Sisi tumekuletea wahyi wewe kama tulivyo wapelekea wahyi Nuhu na Manabii walio kuwa baada yake. Na tulimpelekea wahyi Ibrahim na Ismail na Is-haka na Yaakub na wajukuu zake, na Isa na Ayub na Yunus na Harun na Suleiman, na Daud tukampa Zaburi. S. 4:163

84. Na tukamtunukia (Ibrahim) Is-haq na Yaakub. Kila mmoja wao tulimwongoa. Na Nuhu tulimwongoa kabla. Na katika kizazi chake

tulimwongoa Daud na Suleiman na Ayyub na Yusuf na Musa na Harun. Na hivi ndivyo tunavyo walipa wafanyao wema: S. 6:84

127. Na kumbukeni Ibrahim na Ismail walipo inyanyua misingi ya ile Nyumba wakaomba: Ewe Mola Mlezi wetu! Tutakabalie! Hakika Wewe ndiye Msikizi Mjuzi. 128. Ewe Mola Mlezi wetu! Tujaalie tuwe ni wenye kusilimu kwako, na pia miongoni mwa vizazi vyetu wawe umma ulio silimu kwako. Na utuonyeshe njia za ibada yetu na utusamehe. Bila shaka Wewe ndiye Mwenye kusamehe Mwenye kurehemu. 129. Ewe Mola Mlezi wetu! Waletee Mtume anaye tokana na wao, awasomee Aya zako, na awafundishe Kitabu na hikima na awatakase. Hakika Wewe ndiye Mwenye nguvu, Mwenye hikima. 130. Na nani atajitenga na mila ya Ibrahim isipo kuwa anayeitia nafsi yake katika upumbavu? Na kwa yakini Sisi tulimteuwa yeye katika dunia; na hakika yeye katika Akhera atakuwa miongoni mwa watu wema 131. Na Mola wake Mlezi alipo mwambia: Silimu, Nyenyekea! Alinena: Nimesilimu, nimenyenyekea kwa Mola wa walimwengu wote. 132. Na Ibrahim akawausia wanawe, na pia Yaaqub: Enyi wanangu! Hakika Mwenyezi Mungu amekuteulieni Dini hii; basi msife ila nanyi mmekuwa Waislamu, wanyenyekevu. 133. Je! Mlikuwapo yalipo mfikia Yaaqub mauti, akawaambia wanawe: Mtamuabudu nani baada yangu? Wakasema: Tutamuabudu Mungu wako na Mungu wa baba zako, Ibrahim na Ismail na Ishak, Mungu Mmoja tu, na sisi tunasilimu kwake. S. 2:127-133 Shakir 52. Isa alipo hisi kuwa kati yao pana ukafiri alisema: Nani wasaidizi wangu kwa Mwenyezi Mungu? Wanafunzi wake wakasema: Sisi ni wasaidizi wa Mwenyezi Mungu. Tumemuamini Mwenyezi Mungu, na shuhudia kwamba sisi hakika ni Waislamu. S. 03:52

67. Ibrahim hakuwa Yahudi wala Mkristo, lakini alikuwa mwongofu Muislamu, wala hakuwa katika washirikina. S. 3:67 Shakir

113. Wote hao si sawa sawa. Miongoni mwa Watu wa Kitabu wamo watu walio simama baraabara, wanasoma Aya za Mwenyezi Mungu nyakati za usiku, na pia wanasujudu. 114. Wanamuamini Mwenyezi Mungu na Siku ya Mwisho, na wanaamrisha mema na wanakataza maovu na wanakimbilia katika mambo ya kheri. Na hao ndio miongoni mwa watenda mema. 115. Na kheri yoyote wanayo ifanya hawatanyimwa malipwa yake. Na Mwenyezi Mungu anawajua wachamngu. S. 3:113-115 Shakir

110. Na pale Mwenyezi Mungu atapo sema: Ewe Isa bin Maryamu! Kumbuka neema yangu juu yako, na juu ya mama yako, nilipo kutia nguvu kwa Roho Takatifu, ukazungumza na watu katika utoto na utuuzimani. Na nilivyo kufunza kuandika na hikima na Taurati na Injili. Na ulipo tengeneza udongo sura ya ndege, kwa idhini yangu, kisha ukapuliza ikawa ndege kwa idhini yangu; na ulipo waponesha vipofu na wakoma kwa idhini yangu; na ulipo wafufua wafu kwa idhini yangu; na nilipo kukinga na Wana wa Israili ulipo wajia na hoja zilizo wazi, na wakasema walio kufuru miongoni mwao: Haya si lolote ila ni uchawi mtupu! 111. Na nilipo wafunulia Wanafunzi kwamba waniamini Mimi na Mtume wangu, wakasema: Tumeamini na shuhudia kuwa sisi ni Waislamu. S. 5:110-111

31. Msinifanyie jeuri, na fikeni kwangu nanyi mmekwisha kuwa wenye kusalimu amri. 32. Akasema: Enyi wahishimiwa! Nipeni shauri katika jambo langu hili, kwani mimi sikati shauri yoyote mpaka mhudhurie 42. Basi (Malkia) alipo fika akaambiwa: Je! Kiti chako cha enzi ni kama hiki? Akasema: Kama kwamba ndicho hichi. (Sulaiman na watu wake wakasema): Na sisi tumepewa ilimu kabla yake (Malkia), na tukawa Waislamu. 44. Akaambiwa: Liingie behewa la hili jumba. Alipo liona alidhani ni maji, na akapandisha nguo mpaka kwenye miundi yake. (Sulaiman) akasema: Hakika hilo ni behewa lilio sakafiwa kwa viyoo! Akasema (Malkia): Mola wangu Mlezi! Mimi nimejidhulumu nafsi yangu, na sasa nanyenyekea pamoja na Sulaiman kwa Mwenyezi Mungu, Mola Mlezi wa walimwengu wote. S. 27:30-31, 42, 44 Pickthall

Koran inadai kuwa, makundi mbalimbali yaliyo kuwepo kabla ya kuzaliwa Muhammad yaliitwa na kudaiwa kuwa yalikuwa ya Kiislam, Mfano: Tumesoma kuwa Ibrahim ambaye aliishi miaka mingi sana kabla ya Kuzaliwa Muhammad alidaiwa kuwa na yeye alikuwa Muislam, zaidi ya hapo, Koran inadai kuwa, hata wanafunzi wa Yesu nao walikuwa

Waislam, (3:52, 67, 5:111). Hakika inafahamika kuwa, wote Ibrahimu na wafuasi wa Yesu waliishi muda mrefu kabla ya Muhammad kuzaliwa.

Kwa kweli, Kuran inadai kwamba waamini wote walikuwa kimsingi Waislamu, ingawa hatusomi katika vitabi vingine vya dini kama Biblia ambayo ilikuwepo kabla ya Koran kuwa, Manabii wa Biblia walidai na kukiri kuwa eti wao nao ni Waislamu:

78. Na fanyeni juhudi kwa ajili ya Mwenyezi Mungu kama inavyo stahiki jihadi yake. Yeye amekuteueni. Wala hakuweka juu yenu mambo mazito katika Dini. Nayo ni mila ya baba yenu Ibrahim. Yeye (Mwenyezi Mungu) alikuiteni Waislamu tangu zamani, na katika hii (Qur'ani) pia, ili awe Mtume shahidi juu yenu, na nyinyi muwe mashahidi kwa watu. Basi shikeni Sala na toeni Zaka na shikamaneni na Mwenyezi Mungu. Yeye ndiye Mlinzi wenu, Mlinzi bora kabisa, na Msaidizi bora kabisa S. 22:78

Je, nani alikuwa Muislamu wa Kwanza?

1. Katika Suran 6: 163 Koran inadai kuwa Muhammad ndie Muislam wa kwanza.

2. Katika S. 02:30, 34-35, 37 Koran inadai kwamba, ni Ibrahim na waumini walio zaliwa kabla ya Muhammad ndio walikuwa Waislam wa Kwanza.

3. Katika S. 5:110-111 Koran inadai kuwa eti Isa Bin Maryam ndie alikuwa Muislam wa kwanza.

4. Katika S. 2:37 Koran inadai kuwa eti Adam ndie aliye kuwa Muislam wa Kwanza.

SWALI NI HILI:

Nani alikuwa Muislam wa kwanza?

Kwanini Koran ifanye makosa makubwa namna hii na kudai eti Muhammad ndie alikuwa Muislam wa Kwanza?

Waislam wanaweza kudai kuwa kila umma ulitumiwa nabii.

Kama hayo madai ni kweli, basi maswali haya yanahitaji majibu:

1. Nani ni Nabii wa Waafrika?
2. Nani ni Nabii wa Wazungu?
3. Nani ni Nabii wa Wamarekani?
4. Nani ni Nabii wa Wachina?

HAKIKA KUNA UTATA MKUBWA SANA KATIKA KORAN YA ALLAH ILIYO

SHINDWA KUTUELEZA NI NANI ALIKUWA MUISLAM WA KWANZA.

Ndugu yangu,

Karibu kwa Yesu Kristo aliye kuja kwa Mataifa Yote.

Matayo 28: 18 Yesu akaja kwao, akasema nao, akawaambia, Nimepewa mamlaka yote mbinguni na duniani. 19 Basi, enendeni, mkawafanye mataifa yote kuwa wanafunzi, mkiwabatiza kwa jina la Baba, na Mwana, na Roho Mtakatifu; 20 na kuwafundisha kuyashika yote niliyowaamuru ninyi; na tazama, mimi nipo pamoja nanyi siku zote, hata ukamilifu wa dahari. Yesu Kristo alikuwa kwa Mataifa yote kama Injili kutokana na Matayo inavyo sema hapo juu. Hakika Msamaha wa dhambi unapatikana kupitia Yesu pekee.

Soma: Luka 7 48 Kisha Yesu alimwambia mwanamke, Umesamehewa dhambi zako.

KARIBU SANA KWA YESU KRISTO ALIYE HAI.

Mungu awabairiki sana

Katika Huduma Yake

Max Shimba

Nani alikuwa Muislam wa Kwanza?– Juzuu ya 1, Sehemu ya Nne, Uthibitisho wa 1, Nukuu: Toleo la Mtandao, Mwaka *2014, Max Shimba Ministries*

SEHEMU YA TANO – UTATA KUHUSU UTUME WA MUHAMMAD

Utata wa jinsi Muhammad alivyo upata Ufunuo wake

Ufunuo aliokuja nao Muhammad S.A.W, Mtume wa Waislamu, ni tofauti sana na mitume wote walioishi kabla yake wanaotajwa ndani ya Biblia Takatifu. Tofauti yake ni kwamba manabii na mitume wote waliotajwa ndani ya Biblia Takatifu, wameandika watu mbalimbali wapatao 40 kwa miaka mingi sana inayokaribia 1500, lakini ufunuo wao ni wa aina moja (it has conformity). Ule unabii wa Agano la Kale umetimizwa katika Agano Jipya. Hii ni kwa sababu chanzo cha ufunuo huo ni kimoja, Roho Mtakatifu.

Lakini kwa upande wa Muhammad s.a.w, mtume wa Waislamu yeye chanzo cha ufunuo na hatimaye utume wake ni masuala yenye utata sana ambao hata wafuasi wa dini hiyo na wao hawajui kwa hakika ukweli ni upi.

Hebu tuangalie kwa ufupi utata huo.

Muhammad s.a.w alipotimiza umri wa miaka 38 alihama toka nyumbani kwake, akahamia katika mapango yaliyokuwa hapo karibu na mji wa Makka. Alipofikisha umri wa miaka 40 siku moja alitokewa na kiumbe ambacho Waislamu leo wanakiita Malaika Jibril.

Wahyi (ufunuo) uliokuja kwa Muhammad alisikia makengele,uso kuwa mwekundu,jasho kumtoka. Katika Bukhar, Hadithi na 2, Juzuu na 1,Al-Lu'lu Kitabu cha 3.Uk. Na.874 Hadithi na 1505 "Hadithi ya Aisha r.a mama wa waumini amesema, kuwa Al Harith ibn Hisham r.a alimuuliza mtume wa Allah s.a.w ' Ewe mtume wa Allah hivi wahyi (ufunuo) hukujia vipi?' mtume wa Allah s.a.w akajibu, " Wakati mwingine hunijia kama mlio wa kengele, na aina hiyo ndiyo ngumu zaidi kwangu, inaondolewa hali hiyo kwangu wakati tayari nimeshapata wahyi. Na nyakati nyengine malaika anakuja kwangu akiwa katika mfano wa mtu, kwa hiyo ananieleza na ninayazingatia aliyoyasema." Aisha r.a alisema , Na hakika nilimwona unamshukia wahyi siku ya baridi kali na ilipomuondoka hali hiyo, paji lake la uso lilichuruzika jasho."

Qurani 53:2 – 6 Suratul Najm (Nyota) "Kwamba mtu wenu huyu Nabii Muhamad (hakupotea kwa ujinga) na wala hakukosa (Na hali ya kuwa anajua). Wala hasemi kwa matamanio (ya nafsi yake). Hayakuwa haya (anayosema) ila ni wahyi (ufunuo) uliofunuliwa (kwake). Amemfundisha (malaika) mwenye nguvu sana. Mwenye uweza na yeye (huyu Jibril) akalingana sawa sawa.

Huyu malaika Jibril ndiye Waislamu wanasema alimtokea Muhammad kule pangoni na kwamba yeye huyo malaika Jibril ndiye Roho Mtakatifu. Tunaposoma ufafanuzi wa aya ya 2:87 ya Suratul Baqarah, uliyomo ndani ya Qur'an unasema "Kwa Waislamu Roho Mtakatifu ni Malaika Jibril si yule wanaodai Wakristo kuwa ni mmoja wa asili ya utatu (Trinity)".

Jambo ninalopenda ulijue ni kwamba Waislamu wote hawakubahatika kupewa elimu ya Roho. Hii ni kuanzia mtume na nabii wao Muhammad. Tunasoma hayo katika Qur'an 3:7 "Yeye ndiye aliyekuteremshia kitabu (hiki Qur'an) ndani yake zimo aya Muhkam (nyepesi kufahamika) ambazo ndizo msingi (asili) wa kitabu (hiki) na ziko nyingine Mutashabihat (zinababaisha kama habari za akhera,za peponi na motoni na mengine ambayo yamekhusika na Roho).Wale ambao nyoyoni mwao mna upotofu wanafuata zile zinazo babaisha kwa kutaka kuwaharibu watu na kutaka kujua hakika yake vipi; na hakuna ajuaye hakika yake vipi ila Mwenyezi Mungu. Na wale waliozama katika ilimu husema:" Tumeziamini,zote zimetoka kwa Mola wetu."Na hawakumbuki isipokuwa wenye akili."

Qur'an 17:85 Suratul Ban Israil (Wana wa Israeli). "Na wanakuuliza habari ya roho.Sema roho ni jambo lililohusika na Mola wangu (Mwenyezi Mungu),Nanyi hamkupewa katika ilimu (ujuzi) ila kidogo kabisa.(Nayo ni ilimu ya vitu visivyokhusika na roho").

Hivyo katika Uislamu elimu ya Roho hawana kwa mujibu wa Qur'an. Hii ndiyo sababu mara nyingi wao hushughulikia sana mambo ya nje (externalistics) zaidi kuliko ya Rohoni k.m kutawadha na kupandisha maji puani wakiamini wamemtoa Shetani aliyekuwa ndani ya pua. Katika kitabu kiitwacho Al-Lu'lu' wal-Marjan, Juzuu 1. Hadithi na 183 uk. 96 inasomeka hivi "Amesimulia Abu Huraira (r.a), Mtume (s.a.w) alisema, "Mmoja wenu anapoamka kutoka usingizini, basi atawadhe na apandishe maji puani na apenge mara tatu, kwa sababu Shetani alilala ndani ya tundu za pua yake". (Bukhari, Hadithi, Na.516 Juzuu 4)

Baada ya kufahamu jinsi Waislamu wasivyokuwa na elimu ya Roho, ndipo tunapoanza kuhoji huyo malaika anayeitwa Jibril ni nani? Je ni malaika wa Mungu wa Kweli Yehova?

Biblia Takatifu inaeleza juu ya malaika walioasi mbinguni kisha wakafukuzwa na kutupwa huku chini. 1Petro 2:4 "Kwa maana ikiwa Mungu hakuwaachia "malaika waliokosa" bali aliwatupa shimoni akawatia katika vifungo vya giza walindwe hata ije siku ya hukumu".

Kwa mafundisho haya ya Biblia yanatuonesha kuwa kuna kundi moja la malaika liliasi na likafukuzwa na hadi sasa kundi hilo linasubiri hukumu. Kundi hilo leo linaitwa Shetani,Majini au Mapepo wachafu.

Lakini tusomapo kitabu cha Qur'an, kitabu kilichokuja baadaye sana karne ya 7 (610 B.K) baada ya kitabu cha Biblia, ndani yake tunapata taarifa tofauti kuhusu malaika.

Qurani 32:13 Suratul As – Sajdah (Kusujudu) "Na tungalitaka tungempa kila mtu uwongofu wake (kwa lazima kama tulivyowapa malaika..."

Ufafanuzi wa aya ya 13 ulio ndani ya Qurani unasomeka hivi:

"Angetaka Mwenyezi Mungu angemuumba binadamu kama malaika hawezi kufanya mabaya, maumbile yake ni kufanya mema tu; kwa hiyo halipwi kwa mema yake hayo kwani hayaonei taabu katika kuyafanya. Lakini binadamu ameumbwa kwa uweza wa yote mawili sawasawa na raha yake zaidi ni kufanya mabaya"

Aya hii na ufafanuzi wake, vinaeleza kuwa malaika wote wa Mungu wa Muhammad ni wema hakuna aliyekosa, na kuwa miongoni mwa malaika hao mmojawao ndiye aliyemtokea Muhammad na kumpa utume na ufunuo wa Qur'an. Sasa hebu tuchunguze kule pangoni alikokuweko Muhammad ili kupata utume alitokewa na kiumbe gani?. Tutaongozwa na vitabu vya dini ya Kiislamu.

Katika kitabu kiitwacho: Maisha Ya Nabii Muhammad s.a.w uk 16-17 kilichoandikwa na Sheikh Abdullah Saleh Al-Farsy, tunasoma kama ifuatavyo;-

Hata siku moja- katika mwezi wa Ramadhani mwezi 17, Jumatatu katika mwaka wa 40 ½ wa umri wake- mtume alimwona mtu kamsimamia mbele yake bila ya kumwona wapi katokea, akamwambia; "soma". Mtume akamjibu; "Mimi sijui kusoma kwani sijapata kujifundisha kusoma." Akaja akamkamata akambana, akamwambia tena; "soma," Mtume akamjibu jawabu yake ileile. Hata mara ya tau akamwambia; "soma- Iqraa Bismi Rabbik." Akamsomea sura hiyo ya 96 mpaka kati yake. Kisha mtume akaisoma kama alivyosomewa. Hii ndiyo sura ya kwanza kushuka katika Qur'an, ingawa haijawekwa mwanzo.

Mara, yule mtu (Malaika) akaondoka machoni mwake- asimwone kenda wapi. Na mtume naye akarejea kwake-khofu imemshika. Alipofika nyumbani, Bibi Kadhija alidhani ana homa, akamfunika maguo gubigubi na akakaa mbele yake akimsikiliza anavyoweweseka. Hata homa ilipomwachia alimweleza Bibi Kadhija yote yaliyomtokea; na Bibi

Kadhija akamtuliza moyo wake, akamyakinishia ya kuwa hapana lolote baya litakalomzukia. Mara bibi huyu akaondoka akenda kwa jamaa yake – Bwana Waraqa bin Naufal- akampa habari yote iliyompata mumewe. Naye akamwamrisha amwite. Na mtume akenda akamweleza habari yake yote. Bwana Waraqa akamwambia; "Huyo ndiye Jibril aliyemshukia Nabii Musa na Nabii Isa. Basi jibashirie kuwa wewe ni mtume wa umma huu, nami natamani kuwa hai nikuone unavyosimama kuwatengeneza jamaa zako; Inshaallah nitakuwa mkono wako wa kulia" Wakarejea kwao na khofu yote imemtoka".

Alipokuwa pangoni alichezewa na Shetani: Katika kitabu kiitwacho *"Wakeze Mtume Wakubwa Na Wanawe" kilichoandikwa na Sheikh Abdullah Saleh Al Farsy uk.12 tunasoma maneno haya: "Basi Mtume akafanya hofu akarejea kwa mkewe akamhadithia; na pale pale homa kubwa kabisa ikampanda akataka afunikwe maguo. Mara akawa anatetemeka kwa nderema na anaweweseka na kusema "Najikhofia nafsi yangu kuchezewa na shetani na kuniharibu akili yangu na kunizuga". Bibi Khadija palepale alimdakiza akamwambia; "Wacha hayo; Siyo yatakayokuwa hayo. Wewe huwezi kuchezewa na mashetani. Shetani hawezi kumchezea mtu mwenye sifa zako. Wewe unatazama vyema jamaa zako, unachukuwa mizigo ya hata watu wasiokuwa wako, unawadhihirishia watu sifa zako nzuri ambazo hakuna mwenye nazo. Unafanya hivi na unafanya hivi. Furahi ndugu yangu. Tua moyo wako, Wallahi! Mimi naona umekwishakuwa mtume".*

Katika tukio hili lililompata Muhammad akiwa pangoni, ndipo Waislamu wote ulimwenguni wanapolieleza kuwa hapo ndipo Muhammad s.a.w alipoletewa wahyi (ufunuo) na kupewa unabii na utume. Lakini unapotafakari juu ya ujumbe huo utaona kuwa hata yeye mwenyewe hajui nini kilichokuwa kimemtokea kule pangoni. Ndiyo maana tunasoma kuwa alipofika nyumbani kwake mkewe Bi. Khadija alimfunika nguo mumewe akidhani ana homa. Muhammad alimweleza mkewe kilichomtokea kuwa ni "Shetani" hakumsema malaika yeyote kama Waislamu wanavyotaka kutuaminisha leo. Kwa sababu kama angekuwa ni malaika kama tunavyosoma ndani ya Biblia,asingesita kujitambulisha kwa Muhammad kuwa yeye ni nani. Hii ni hoja ya kwanza.

Hoja ya pili tunaona kuna mtu anaitwa Waraqah ibn Naufal, binamu yake na mke wa Muhammad s.a.w Bi Khadija. Yeye Waraqah anamwambia Muhammad huyo aliyekutokea ni malaika Jibril. Basi jibashirie kuwa wewe ni mtume wa umma huu!!!!! Je alikuweko pangoni wakati Muhammad s.a.w akitokewa na kiumbe asichokijua?

Hoja ya tatu tunaona hata huyo mkewe Muhammad anamwambia mumewe utume huo!!!!!!! Je na yeye alikuweko pangoni? Kama hakuweko ni nani aliyemwambia kuwa yule ni malaika Jibril ikiwa Muhammad mwenyewe aliyetokewa alisema nimetokewa na Shetani? Tafakari

Katika kitabu kiitwacho Tafsir Al-Kashif, cha Muhammad Jawad Mughniyyah, uk74 paragrafu ya 7 inasomeka"Hakuna njia ya kumjua Iblis, Shetani na Jini, isipokuwa kwa njia ya wahyi (ufunuo) tu"

Qurani Suratul Sad 38:69 Muhammad amenukuliwa akisema "Sikuwa na ilimu ya viumbe watukufu(Malaika)...

Kwa sababu ya Muhammad s.a.w kutowajua malaika kwake yeye anasema unapomwona punda akilia basi kamwona Shetani. Katika Kitabu kiitwacho Mkweli Mwaminifu, Juzuu 3-4 Hadith 789 uk 38 "Punda akilia kamwona Shatani"

Jambo hilo ni tofauti na jinsi Biblia Takatifu inavyoeleza kuhusu punda. Mungu anaweza kumtumia hata punda kuongea na wanadamu ili kuwajulisha ujumbe wake. Katika kitabu cha Hesabu 22:22-31 tunasoma habari ya Balaamu jinsi Mungu alivyomtumia punda kumwambia Balaamu asiendelee na safari yake, baada ya punda huyo kumwona malaika wa Bwana akiwa ameshika upanga na amesimama mbele yao akiwa amezuia njia aliyotakiwa kupita. Punda alimwambia Balaamu ule msitari wa 30-31 "Yule punda akamwambia Balaamu, Je mimi si punda wako, nawe umenipanda maisha yako yote hata leo? Nimezoea kukutenda hayo? Akasema La! Ndipo Bwana akafunua macho ya Balaamu, akamwona malaika wa BWANA amesimama njiani, ana upanga mkononi mwake, umekwisha kufutwa; naye akainama kichwa, akaanguka kifudufudi"

Inaonekana kwa tukio hili lililomtokea Balaamu, Mungu alimfunua macho yake akamwona malaika. Lakini kwa Muhammad yeye anachokiona ni Shetani tu. Na ndiyo maana anasema punda akilia amemwona Shetani

Kwa hiyo kama ufunuo wa Muhammad unaanza na Shetani kama vitabu sahihi vya dini ya Kiislamu vinavyoeleza, kwa mujibu wa ufafanuzi wa kitabu hicho cha Tafsir Al Kashif, inaonesha kwamba ufunuo, unabii na hata utume wa Muhammad una walakini mkubwa ukilinganisha na ujumbe wa manabii na mitume waliotajwa ndani ya Biblia Takatifu.

Katika Biblia shetani ametajwa kuwa anaweza kujigeuza awe mfano wa malaika wa nuru.

2 Wakorintho 11:13-15 "Maana watu kama hao ni mitume wa uongo, watendao kazi kwa hila wanaojigeuza wawe mfano wa mitume wa Kristo. Wala si ajabu, maana shetani mwenyewe hujigeuza awe mfano wa malaika wa nuru. Basi si neno kubwa watumishi wake nao wakajigeuza wawe mfano wa watumishi wa haki, ambao mwisho wao utakuwa sawasawa na kazi zao".

Muhammad akiwa Medina aliulizwa na Wayahudi ikiwa ufunuo wake umetoka kwa Mungu wa Kweli kwa kumtaka atoe sifa za manabii. Akijibu swali hilo alisema:

Mkweli Mwaminifu Juzuu 3-4 Uk.63. Hadithi Na. 880. "Kasema Mtume (s.a.w):- (Mambo) mane ya sheria za mitume (Kuwa na) na haya,na kujipaka mafuta mazuri,na kuowa (wake),na kupiga mswaki.

Hizi si sifa za Ki-Mungu kwa nabii na mtume bali ni za kibinadamu tu.

Manabii na watu mbalimbali katika Biblia hawakuona haya. Soma Isaya 50:7 "Maana Bwana MUNGU atanisaidia; kwa sababu hiyo sikutahayari, kwa sababu hiyo nimeukaza uso wangu kama gumegume, nami najua ya kuwa sitaona haya". Zaburi 34:5 " Wakamwelekea macho wakatiwa nuru, Wala nyuso zao hazitaona haya" Zab 119:46 " Nitazinena shuhuda zako mbele ya wafalme, Wala sitaona aibu" Warumi 1:16 " Kwa maana siionei haya Injili; kwa sababu ni uweza wa Mungu uuletao wokovu, kwa kila aaminiye kwa Myahudi kwanza , na kwa Myunani pia" 1Petro 4:16 " Lakini ikiwa kwa sababu ni Mkristo asione haya, bali amtukuze Mungu katika jina hilo.

Zaidi ya hayo tunaona Muhammad alirogwa. Kurogwa ni hali ya mtu kuathirika na nguvu za giza yaani uchawi. Je nabii au mtume wa Mwenyezi Mungu wa Kweli anaweza kurogwa?

Katika Qur'an Suratul Ban-Israel, 17:47 "Tunajua sana, sababu wanayosikiliza, na wanaponong'ona, wanaposema hao madhalimu. Nyinyi hamfuati isipokuwa mtu aliyerogwa"

Pia katika Suratul Falaq, 113:1-5 "Ninajikinga kwa mola wa ulimwengu wote na shari ya Alivyoviumba, na shari ya giza la usiku liingiapo, na shari ya wale wanaopulizia (vivia) mafundoni (wakavunja) mashikamano yaliyo baina ya watu yaani shari ya mafatani, Na shari ya hasidi anapohusudu"

Tunasoma tukio hilo katika ufafanuzi wake uliyomo ndani ya Qur'an chapa ya nane uk.977 unaofafanua Sura ya 113-114 "Athari ya uchawi juu ya mtume (s.a.w). Swali la pili lijitokezalo kuhusu sura mbili hizi ni kwamba kwa mujibu wa hadithi uchawi ulifanywa dhidi ya mtume (s.a.w) naye akawa mgonjwa, na ili kuiondoa athari hiyo ya uchawi Jibril (a.s) alikuja na kumpa maelekezo Mtume (s.a.w) ya kusoma sura mbili hizi. Watafiti wengi zamani na wa sasa wamelifanyia upinzani jambo hilo, kwamba ikiwa hadithi zitakubaliwa, basi mfumo wote wa sharia utakuwa ni wa kutiliwa shaka, kwa sababu kama mtume (s.a.w) aliweza kuathirika kwa uchawi, na kwa mujibu wa hadithi hizi kweli uchawi huo ulionesha athari yake, basi hatuwezi kukaidi au kukana hadi kiwango gani maadui waliweza kumfanya Mtume (s.a.w) aseme na atende mambo kwa nguvu ya uchawi, na katika mafundisho yake mambo mangapi yatoka kwa Allah na mangapi yatokana na athari ya uchawi juu yake. Si hiyo tu, bali pia wasema kuwa baada ya kuyatambua hayo kuwa ni kweli katu haitawezekana hata kule kukaidi kuwa (s.a.w) alishawishiwa kudai utume kwa mauzauza ya kinjozi kuwa alimjia malaika. Pia wanasema hadithi hizi zapingana na Qur'an, na kama ilivyo katika Qur'an kuwa tuhuma hiyo batili kwa makafiri ilivyotajwa kuwa mtume s.a.w amerogwa naye ameathirika na uchawi: wanaposema hao madhalimu, 'Ninyi hamumfuati isipokuwa mtu aliyerogwa'." (17:47), lakini hadithi hizi zinathibitisha madai ya makafiri kuwa kwa kweli aliathirika na kuongozwa na uchawi......Kadri historia inavyohusika,ukweli kuwa kiasi fulani cha athari ya uchawi juu ya Mtume (s.a.w) ni hakika iliyothibiti; na kama kwa ustadi wa ubishi inawezekana kuthibitisha kuwa kweli.Limesimuliwa jambo hilo na Bukhari, Muslim, Nasai, Ibn Majah, Ahmad, 'Abdur Razzaq, Humaid, Baihaqi, Tabarani, Ibn Sa'd, Ibn Marduyah, Ibn Abi Shaibah, Hakim, Abd bin Humaid na Muhadithina wengine toka kwa Bi. 'Aisha (r.a), Zaid bin Arqam, Ibn 'Abbas kupitia silsila nyingi mno kiasi kwamba jambo lenyewe limefikia hali ya ufululizo kamili, isipokuwa kila Hadithi, yenyewe ni ripoti kamili.

Hii ni uthibitisho mwingine mzito unaoonesha kuwa utume wa Muhammad una utata. Ikiwa na wao Waislamu kwa mujibu wa hadithi hizi hawajui ni mambo mangapi Muhammad aliyoyasema yanatoka kwa Allah na mangapi aliyasema akiwa ameshinikizwa na wachawi, Je ufunuo na utume wake utakuwa umetoka kwa Mungu wa Kweli? Tafakari!!

Ndani ya Biblia Takatifu hakuma kurogwa kwa mtu wa Mungu. Hesabu 23:23 "Hakika hapana uchawi juu ya Yakobo, Wala hapana uganga juu ya Israel. Sasa habari za Yakobo na Israel zitasemwa, Ni mambo gani aliyoyatenda Mungu!"

Kwa mujibu wa kitabu cha Biblia Takatifu, manabii na mitume wa kweli wa Bwana Mungu wanatoka katika taifa la Israel.

Kitabu cha Ezekiel 13:9 "Na mkono wangu utakuwa juu ya manabii wanaoona ubatili, na kutabiri uongo;hawatakuwa katika mashauri ya watu wangu, wala hawataandikwa katika maandiko ya nyumba ya Israel, wala hawataingia katika nchi ya Israel; Nanyi mtajua ya kuwa mimi ndimi Bwana MUNGU"

Pia kwa mujibu wa kitabu cha Qur'an manabii na mitume ni lazima watoke kwa Yakobo ambaye ni mtoto wa Is-haqa ambaye naye ni mtoto wa Ibrahim. *Qur'an Suratul Al-Ankabuut, (Buibui), 29:27 "Na tulimpa (kumzaa nabii) Is-haqa na (kumjukuu nabii) Yakubu na tukauweka katika kizazi chake unabii na (kupata) kitabu, na tukampa ujira wake katika dunia; naye katika akhera kwa yakini atakuwa miongoni mwa watu wema".*

Aya hii, inaendelea kusisitiza kuwa ni kupitia kizazi cha Yakobo ndiko uliko unabii na kupata kitabu. Kwa bahati mbaya Muhammad ibn Abdullah, hatoki katika kizazi hicho wala kwa Ishmael kama wanavyodai Waislamu. Kwa sababu Ishmael ni Mwebrania kama baba yake mzee Ibrahim alivyo Mwebrania (Mwanzo 14:13) na Muhammad ni mwarabu kutoka kabila la Maqureysh. Kwa kutambua hilo ndipo tunamwoma Muhammad akiwaonya watu wengine wajiepushe na watu wa kabila lake.

Sahih Al-Bukhari Vol.1.Hadithi Na. 801 na Al-Lu'lu Kitabu cha 3. Uk.1089. Hadithi Na.1846 inasomeka"Hadithi ya Abu Huraira (r.a) amesema ,'Mtume wa Allah (s.a.w) amesema,Kabila hili la Makuraish litawateketeza watu.' Wakauliza, 'Unatushauri nini?' Akasema, Nashauri watu wajitenge nalo."

Kumzamisha nzi kwenye kinywaji

Bukhar vol. 4 Hadith 537 "Narrated Abu Huraira: The Prophet said: If a house fly falls in the drink of any one of you, he should dip it (in the drink) for one of its wings has a disease and the other has the cure for the disease"

Tafsiri: Ilisimuliwa na Abu Huraira: Nabii alisema kama nzi akiangukia ndani ya kinywaji cha mmoja wenu, anapaswa kumzamisha kabisa (ndani ya kinywaji) kwa kuwa bawa lake moja lina ugonjwa na bawa lake jingine lina dawa

Mitume wa Yesu ndani ya Biblia Takatifu walikwisha kutuonya kuhusu uchafu huo. Katika *2 Wakorintho 7:1 "Basi, wapenzi wangu, kwa kuwa tuna ahadi hizo, na tujitakase nafsi zetu na uchafu wote wa mwili na roho, huku tukitimiza utakatifu katika kumcha Mungu*"

Miongoni mwa mafundisho ya Muhammad ni kwamba kuna mambo kumi yanayokamilisha Uislamu nayo tunayasoma katika kitabu kiitwacho Mkweli Mwaminifu, Kilichoandikwa na Sheikh Said Moosa Al-Kindy wa Muscut, Juzuu 3-4 Uk 63.Hadithi Na.880 " Kasema Mtume (s.a.w) (Mambo) kumi ya Uislamu (yanayokamilisha Uislamu):Kukata masharubu,na kuziweka ndevu,nakuziweka ndevu (kutozinyoa) ndevu,na kupiga mswaki,kusafisha ndani ya pua kwa maji,na kukata kucha,kuosha mikono baina ya vidole,na kung'oa (au kunyoa) nywele za kwapani,na kunyoa nywele za mbeleni (mavuzi),na upungufu wa maji. La kumi,kasema sahaba aliepokea hadithi hii kuwa nimesahau,lakini kasema bila shaka la kumi ni "kutahiriwa."

Kwa mujibu wa Biblia manabii na mitume wanathibitishwa kwa njia ya miujiza.

Kutoka 14:21" Musa akanyosha mkono wake juu ya bahari,BWANA akaifanya bahari irudi nyuma kwa upepo wa nguvu utokao mashariki,usiku kucha,akaifanya bahari kuwa nchi kavu".

Matendo 19:11-12 "Mungu alifanya kwa mikono ya Paulo miujiza ya kupita kawaida. Hata wagonjwa wakaletewa leso na nguo zilizotoka mwilini mwake magonjwa yao yakawaondokea, pepo wachafu wakawatoka". Tazama pia Matendo 16:16-18, 20:7-12 na Matendo 13:6-12.

Qur'an nayo inathibitisha kuwa manabii na mitume ni lazima wafanye miujiza.

Qurani 40:78 Suratul Al-Muumini [Waumini] inasomeka "Na kwa yakini tumewatuma mitume kabla yako wengime katika wao tumekusimulia (majina yao na habari zao) na wengine hatukukusimulia na haikuwa kwa mtume yoyote kuleta muujiza wowote ila kwa idhini ya Mwenyezi Mungu"

Muhammad hakupewa kufanya muujiza wowote ili kuthibitisha madai ya unabii na utume wake.

Qur'an 29:50 Suratul Al-Ankabuut (Buibui). "Na walisema "Mbona hakuteremshiwa miujiza kutoka kwa Mola wake? Sema miujiza iko kwa Mwenyezi Mungu tu (akitaka atakuteremshieni na kama hataki basi), nami hakika ni mwonyaji mbainishaji (dhahiri tu)." (Taz. Qur,an 6:35-37 13:7,)

Katika Qur'an iko aya ambayo tunapaswa tuitafakari wote kwa pamoja.Katika Surat An-Nisaa, (wanawake), 4:79 "Wema uliokufikia unatoka kwa Mwenyezi Mungu na ubaya uliokufikia unatoka nafsini mwako, mwenyewe umefanya mambo hata yakakufika hayo. Nasi tumekupeleka kwa watu kuwa mtume na Mwenyezi Mungu ni shahidi wa kutosha (hapaitajiwi shahidi mwingine)"

Aya hii inaonesha kuwa Muhammad mtume wa Waislamu, alipelekwa kwa watu kuwa mtume, huku Mwenyezi Mungu akiwa shahidi tu. Siku zote shahidi si mtendaji bali ni mwonaji tu wa tendo lililotendeka.Hoja yetu tungependa kuwajua hao watu waliompeleka Muhammad kwa watu ni akina nani? Kwa sababu tumeona kule nyuma baada ya Muhammad kutoka pangoni, mkewe Bi. Khadija anamwambia Muhammad kuwa "utume huo!!!!!!! Na Bwana Waraqah ibn Naufal akimwambia Muhammad kuwa "basi jibashirie kuwa wewe ni mtume wa umma huu" kabla ya Qur'an. Je hao si wale "Nasi tumekupeleka" wanaotajwa kwenye aya hiyo hapo juu? Tafakari!!

Waislamu hudai kuwa Muhammad ametumwa na Mwenyezi Mungu wao, ambaye ni Mfalme wa Wafalme. Lakini tusomapo Biblia Takatifu katika kitabu cha Ufunuo 17:14 "Hawa watafanya vita na Mwanakondoo, na Mwanakondoo atawashinda, kwa maana Yeye ni Bwana wa Mabwana, na Mfalme wa Wafalme; na hao walio pamoja naye ndiyo walioitwa na wateule, na waaminifu"

Katika Ufunuo 19:11-16 "Kisha nikaziona mbingu zimefunuka, na tazama, farasi mweupe, na yeye aliyempanda, aitwaye Mwaminifu na Wa-kweli, naye kwa haki ahukumu na kufanya vita. Na macho yake yalikuwa kama mwali wa moto, na juu ya kichwa chake vilemba vingi; naye ana jina lililoandikwa, asilolijua mtu ila yeye mwenyewe. Naye amevikwa vazi lililochovywa katika damu, na jina lake aitwa Neno la Mungu. Na majeshi yaliyo mbinguni wakamfuata, wamepanda farasi weupe na kuvikwa kitani nzuri, nyeupe, safi. Na upanga mkali hutoka kinywani mwake ili awapige mataifa kwa huo. Naye atawachunga kwa fimbo ya chuma, naye anakanyaga shinikizo la mvinyo ya ghadhabu ya hasira ya Mungu Mwenyezi. Naye ana jina limeandikwa katika vazi lake na paja lake, MFALME WA WAFALME NA BWANA WA MABWANA "

Yesu Kristo ndiye Mfalme wa Wafalme na Bwana wa Mabwana.Lakini tunaposoma Hadithi sahihi za Kiislamu zinaeleza kuwa adui mkubwa wa Allah (s.w) Mungu wanayemwabudu Waislamu, ni yule anayeitwa Mfalme wa Wafalme.

Sahih Al- Bukhari, Vol.8.Hadithi Na.225, Al-Lu'lu Wal-marjan,Juzuu ya 3,Hadithi Na.1385 "Hadithi ya Abu Huraira (r.a) amesema,Mtume wa Allah (s.a.w) amesema,"Majina yaliyo dhalili mno na mabaya mbele za Allah ni mtu kujiita,Malikil-Amlaak (Mfalme wa Wafalme)."

Hivyo, ufunuo aliopokea Muhammad, ambao anatutaka na sisi Wakristo tuuamini haujatoka kwa Mungu tunayemwamini sisi Wakristo, yaani, Yesu Kristo.Bali kama alivyonukuliwa katika vitabu vya Kiislamu, unatokana na kuchezewa na Shetani, na kwa sababu hiyo kwetu anakuwa nabii na mtume wa uongo'

Biblia Takatifu imetuonya kuwachunguza mitume na manabii. Katika kitabu cha Ufunuo 2:1-2 "Kwa malaika wa kanisa lililoko Efeso andika; Haya ndiyo anenayo yeye azishikaye hizo nyota saba katika mkono wake wa kuume, yeye aendaye katikati ya vile vinara saba vya dhahabu. Nayajua matendo yako, na taabu yako, na subira yako, na ya kuwa huwezi kuchukuliana na watu wabaya, tena umewajaribu wale wajiitao mitume, nao siyo ukawaona kuwa waongo"

Kwa mujibu wa aya hizi Muhammad s.a.w hastahili kuitwa nabii na mtume wa Mungu wa Kweli, bali anaangukia katika kundi la manabii na mitume wa uongo. Hatufai.

Jinsi Muhammad alivyo upata utume wake– Juzuu ya 1, Sehemu ya Tano, Uthibitisho wa 1, Nukuu: Toleo la Mtandao, Mwaka *2012, Max Shimba Ministries*

Hadithi za Mtume Muhammad zimejaa shaka na utata

Hadithi za Bukhari

Mamia ya maelfu ya hadithi (mapokeo) yanadai kuelezea mafundisho na matendo ya Muhammad na wafuasi wake wa karibu. Waislam wa kale walizichambua hadithi hizi ili kuona ni zipi kati yake ni za kweli. Kuna makundi sita ya hadithi zinazofikiriwa na Wasuni kuwa "sahihi" au halisi na zenye mamlaka ya kidini. Hadithi hizi huchukuliwa kuwa ni muhimu karibu sawa na Kurani yenyewe. Kundi refu zaidi ni Sahih al-Bukhari lenye juzuu tisa na hadithi 7,275.

Mambo yafuatayo yana mvuto mkubwa kwa wasomaji wote Waislam na wasio Waislam toka kwenye hadithi za kundi la Bukhari. Dondoo hizi zimetolewa toka kwenye kitabu kiitwacho Tafsiri za Kiarabu na Kiingereza za Maana za Sahih Al-Bukhari kilichoandikwa na Dr. Muhammad Mushin Khan wa Chuo Kikuu cha Kiislam cha Medina Al-Munawwara, Saudi Arabia.

Muhammad Haabudiwi

"Baada ya hapo Abu Bakr alisema Tashah-hud (yaani hakuna mwenye haki ya kuabudiwa isipokuwa Mwenyezi Mungu na Muhammad ni Mtume wake). Abu Bakr alisema, 'Amma ba'du, yoyote miongoni mwenu aliyemwabudu Muhammad, basi Muhammad amekufa, lakini yoyote aliyemwabudu Mungu, Mungu yu hai na hatakufa kamwe. Mungu alisema: 'Muhammad ni Mtume tu'" Bukhari juzuu ya 2 kitabu cha 23 (Kitabu cha Misiba) Sura ya 3 na. 333 Uk.188-189. Hata hivyo Waislam wanamthamini sana Muhammad. "Kwa [msaada wa] Allah, Mtume wa Allah alipotema mate, mate yaliangukia kwenye mkono wa mmoja wa (yaani washiriki wa nabii) ambaye alifuta uso na ngozi vyake; alipowaamuru, washiriki wake walitimiza" maagizo yake mara moja; aliponawa walipigania kuchukua maji yaliyobakia; na walipoongea naye, walipunguza sauti zao na hawakumwangalia usoni mara kwa mara kwa ajili ya heshima." Bukhari juzuu ya 3 Kitabu cha 50 (Masharti, 'Conditions') Sura ya 13 na. 891 Uk.564-565.

Marufuku Vinywaji Vikali

"'Aisha [mke wa Muhammad] Nabii alisimulia akisema, 'Vinywaji vyote vyenye kuleta ulevi ni Haram (vimezuiliwa) kunywa." Bukhari juzuu ya 1 kitabu cha 4 (Kitabu cha Kujitakasa) Sura ya 75 na. 243 Uk.153. "Abu Huraira alisimulia: 'Nabii alisema, 'Mzinzi, wakati anafanya tendo la ndoa lisiloruhusiwa si muumini; na mtu yeyote, wakati anapokunywa kinywaji chenye kulevya, si muumini; na mwizi, wakati anapoiba si muumini" Bukhari juzuu ya 7 Kitabu cha 69 (Kitabu cha Vinywaji) Sura ya 1 na. 484 Uk.339.

Waislam pia wamezuiliwa kuuza mvinyo, sanamu na nyama ya Nguruwe. Muislam Sahih Juzuu ya 3 Kitabu cha 9 (Kitabu cha Biashara) Sura ya 621-622 na.3835-3840 Uk.828-830. Hawaruhusiwi kununua, kuuza au kubeba mvinyo. Ibn-i-Majah juzuu ya 4 kitabu cha 30 (Kitabu cha Vinywaji) namba 3380-3381 Uk.493-494; Juzuu ya 4 Kitabu cha 30 na.3382 Uk.494. Kuuza pombe kumezuliwa kwenye Bukhari Juzuu ya 1 Kitabu cha 8 (Kitabu cha Maombi) Sura ya 73 na. 449 Uk.267.

Je, Muhammad aliona Mwezi Ukigawanyika Vipande Viwili?

"Ombi la wapagani kwa Nabii kuwa awaonyeshe muujiza. Nabii aliwaonyesha kugawanyika kwa mwezi. 'Abdullah bin Massud alisimulia: Wakati wa uhai wa Nabii mwezi uligawanyika vipande viwili na Nabii alisema, 'Shuhudia (jambo hili).'" Bukhari juzuu ya 4 Kitabu cha 56 (Wema na Uadilifu wa Nabii na Washiriki Wake) Sura ya 26 na. 830 Uk. 533.

"Anas alisimulia kuwa watu wa Maka walimwomba Mtume wa Mwenyezi Mungu awaonyeshe muujiza, na kwa ajili hiyo aliwaonyesha kugawanyika kwa mwezi." Bukhari juzuu ya 4 kitabu cha 56 (Wema na Uadilifu wa Nabii na Washiriki Wake) Sura ya 26 na. 831 Uk.533.

"Ibn 'Abbas alisimulia: Mwezi uligawanyika vipande viwili wakati wa uhai wa Nabii." Bukhari juzuu ya 4 kitabu cha 56 (Wema na uadilifu wa Nabii na Washiriki Wake) Sura ya 26 na. 832 Uk.534.

Nyota Zinapaswa Kuyapiga Mashetani?

"Uumbaji wa nyota ulikuwa na malengo matatu, yaani kuwa mapambo ya mawingu, kupiga mashetani, na ishara za kuongozea wasafiri. Kwa hiyo, mtu yoyote anapojaribu kutafuta tafsiri tofauti, amekosea na anapoteza nguvu zake..." Bukhari Juzuu ya 4 Kitabu cha 54 (Mwanzo wa Uumbaji) Sura ya 3 maelezo ya mwenye kutafsiri kabla ya na 421 Uk.282.

Kumbukumbu ya Abu Huraira

"Abu Huraira alisimulia: Nilisema, 'Mtume wa Mwenyezi Mungu! Nasikia masimulizi mengi toka kwako lakini nayasahau.' Alisema, 'Tandaza shuka lako.' Nilitandaza shuka langu na alitembeza mikono yake miwili kana kwamba anachota kitu na akamimina kwenye shuka na kusema, 'Jifunge.' Nilijifunga mwilini mwangu na toka wakati ule sijasahau Hadithi hata moja." Bukhari juzuu ya 4 kitabu cha 56 (Wema na Uadilifu wa Nabii na Washiriki Wake) Sura ya 27 na.841 Uk.538. Pia Bukhari juzuu ya 9 kitabu cha 92 (Kuizingatia Kurani na Mapokeo ya Nabii) Sura ya 22 na.452 uk.332; juzuu ya 1 kitabu cha 3 (Kitabu cha Maarifa) Sura ya 43 na.119 Uk.89.

Shetani Puani Mwako

"Abu Huraira alisimulia: Nabii alisema, 'Kama mtu yeyote kati yenu akiamka toka usingizini na kutawadha [kaida ya kujitakasa], anapaswa kuosha pua yake mara tatu kwa kuingiza maji na kuyatoa kwa kuhema kwa sababu Shetani alikuwa kwenye sehemu ya juu ya pua yake usiku mzima."(1) Maelezo ya mwenye kutafsiri (1) yanasema, "Tunapaswa kuamini kuwa ni kweli kwamba Shetani anakaa kwenye sehemu ya juu ya pua ya mtu hata kama hatuwezi kuelewa kwa sasa, kwani jambo hili linahusika na ulimwengu usioonekana ambao hatujui lolote kuhusiana nao isipokuwa yale ambayo Mwenyezi Mungu ametuambia kupitia Mtume wake." Bukhari sura ya 4 kitabu cha 54 (Mwanzo wa Uumbaji) sura ya 10 na.516 uk.328.

Kumwamini Muhammad Wakati Nzi Wanakuwepo

"Abu Huraira alisimulia: Nabii alisema, 'Kama nzi ameangukia kwenye kinywaji cha mtu yoyote kati yenu, na amchovye (kwenye kinywaji), kwani bawa

lake moja lina ugonjwa na lingine lina tiba ya huo ugonjwa." Bukhari Juzuu ya 4 kitabu cha 54 (Mwanzo wa Uumbaji) Sura ya 16 na.537 Uk.338. Tazama pia Abu Dawud Juzuu ya 3 Kitabu cha 21 (Kitabu cha Vyakula) na.3835 Uk.1080.

"Abu Huraira alisimulia: Mtume wa Mwenyezi Mungu alisema, 'Kama nzi ameangukia kwenye chombo cha yoyote kati yenu, mtu huyo na amchovye huyo nzi (kwenye chombo) kisha amtupe, kwani kwenye bawa lake moja kuna ugonjwa na kwenye lingine kuna uponyaji (1) (kiuasumu), yaani tiba ya ule ugonjwa." Bukhari juzuu ya 7 kitabu cha 71 (Kitabu cha Dawa) sura ya 58 na.673 uk.452-453.

Maelezo ya mwenye kutafsiri (1) yanasema, "Katika taaluma ya uganga inafahamika sana siku hizi kwamba nzi hubeba vijidudu vinavyosababisha magonjwa [pathogens] kwenye baadhi ya sehemu za mwili wake kama alivyosema Nabii (karibu miaka 1400 iliyopita wakati ambapo binadamu walikuwa na ufahamu mdogo sana wa uganga wa kisasa.) Vivyo hivyo, Mungu aliumba vumbe na namna za utendaji vinavyoua hivi vijidudu vyenye kusababisha magonjwa mf. Kuvu ya penicillin (penicillin Fungus) huua vijidudu kama Staphalococci na vinginevyo. Hivi karibuni majaribio yaliyofanywa chini ya usimamizi yameonyesha kuwa nzi hubeba ugonjwa (pathagens) pamoja na viuasumu vya vijidudu hivyo. Kwa kawaida nzi anapogusa chakula kinachomiminika huathiri kimiminika kwa vijidudu vyake, hivyo ni lazima kumchovya ili aweze kutoa viuasumu vya vijidudu hivyo kwa lengo la kusawazisha vijidudu hivyo. Kuhusiana na somo hili pia niliandika kwa rafiki yangu kupitia kwa Dr. Muhammad M. El-SAMAHY, mkuu wa idara ya hadithi ya Chuo Kikuu cha Al-Azhar CAIRO (Misri) ambaye ameandika makala kuhusu Hadithi hii na kuhusiana na taaluma ya uganga amesema kuwa wataalamu wa vijidudu vidogo (microbiologists) wamethibitisha kuwa kuna chembe chachu zenye kukata kwa urefu zinazoishi kama vimelea ndani ya tumbo la nzi na chembe hizi chachu hujichomoza kupitia mishipa ya kupumulia ya nzi na kama mtu akimchovya nzi kwenye kimiminika, chembe hizi hupasuka kwenye kimiminika na vitu vilivyomo kwenye chembe hizi ni viuasumu vya vijidudu ambavyo nzi huvibeba."

Karibu madaktari wote, kama si Waislam, hudhihaki wakisika kuhusu kumchovya nzi kwa makusudi kwenye kinyaji chako.

Muhammed Alikuwa na Dhambi

"Abu Huraira alisimulia: ... Unasemaje katika kituo kati ya Takbir na masimulizi? Nabii alisema, ... O Mola! Niepushe na dhambi (makosa) zangu kama mashariki na magharibi zilivyotengwa na nioshe dhambi ili niwe mweupe kama vazi lililooshwa uchafu (baada ya kusafishwa kikamilifu). O Mola! Nioshe dhambi zangu kwa maji, theluji na mvua ya mawe." Bukhari Juzuu ya 1 Kitabu cha 12 (Tabia za Maombi) Sura ya 8 na.711 Uk.398. Tazama pia Sura 40:55; 48:1-2, na Bukhari Juzuu ya 1 Kitabu cha 2 (Imani) sura ya 13 na.19 uk.23; Juzuu ya 1 kitabu cha 12 (Tabia za Maombi) Sura ya 57 na.781 uk.434; Juzuu ya 6 kitabu cha 60 (Kitabu cha Maoni) Sura ya 3 na.3 Uk.4; Juzuu ya 8 kitabu cha 75 (Maombi) Sura ya 3 na.319 Uk.213.

Muhammad Aliwahi Kulogwa (Kwa Apizo, 'Under a Spell') " 'Aisha anasimulia: Nabii alifanyiwa uchawi hata akaanza kudhani kuwa anafanya kitu fulani wakati hakuwa anafanya. Siku moja alimwomba (Mungu) kwa muda mrefu sana kisha akasema, 'Naona kuwa Mungu amenipa mwongozo wa namna ya kujitibu mwenyewe.'..." Bukhari Juzuu ya 4 kitabu cha 54 (Mwanzo wa Uumbaji) Sura ya 10 na.490 Uk.317. Tazama pia juzuu ya 4 kitabu cha 53 (Wajibu wa Khumus) Sura ya 34 na.400 uk.267, Juzuu ya 8 kitabu cha 73 (Mienendo Myema) Sura ya 56 na.89 Uk.56-57, juzuu ya 8 kitabu cha 75 (Kitabu cha Maombi 'Book of Invocations') Sura ya 59 na.400 Uk.266-267. Juzuu ya 7 na.658-660 uk.441-443. Pia tazama Muislam Sahihi Juzuu ya 2 Kitabu cha 4 (Kitabu cha Sala) Sura ya 309 na.1888 Uk.411

Muhammad alilogwa. Alisimulia 'Aisha: Nabii aliendelea kwa kipindi fulani akidhania kuwa anafanya tendo la ndoa na mke wake, lakini haikuwa hivyo. Siku moja alisema kwangu, "O 'Aisha! Mungu ameniagiza kuhusiana na suala nililomuuliza. Watu wawili walikuja, mmoja alikaa karibu na miguu yangu na mwingine karibu na kichwa changu. Yule aliyekuwa karibu na miguu yangu alimuuliza yule wa karibu na kichwa changu (akininyooshea kidole), 'Mtu huyu ana shida gani? Yule mwingine akamjibu, 'Ameathirika na uchawi. Yule wa kwanza akauliza, 'Ni nani aliyemfanyia uchawi?' Yule mwingine akajibu, 'Lubaid bin A'sam." Yule wa kwanza akauliza, '(Alitumia) nyenzo gani?' Yule mwingine alijibu 'Ngozi ya chavua ya mtende wa kiume na chanio lililowekwa nywele, na kuwekwa chini ya jiwe kwenye bwawa la Dharwan.'" Kisha Nabii alikwenda kwenye bwawa lile na kusema, "Hili ndilo bwawa lilelile nililoonyeshwa kwenye ndoto. Ncha za mitende yake inaonekana kama vichwa vya mashetani, na maji yake yanaonekana kama mchanganyiko wa hina."... 'Aisha aliongeza, "(Mchawi) Lubaid bin A'sam alikuwa anatokea Bani Zuraiq, mshirika wa Wayahudi." Bukhari juzuu ya 8 kitabu cha 73 (Mienendo Myema) sura ya 56 na.89 Uk.57. Tazama pia Bukhari Juzuu ya 8 kitabu cha 75 (Kitabu cha Maombi 'Book of Invocations') Sura ya 59 na.400 Uk.266

Mabinti wa Allah

Uarabuni kabla ya Muhammad, kabila la Muhammad, Quaraysh, lilimwamini Mungu aitwaye Allah (au Al'Ilah) aliyekuwa na mabinti watatu walioitwa Al-Lat, Al-Uzza, na Manat.

" 'Urwa alisema, ... kuhusiana na Ansar aliyezoea kumdhania Ihram kuwa anaabudu sanamu anayeitwa 'Manat' ambaye walizoea kumwabudu kwenye sehemu iliyoitwa Al-Mushallal..." Bukhari juzuu ya 2 kitabu cha 26 (Hija) Sura ya 78 na.706 Uk.413.

"Mstari huu ulifunuliwa kwa kuhusiana na Ansar aliyekuwa anamdhania

Ihram kuwa sanamu Manat ambaye aliwekwa karibu na sehemu iliyoitwa Qudaid..."Bukhari Juzuu ya 3 kitabu cha 27 ('Hija ya Umra) Sura ya 10 na.18 Uk.11. Al-Lat, Al-Uzza wameelezewa Bukhari juzuu ya 8 kitabu cha 74 (Kitabu cha Kuomba Ruhusa ya Kuingia) Sura ya 52 na.314 Uk.209; Juzuu ya 5 na.375 Uk.259

Mistari Iliyofutwa Kwenye Kurani

"Baada ya hapo, Mungu alitufunulia mstari uliokuwa miongoni mwa ile iliyofutwa baadaye." Bukhari juzuu ya 5 kitabu cha 59 (Kitabu cha Safari za Kijeshi) Sura ya 27 na.416 Uk.288.

"Anas bin Malik alisimulia: ... Walifunuliwa wale waliouawa Bi'r-Ma'una, mstari wa Kurani tuliozoea kuukariri, lakini badaye ulifutwa. Mstari wenyewe ulikuwa: 'Wafahamishe watu wetu kuwa tumekutana na Bwana wetu. Amefurahishwa nasi na ametufurahisha.'" Bukhari Juzuu ya 4 kitabu cha 52 (Kitabu cha Jihad) sura ya 19 na.69 Uk.53. Tazama pia Historia ya al-Tabari Juzuu ya 7 Uk.156. Kumbukumbu nyingine za mistari iliyofutwa ni Bukhari juzuu ya 4 kitabu cha 52 (Kitabu cha Jihad) sura ya 8 na.57 Uk.45, Bukhari juzuu ya 4 kitabu cha 52 (Kitabu cha Jihad) sura ya 184 na.299 Uk.191, naBukhari Juzuu ya 5 kitabu cha 59 (Kitabu cha Safari za Kijeshi) Sura ya 27 na.421 Uk.293 zote zinarudia kitu hicho hicho kuhusu mstari huo huo.

Wakati fulani Muhammad aliafikiana na kusema kuwa kuhusiana na mabinti wa Allah kwenye Sura 53:19 "sala ya ya kuombea ilipaswa kutumainiwa." Muhammad alisema tunapaswa kutegemea msaada wa sanamu hizi tatu.

Wafuasi wa Muhammad walishangazwa kuwa amesema hivi. Baadaye, Muhammad alibadilisha msimamo wake na kusema kuwa Shetani alimdanganya. Mistari hii ilibatilishwa au kutolewa. Wanazuoni wa Kiislam wanaiita mistari hii "aya za Shetani." Inafurahisha kusoma maelezo ya Waislam kuhusu namna ambayo nabii wa kweli angeweza kusema hivi.

Tofauti na Yesu

Jambo moja ambalo Wakristo na wengi wa Waislam wanakubaliana ni kuwa Yesu hakuwa na dhambi. Kwa ulinganisho, soma kuhusu maisha ya Yesu kwenye Injili.

Muhammad na Kuuza Watumwa

"Anas bin Malik alisimulia: Mtume wa Mungu alikuwa safarini na alikuwa na mtumwa Mwafrika aitwaye Anjasha, na alikuwa akiendesha ngamia..." Bukhari Juzuu ya 8 kitabu cha 73 (Mienendo Myema) Sura ya 95 Na 182 Uk.117.

"Anas alisimulia: ... Na Anjashah, mtumwa wa Nabii [Muhammad], alikuwa akiendesha ngamia..." Bukhari juzuu ya 8 kitabu cha 73 (Mienendo Myema) Sura ya 111 Na 221 Uk.142.

"Jabir bin 'Abdullah alisimulia: Mtu mmoja miongoni mwetu alitanganza kuwa mtumwa wake angepewa uhuru baada ya kifo chake. Nabii alimwita yule mtumwa na akamuuza (1) Mtumwa yule alikufa mwaka uleule." Rejeo chini ya ukurasa (1) inasema "Mtoaji uhuru alikuwa na shida, kwa hiyo Nabii alimuuza mtumwa kwa niaba yake na kumruhusu kuiondoa ahadi yake ya kumpa mtumwa uhuru baada ya kifo chake." Bukhari juzuu ya 3 kitabu cha 45 (Kitabu cha Rehani kwenye Sehemu Zinazomilikiwa na Wakazi wa Kudumu 'The Book of Mortgaging in Places Occupied by Settled Population') Sura ya 9 Na.711 Uk.427.

"Kisha mtu aitwaye Rifa'a bin Zaid ... alimleta mtumwa aitwaye Mid'am kwa Mtume wa Allah" Bukhari Juzuu ya 8 Kitabu cha 78 (Kitabu cha Viapo na Nadhiri) Sura ya 33 Na 698 Uk.455.

"Kuuzwa kwa Mudabbar (yaani mtumwa aliyeahidiwa na bwana wake kuachiwa huru baada ya kifo cha bwanawe." (433) Jabir alisimulia: Nabii alimuuza Mudabbar (kwa niaba ya bwana wake aliyekuwa bado hai na anahitaji hela)." Bukhari juzuu ya 3 kitabu cha 34 (Kitabu cha Mauzo yaani Kujadiliana Juu ya Bei) Sura ya 112 Juzuu ya 433 na kabla ya Uk.238.

"Mtu wa Ansari alimfanya mtumwa wake Mudabbar na hakuwa na mali nyingine yoyote isipokuwa yeye. Nabii aliposikia hilo, alisema (kwa washiriki wake), 'Nani anataka kumnunua (yaani mtumwa) kwa ajili yangu?' Nu'aim bin An-Nahham alimnunua kwa Dirham mia nane." Bukhari juzuu ya 8 kitabu cha 79 (Kitabu cha Fidia za Viapo Visivyotimizwa) Sura ya 7 Na 707 Uk.464.

"'Ammar alisimulia: Nilimwona Mtume wa Mungu na mahali pale hapakuwa na mtu yoyote isipokuwa watumwa watano, wanawake wawili, na Abu Bakr (yaani hao ndio waliokuwa watu pekee waliobadili dini na kuwa Waislam kwa wakati huo)." Bukhari juzuu ya 5 kitabu cha 57 (Washiriki wa Nabii) Sura ya 6 Na.12 Uk.8.

"[Ibn Az-Zubair] alimtumia ['Aisha] watumwa kumi ambao aliwaacha huru kama fidia kwa (kutotimiza) nadhiri yake. 'Aisha aliwaacha huru watumwa zaidi kwa lengo hilohilo mpaka aliwaachia watumwa arobaini. Alisema, 'Ningejua ningeeleza bayana jambo la kufanya iwapo nitashindwa kutimiza nadhiri yangu nilipokuwa naiweka ili kwamba niweze kuitimiza kirahisi.'"

Rejeo la chini ya ukurasa (1) linasema, *"'Aisha hakueleza bayana nini angefanya endapo angeshindwa kutimiza ahadi yake, hii ndio sababu aliwaachia huru watumwa wengi sana ili aweze kujirahisishia utoshelevu wa kiapo chake." Bukhari juzuu ya 4 kitabu cha 56 (Maadili na Matendo Mema ya Nabii na Washiriki Wake) sura ya 2 na.708 uk.465.*

"Na 'Ata hakupenda kuwaangalia hao wajakazi waliokuwa wakiuzwa Maka isipokuwa alipokuwa anataka kuwanunua." Bukhari Juzuu ya 8 kitabu cha 74 (Kitabu cha Kuomba Ruhusa) Sura ya 2 na.246 Uk.162.

Tendo la Ndoa na Watumwa na Mateka

"Je mtu anaweza kusafiri na mjakazi bila kujua kama ni mjamzito au la? Al-Hasan hakuona shida kwa mwenye mtumwa kumbusu au kumpapasa kwa mahaba mjakazi.

Ibn 'Umar alisema, 'Kama mjakazi afaaye kuhusiana naye kimwili ametolewa kuwa zawadi kwa mtu mwingine, au ameuzwa, au ameachwa huru, bwana wake hatakiwi kufanya naye tendo la ndoa kabla hajapata hedhi moja ili kupata uhakika wa kutokuwepo kwa mimba, na hakuna haja hiyo kwa bikira.'

'Ata alisema, 'Hakuna madhara yoyote kumpapasa kimahaba (1) kijakazi mjamzito bila kufanya naye tendo la ndoa. Allah alisema: 'Isipokuwa kuwapapasa kimahaba wake zao na (mateka wanawake) ambao mikono yao ya kuume inawamiliki (kwani katika hali hii hawastahili kulaumiwa).'" Rejeo chini ya ukrasa (1) linasema, "Mjamzito na mtu mwingine, siyo bwana wake wa sasa." Bukhari juzuu ya 3 kitabu cha 34 (Kitabu cha Mauzo yaani Majadiliano ya Bei) sura ya 113 baada ya na.436 uk.239-240. (Sehemu hiyo hiyo 'Ata kama hapo awali.)

"Abu Sai'id Al-Khudri alisema kuwa wakati alipokuwa amekaa na Nabii wa Allah alimwambia, 'Oh Mtume wa Mwenyezi Mungu! Tunapata mateka wanawake kama sehemu yetu ya nyara, na tunapendezwa na bei zao, una maoni gani kuhusu [tendo la ndoa la] kukatiza kujamihiana na kumwaga nje?' Nabii alisema, 'Je unafanya hivyo kweli? Ni vema kwako kutokufanya, Hakuna nafsi ambayo Allah ameifanya kuishi isipokuwa itakuja kuishi." Bukhari juzuu ya 3 kitabu cha 34 (Kitabu cha Mauzo, yaani Majadiliano ya Bei) Sura ya 111 na.432 Uk.237.

"Ibn Muhairiz alisimulia: Niliingia msikitini na nikamwona Abu Sa'id Al-Khudri na kukaa pembeni yake na nikamuuliza kuhusu Al-'Azl (yaani kukatiza kujaminiana). Abu Sai'id alisema, 'Tulitoka na Mtume wa Allah kuelekea Ghazwa [vita] ya Banu Al-Mustaliq na tulipata mateka miongoni mwa mateka Waarabu na tuliwatamani wanawake na useja ukawa mgumu kwetu na tulipenda kufanya ngono ya kukatiza kujamihiana. Basi tulipokusudia kufanya ngono ya kukatiza kujamihiana, tulisema, 'Tunawezaje kufanya ngono ya kukatiza kujamihiana kabla ya kumuuliza Mtume wa Mwenyezi Mungu aliyepo miongoni mwetu?' Tulimuuliza kuhusu jambo hili na akasema, 'Ni vema kutokufanya hivyo, kwa sababu nafsi yoyote kama iliandikwa kuishi itaishi mpaka Siku ya Kiama." Bukhari juzuu ya 5 kitabu cha 59 (Kitabu cha Safari za Kijeshi) Sura ya 31 na.459 uk.317. Sehemu hii inasema sawa na Bukhari juzuu ya 8 kitabu cha 77 (Kitabu cha al-Qadr) Sura ya 3 Na 600 Uk 391. Kwa maneno mengine, chochote kitakachokuwa kitakuwa, hivyo usizuie kwa namna isiyokuwa kawaida. Muhammad hakuwahi kukosoa kuwasumbua kingono mateka au watumwa ambao mtu anawamiliki.

'Aisha na Zainab bint Jahsh

"Baba ya Hisham alisimulia: Khadija miaka mitatu kabla Nabii hajaondoka kwenda Madina. Alikaa huko miaka miwili hivi na kisha alimuoa 'Aisha alipokuwa binti wa miaka sita, na aliikamilisha ndoa hiyo kwa ngono binti alipokuwa na miaka tisa." Bukhari juzuu ya 5 kitabu cha 58 (Matendo Mema ya Ansar) sura ya 43 na.236 uk.153. Tazama juzuu ya 5 kitabu cha 58 (Matendo Mema ya Ansar) Sura ya 43 Na 234 Uk.152.

Zainab binti Jahsh aliolewa na mtoto wa kuasiliwa wa Muhammad, mpaka Muhammad alipotamka Sura kwamba alitakiwa kuaachana na mtoto wake na kuolewa na Muhammad. Zainab "alikuwa anajivuna kwa wake wengine wa Nabii na alikuwa akisema kuwa, 'Allah ameniozesha (kwa Nabii) Mbinguni.'" Bukhari juzuu ya 9 kitabu cha 93 (Imani kuwa Kuna Mungu Mmoja Tu, 'Monotheism') Sura ya 22 Na 517 Uk 382; pia tazama kitabu cha 93 (Imani kuwa Kuna Mungu Mmoja Tu) Sura ya 22 Na 516,518 Uk.381-383. Kwa maneno mengine, Kurani ya kimbingu, isiyoumbwa na iishiyo milele imeelezea ndoa ya Zainab. Uislam na Wanawake

"'Inakuwaje mtu miongoni mwenu anampiga mke wake kama anavyopiga farasi dume halafu anamkumbatia mke huyo huyo (analala) naye?' Na Hisham alisema, 'Kana kwamba anampiga mtumwa wake.'"Bukhari juzuu ya 8 kitabu cha 73 (Kitabu cha Mienendo Myema) Sura ya 43 Na 68 Uk 42.

"Abu Huraira alisimulia: Mtume wa Mungu alisema, 'Watendee wanawake mema kwa sababu mwanamke aliumbwa toka kwenye ubavu, na sehemu ya mbavu iliyojikunja zaidi ni ile ya juu kwa hiyo, kama utajaribu kuinyosha itavunjika; lakini kama ukiiacha jinsi ilivyo itabaki imepinda. Kwa hiyo watendee mema wanawake.'" Bukhari Juzuu ya 4 kitabu cha 55 (Kitabu cha Manabii) Sura ya 1 na.548 Uk.346.

"'Abdullah bin Qais Al-Ash'ari alisimulia: Nabii alisema, 'Hema (huko Peponi) ni kama lulu tupu yenye kimo cha maili thelathini na kwenye kila pembe ya hilo hema muumini atakuwa na familia ambayo haionekani kwa watu wengine.'" Bukhari Juzuu ya 4 Kitabu cha 54 (Kitabu cha Mwanzo wa Uumbaji) Sura ya 7 Na 466 Uk 306.

Wanawake Machoni pa Sheria ya Kiislam

"Abu Sai'id Al-Khudri alisimulia: Nabii alisema, 'Je ushahidi wa mwanamke si sawa na nusu ya ule wa mwanaume?' Wanawake walisema, 'Ndio.' Alisema, 'Hii ni kwa sababu ya upungufu wa akili za mwanamke." Bukhari Juzuu ya 3 kitabu cha 48 (Kitabu cha Shahidi) Sura ya 12 Na 826 Uk.502.

"[Muhammad] alisema, 'Taifa linalomfanya mwanamke kuwa mtawala wake halitafanikiwa.'" Bukhari juzuu ya 9 kitabu cha 88 (Kitabu cha Mateso) Sura ya 18 Na 219 Uk.171.

Ndoa ya Muda (Mut'a)

"'Ali bin Abi Talib alisimulia: Siku moja ya Khaibar, Mtume wa Allah alizuia Mut'a (yaani ndoa ya muda) na kula nyama ya punda." Bukhari juzuu ya 5

kitabu cha 59 (Kitabu cha Safari za Kijeshi) Sura ya 37 Na 527 Uk 372. Bukhari Juzuu ya 7 kitabu cha 62 (Ndoa) sura ya 32 Na 50, 52 Uk.36, 37 pia zinajadili jambo hili. Waislam wengi isipokuwa baadhi ya Wasuni hawawi na ndoa za muda, wakati ambapo wengi wa Washia wanafundisha kuwa ni sahihi kufanya hivyo.

Mahusiano ya Kimbari (Race Relations) na Muhammud Kumiliki Watumwa Waafrika

"Anas alisimulia: Mtume alisema, 'Msikilize na kumtii (chifu wako) hata kama ni Muethiopia ambaye kichwa chake ni kama zabibu kavu akifanywa kuwa chifu wako." Bukhari Juzuu ya 1 Kitabu cha 11 (Kitabu cha Wito wa Maombi) Sura ya 54 Na.662 Uk.375 (pia Ibn-i-Majah juzuu ya 4 kitabu cha 24 (Kitabu cha Jihad) Sura ya 39 Na. 2860 Uk 196) Bukhari juzuu ya 1 kitabu cha 11 (Kitabu cha Wito wa Maombi) Sura ya 55 Na 664 Uk.376 husema vivyo hivyo.

Kama ilivyosemwa mwanzoni, Muhammad alikuwa mmiliki wa watumwa aliyekuwa na mtumwa Mwafrika angalau mmoja. (Bukhari Juzuu ya 6 Kitabu cha 60 Sura ya 316 na.435 Uk.407, Juzuu ya 9 Kitabu cha 91 (Kitabu cha Habari Zilizotolewa na Mtu Mkweli) Sura ya 3 Na 368 Uk 275) Muhammad aliuza watumwa wake Waafriaka wawili ili aweze kumwacha huru mtumwa mwingine ambaye alibadilika kuwa MuislamIbn-i-Majah juzuu ya 4 kitabu cha 24 (Kitabu cha Jihad) Sura ya 41 Na 2869 Uk.202. Zifuatazo ni dondoo.

"Kisha nilivaa nguo zangu na kwenda nyumbani kwa Mtume wa Mungu, na tazama, alikuwa anakaa kwenye chumba chake cha juu ambako mtumwa wake Mwafrika alikuwa (anakaa) kwenye kituo cha kwanza." (Bukhari Juzuu ya 6 Kitabu cha 60 Sura ya 316 Na 435 uk.407)

"Umar alisimulia, "Nilikuja na tazama, Mtume wa Allah alikuwa anaishi kwenye Mashroba (chumba cha barazani) na mtumwa Mwafrika wa Mtume wa

Allah alikuwa juu ya ngazi zake." (Bukhari juzuu ya 9 kitabu cha 91 Sura ya 3 Na 368 Uk 275)

Jambo hili linafurahisha kwani Muhammad alimnunua mtumwa ambaye alikuwa amebadilika kuwa Muislam (labda kwa lengo la kumfanya kuwa huru.) Badala ya kumlipa mwenye kummiliki hela taslimu, Muhammad aliwauza watumwa wake wawili Waafrika. Mbari ya mtumwa wa kwanza haijaelezwa ila kwa sababu moja au nyingine ilionekana kuwa muhimu kuandika kuwa watumwa wawili ambao Muhammad aliwauza walikuwa Waafrika, na ilibidi wawe wawili ili aweze kumnunua mtumwa mmoja.

"Jabir (Allah apendezwe naye) aliripotiwa kusema kwamba kuna mtumwa aliyekuja na kutoa kiapo cha utii kwa Nabii Mtakatifu (amani na baraka za Mungu ziwe naye) kwani uhamaji (Hijra) na Nabii Mtakatifu (amani na baraka za Mungu ziwe juu yake) hakujua kwamba alikuwa mtumwa. Kisha mmiliki wake alikuja kumtafuta na Nabii Mtakatifu (amani na baraka za Mungu ziwe juu yake) alisema, 'Muuze kwangu.' Hivyo alimbadilisha na watumwa wawili Waafrika. Kisha Muhammad hakupokea kiapo cha utiifu toka kwa mtu yoyote baada ya hapo, mpaka hapo mtu atakapomuuliza: Je, huyu ni mtumwa?" (Ibn-i-Majahjuzuu ya 4 kitabu cha 24 (Kitabu cha Jihad) Sura ya 41 Na 2869 Uk.202)

Hadithi za Bukhari zinapatikana kwenye mtandao wa kumpyuta katika tovuti:

http://cwis.usc.edu/.../fundamentals/hadithsunnah/bukhari/
na www.usc.edu/dept/MSA/fundamentals/hadithsunnah/

Maoni kwa Wakristo

Japokuwa unaweza kujiona kuwa umebarikiwa sana kwamba huhitaji kuamini na kufanya mambo haya, usijivune. Isingekuwa neema ya Mungu, ungeweza kunaswa kwenye utumwa wa aina hiyo ambao ungekufanya ufikiri kuwa unapaswa kufanya mambo haya ili uweze kumpendeza Mungu. Marafiki Waislam wa Suni unaoweza kuwa nao wanaweza wasijue sana vitabu vyao wenyewe na wasielewe mambo haya. Waonyeshe, na waulize kama kweli wanataka kushiriki kwenye mambo haya.

Mungu anapenda tumpende; anataka mioyo yetu na akili zetu pamoja na mwenendo wetu na matendo yetu. Hapendi tuamini tiba zisizo safi za kutumia nzi, au matendo yasiyo safi kwa mateka na wajakazi. Mungu anapenda tufuate mambo aliyotufundisha katika Neno Lake Biblia, na Yesu, ambaye alikuwa zaidi ya nabii, bali Isaya alimwita Emmanuel (Mungu pamoja nasi).

Je, Muhammad alikwenda Msikiti wa Al Aqsa?

Ndugu zanguni,

Ningependa tujifunze kidogo kuhusu utata na shaka kwenye Quran kuhusu safari ya Mtume wa Allah aitwaye Muhammad ya usiku kwenda Msikiti wa Al Aqsa ambao upo Jerusalem. Hebu kwanza angalia aya wanayo itumia kusaidia madai yao.

Sura Al israai 1. SUBHANA, Ametakasika aliye mchukua mja wake usiku mmoja kutoka Msikiti Mtukufu mpaka Msikiti wa Mbali, ambao tumevibariki vilivyo uzunguka, ili tumuonyeshe baadhi ya Ishara zetu. Hakika Yeye ni Mwenye kusikia na Mwenye kuona.

Historia inatuambia kuwa Jeshi la Waislam liliuchukua Mji wa Jerusalem panapo Mwaka 637 AD na Msikiti wa Al Aqsa ulimalizika kujengwa mwaka 705 AD.

Tatizo linaanza namna hii: Inafahamika kuwa Muhammad Mtume wa Allah alifariki Mwaka 632 AD tarehe ya 8 na Mwezi wa 6, ambao ni Miaka 5 kabla ya Jeshi la Waislam kufika Jerusalem na ni miaka 73 kabla huo Msikiti wa Al Aqsa kujengwa. Jamani huu ni uongo wa wazi kabisa unao semwa kila siku na hawa Waislam kwa kupitia Allah wao ambaye sasa tunaweza sema kuwa ndie baba wa uongo.

Ndugu wasomaji, hivi ni kwanini Allah anashindwa kuziweka hesabu zake vyema mpaka asema uongo wa namna hii?

Kama kweli Allah alimtuma Muhammad kwenda Jerusalem katika Msikiti wa Al Aqsa, kwanini alishindwa kuutengeneza huo Msikiti kabla ya kufariki kwa Muhammad?

Hakika kuna sababu nyingi sana ambazo zilimfanya Allah akiri katika Quran kuwa, Wakristo na Wayahudi ni watu wa Kita'ab, akimaanisha kuwa ni watu wenye elimu kuliko Waislam na Waarabu.

Surat Yunus 94. Na ikiwa unayo shaka katika tuliyo kuteremshia, basi waulize wasomao Kitabu kabla yako. Kwa yakini imekwisha kujia Haki kutoka kwa Mola wako Mlezi. Basi usiwe miongoni mwa wenye shaka.

MASWALI:

1. Kwanini Allah alidanganya kuhusu safari ya Mtume Muhammad ya kwenda Al Aqsa?

2. Kwanini Waislam wanashindwa kufanya hesabu rahisi za tarehe uliyo jengwa huo Msikiti wa Al Aqsa?

Hakika Msingi wa Dini ya Uislam ni Allah ambaye amesha pokea sifa ya kuwa ni Baba wa Uongo. Hebu rejea na soma hii aya kutoka Biblia kitabu cha Mungu:

Yohana 8: 44 Ninyi ni watoto wa baba yenu Ibilisi, nanyi mnataka kutimiza matakwa ya baba yenu. Yeye alikuwa mwuaji tangu mwanzo, wala hakushikana na kweli maana hamna kweli ndani yake. Asemapo uongo husema yaliyo yake mwenyewe kwa maana yeye ni mwongo na baba wa huo uongo.

Biblia imesha kujibu kuwa baba wa Uongo ni Ibilisi na husema yaliyo yake mwenyewe. Kumbe basi, ndio maana Allah wa Waislam nayeye anasema yaliyo yake.

Nakukaribisha kwa Mungu Mkuu ambaye yeye sio Baba wa Uongo bali ndie Muumba wa kila kitu na alikufa kwa ajili ya dhambi zako.

Mpokee Yesu leo na upate Uzima wa Milele.

Mungu awabariki sana.

Max Shimba Ministries Org.

Safari ya usiku kenda Msikiti wa Al Aqsa– Juzuu ya 1, Sehemu ya Tano, Uthibitisho wa 3, Nukuu: Toleo la Mtandao, Mwaka *2015, Max Shimba Ministries*

SEHEMU YA SITA- UTATA- JE, UNAFAHAMU KUWA ALLAH AMERUHUSU KULA NYAMA YA NGURUWE?

Je, unafahamu kuwa Allah ameruhusu kula nyama ya Nguruwe?

Kwa taarifa yako Allah ameruhusu kula Nguruwe.

* Mafundisho ya Quran Kuhusu Nyama ya nguruwe;

Pamoja na kuwa waislamu wanatushutumu sana wakristo kuwa tunakula Nguruwe Quran inajikanganya sana katika swala zima la kuliwa ama kutokuliwa kwa mnyama huyu ni muhimu kuangalia, kwa ufupi hakuna aya maalumu katika Quran inayoharimisha na kukataza kula nguruwe

Quran inasemaje kuhusu nyama ya nguruwe;-

Quran inaeleza wazi kuwa Mungu aliharimisha Vitu vizuri (akiwemo Nguruwe) kwa Wayahudi kwa sababu ya ugumu wa mioyo yao, yaani Mwenyezi Mungu aliwakataza kula nyama hii kama sehemu ya kuwahukumu wayahudi na si vinginevyo soma (Surat an-nisaa 4;160).

Quran inasema hivi katika aya hiyo "Basi kwa dhulma yao hao Mayahudi tuliwaharimisha vitu vizuri walivyohalalishiwa na vilevile kwa sababu ya kuzuiliwa kwao watu wengi na njia ya mwenyezi Mungu"

ni aya iliyo wazi kuwa wayahudi walizuiliwa vitu vizuri kwaajili ya dhuluma Mungu alitaka kuwahukumu kwa kuwanyima baadhi ya vitu vizuri Quran inakiri wazi kuwa Nguruwe ni kitu kizuri Umeona?

Quran inafundisha kuwa Yesu alikuja kuhalalisha yale yaliyo harimishwa (Surat al-Imran 3:50).

Quran inasema haya katika aya hii "Na nitakuwa Msadikishaji way ale yaliyokuwa kabla yangu katika Taurati na nimekuja ili NIKUHALALISHIENI yale MLIYOHARIMISHWA na nimekujieni na hoja Kutoka kwa Mola wenu kwa hiyo mcheni mwenyezi Mungu na NITIINI"

Hayo ni meneno ya Yesu Ndani ya Quran ikionyesha wazi kuwa Yesu alikuja kuhalalisha yale yaliyoharimishwa katika Tourati na anatuamuru kumtii, ni wazi kuwa Yesu ameruhusu kula Nguruwe na Quran pia

Quran imehalalisha kula vilivyo vizuri walavyo waliopewa kitabu (Al-maida 5:3-5).

Sura hii almaida maana yake maswala ya meza inasema hivi "…Leo mmehalalishiwa kila vilivyo vizuri. Na chakula cha wale waliopewa Kitabu ni Halali kwenu na chakula chenu ni halali kwao…"

Hii ni aya iliyo wazi inayoruhusu kila muislamu kula vyakula vya wakristo na wayahudi na sisi kula vyao umeona!

Quran ina kigugumizi kwa vile hakuna katazo la moja kwa moja kuhusu kutokula Nguruwe yaani inakataza kula Nguruwe na wakati huohuo inaruhusu endapo utashurutishwa na njaa (Al-baqara 2;173) au kama una dharula waweza kula hapa ndipo quran inapojikanganya ni muhimu kujiuliza imekataza au imeruhusu? Na dharula hii ni ipi? Quran inajibu kuwa dharula hii ni njaa (Al-an nam 6:145) Quran inasema kula bila kupita kiasi hili ni jema kwani Biblia inafundisha kuwa hata kama una njaa kiasi gani kula kupita kiasi hata kama si nguruwe chakula chochote ni ulafi ni dhambi (Wagalatia5;21)

Quran inafundisha kuwa Mungu hakuharimisha chochote ila wazee wa kiyahudi waliharimisha kwa mapokeo yao tu (Al-an nam 146)

Quran inatahadharisha kuwa makini kumzulia Mungu uongo kuwa ameharimisha kitu kumbe hakuharimisha chochote (An Nahl 16;116)

Quran inaamuru uletwe Ushahidi kuwa ni wapi Mungu ameharimisha wanyama? Soma (Al an- am 6:150).

Hivyo ukisoma kwa makini Quran utaona hakuna kilicho haramu ndugu zangu waislamu kula nguruwe ni ruksa ila kiasi tu usizidishe ndivyo Quran inavyofundisha kama husadiki pale uwanja wa sabsaba Tanga kwa Minchi waislamu wenzenu hujumuika kula kiti moto kila iitwapo leo kwani wameelimika na wamegundua siri hii. Mimi sikushawishi ila nina kuweka huru kama mwalimu wa kweli ya Mungu "….. Mtaifahamu kweli nayo kweli itawaweka huru

Mafundisho ya Agano jipya kuhusu vyakula (Nguruwe).

Biblia inasema mafundisho yoyote yanayokataza mtu kula vitu Fulani ni mafundisho ya Mashetani (1Timotheo 4:1-5). Ndio maana waganga wa kienyeji mtu anapokwenda kuaguliwa hukatazwa kula baadhi ya vitu Mungu sio Mganga wa kienyeji. Na wanaomwamini hawana sheria ya kuwazuia nini cha kula au kutokula.

Biblia inasema hakuna kitu najisi kwa mtu asiye najisi lakini kitu Fulani ni najisi kwake yeye aliye najisi (Warumi14;14) Biblia inafundisha kuwa kula au kutokula hakuongezi utakatifu wala hakuzuii tamaa za mwili (Wakolosai 2:16-23) hivyo hatupaswi kujitia katika mambo ya kutunga tu ya mtu,au akilizake na maono ya wanao abudu malaika kumuabudu Mungu hakuji kwa kula au kutokula aina fulani ya vyakula bali katika moyo safi (Mathayo 5:8)

Biblia inafundisha kuwa unajisi wa mtu hautoki nje bali ndani ya mtu pia Yesu alitakasa vyakula vyoote (Marko 7:14-16,17-19)

Paulo mtume alifundisha kuwa chakula ni kwa tumbo tu na si mambo ya rohoni

(1Wakoritho 6;13). Hoja ya Pepo waliotolewa na Yesu kuwaingia Nguruwe je ina maana gani?

Biblia inasema hivi katika Wakolosai 2 : 16 'Basi, mtu asiwahukumu ninyi katika vyakula au vinywaji, au kwa sababu ya sikukuu au mwandamo wa mwezi, au sabato;' Kwa tafasiri nyepesi biblia inasema usimuache mtu yeyote akuhukumu 'do not let anyone judge you' kwa habari ya nunakula nini unakunywa nini, au kama huandami mwezi au kushika sabato mtu asikuhukumu, maana yake ni kuwa mafundisho yoyote duniani ya imani yoyote yanayokataza ule nini usile nini ni mafundisho ya Mashetani, sisi wakristo hatuna miiko, ukienda kwa wapunga pepo wanganga watakupangia ule nini usile nini haya ni mafundisho ya mashetani ona 1Timotheo 4 1-5 Biblia inasema :-

'1. Basi Roho anena waziwazi ya kwamba nyakati za mwisho wengine watajitenga na imani, wakisikiliza roho zidanganyazo, na mafundisho ya mashetani; 2. kwa unafiki wa watu wasemao uongo, wakichomwa moto dhamiri zao wenyewe; 3. wakiwazuia watu wasioe, na kuwaamuru wajiepushe na vyakula, ambavyo Mungu aliviumba vipokewe kwa shukrani na walio na imani wenye kuijua hiyo kweli. 4. Kwa maana kila kiumbe cha Mungu ni kizuri, wala hakuna cha kukataliwa, kama kikipokewa kwa shukrani; 5. kwa kuwa kimetakaswa kwa neno la Mungu na kwa kuomba.'

Ndugu zangu unaweza kuona maandiko haya yako wazi kabisa kwamba kumzuia mtu ajiepushe na chakula fulani ni mafundisho ya roho zidanganyazo yaani mapepo na mashetani biblia iko wazi kuwa kila kiumbe kilichoumbwa na Mungu ni kizuri kama ukikipkea kwa shukurani kwa vile vimeatakaswa na neno la Mungu!

Wakati najenga Msingi huu napenda pia nikufahamishe vema somo hili kwa kuzingatia vipengele vitatu vifuatavyo:-

Ufahamu kuhusu Nyakati saba za Maongozi ya Mungu.

Mafundisho ya Quran kuhusu Nyama ya Nguruwe.

Mafundisho ya Agano jipya kuhusu kula Nguruwe.

Ufahamu kuhusu nyakati saba za maongozi ya Mungu.

Moja ya sababu zinazopelekeaabaadhi ya watu kupinga aina Fulani ya vyakula ikiwemo nyama ya nguruwe ni kuto kuyajua maandiko na kutofahamu juu ya nyakati saba za Maongozi ya Mungu ambapo Mungu aliongoza kwa Sheria tofauti tofauti, ikumbukwe kuwa Mungu ndie mtunga sheria na huweza kupanga au kupangua sheria "Amendments" kulingana na nyakati Yeye mwenyewe, kama apendavyo, Kama bunge linavyoweza kupitisha sheria na hatimaye kuibadili wakati Fulani kama wapendavyo ndivyo ilivyo kwa Mungu wetu, Mungu ameiongoza Dunia hii kwa nyakati tofauti tofauti zipatazo saba, maeneo sita kati yake yametimizwa na eneo la saba litakuwa ni wakati ujao Nyakati za Maongozi ya Mungu kibiblia Zimegawanyika katika Maeneo makuu saba yafuatayo

Innocence Period-Hiki ni kipindi cha uumbaji mpaka anguko la Adamu(mwanadamu)

Concience Period-Hiki ni kipindi cha dhamiri mpaka gharika

Human Government Period-Hiki ni kipindi cha kujitawala mpaka wakati wa Ibrahimu

Promise au Patriach Period-Hiki ni kipindi cha mababa mpaka wakati wa Musa.

Dispensation of Law- hiki ni kipindi cha sheria ya Musa. Dispensation of Grace-Hiki ni kipindi cha neema au wakati wa Mataifa.

Escatological times-Kipindi cha mambo yajayo (Dhiki kuu, hukumu ya mataifa, utawala wa miaka 1000, vita ya gogu na magogu, ziwa la moto, Mbingu mpya na nchi mpya.)

Katika vipindi hivi vyoote Mungu aliweka sheria mbalimbali za kuongoza vipindi hivyo,Mtu asipofahamu vizuri anaweza kuchanganya mambo katika vipindi hivyo Mungu aliweka au kubadili sheria zake kulingana na nyakati hizo na makusudi yake aliyoyakusudia kwa wakati huo.

Mfano sheria kuhusu Vyakula;-

Kipindi cha uumbaji mpaka anguko la Adamu (Innocence Period).

Sheria ilikuwa moja tu wasile tunda la ujuzi wa mema na mabaya tu wakati huu mwanadamu hakula nyama (Mwanzo 2;16-17,1;28-30) Mungu aliweka sheria hii moja kwa sababu Adamu na Eva walikuwa Peke yao na Mungu aliwapa vitu vyote hebu jaribu kuwaza kama Mungu angesema Usizini, usiibe hizo sheria pale Bustanini zingemuhusu nani wakati Adam yuko peke yake na mkewe

Kipindi cha dhamiri Anguko mpaka wakati wa gharika Gharika (Concience period.)

Wakati huu Mungu aliamuru wale vitu vyoote isipokuwa Damu tu (Mwanzo 9;1-4).Baada ya gharika Mungu alimruhusu Nabii Nuhu na wanawe kula kila kitu yaani vitu vyote isipokuwa Damu tu yaani lazima damu ya mnyama imwagike unapotaka kumla, soma biblia yako Mwanzo 9: 1-4 waliruhusiwa kula kila kitu yaani vyote akiwemo Yule mdudu Nguruwe!

Wakati wa sheria ya Musa (Mungu aliamuru wale baadhi ya vitu na baadhi vilikatazwa).

hii ilikuwa ni kwa sababu za kiafya na kutafuta utii wa Israel, baadhi ya vitu vilivyokatazwa ni pamoja na Ngamia, Sungura, Nguruwe, Kambale, Taa, Pweza, Ngisi, n.k. Mungu aliwakataza WAYAHUDI peke yao wasile baadhi ya wanyama na samaki wote wasio na Magamba na wanyama wasio na kwato zilizopasuliwa kati, au wenye kwato zilizopasuliwa kati lakini hawacheui soma (Walawi 11;1-47).

Wakati wa Neema,

Wakati huu Mungu aliamuru kuliwa kwa vitu vyoote isipokuwa damu ambayo kibiblia imekatazwa milele. (Luka 17:10, 1 Wakorintho 10:25-27, Wakolosai 2:16, 1 Timotheo 4;1-5). Wakati wa neema ndio wakati huu wa agano jipya wakati huu tunaruhusiwa kula kila kitu bila kujali wala kuulizauliza soma maandiko yale juu.

Tatizo kubwa la waislamu ni kutokujua nyakati hizi za maongozi ya Mungu na Sheria alizoweka, wanachanganya mambo. Aidha katika namna ya kushangaza waislamu wanaona Nguruwe tu kuwa ni haramu, huku wamesahau kuwa Mungu alikataza hata ngamia ambao mara nyingi huchinjwa na waislamu wakati wa iddi alhaji. wavuvi wengi wa pwani ni waislamu mara nyingi huvua taa, pweza na ngisi, Mtu anayeamua kuishika sheria na ashike yoote na asiyedumu katika yoote amelaaniwa (Wagalatia 3;10). Wanyama wengi miongoni mwa waliokatazwa wanahitilafu za kiafya kama wasipoandaliwa vema mfano Nguruwe ana tegu wengi katika nyama yake pia huharibika kwa Haraka nyama yake inapokaa zaidi ya wakati hivyo kutokana na mazingira ya jangwani walikokuwa wanasafiri Israel isingelikuwa vema kuruhusiwa kutumia aina hizi za nyama. Mungu aliwapa sheria hii Wayahudi peke yao wakiwa chini ya nabii Musa. Baada ya kuyaelewa haya sasa hebu tuangalie Mafundisho ya Quran kuhusu Nguruwe!

Watu wa imani nyingine wamekuwa wakiwashutumu Wakristo na hata kuwaita makafiri kwa vile eti wanakula nyama ya Nguruwe, kwa madai kuwa eti imekatazwa katika maandiko matakatifu yaani Tourati na ikiwemo Quran.

Leo nataka kuanika wazi ili kama unakula mdudu huyu umle kwa amani bila kuhukumiwa au kushutumiwa na mtu.

Mafundisho ya Agano jipya kuhusu vyakula (Nguruwe).

Biblia inasema mafundisho yoyote yanayokataza mtu kula vitu Fulani ni mafundisho ya Mashetani (1Timotheo 4:1-5).

Ndio maana waganga wa kienyeji mtu anapokwenda kuaguliwa hukatazwa kula baadhi ya vitu Mungu sio Mganga wa kienyeji. Na wanaomwamini hawana sheria ya kuwazuia nini cha kula au kutokula.

Biblia inasema hakuna kitu najisi kwa mtu asiye najisi lakini kitu Fulani ni najisi kwake yeye aliye najisi (Warumi 14:14).

Biblia inafundisha kuwa kula au kutokula hakuongezi utakatifu wala hakuzuii tamaa za mwili (Wakolosai 2;16-23) hivyo hatupaswi kujitia katika mambo ya kutunga tu ya mtu,au akilizake na maono ya wanao abudu malaika kumuabudu Mungu hakuji kwa kula au kutokula aina fulani ya vyakula bali katika moyo safi (Mathayo 5:8).

Biblia inafundisha kuwa unajisi wa mtu hautoki nje bali ndani ya mtu pia Yesu alitakasa vyakula vyoote (Marko 7:14-16,17-19)

Paulo mtume alifundisha kuwa chakula ni kwa tumbo tu na si mambo ya rohoni.

(1 Wakoritho 6;13). Hoja ya Pepo waliotolewa na Yesu kuwaingia Nguruwe je ina maana gani?

Jambo lingine ambalo wanaharakati wa kiislamu hulishikia bango kuwa Nguruwe hawafai ni lile tendo la Pepo waliotolewa kwa mtu aliyeteseka kama kichaa kuomba ruhusa kuwaingia Nguruwe (Marko 5;12-13).

Kwa mujibu wa wachangiaji wa maoni ya kibiblia kama Mathew Henry commentary na wengineo hujaribu kutoa ufafanuzi huu kuhusia na na swala hili.

Nchi ya Wagerasi ilikuwa inakaliwa na Wayahudi wengi walioasi na kufuata mambo ya mataifa, swala la kufuga Nguruwe lisingeweza kufanywa na Wayahudi wa kawaida kwani kwao walikatazwa kula wanyama hao kwa mujibu wa sheria ya Musa.

Hivyo tendo la Yesu kuruhusu pepo kuingia Nguruwe kama walivyojiombea wenyewe lilikuwa ni sehemu ya hukumu kwao kwa kuishi kinyume cha sheria ya Musa, Jambo hili linathibitishwa na maombi ya mapepo “asiwapeleke nje ya nchi ile” maana yake kutokana na uasi uliokuwepo katika nchi ile mapepo bado yalikuwa na kazi katika mji ule, na hivyo waliomba wasihukumiwe kabla ya wakati wala wasifungwe kwani Kristo alikuwa na mamlaka hiyo.

Aidha inaonekana Tendo lile lilifanyika kwa kusudi la kuwafanya wachungaji wa Nguruwe kuingia mjini na kutoa taarifa kwa haraka watu wamtukuze Mungu na kama sehemu ya kutoa Hesabu ya mifugo kupotea hivyo kutokuwa na Kesi. Jambo hili liliwafanya Wagerasi waogope na kumsihi Yesu aondoke mipakani mwao.

Katika eneo hili pia tunaona jinsi thamani ya mwanadamu ilivyo bora nguruwe walikuwa wapata 2000 kwa sasa kilo ya nyama ya Nguruwe ni kati ya 6000/- kwa wastani chukua 6000 zidisha mara 100 yaani kilo za nguruwe mmoja mara 2000 idadi ya nguruwe woote utapata gharama ya 120,000,000/ yaani Bilioni moja na milioniishirini. Hasara waliyoipata wagerasi hailinganishwi na roho moja ya mtu anayepokea wokovu hivyo Kristo alitaka kuonyesha ni jinsi gani Roho ya Mtu ina thamani.

Jambo lingine ni kuonyesha wingi wa pepo ambao walijitaja kuwa ni jeshi legion kwa kawaida kikosi cha askari wa kirumi kilichoitwa legion kilibeba askari 6000 au zaidi.

Pepo hao walikuwa ni wengi na isingeliwezekana watu kujua Mtu huyu anateswa na pepo wengi kiasi gani kama Masihi hangeuliza Maswali na pia kuruhusu Pepo hao kuingia Nguruwe, hii ilisaidia wanafunzi na jamii kujua ni wingi wa mapepo kiasi gani wakati mwingine hutesa watu.bKwa bahati nzuri pia Nguruwe hao walikufa baharini, hii haimaanishi kuwa Nguruwe woote wana mapepo.

Tendo la Masihi hapo halina uhusiano na kula au kutokula Nguruwe bali thamani ya mtu na mateso yanayotokana na Mshetani ambayo waislamu ni rafiki zao.

Kwa kuhitimisha nawaalika watu wote duniani msiwe na wasiwasi wa kula kiti moto na wanyama wengineo mnaojisikia kuwala Karibuni.

Shalom.

ALLAH KATEREMSHA AYA NA KUSEMA NGURUWE NI KITU KIZURI NA NI HALAL

Quran inasemaje kuhusu nyama ya Nguruwe:-

(Surat an-Nisaa 4;160). Quran inasema hivi katika aya hiyo 'Basi kwa dhulma yao hao Mayahudi tuliwaharimisha VITU VIZURI walivyohalalishiwa na vilevile kwa sababu ya kuzuiliwa kwao watu wengi na njia ya mwenyezi Mungu" *http://www.quranitukufu.net/004.html*

Hii ni aya iliyo wazi kuwa Wayahudi PEKE YAO NDIO walizuiliwa KULA VITU VUZIRI kwaajili ya dhuluma, Mungu alitaka kuwahukumu kwa kuwanyima baadhi ya VITU VIZURI Quran inakiri wazi kuwa Nguruwe ni KITU KIZURI Umeona?

Surat An Nisaa aya 160 INASEMA:
1. Wayahudi ndio walio haramishiwa vitu vizuri "Nguruwe"
2. Hii aya inasema kuwa, Nguruwe ni vitu vizuri.

SWALI KWA WAISLAM:

1. Kwanini hamli nyama nzuri ya Nguruwe?

2. Walioharamishiwa kuwa Nguruwe ni Wayahudi, sasa tokea lini nyie Waislam mmekuwa WAYAHUDI na kuacha kula vitu vizuri "Nguruwe"?

QURAN INASEMA KUWA YESU ALIKUJA KUHALALISHA KULA NYAMA YA NGURUWE:

Quran inafundisha kuwa Yesu alikuja kuhalalisha yale yaliyo harimishwa (Surat al-Imran 3:50).

Quran inasema haya katika aya hii "Na nitakuwa Msadikishaji way ale yaliyokuwa kabla yangu katika Taurati na nimekuja ili

NIKUHALALISHIENI yale MLIYOHARIMISHWA na nimekujieni na hoja Kutoka kwa Mola wenu kwa hiyo mcheni mwenyezi Mungu na NITIINI"

Hayo ni meneno ya Yesu Ndani ya Quran ikionyesha wazi kuwa Yesu alikuja kuhalalisha yale yaliyoharimishwa katika Tourati na anatuamuru kumtii, ni wazi kuwa Yesu ameruhusu kula Nguruwe ndani ya Quran

Pia

QURAN INASEMA CHAKULA WANACHO KULA WAKRISTO NI KIZURI NA SIO HARAM

Quran imehalalisha kula vilivyo vizuri walavyo waliopewa kitabu (Al-maida 5;3-5).

Sura hii Almaida maana yake maswala ya meza inasema hivi:

"……..Leo mmehalalishiwa kila vilivyo vizuri. Na chakula cha wale waliopewa Kitabu ni Halali kwenu na chakula chenu ni halali kwao…"

Hii ni aya iliyo wazi inayoruhusu kila Muislamu kula vyakula vya Wakristo na Wayahudi na sisi kula vyao umeona!

Quran inafundisha kuwa Mungu hakuharimisha chochote ila wazee wa Kiyahudi waliharimisha kwa mapokeo yao tu (Al-an nam 146)

Quran inatahadharisha kuwa makini kumzulia Mungu uongo kuwa ameharimisha kitu kumbe hakuharimisha chochote (An Nahl 16;116)

Quran inaamuru uletwe Ushahidi kuwa ni wapi Mungu ameharimisha wanyama? Soma (Al an- am 6;150).

Hivyo ukisoma kwa makini Quran utaona hakuna kilicho haramu ndugu zangu Waislamu kula Nguruwe ni ruksa ila kiasi tu usizidishe ndivyo Quran inavyofundisha kama husadiki pale uwanja wa Sabasaba Tanga kwa Minchi Waislamu wenzenu hujumuika kula kiti moto kila iitwapo leo kwani wameelimika na wamegundua siri hii.

Mimi sikushawishi ila nina kuweka huru kama mwalimu wa kweli ya Mungu "….. Mtaifahamu kweli nayo kweli itawaweka huru.

Waislam, sasa mnaijua kweli na kuleni Nyama ya NGURUWE KITU KIZURI KAMA ALIVYO SEMA ALLAH KWENYE QURAN YENU Surat an-Nisaa 4;160.

Shalom,

Nyama ya Nguruwe, Juzuu ya 1, Sehemu ya Sita, Uthibitisho wa 1, Nukuu: Toleo la Mtandao, Mwaka *2011, Max Shimba Ministries*

Kwanini Allah ameruhusu kula nyama haramu ya Ngamia?

Waislam wameruhusiwa kula nyama ya Ngamia, Fisi na Mijusi Kafiri.

Ndugu msomaji,

Nyama zinazo liwa na Waislam ambazo ni haramu na Najisi kutokana na Biblia.

Mambo ya Walawi 7: 4 Pamoja na hayo, wanyama hawa hamtawala katika wale wenye kucheua, na katika wale walio na kwato; NGAMIA, kwa sababu yuacheua lakini hana kwato, yeye ni najisi kwenu. 6 Na SUNGURA, kwa sababu hucheua, lakini hana kwato, yeye ni najisi kwenu.

Lakini nilipo soma vitabu vya Kiislam, nikagundua kuwa, wao wana chuki kubwa na Nguruwe tu, huku wakila kwa furaha nyama ya Ngamia, Mijusi Kafiri, Sungura, Bata, nk.

Hebu tusome kidogo ushahid kutoka vitabu vyao:

Sayyidina Ibn Ammar (RA) alisema kuwa, siku moja alimuuliza Jabir Jbn Abdullah (RA) kuhusu uwindaji wa FISI. Alinijibu na kusema, inaruhusiwa kuwinda Fisi. Nilimuuliza, Je, tunaruhusiwa kula, na akanijibu kuwa Kula Fisi ni Halal (Inaruhusiwa kula Fisi). Nikamuuliza tena, Je, Nabii wa Allah (SAW) aliruhusu kula Fisi? Jabir r alinijibu na kusema. NDIO, Nabii wa Allah aliruhusu kula Fisi. [Abu Dawud

3801, T 1798, Ibn e Majah 3085, Ahmedl4456]
9- Kitabu cha HAJJ

Kama tulivyo soma hapo juu, Waislam wameruhusiwa kula nyama ya Fisi. Zaidi ya hapo, Muhammad aliendelea na kuruhusu kula nyama za mijusi.

MTUME MUHAMMAD ASEMA KULA NYAMA YA MIJUSI NI HALAL

Sahih Muslim Kitabu 21, 4788 Idadi:
Ibn 'Umar taarifa kwamba kulikuwa na baadhi ya watu na Mtume wa Allah (amani iwe juu yake) miongoni mwa maswahaba wake alikuwepo Sad. Basi ililetwa nyama ya Mjusi na mwanamke miongoni mwa wake wa Mtume wa Mwenyezi Mungu (amani iwe juu yake) alisema: Ni nyama ya mjusi. Hapo Nabii Muhammad alisema: Kuleni hiyo nyama ya Mjusi kwa kuwa ni halali…

Eti kula Nguruwe ni haram lakini wanakula Fisi na Mijusi. Eti kula nguruwe ni haram lakini wanakula NGAMIA. Huu ni msiba.

Swali la kujiuliza, kama kweli Yehova Mungu wa Musa ndie huyo huyo Allah wa Waislam, kwanini WAISLAM wanapinga aya ya kula NGAMIA? Mambo ya Walawi 7: 4 Pamoja na hayo, wanyama hawa hamtawala katika wale wenye kucheua, na katika wale walio na kwato; NGAMIA, kwa sababu yuacheua lakini hana kwato, yeye ni najisi kwenu.

Zaidi ya hapo, Waislam wanakunywa Mikojo ya Punda na maziwa ya Punda. Je, huko si kuvynja amri ambayo ilisemwa katika Mambo ya Walawa 7 aya ya 4?

Abdallah Ibn Umar anasema kuwa kula Nyama ya Ngamia, na kunywa Maziwa yake ni HARAM. Lakini waislam wao wanaendelea kula Nyama ya Ngamia na kunywa Maziwa na Mikojo ya NGAMIA. ('Abdallah Ibn 'Umar al-Baydawi, Tafsir al-baydawi)

MUHAMAMD AWARUHUSU WAISLAM KUNYWA MIKOJO NA MAZIWA YA NGAMIA AMBAYE NI HARAMU KATIKA [WALAWI 7: 4]

Hata hivyo Muhammad aliwaamuru baadhi ya watu kumfuata Mchungaji wake na kunywa maziwa na mikojo ya Ngamia.

Bukhari Juzuu ya 7 kitabu cha 71 Sura ya 6 Na 589, 590 uk.398, 399 na juzuu ya 7 Kitabu cha 71 Sura ya 29 Na 623 Uk.418.

Muhammad pia alisema kuwa mkojo wa Ngamia ni dawa nzuri. Ibn-i-Majah Juzuu ya 5 Kitabu cha 31 Na. 3 503 Uk.38.

Baadhi ya Waislam waliambiwa kunywa mkojo wa Ngamia, waliishia kuwa waasi na kumuua mchungaji. Muhammad aliamuru wakatwe miguu na mikono yao na macho yao yachomwe. Sunan Nasa'i juzuu ya 1 na.308-309 uk.255-256. Tazama pia Bukhari Juzuu ya 4 Kitabu cha 52 Sura ya 152 Na. 261 Uk.162.

Sasa, kama Ngamia ni haramu katika Mambo ya Walawi 7 aya ya 4, kwanini Muhammad aliruhusu Waisla wale Nyama yake na kunywa Mikojo na maziwa yake?

Mbona Muhammad na Allah wanaruhusu kula na kunywa mikojo na Maziwa ya Ngamia ambaye ni haramu kwenye Mambo ya Walawi?

Huu ni MSIBA mkubwa sana kwa Waislam na Mtume wa Muhammad kwa kuvunja sheria ya Mungu ya kuto kula nyama ya Ngamia, Mijusi, Fisi na Sungura.

Nyama ya Ngamia, Juzuu ya 1, Sehemu ya Sita, Uthibitisho wa 2, Nukuu: Toleo la Mtandao, Mwaka *2016, March 26, Max Shimba Ministries*

SEHEMU YA SABA – NANI ALIKUWA MTEREMSHAJI WA KWANZA WA QURAN KWA MTUME MUHAMMAD?

Adui wa Jibril au Roho Takatifu?

Somo letu la leo tutazungumzia utata ulio jaa ndani ya Koran. Leo hii tutajinfunza kuhusu nani alikuwa wa kwanza kuteremsha Koran kwa Mtume wa Allah.

Katika Qura 2:97 tunasoma kuwa, Jibril ndie aliye kuwa wa kwanza kushusha aya za Quran kwa Mtume wa Allah. Soma kifungu hiki hapa:

Quran 2:97. Sema: Aliye kuwa ni adui wa Jibril, basi huyo ndiye aliye iteremsha Qur'ani moyoni mwako kwa idhini ya Mwenyezi Mungu, inayo thibitisha yaliyo kuwa kabla yake, na ni uwongofu na bishara njema kwa Waumini.

Hiyo aya hapo juu ipo wazi kabisa kuwa, aliye kuwa adui wa Jibril ndie aliye kuwa mshushaji wa Quran kwa Mtume wa Allah ajulikanaye kwa jina la Muham'mad. Hebu tuendelee kusoma Quran hiyo hiyo na tuone kama ni kweli adui wa Jibril alikuwa wa kwanza kufanya hiyo kazi au kulikuwa na mtu mwingine aliye kuwa anafanya kazi hiyo hiyo ya kushusha Quran kwa Mtume wa Allah.

Rejea hapa:

Quran 16:102. Sema: Ameiteremsha hii Roho takatifu kutokana na Mola wako Mlezi kwa haki, ili awathibitishe wale walio amini, na kuwa ni uwongofu, na ni bishara kwa Waislamu.

103. Na Sisi hakika tunajua kwamba wanasema: Yuko mtu anaye mfundisha. Lugha ya huyo wanaye muelekezea ni ya kigeni, na hii ni lugha ya Kiarabu mbayana.

Katika aya tulizo zisoma hapo juu, tunagundua kuwa Allah alimtumia Roho Takatifu kushusha Aya kwa Mtume wake na si Jibril kama wanavyo dai Waislam na tulivyo soma kwenye Surah 2 aya 97 ni Adui wa Jibril ndie aliye shusha Quran.

Katika Surah 2:97 tunasoma kuwa Mteremshaji wa Quran ni adui wa Jibril.

Katika Surah 16:102-103 tunasoma kuwa Roho Takatifi ndie anateremsha Quran.

Ndugu zanguni. Hivi kwanini Koran inamakosa namna hii? Nani alikuwa mteremshaji wa Koran? Ni Adui wa Jibril au Roho Takatifu?

Nimategemeo yangu kuwa, hili soma litawafungua macho na kufahamu ukweli kuhusu Quran. Kama kweli Allah ni Mungu na yeye ndie aliye kuwa anaishusha Quran kupita Jibril, basi asinge fanya kosa la kumsingizia Roho Takatifu kuwa na yeye alikuwa anashusha Quran au Adui wa Jibril.

Kama kweli Allah ni Mungu, kwanini afanye makosa makubwa namna hii?

Je, Roho Takatifu ni adui wa Jibril?

Mungu awabariki sana,

Adui wa Jibril ndie aliteremsha Quran, Juzuu ya 1, Sehemu ya Saba, Uthibitisho wa 1, Nukuu: Toleo la Mtandao, Mwaka *2013, Max Shimba Ministries*

Kumbe Quran haikutoka kwa Allah

Ni Nani Walikuwa Waandishi Wa Quran Tukufu Wakati Wa Mtume Muhammad?

Je, ungependa kuwafahamu waandishi wa Koran?

Katika somo letu la leo, tutajifunza kuhusu waandishi wa Koran. Je, ni kweli Koran ilishushwa?

Je, kuna ushaidi wa kutosha wa kusaidia madai ya kuteremshwa kwa Koran?

Unaposema kuwa Allah ndie mwandishi wa Qur'ani, ni uongo mkubwa sana na wengi wameukubali huu uongo na udanganyifu kwamba eti Koran ilishushwa wakatia inafahamika kuwa iliandikwa miaka 1400AD.

Mtu mwenye fikra anaweza kusema bila ya wasiwasi kuwa Qur'ani iliandikwa na watu kadhaa ambao wanajulikana kimajina. Waandishi Mashuhuri zaidi miongoni mwao ni hawa hapa:

Imrul Qays-mshairi: wa kale wa Arabia ambaye alifariki miaka michache kabla ya kuzaliwa Muhammad

Zayd b. Amr b. Naufal:-'lililopotoka' wa wakati wake ambaye alihubiri na kupandwa Hanifism

Labid:-mshairi mwingine

Hasan b. Thabit:-mshairi rasmi wa Muhammad

Salman: – Mshauri wa Kiajemi wa Muhammad

Bahira:-Nestoraian Mkristo mtawa wa Kanisa huko Syria

Jabr:-Jirani wa Kikristo wa Muhammad

Ibn Qumta:-Mtumwa wa Kikristo

Khadija:-Mke wa kwanza wa Muhammad

Binamu Waraqa:- Ndugu ya Khadija

Ubay b. Katibu Ka'ab;-Muhammad na Mwandishi wake

Muhammad: – Mwenyewe

Hapa chini, nitaandika historia fupi ya baadhi ya waandishi wa Koran. Nitaanza na Bahira ambaye alikuwa ni Mtawa wa Kikrito.

Bahira

Bahira alikuwa Mtawa wa Kikristo wa Nestorian aliyeishi katika Sham (Syria). Jina lake la Kikristo lilikuwa Sergio Georgius. Inaaminika kwamba alifukuzwa kutoka utawa baada ya makosa.

Katika mji wa Makkah, alikutana na Muhammad, akawa karibu sana na yeye na kukaa pamoja naye. Yeye alikuwa na mazungumzo ya siri na Muhammad, ambayo yeye hakika alimwambia Muhammad mambo mengi ya Ukristo. Aya kadhaa katika Qur'an zinazozungumzia Ukristo zilitoka kwa huyu Mtawa Bahira.

Mfano, aya zote za ndani ya Kuran zinazozungumzia kitabu cha Zaburi zilihaririwa na huyu Mtawa Bahira:

4.163 Hakika Sisi tumekuletea wahyi wewe kama tulivyo wapelekea wahyi Nuhu na Manabii walio kuwa baada yake. Na tulimpelekea wahyi Ibrahim na Ismail na Is-haka na Yaakub na wajukuu zake, na Isa na Ayub na Yunus na Harun na Suleiman, na Daud tukampa Zaburi.

17: 55. Na Mola wako Mlezi anawajua vilivyo waliomo mbinguni na katika ardhi. Na hakika tumewafadhilisha baadhi ya Manabii kuliko wengine; na Daudi tulimpa Zaburi.

21:105. Na hakika tulikwisha andika katika Zaburi baada ya Kumbukumbu, ya kwamba nchi watairithi waja wangu walio wema.

2:113. Na Mayahudi husema: Wakristo hawana lao jambo. Na Wakristo husema: Mayahudi hawana lao jambo. Na ilhali wote wanasoma Kitabu hicho hicho (Biblia). Na kadhaalika walisema wale wasio jua kitu mfano wa kauli yao hii. Basi Mwenyezi Mungu atahukumu baina yao Siku ya Kiyama katika yale waliyo kuwa wakikhitilafiana.

2: 139. Sema: Mnahojiana nasi juu ya Mwenyezi Mungu, naye ni Mola wetu Mlezi na Mola wenu Mlezi, na sisi tuna vitendo vyetu na nyinyi mna vitendo vyenu? Nasi tunamsafia Yeye tu.

3: 23. Huwaoni wale walio pewa sehemu ya Kitabu? Wanaitwa kukiendea Kitabu cha Mwenyezi Mungu ili kiwahukumu baina yao; kisha baadhi yao wanageuka wanakikataa.

*** Quran haina chochote cha zaidi au bora kuliko vitabu vingine. Qur'an, imeandikwa kwa kuibia, kugezea, kupora, kudanganya na / au kupotosha kutoka BIBLIA, kuhalalisha kwamba Watu wa Kitabu wamwamini au kutumia kama mwongozo. ***

Jabr:

Kamusi ya Uislamu (Hughes Kamusi ya Uislamu, p.223) inasema kwamba Jabir alikuwa mmoja wa Ahlu-l-Kitab (Watu wa Kitabu) na alikuwa amesoma vizuri vitabu vya Taurati na Injil (Injili), na hivyo, Muhammad akamtumia sana Jabr katika uandishi wa Quran. Jabr ndiye aliye kuwa anamsomea Taurat na Injil Muhammad kila alipo pita nyumbani kwake. Muhammad alijifunza kutoka kwa Jabr na kuweka Sura katika Quran yenye mahusiano na Wakristo na Wayahudi. Mistari yote inayo mhusu Daudi na Sulemani ilitengenezwa na huyu Jabr. Baadhi ya aya hizo:

Daudi akamuuwa Jaluti ... 2:251

Zaburi alipewa Daudi ... 4:163

Allah ni mbaguzi ; anapendelea baadhi ya Mitume kwa wengine; aliwapa Zaburi Daudi ... 17:55

Allah alishuhudia hukumu ya Daudi na Sulemani ... 21:78

Allah kampa Sulemani uelewo sahihi; Yeye alifanya milima na ndege kumtumikia Daudi ... 21:79

Allah kamfundisha Daudi ujuzi wa kufanya vita ... 21:80

Kabla ya Qur'an, Mwenyezi ujumbe katika Zaburi ya Daudi ... 21:105

Allahu kampa maarifa ya Daudi na Sulemani ... 27:15

Baba wa Sulemani alikuwa ni Daudi. Sulemani alikuwa mrithi wa Daudi; Suleiman kueleweka hotuba ya ndege wanyama, na mimea ... 27:16

Sulemani alikuwa na mamlaka juu ya majini; majini na ndege kupigana katika jeshi la Sulemani ... 27:17

Allah kaweka milima chini ya amri ya Daudi; akamfundisha jinsi ya kufanya silaha kutoka chuma ... 34:10-11

Allah alikuwa na kaweka milima, ndege kwa ajili ya huduma ya Daudi na majaliwa yake kwa hekima na mantiki ... 38:18-20

Allah kusamehe dhambi ya Daudi ... 38:25

Allah alimteua Daudi kuwa mtawala juu ya nchi na akampa mamlaka ya kutoa hukumu ya haki na sheria za Mungu na kwa maoni yake binafsi ... 38:26

*** Bila shaka, hadithi/aya zote hapo juu si kutoka BIBLIA lakini walikuwa wamekopia/wamigizia/wameangalizia na kupotosha mafundisho ya baadaye ya Wayahudi na Wakristo ***

Ibn Qumta

Ibn Qumta alikuwa mtumwa wa Kikristo ambaye aliishi katika mji wa Makkah. Muhammad alijifunza kuhusu injili apocryphal ya Ukristo (kama vile: Injili ya Utoto na Injili ya Barnabas) kutoka kwake. Sura nzima juu ya Maria na kuzaliwa kwa Yesu Kristo (Sura 19) kiliandikwa na mtumwa huyu wa Kikristo.

Vyanzo kutoka Wakidi, Alphonso Mingana, katika insha yake, Maambukizi ya Koran, Chimbuko la Koran, p.103, anaandika:

' Mwanahistoria wa kale zaidi, Wakidi, ina sentensi zifuatazo ambazo zilipendekeza na ' Abdallah b. Sad b. Abi Sarh, na mtumwa Mkristo, bin Qumta , walikuwa na kitu cha kufanya katika Koran.

Na bin Abi Sarh akarudi na kusema kwa Makureshi: "Ilikuwa tu Mtumwa wa Kikristo ambaye alikuwa akimfundisha yeye (Muhammad); Nilikuwa na kazi ya kuandika na kubadili chochote alichoa taka Mtume Muhammad. " '

Tafadhali kumbuka kwamba Abdallah b. Sad b Abi Sarh alikuwa mwandishi mwaminifu wa Muhammad. Wakati Muhammad anahamia Madina Abdallah na yeye alimfuata. Kila Muhammad alipo kuwa katika maono Abdallah ndiye aliye kuwa mwandishi wa hayo maono. Wakati Abdallah alipendekeza baadhi ya mabadiliko ya Muhammad lisping, Muhammad alikubali kirahisi. Mfano ni wakati Muhammad alikuwa anasema hii aya 23:12-14.

23.12 Na sisi tulimuumba Mtu kutoka Udongo;

23.13 Kisha tukamjaalia awe tone ya mbegu ya uzazi katika kalio madhubuti

23. Kisha tukaiumba tone kuwa damu iliyo ganda, na tukaiumba damu kuwa pande la nyama, kisha tukaliumba pande la nyama kuwa mifupa, na mifupa tukaivika nyama. Kisha tukamfanya kiumbe mwengine. Basi ametukuka Mwenyezi Mungu Mbora wa waumbaji.!

Hii hapa ni orodha fupi ya baadhi ya aya katika Qur'an ambazo Muhammad alinakili/ ilibia kutoka vitabu au nakala za Wakristo, Wayahudi, Waarmenia, Wahindu na Majusi (Wazoroastro):

Tayammum (04:43): Kunakiliwa kutoka kwenye maandiko ya Kiyahudi Talmud.

Kinga ya maisha ndani ya ndege (2:260, 3:49, 5:110): Kunakiliwa kutoka vitabu Coptic.

Houris, Azazil (44:54): kujifunza kutoka kwa wageni katika Makkah.

Harut amd Marut (2:102): Kutoka Muarmeni -vitabu Harut na Marut ni katika udhibiti wa upepo na mvua.

Kiti cha enzi ya Mwenyezi Mungu juu ya maji (11:07): Kutoka mapokeo ya Wayahudi

Malik, mtawala wa Jahannamu (43:77): Kutoka Wayahudi. [Moleki - Mambo ya Walawi 18.21; 20.2/3/4/5, nk]

7 Mbinguni (2:29, 41:12): Iliyopitishwa kutoka katika maandiko Sanskrit ya Wahindu.

Mariamu kujifungua chini ya shina la mti (19:23): Kunakiliwa kutoka Injili ya Utoto, apocryphal Mkristo Injili

Mtoto Yesu kuzungumza (3:46, 19:30-31, 19:33): Kunakiliwa kutoka Injili ya Utoto.

Maelezo ya peponi na Kuzimu (kuna aya nyingi - tazama sehemu ya Salman, Kiajemi: Kunakiliwa kutoka Majusi (Wazoroastro) na Wahindu.

Yesu si kuuawa, Mwenyezi Mungu akainua Yesu (3:55, 4:157-158): Kunakiliwa kutoka Injili ya Barnabas

Hadithi ya Yusufu (Sura 12): Kunakiliwa kutoka Midrash, maandiko ya Kiyahudi.

Hadithi ya Sulemani na Sheba (21:78-82, 27:17-19, 27:22-23): Kunakiliwa kutoka Haggada, Maandiko Wayahudi. [Wafalme mimi 10.1]

Qur'ani ya awali ni agizo katika Mbinguni (43:4, 85:21-22): Talmud anasema kuwa Torati ni kibao katika ulinzi wa Mbinguni.

Malaika wa kifo - Azrail au Azazil, Malaku'l Maut (6:61, 7:37, 32:11): Iliyopitishwa kutoka Wayahudi na mchawi maandiko (Zoroastrian).

WAPAGANI WANASEMA QURAN NI SAWA NA HADITHI ZA KALE

Hapa ni ushahidi wa baadhi ya mistari ya kuchaguliwa kutoka Quran kutuambia kwamba wapagani walikuwa na ufahamu kwamba Muhammad alikuwa anawaambia hadithi ya kale walizokuwa wamesikia kabla ya-Muhammad:

Wasioamini walisema kuwa Quran ni kama hadithi za watu wa kale wa Kipagani ... 08:31

Wasioamini walisema kwamba Aya za Muhammad zilinakiliwa kutoka hadithi za kale ... 16:24

Wapagani wengi walishasiikia hadithi za ufufuo kutoka katika hadithi zamani za Kipagani... 23:83

Makafiri walisema kuwa 'Qur'ani ni hadithi za kale ambazo walisikia kabla ya Muhammad' ... 25:5

Wasioamini walisisitiza kwamba Qur'ani ni hadithi kutoka vitabu vya kale ... 27:68

Wakasema makafiri Quran imejaa visa vya watu wa kale ... 46:17

Wasioamini wanaliziita na kuzifananisha aya za Muhammad na hadithi za kale ... 68:15

HITIMISHO

'Quran' si maandishi ya Mwenyezi Mungu. Mungu mwenye Hekima hawezi kuandika Kitabu chenye Makosa, Utata, kujirudiarudia, makosa ya kimaandiko kama yalivyo jaa kwenye Qur'an yenye muongozo potofu kwa Mwanadamu.

Anomalies zote, utata, MAKOSA YA KIMAANDIKO, upayukaji, KUJIRUDIARUDIA, makosa ya kisarufi na kilugha, Makosa ya Kihistoria, TABIA YA KUPENDEKEZA MAUAJI, HATEMONGERING, WARMONGERING, UBAGUZI, ubaguzi wa rangi na sifa nyingine za mapepo ya Quran kutakufanya kwa urahisi uelewe kuwa Koran si Kitabu cha Mwenyezi Mungu Mtakatifu aliye jaa huruma na rehema angeweza kuandika kitabu cha kishetani kama Qur'an kwa Muhammad.

Inafahamika na wenye Hekima kuwa Muhammad ambaye anadai eti kapewa Koran ni uongo wa wazi kabisa na ndio maana Muhammad akasema alipewa maono na Allah ili kuwafunga Mdomo wale wote ambao wanatia shaka katika Kitabu chake.

Qur'an Nzima ni Maandishi ya Muhammad na imejaa matakwa na fikra zake.

Alter ego

Katika hali halisi, Muhammad, Jibril na Allah ni Mtu mmoja.

Muhammad

Ilikuwa ni Muhammad ndiye aliye anzisha Uislam na baadaye baadhi ya wafuasi wake ambao, 'Kwa jina la Allah' walitengeneza Qur'ani kwa kurekebisha , kurekebisha na kuibia kutoka maandiko mbalimbali na mila ya watu wengine wa wakati huo.

Wafuasi wake waliendelea kutangaza huu udanganyifu wa Muhammad na kuusambaza katika fahamu za binadamu, ili kupata matakwa yao ya kisiasa yenye nia ya kutawala peninsula ya Arabia na baadaye, nchi nyingine za amani.

Koran si Kitabu cha Mungu bali ni maandishi ya Muhammad na marafiki zake.

Katika huduma yake.

Max Shimba

For Max Shimba Ministries

Nani aliteremsha Quran?, Juzuu ya 1, Sehemu ya Saba, Uthibitisho wa 2, Nukuu: Toleo la Mtandao, Mwaka *2013, Max Shimba Ministries*

Utata wa Namba ndani ya Quran

UTATA NA SHAKA WA NAMBA NA IDADI NDANI YA QURAN

Tofauti za idadi katika Qur'an:

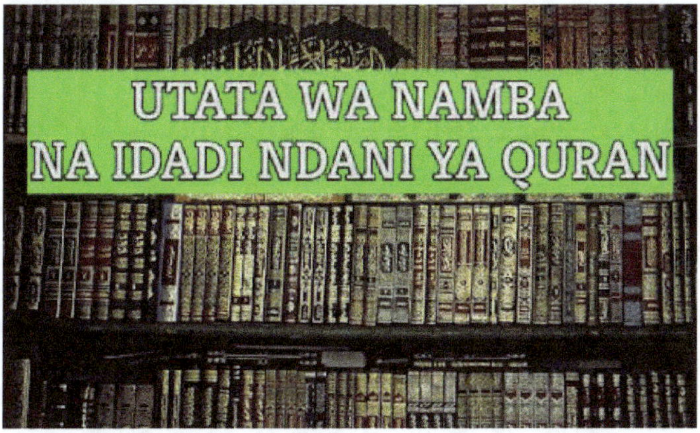

Je, siku ya Mwenyezi Mungu ni sawa na miaka 1,000 (Sura 22:47, 32:5) au miaka 50,000 (Sura 70:4)?

Angalia jinsi Quran 32:5 na Quran 70:4 inavyosemwa (kwa Kiingereza/Swahili - I don't know the Arabic) "panda kwake katika siku ambayo kipimo chake ni miaka [hamsini] elfu [ya hisabu yako]."

Labda awali ilikuwa "elfu hamsini" katika aya zote mbili na "hamsini" ilishuka katika sehemu moja? Nakala iliyoharibika? Au je, Mungu hajui jinsi ya kuhusianisha urefu wa siku zake na miaka ya mwanadamu?

Je, kuna bustani ngapi peponi?

UTATA KUHUSU BUSTANI

MOJA: 39:73, 41:30 [Bustani], 57:21 [Bustani], 79:41 [Bustani], au

WENGI: 18:31, 22:23, 35:33, 78:32 [kila wakati: "Bustani"]?

Uwingi "Bustani" lazima uwe angalau tatu kwa sababu kama zingekuwa mbili, basi Kiarabu kingetumia umbo la uwili la nomino. Kwa hivyo hii ni tofauti ya angalau 200% kutoka "moja" hadi "kadhaa".

UTATA KUHUSU HUKUMU

Sura 56:7 inataja makundi matatu tofauti ya watu kwa ajili ya hukumu. Lakini 90:18-19, 99:6-8, n.k hutaja makundi mawili tu

UTATA KUHUSU NANI HUCHUA ROHO WAKATI WA KIFO

Kuna maoni yanayopingana juu ya nani huchukua roho wakati wa kifo.

Sura 32:11 inasema "Sema: Malaika wa Mauti, aliye juu yenu, atakufisheni (kwa haki). Kisha mtarudishwa kwa Mola wenu", yaani juu ya malaika maalum anaonekana.

Sura 47:27 inasema "Lakini itakuwaje (itakuwaje) Malaika watakapozitoa roho zao wakati wa kufa?", ambayo tena inadhihirisha utambulisho wao mahususi na idadi kubwa kuliko mmoja.

Lakini basi Sura 39:42 haiwaongelei Malaika tena kabisa: "Ni Mwenyezi Mungu anayechukua roho (za watu) wakati wa kufa."

UTATA KUHUSU NANI ALITUMWA KWA FARAO

Sura 73:15-16 inasema kwamba mjumbe mmoja alitumwa kwa Farao, huku Sura 10:75 inazungumza juu ya wawili (Musa na Haruni).

73:15 inasema tu "a" (siyo msisitizo juu ya mjumbe "mmoja"), lakini ulinganisho wa mjumbe huyu na Muhammad, ambaye ametumwa kwa njia hiyo hiyo unaleta hoja kali kwa "mmoja", kwani Muhammad bila shaka alikuwa. mmoja tu kwa wakati wake. Na mstari wa 16 unathibitisha hili kwa kusema "mjumbe".

Pia 7:103 pia inazungumza tu juu ya kumtuma Musa.

Qur'an inasema:

35:1

Sifa njema zote njema ni za Mwenyezi Mungu, ambaye ameziumba mbingu na ardhi, aliye waumba Malaika Mitume wenye mbawa, wawili, au watatu, au wanne (jozi): Anaongeza katika uumbaji apendavyo. nguvu juu ya vitu vyote.

Kulingana na Sura 35:1 malaika wana jozi 2, 3, au 4 za mbawa. Hili linapingwa na hadith kadhaa zinazosema kwamba Jibril alikuwa na mbawa 600. Bukhari, Juzuu ya 4, Kitabu cha 54, Nambari 455:

Imepokewa kutoka kwa Abu Ishaq-Ash-Shaibani:

Nilimuuliza Zir bin Hubaish kuhusiana na Kauli ya Mwenyezi Mungu: "Na alikuwa yuko mbali zaidi ya urefu wa pinde mbili au karibu zaidi, ndivyo (Mwenyezi Mungu) alifikisha Wahyi kwa mja wake (Jibril) kisha akafikisha (Jibriyl). (hiyo kwa Muhammad) (53.9-10) Juu ya hilo, Zir akasema: "Ibn Mas'ud alitufahamisha kwamba Mtume amemuona Jibril akiwa na mbawa 600."

Ona pia Juzuu ya 6, Kitabu cha 60, Nambari 379 & 380.

Je, umeona jinsi utata na kupingana na shaka ulivyo jaa kwenye Quran?

Shalom,

Dr. Max Shimba for Max Shimba Ministries

Utata wa Namba ndani ya Quran?, Juzuu ya 1, Sehemu ya Saba, Uthibitisho wa 3, Nukuu: Toleo la Mtandao, Mwaka *2013, Max Shimba Ministries*

Nini kitaingia peponi?

Ni kipi kinaingia Peponi kati ya Roho/Nafsi au Mwili?

Koran inadai kuwa, baada ya ufufuo, ni mwili (baada ya kuungana na roho?) Ambayo inaingia peponi. Haya madai yamewekewa mkazo katika Koran. Angalia mistari ifuatayo 13:05, 17:98-99, 20:55, 34:7, 75:3-4.

Hata hivyo mistari ya 27-30 kwenye Sura 89 ipinga aya zilizo pita kwa kusema kuwa ni nafsi (Nafs) tu ambayo inaingia Peponi!

Quran 17:99. Kwani hawakuona ya kwamba Mwenyezi Mungu aliye umba mbingu na ardhi ni Mwenye kuweza kuumba mfano wao? Na Yeye amewawekea muda usio na shaka yoyote. Lakini madhaalimu hawataki ila ukafiri.

Quran 75:3. Anadhani mtu kuwa Sisi hatutaikusanya mifupa yake? 4. Kwani! Sisi tunaweza hata kuziweka sawa sawa ncha za vidole vyake!

Aya hizo hapo juu, zinadai kuwa Nafsi na Mwili vitaungana na kuingia Peponi, hayo ni maneno ya Allah kama alivyo yashusha kupitia Quran yake. Lakini Allah huyohuyo anabadilika na kusema kuwa Nafsi ndio itaingia Peponi. Hebu soma aya zifuatazo.

Quran 89 27. Ewe nafsi iliyo tua! 28. Rejea kwa Mola wako Mlezi umeridhika, na umemridhisha.

Katika aya hapo juu, Allah anaiamuru Nafsi irejee kwake. Sasa ni ipi kati ya Nafsi na Mwili vitaingia Peponi? Utata huu ni Msiba Mkubwa kwa Allah ambaye hafamu nini kati ya Nafsi na Mwili vitaingia Peponi.

Quran 31:28. Hakukuwa kuumbwa kwenu, wala kufufuliwa kwenu ila ni kama nafsi moja tu. Hakika Mwenyezi Mungu ni Mwenye kusikia Mwenye kuona.

Allah anaendelea kusema kuwa ni Nafsi ndio itaingia Peponi. Aya hizi zinapingana na maneno yake ya kwanza kuwa ni Nafsi pamoja na Mwili vinaingia Peponi. Hivi Allah ni kweli aliumba Binadamu? Mbona hafahamu nini kati ya Nafsi na Mwili itaingia Peponi?

Katika Uislamu, neema ya peponi haikamiliki bila raha ya pamoja ya Mwili na akili, maana Allah katoa ahadi ya wake 72 kwa wale wote watakao ingia Peponi. Vinginevyo, mtu atawezaje kunywa Zanzabil (76:17), na kuifurahia hicho kinywaji (76:13), kufurahia wanawali (55:56) na kunywa asali na maziwa (47:16-17) bila ya kuwa na Mwili?

Yousuf Ali (Nakala 6128 kwa aya 89:27-30) pia anasema kwamba ni roho ambayo inaingia mbinguni, na si mwili ambao utaharibika (Maoni yake ni kupingana na aya 75:3-4 zinavyo sema!). Soma aya 31:28 pia. Inasema kuundwa kwa mtu au ufufuo ni katika nafsi.

Ndugu wasomaji, Allah anaendelea kutoa utata katika uumbaji wake. Allah kwa mara nyingine tena ameshindwa kuufahamisha umma wake kuwa, ni nini kati ya Nafsir na Mwili vitaingia Peponi.

Koran si kitabu cha Mungu bali ni maneno ya Muham-mad ambayo alindika ili kukuza maono yake ya kisiasa. Kama Allah ni mungu, basi ifahamike leo kuwa Allah si Mungu aliye umba Mbingu na Nchi. Si Mungu aliye muumba Adamu na Hawa, bali ni Mpinga Mungu.

Katika huduma Yake.

Max Shimba

Nini kitaingia Peponi?, Juzuu ya 1, Sehemu ya Saba, Uthibitisho wa 4, Nukuu: Toleo la Mtandao, Mwaka *2013, Max Shimba Ministries*

Chakula cha Jehannam

Kumbe watu wa Jehannam watakuwa wanakula chakula

Allah ameamua kutueleza kuwa, watu watakuwa wanakula nini huko Jehannam. Soma aya hapa chini:

Quran 88:6. Hawatakuwa na chakula isipo kuwa kichungu chenye miba.

Quran 69: 36. Wala hana chakula ila usaha wa watu wa Motoni.

Sasa angalia UTATA UNAPO INGIA: Quran 39: 62-69

*62. Je! Kukaribishwa hivi si ndio bora, au mti wa Zaqqum? ***63. Hakika Sisi tumeufanya huo kuwa ni mateso kwa walio dhulumu. ***64. Hakika huo ni mti unao toka katikati ya Jahannamu. ***65. Mashada ya matunda yake kama kwamba vichwa vya mashet'ani. ***66. Basi hakika bila ya shaka hao watayala hayo, na wajaze matumbo. ***67. Kisha juu yake wanyweshwe mchanganyo wa maji yamoto yaliyo chemka. ***68. Kisha hakika marejeo yao bila ya shaka yatakuwa kwenye Jahannamu. ****

Ndugu zanguni, Koran ni kitabu cha ajabu sana, maana kinapingana kila sehemu. Leo tumesoma nini watu watakula Jehannam. Hivyo, kuhusu mada hii moja peke yake, Qur'ani ina utata tatu:

"Kula matunda ya mti wa Zaqqum" (37:66) inapingana na "kula tu Dhari" (88:6).
"Kula matunda ya mti wa Zaqqum" (37:66) inapingana na "kula tu pus mchafu" (69:36).
"Kula tu Dhari" (88:6) inapingana na "kula tu pus mchafu" (69:36).

Koran imejaa UATATA na si kitabu cha Mwenyezi Mungu.

Mungu awabariki sana,

Katika Huduma Yake,

Max Shimba

For Max Shimba Ministries

Chakula cha Peponi?, Juzuu ya 1, Sehemu ya Saba, Uthibitisho wa 5, Nukuu: Toleo la Mtandao, Mwaka *2013, Max Shimba Ministries*

Bustani za Akhera

Je, Akhera kuna bustani ngapi?

Kwa mara nyingine tena, Allah analeta utata katika Quran yake ambayo sasa naweza kusema imejaa shaka na utata na ni ya kutengenezwa kama vitabu vya aladini.

BUSTANI MOJA:

Katika Surat Al Hadid 21. Kimbilieni msamaha wa Mola wenu Mlezi, na Pepo ambayo upana wake ni kama upana wa mbingu na ardhi, iliyo wekewa walio muamini Mwenyezi Mungu na Mitume wake. Hiyo ndiyo fadhila ya Mwenyezi Mungu, humpa amtakaye. Na Mwenyezi Mungu ni Mwenye fadhila kuu

Kwenye hiyo aya hapo juu inasema "PEPO" Ikimaanisha ipo moja NA AU KUNA PEPO MOJA TU. Soma aya zaidi katika 41:30 [the Garden], 57:21 [a Garden], 79:41 [the Garden]

LAKINI NILIPO ISOMA ZAIDI KURAN, NIKAKUTANA NA HUU UTATA:

BUSATI NYINGI:

Surat Al Kahf 31. Hao watapata Bustani za milele, zinazo pita mito kati yake. Humo watapambwa kwa mavazi ya mikononi ya dhahabu, na watavaa nguo za kijani za hariri na at'ilasi, huku wakiegemea humo juu ya makochi. Ni malipo bora hayo! Na matandiko mazuri mno ya kupumzikia!

Nukuu zaidi 22:23, 35:33, 78:32 [kila mara anatumia wingi, each time: "Gardens"]?

Aya hapo juu inasema Bustani "ZINAZO".... Hapo teyari umesha elewa kuwa sio bustani moja kama alivyo dai kwenye Surat Al Hadid aya ya 21.

Ndugu msomaji, teyari tumesha msambaratisha Allah na Quran yake ya kutengenzwa kama ulivyo tengenezwa Uislam.

Mimi sina la ziada zaidi ya kuwaombea ndugu zetu waje kwa YESU MUNGU MKUU.

Kwa wanao jua ung'eng'e:

How many gardens are there in paradise?

Shalom,

Max Shimba mtumwa wa Yesu Kristo.

Bustani za Akhera, Juzuu ya 1, Sehemu ya Saba, Uthibitisho wa 6, Nukuu: Toleo la Mtandao, Mwaka *2013, Max Shimba Ministries*

Je, madai ya kuwa Quran imekalika na ipo waziwazi ni ya kweli?

Allah ateremsha aya na kudai kuwa, Quran haijakamilika na haipo waziwazi.

Allah asema kuwa aya zingine ndani ya Quran hakuna ajua maana yake isipokuwa Allah.

Ndugu wasomaji;

Leo tutaangalia utata ulio jaa ndani ya Quran ambayo wanadhuoni wengi hudai kuwa imenyooka, huku Allah akiwapinga na kuteremsha aya ambayo inasema kuwa Quran haijanyooka na haipo waziwazi.

Kwanza tuanze kwa kuangalia aya ambayo inasema kuwa Quran ipo wazi na aya zake zimepambanuliwa ni uongofu kwa walio ongoka.

Surat HUD (11:1). Alif Lam Ra. Hiki ni Kitabu ambacho Aya zake zimewekwa wazi, kisha zikapambanuliwa, kilicho toka kwa Mwenye Hikima na Mwenye Khabari

Surat Al Anaam (6:114). Je, nimtafute hakimu ghairi ya Mwenyezi Mungu, naye ndiye aliye kuteremshieni Kitabu kilicho elezwa waziwazi? Na hao tulio wapa Kitabu wanajua ya kwamba kimeteremshwa na Mola wako Mlezi kwa Haki. Basi usiwe katika wanao tia shaka.

Surat An nah'k (16:89). Na (waonye) siku tutakapo wainua mashahidi katika kila umma wakiwashuhudia kwa yanayo tokana na wao, na tutakuleta wewe uwe shahidi juu ya hao. Na tumekuteremshia Kitabu hiki kinacho bainisha kila kitu, na ni uwongofu, na rehema, na bishara kwa Waislamu

Surah tulizo ziweka hapo juu, zinasema na kudai kuwa Quran imepambanuliwa na ni kitabu kilizo elezwa waziwazi. Ikimaanisha kuwa, unapoisoma Quran, hautapata maswali au kusoma utata katika aya zilizo teremshwa na Allah.

LAKINI HAYO MADAI, YANAPINGANA NA UTATA KATIKA AYA IFUATAYO INAYO DAI KUWA, NDANI YA KURAN KUNA AYA AMBAZO ALLAH PEKE YAKE NDIE ANAZO ZIFAHAMU

Hebu tuisome hiyo aya:

Surat Al Imra (3:7) Yeye ndiye aliye kuteremshia Kitabu hichi. Ndani yake zimo Aya muhkam, zenye maana wazi. Hizo ndizo msingi wa Kitabu hichi. Na ziko nyengine za mifano. Ama wale ambao nyoyoni mwao umo upotovu wanafuata zile za mifano kwa kutafuta fitna, na kutafuta maana yake; na wala hapana ajuaye maana yake ila Mwenyezi Mungu. Na wale wenye msingi madhubuti katika ilimu husema: Sisi tumeziamini, zote zimetoka kwa Mola wetu Mlezi. Lakini hawakumbuki hayo isipo kuwa wenye akili.

Ndugu zanguni, huu ni msiba mwingine katika Uislam, Allah katika Surat Al Imra iliyoteremka Madina anasema kuwa:

i. Ndani ya Quran kuna Aya mukham, zenye maana wazi,
ii. Zipo aya zenye mifano ambazo wanao zifuata hutafuta fitna na kutafuta maana yake,
iii. Zipo aya ambao hapana ajuaye maana yake ila Allah.

Ndugu msomaji, hii Surat 3 aya 7 inapingana na Surat HUD 11:1, Surat Al Anaam (6:114), na Surat An nah'k (16:89) zinazo dai kuwa aya za kuran zipo waziwazi na zimepambanuliwa.

Sasa, Waislam wafuate kipi?

Je, Waislam wanaamini kipi katika hii Quran inayo jipinga yenyewe na ambayo haipo waziwazi?

Mbona Allah anajipinga mwenyewe katika hizo aya hapo juu?

Au tatizo lilikuwa ni Muhammad ambaye alikuwa hajui kusoma wala kuandika na alishindwa kukariri maelekezo ya Jibril?

ZAIDI YA HAPO, kwanini Allah aliteremsha aya ambazo hakuna azijuaye ila yeye Allah?

Hizo aya zinamsaidia vipi Mwislamu?

Waislam wanapata faida gain wanapo zisoma hizo aya huku ikifahamika kuwa ajuaye maana zake ni Allah peke yake?

MWSIHO, ningependa kufahamu, hawa Waislam wanaelewaje kuwa aya walizo zisoma ndivyo walitakiwa walelewa huku ikifahamika Allah ameweka mtego kwa kusema kuwa, kuna aya ndani ya Quran ambazo ni Allah pekee anaye zifahamu.

Kumbe ndio maana Waislam wana pigana wenyewe kwa wenyewe kama ISIS, Sunni vs Shia, nakadhalika. Kumbe ndio maana Quran inausaidizi wa Sahih Hadith na Suna za Muhammad.

Huu ni msiba mwingine katika dini ya Allah. *Kwanini Allah aliteremsha aya ambazo anazifahamu yeye mwenye?*

Karibuni kwa Yesu aliye hai ambaye ametuletea Roho Mtakatifu kama Kiongozi wetu.

Yohana 16: 3 Lakini yeye atakapokuja, huyo Roho wa kweli, atawaongoza awatie kwenye kweli yote; kwa maana hatanena kwa shauri lake mwenyewe, lakini yote atakayoyasikia atayanena, na mambo yajayo atawapasha habari yake. 14 Yeye atanitukuza mimi, kwa kuwa atatwaa katika yaliyo yangu na kuwapasha habari. 15 Na yote aliyo nayo Baba ni yangu; kwa hiyo nalisema ya kwamba atatwaa katika yaliyo yangu, na kuwapasheni habari.

Yohana 16: 26 Lakini huyo Msaidizi, huyo Roho Mtakatifu, ambaye Baba atampeleka kwa jina langu, atawafundisha yote, na kuwakumbusha yote niliyowaambia.

1 Yohana 2: 27 Nanyi, mafuta yale mliyoyapata kwake yanakaa ndani yenu, wala hamna haja ya mtu kuwafundisha; lakini kama mafuta yake yanavyowafundisha habari za mambo yote, tena ni kweli wala si uongo, na kama yalivyowafundisha, kaeni ndani yake.

Ndugu wasomaji, Yesu amesha weka kwa uwazi kuwa, ukimfuate yeye, basi utapokwa kipawa cha Roho Mtakatifu na yeye huyo Roho Mtakatifu ataishi ndani yetu na atatufundisha yote.

Karibuni kwa Yesu.

Mungu awabariki sana

Max Shimba Ministries Org

Je, Quran imekamilika? Juzuu ya 1, Sehemu ya Saba, Uthibitisho wa 7, Nukuu: Toleo la Mtandao, Mwaka *2013, Max Shimba Ministries*

Je, siku moja ya Allah ni sawa na miaka 1000 au 50,000?

HUU NI MSIBA MKUBWA SANA.

Katika Surat Hajj 47, allah anasema kuwa siku moja ya Allah ni sawa na miaka elfu moja "1,000".

Surat Hajj 47. Na wanakuhimiza ulete adhabu, lakini Mwenyezi Mungu hatakwenda kinyume na ahadi yake kabisa. Na hakika siku moja kwa Mola wako Mlezi ni kama miaka elfu mnavyo hisabu nyinyi.

Ushaidi zaidi upo katika Surat 32. SURAT ASSAJDAH aya ya 5.

LAKINI NILIPO ISOMA ZAIDI KURAN, NIKAKUTANA NA SHAKA NA UTATA MKUBWA SANA.

Surat Al Maaru 4. Malaika na Roho hupanda kwendea kwake katika siku ambayo kadiri yake ni miaka khamsini elfu!

MSIBA NDIO UMEANZIA HAPA.

Hivi huyu Allah hajui kuhesabu siku zake au ni SHAKA KUBWA KUBWA ZA QURAN ndio zinaleta UTATA HAPA?

NIKISEMA KUWA UISLAM NI DINI YA KUTENGENEZA, WAISLAM WANAPIGA KELELE OOOH UNATUKASHIFU, SASA MIMI NIFANYEJE WAKATI KILA KONA YA QURAN IMEJAA UTATA?

Shalom,

Max Shimba mtumwa wa Yesu Kristo.

Je, siku moja ya Allah ni miaka mingapi? Juzuu ya 1, Sehemu ya Saba, Uthibitisho wa 8, Nukuu: Toleo la Mtandao, Mwaka *2013, Max Shimba Ministries*

Aya za Quran zagongana na kupingana

Ndugu msomaji,

Leo tutaangali utata mkubwa uliopo kwenye Quran kama ifuatavyo:

Sura Al-Baqara 2:109
109. Wengi miongoni mwa watu wa Kitabu wanatamani lau wange kurudisheni nyinyi muwe makafiri baada ya kuamini kwenu, kwa ajili ya uhasidi uliomo ndani ya nafsi zao, baada ya kwisha wapambanukia Haki. Basi sameheni na wachilieni mbali mpaka Mwenyezi Mungu atapo leta amri yake. Hakika Mwenyezi Mungu ni Muweza wa kila kitu.

Hapa Quran inaongelea watu wa kitabu (yaani Wakristo), na kusema:

Wengi wa watu wa kitabu, kutokana na wivu wao, wanatamani kuwarudisheni kwenye kutoamini baada ya kuwa mmeamini, pamoja na kwamba ukweli umeshadhihirishwa wazi mbele yao. Kwa hiyo wasameheni na kuwavumilia hadi Allah atakapowafunulia mapenzi yake. Yeye ana nguvu juu ya kila kitu.

Quran pia inawaagiza Waislamu katika Sura Al Imran 3:20 kwamba:

Na pindi wakikuhoji, basi sema: Mimi nimeusalimisha uso wangu kumwelekea Mwenyezi Mungu, na kadhaalika walio nifuata. Na waambie walio pewa Kitabu na wasio na kisomo: Je! Mmesilimu? Wakisilimu basi wameongoka. Na wakikengeuka basi juu yako ni kufikisha ujumbe tu. Na Mwenyezi Mungu ni Mwenye kuwaona waja wake.

Yaani:
... kama wasipowasikiliza, basi ninyi kazi yenu pekee ni kuwaonya tu.

Kwa hiyo, kutokana na aya hizi mbili, yaani Al-Baqara 2:109 na Al Imran 3:20, tunaona mambo yafuatayo:

1. Ni wajibu wa Waislamu kuhubiri dini yao lakini si wajibu wao kuwalazimisha watu kuamini dini yao.
2. Allah kwa wakati wake atawafunulia wale wasioamini ukweli wa mambo.
3. Ni wajibu wa Waislamu kutoa maonyo tu kwa wale wanaowahubiria.

LAKINI, HEBU TAZAMA AYA ZIFUATAZO JINSI ZINAVYO PINGA AYA ZA WALI:

Al-Nisa 4:101

...... Hakika makafiri ni maadui zenu walio wazi wazi.

Yaani,
Wale wasioamini ni maadui zenu wakubwa. Akimaanisha Wkaristo na Wayahudi ni maadui wakubwa wa Waislam.

Vilevile inasema katika sura Al-Tawba 9:3

Proclaim a woeful punishment to the unbelievers.
Yaani:

Tangazeni mapigo makuu (ya ole) kwa wasioamini.

Pia quran inasema katika sura Al-Anfal 8:39

Make war on them until persecution is no more and Allah's religion reigns supreme.

Yaani:
Fanyeni vita juu yao hadi kusiwepo na mateso tena na hadi pale dini ya Allah itakapokuwa imetawala.

Maswali:
1. Je, aliyempa Muhammad maneno ya 2:109, 3:20 na yale ya 4:101, 9:3, 8:39 ni huyo huyo au ni wawili tofauti?
2. Iweje aseme kuwa usiwalazimishe watu kuamini bali waonyeni na kuwavumilia tu, kisha anageuka sehemu nyingine na kusema walazimisheni, tena kwa vita?
3. Je, hii si ishara ya tabia ya usahaulifu ambayo si tabia ya Mungu bali ni ya mwanadamu?
4. Kama ni huyo huyo, je, aya hizi zinafanana au zinapingana?
5. Kama zinafanana, ni kwa vipi?
6. Kama zinapingana, huu si ushahidi tayari kuwa Quran haitoki kwa Mungu wa kweli kama ambavyo quran yenyewe imeweka kigezo cha kujua hilo? Maana Mungu wa kweli hawezi hata kidogo kusahau jambo alilolisema kabla halafu aje aseme kitu tofauti. Ni viumbe tu ndio wanaweza kusahau na kukosea.

Hakika Quran si kitabu cha Mungu. Waislam nawakaribisha kwa Mungu wa Biblia ambaye alimtuma Mwanawe kuja Duniani kwa ajili ya dhambi zetu.

Karibuni kwa Yesu.

Ni mimi Max Shimba, mtumwa wa Yesu Kristo, Mungu Mkuu

For Max Shimba Ministries Org,

Aya za Quran zagongana na kupingana. Juzuu ya 1, Sehemu ya Saba, Uthibitisho wa 9, Nukuu: Toleo la Mtandao, Mwaka *2016, March 28, Max Shimba Ministries*

Je, Uislam ni dini ya kulazimishana?

Kila nikiulizaga maswali kwa ndugu zetu waislam hawanijibu, wanachokifanya ni kubadilisha maada tu na kuleta kejeli zao.!! Sasa leo naombeni msifanye hvyo maana kama dini yenu inaitwa UNYENYEKEVU yaani ISLAM basi inawalazimu kunijibu kwa unyenyekevu pia..Labda tuanze kuomba dua ili Mola awape uwepesi wa kujibu maswali kwa ufasaha.[[kotasini]] Rabbij-'al Haadha
Baladan Aaminaw-war
Zuq Ahlahu Minath-
Thamaraati Man
Aamana Minhum Billahi
Walalyawmil-AalahirRabbanaa Taqabbal
Minnaa Innaka Antas-
Sami 'ul `AliymRabbana Way-'alnaa
Muslimayni Laka
Wamin Dhurriyyatinaa
Ummatam-muslimata.

SASA WAISLAM NAOMBENI MNIJIBU

Maana tumeshaomba, na tunaamini kuwa mola wetu yeye anasikia dua "innaka Sami'ud-Du'aa"
Sasa Kwa Kukua Anasikia Dua Najua Atawapa Uwepesi Wa Kujibu Maswali Haya..

MADA
Al- Nisa4;82
Je hawaitafakari Qur'an? Kama isingekuwa imetoka Kwa Allah, hakika wangekuta ndani yake Sehemu Nyingi Zinapingana.

1. Sura Al-Baqara 2:109
Hapa Qur'an Inaógelea Watu Wa Kitabu (yaani Wakristo) na KusemaWengi Wa Watu Wa Kitabu Kutokana Na Wivu Wao Wanatamani Kuwarudisheni Kwenye Kutoamini Baada Ya Kuwa Mmeamini,pamoja Na Kwamba Ukweli Umeshadhiririshwa Wazi Mbele Yao. Kwahyo Wasameheni Na Kuwavumilia Hadi Allah Atakapo Wafunulia Mapenzi Yake. Yeye Ana Nguvu Juu Ya Kila Kitu. Pia Inawaagiza Waislam Katika
Sura Ar Imran3;20

Kwamba
Kama Wasipowasikiliza Basi Ninyi Kazi Yenu Pekee Ni Kuwaonya tu.kwahiyo kutokana na aya hizo mbili
Al-Baqara2:109 Na Ar Imran3:20
Tunaona Mambo Yafuatayo!!1.Ni Wajibu Wa Waislamu Kuhubiri Dini Yao Lakini Si Wajibu Wao Kuwalazimisha Watu Kuamini Dini Yao.

2. Allah kwa wakati wake atawafunulia wale wasioamini ukweli wa mambo.

3. Ni wajibu wa Waislam Kutoa Maonyo tu kwa Wale Wanaowahubiria.

LAKINI HEBU TAZAMA AYA ZIFUATAZO NA ZINAVYO LETA UTATA KATIKA QIRAN.
AL-Nisa4:101
Wale Wasioamini Ni Maadui Zenu Wakubwa.Vilevile Inasema Katika Sura Ya Al-Tawb 9:3

Tangazeni Mapigo Makuu (Ya Ole) Kwa Wasioamini. Pia Al-anfaal 8:39

Fanyeni Vita Juu Yao Hadi Kusiwepo Na Mateso Tena Na Hadi Pale Dini Ya Allah Itakapo Tawala.

MASWALI

1.Je Aliyempa Muhammad Maneno Ya 2;109,3;20 Na Yale Ya 4;101,9;3,8;39 Ni Huyu Huyu Au Ni Wawili Tofauti?

2. Iweje Aseme Kuwa Usiwalazimishe Watu Kuamini Bali Waonyeni Na Kuwavumilia Tu, kisha Anageuka Sehemu Nyingine Na Kusema Walazimisheni, tena Kwa Vita.

3.Je Hii Si Ishara Ya Tabia Ya Usahaulifu Ambayo Si Tabiaa Ya Mungu Bali Ya Mwanadamu?

4. Kama Ni Huyuhuyu Je Aya Hizi Zinafanana Au Zinapingana?

5. Kama Zinafanana Ni Kwa Vipi Kama Zinapingana Huu Si Ushahidi Tayari Kuwa Qur'an Haitoki Kwa Mungu Wa Kweli Kama Ambavyo Qur'an Yenyewe Imeweka Kigezo Cha Kujua Hilo?

Maana Mungu Wa Kweli hawezi Hata Kidogo Kusahau Jambo Alilolisema Kabla Halafu Aje Aseme Kitu Tofati! Ni Viumbe Tu Ndio Wanaweza Kusahau Au Kukosea!!! 2. Sura Al-Ankabut 29:6
Allah Hahitaji Kusaidiwa Na Viumbe Wake
(bila Shaka Ni Katika Kutekeleza Makusudi Na Mipango Yake) Sura Muhammad 47:7

If You Help Allah, he Will Help You And Make You Strong. Yaani Kama Mkimsaidia Allah,yeye Naye Atawasaidia Na Kuwafanya Imara.

MASWALI

1.Umesema Huhitaji Msaada,kisha Unasema Tena Unahitaji Msaada!Je Mungu Anaweza Kufanya Jambo Kama Hilo?

2. Je, Aya Hizi Zinafanana Au Zinapingana?

3.Je Hii Si Ishara Kuwa Aya Hizi Zilisemwa Tu Ili Kukidhi Mahitaji Ya Wakati Fulani,lakini Msemaji Alipoona Anahitaji Kuwa Fanya Watu Watende Kinyume Chake,akajikuta Amesema Tofauti Na Alivyosema Siku Za Nyuma.

Na Tena Qur'an Inasema Katika
Sura Al-Baqara2;244
Fight For The Cause Of Allah And Bear In Mind That He Hears All And Knows All.Yaani
Fanyeni Vita Kwa Ajili Ya Allah Na Mkumbuke Kwamba Anaona Yote Na Anajua Yote.

MASWALI
Kama Kweli Allah Hahitaji Msaada Wa Viumbe Wake!Na Kama Kweli Aliumba Ulimwengu Wote Kwa NENO TU, iweje Neó Hilohilo Lisiweze Kuwa Badilisha Wanadamu Hadi Alazimike Kuliingiza Ndani Yao Kwa Nguvu Kwa Vitisho Na Kwa Ukali Namna Hiyo? [[kotasini]] Ukristo Unashinda Na Unafanikiwa Kwa NENO tu, maana na sisi tumeubwa kwa mfano wa Mungu Wetu Yeye Aliumba Kwa Neno Tu!Na Sisi Watoto Wake, tunaumba Neno Hilo Hilo, tunahubiri Tu Watu Wanaokolewa,wanaponywa,wanalindwa Na Kusimama Na Mungu Wa Kweli, huoni Kwamba Hasa Ndyo Nguvu Za Mungu?

Hata Huhitaji Kuchina Au Kupiga Watu Ili Wampende Mungu!Unawezaje Hata Tu,wewe Mwenyewe Kumfanya Mwanao Au Mkeo Akupende Kwa Njia Ya Vipigo Na Kulazimisha? yaani ukitaka mwanao au mkeo akupende utamshikia rungu au panga akuabudu? Je, hiyo si ishara kwamba wewe huna Nguvu Ndiyo Maana Unalazimisha? Je Huko Si Kujikanyaga Maana Umetuambia Kuwa Wewe Ni Mungu Unayeweza Yote! Sasa Inakuwajekuwaje Hapo?

ANGALIZO

Siku ya hukumu mtume Muhammad atasema "kwanini mliniamini mimi?wakati sikujua ninapoenda?kwanini mmeamini Qur'an wakati ukweli upo wazi kwamba 'kama Qur'an Haikutoka Kwa Allah,hakika Wangekuta Ndani Yake Sehemu Nyingi Zinazopingana? Haya Sheikh Mstaafu Amewapa Ukweli Lakini Hukumsikia,,haya Wote Tunachomwa Kwenye Moto!!

Je Utamlaumu Nani?

Mtume Muhammad Na Allah Wake Kwa Kuwadanganya?

Uislam ni dini ya kulazimishana. Juzuu ya 1, Sehemu ya Saba, Uthibitisho wa 10, Nukuu: Toleo la Mtandao, Mwaka *2016, March 28, Max Shimba Ministries*

SEHEMU YA NANE- UTATA KUHUSU ISA BIN MARYAM KWENYE QURAN

JE, ISA BIN MARYAMU NDIYE YESU KRISTO?

Utangulizi

Kwa miaka mingi sasa imekuwa ni kawaida kuwasikia Waislamu wakifundisha jamii kuwa "Isa bin Maryamu" kama Qurani inavyofundisha ndiye "Yesu Kristo". Mafundisho haya Hivi sasa yanaendeshwa kwa mtindo wa kulinganisha aya za Biblia na Qurani. Wahadhiri wa dini ya kiislamu wanaendesha Mihadhara ambayo imeenea sana duniani na hasa zaidi katika nchi za Africa ya Mashariki na Kati (East and Central Africa). Wahadhiri hao pia huchapisha vijarinda na kurekodi kanda(Cassette) za Audio na Video, ambazo zimesababisha baadhi ya Wakristo waamini kuwa Isa Bin Maryamu ndiye Yesu Kristo. Swali la msingi kwa Wakristo wote; Je, ni kweli kuwa Isa bin Maryamu ndiye Yesu Kristo? Nakusihi fuatilia somo hili ili kujua ukweli.

SEHEMU KUU NANE ZA SOMO HILI

1. Hoja zinazotumika na Waislamu kusema Isa ndiye Yesu.
2. Je,Mama wa Isa ndiye wa Yesu?
3. Maana ya jina Isa
4. Maana ya jina Yesu
5. Je, kuzaliwa kwa Yesu ni sawa na Isa?
6. Je, Isa bin Mariam ni Mwana wa Mungu?
7. Je,Mamlaka ya Isa na Yesu ni sawa
8. Ikiwa Yesu ndiye Isa je, Isa alikufa?
9. Ujue umuhimu wa kumuamini Bwana Yesu

1. Hoja zinazotumika na waislamu kusema Isa ndiye Yesu.

1. Hoja ya kwanza – Mama wa Isa jina lake Maryamu

Qurani 3:45 Suratul Aal-Imran (watu wa Imran)

(Kumbukeni)waliposema malaika, "Ewe Maryamu Mwenyenzi Mungu anakupa habari njema za (kumzaa mtoto bila mume bali kwa kutamka] Neno tu litokalo kwake (la kumwambia zaa ukazaa pasina kuingiliwa) jina lake ni Masihi Isa mwana wa Maryamu, mwenye hishima katika dunia na ahera na miongoni mwa waliopelekwa mbele na Mwenyenzi Mungu

Marko 6:3-4

Huyo si yule seremala, mwana wa Mariamu na ndugu yao Yakobo, na Yose, na Yuda na Simoni? Na maumbu yake hawapo hapa petu? Wakajikwaa kwake. Yesu akawaambia "Nabii hakosi heshima, isipokuwa katika nchi yake mwenyewe, na kwa jamaa zake na nyumbani mwake.

Hapa Waislamu wanasema kama vile Qurani inavyofundisha jina la Mama wa Isa ni Mariamu kadharika Biblia inafundisha jina la Mama yake Yesu ni Maryamu. Hivyo wanasema kuwa Yesu ndiye Isa. *Soma pia Mathayo 1: 18-21 na Yohana 2:1*

2. Hoja ya pili Isa ni Mtume wa Allah kwa Waisraeli

Quran 4:171 Suratul An Nisaa (Wanawake)

Enyi watu wa kitabu msipindukie mipaka katika dini yenu, wala msiseme juu ya Mwenyezi Mungu ila yaliyo kweli. Masihi Isa bin Maryamu ni mtume wa Mwenyenzi Mungu…

Hapa tunaona kuwa Qurani imemtaja Isa kuwa ni Mtume, je, mtume kwa akina nani? Endelea kusoma aya hii katika Qurani.

Quran 61:6 Suratul As Saff [Msitari wa vita/Wajipangao safusafu]

Na (wakumbushe) aliposema (Nabii) Isa bin Maryamu (kuwaambia mayahudi) enyi wana wa Israili! mimi ni mtume wa Mwenyezi Mungu kwenu. Nisadikishaye yaliyo kuwa kabla yangu katika Taurati. Na kutoa habari njema ya mtume atakayewajia nyuma yangu ambaye jina lake litakuwa Ahmad...Soma pia katika Quran 3:49 Suratul Aal Imran

Aya hii inathibitisha kuwa Isa ni mtume kwa Waisraeli. Je, Yesu ni mtume kwa akina nani?

Waislamu wanaoendesha mihadhara pia husoma aya hizi za Biblia

Waebrania 3:1

Kwa hiyo ndugu watakatifu wenye kuushiriki mwito wa mbinguni, mtakafarini sana mtume na kuhani mkuu wa maungamo yetu Yesu.

Mathayo 15:24

Akajibu, akasema, "Sikutumwa ila kwa kondoo waliopotea wa nyumba ya Israeli"

Kwa hivyo kama Quran inavyofundisha kuwa Isa mwana wa Maryamu ni mtume kwa Waisraeli ndivyo Biblia inafundisha kuwa Yesu ni mtume kwa waisraeli hivyo basi Isa ndiye Yesu. Hivi ndivyo wahadhiri wa dini ya Uislamu wanavyoifundisha jamii. Je, hoja hii ni sahihi nitajibu huko mbele:-

3. Hoja ya tatu

Isa bin Maryamu alifanya miujiza

Qurani 5:110 Suratul Al Maidah (Meza)

(kumbukani tena) mwenyenzi Mungu atakaposema ,Ewe Isa mwan wa MaryamuKumbukeni neema yangu juu ya mama yako.Nilipokusaidia kwa [kukupa kuwa na wewe]Roho takatifu[Jibrili],ukazungumza na watu [maneno ya nafuu]katika utoto[wako] na katika utu-uzima [wako].Na [kumbuka].Nilipokufundisha kuandika na [nikakupa] hikima,Taurati na Injli na ulipotengeneza kwa udongo sura za ndege kwa idhini yangu,na ulipo waponesha

vipofu na wenye mbalanga kwa idhini yangu,na ulipowatoa [baadhi ya] wafu [makaburi mwao] kwa idhini yangu,na Nilipokuzuilia wana wa Israili [wasikudhuru] ulipowafikia kwa hoja zilizo wazi;wale walio kufuru miongoni mwao wakasema:Haya si chochote ila ni uchawi dhahiri.

Waislamu wanasema huu ni ushahidi wakutosha kwani Allah anasema Isa alifanya miujiza mingi hii.

Isa aliponyesha vipovu ndiye …………….. Yesu aliponyesha vipovu Marko 10:46-52

Aliwafufua wafu makaburi ndiye………….. Yesu alifufua wafu Marko 5:21-43

Aliwaponyesha wenye mbalanga Ndiye…... Yesu aliponya Ukoma Luka 17:1

Wahadhiri wa kiislamu wanasema kama vile Qurani inavyosimulia kuwa Isa amefanya miujiza mingi, ndivyo Biblia inavyofundisha hivyo Yesu ndiye Isa isitoshe wanasema hivi:-

Isa bin Maryamu ni Nabii, *Suratul An- Nisaa 4;171*, kadhalika Biblia inafundisha kuwa Yesu ni Nabii, *Yohana 6:14, Yohana 7:40, Luka 13:33, Luka 24:19, Marko 6:4 na Mathayo 13:57.* kwa wastani Biblia inafundisha kuwa Yesu ni Nabii mara 12. Vile vile wahadhiri wa Kiislamu wanafundisha ya kwamba *Isa ni Neno la Kiarabu*, katika kiingereza *Jesus* na kwa Kiswahili ni*Yesu.*Kupita vigezo hivi baadhi ya Wakristo wameshawishika kuamini kuwa Isa ndiye Yesu. Lakini, lazima tuzichunguze hizi hoja moja baada ya nyingine ili tujue ukweli.

2. Je, Mama wa Isa ndiye wa Yesu Kristo?

Hapo awali tumeona kuwa Mama wa Isa anaitwa Maryamu, *Suratul Al Imran 3:45* na pia Mama wa Yesu anaitwa Mariamu *Mathayo 1:18-21, Marko 6:3*-4 lakini kufanana kwa majina hakuwezi kamwe kumaanisha kuwa ni mtu mmoja. kwani walio na Jina hilo ni wengi. Biblia inatufundisha hivi.

Yohana 19:25

Na penye Msalaba wake Yesu walikuwa wamesimama, Mamaye, na umbu la Mamaye M ariamu wa Klopa na Mariamu Magdalena.

Hapa tunaona Mariamu watatu. Ili kutambua tofauti baina ya Mariamu Mama wa Isa na Mama wa Yesu, lazima tulinganishe ujumbe wa Qurani na Biblia. Qurani inasimulia kuhusu Baba na Kaka wa Mariamu Mama wa Isa hivi.

Suratul Al Tahrym 66:12 [kuharimisha]

Na Maryamu mtoto wa Imrani aliyejihifadhi nafsi yake na tukampuliza humo roho yetu, (inayotokana na sisi) na akayasadikisha maneno ya mola wake, na vitabu vyake; na alikuwa miongoni mwa wanyenyekevu (wakubwa)

Surah Al-Maryam 19:28

Ewe dada yake Haruni. Baba yako hakuwa mtu mbaya. Wala mama yako hakuwa hasharati.

Hapa tunaona kuwa Maryam Mama wa Isa Baba yake ni Imrani na Kaka yake aliitwa Haruni.

Tusomapo Biblia inatueleza kuwa Amrani aliwazaa hawa.

Hesabu 26:59

Na jina la mke wa Amramu aliitwa Yokebedi binti wa lawi ,ambaye alizaliwa kwake Lawi huko Misri;na huyo Yokebedi akamzalia Amram Haruni,na Musa,na Miriamu umbu lao.

Soma pia 1 Nyakati 6:1-3 na Kutoka 6:20

Huyo Amrani aliishi miaka mingi Kabla ya Yesu na, tena ametokana na kizazi cha Lawi mtoto wa tatu wa mzee Yakobo. *Mwanzo 29:34 Kut. 2:1-10.* Ikiwa Mariamu wa Qurami Baba yake ni Imrani basi atakuwa ameishi miaka 1500 kabla Mama yake Yesu hajazaliwa!

Je, Mariamu mama wa Yesu ametokana na kizazi gani?

Tunaposoma Biblia tunaona kwamba Yesu anaitwa mwana wa Daudi Mathayo 1:1 Marko 10:47 na Luka 1:27,32 ndio maana pia Yesu anaitwa Simba wa Yuda Ufunuo 5:5. Hivyo basi ukoo aliyetoka Yusufu na Mariamu Mama wa Yesu ni mmoja.

3. *Maana ya Jina Isa.*

Ni jambo la kawaida sana jina au majina kuwa na maana. Mfano majina haya ya kiarabu yana maana hizi. Muhammad linaamanisha mwenye kushukuriwa, Abdallah ni Mtumwa wa Allah Abu-Bakar maana yake ni Baba wa bikira, Abu Huraira ni Baba wa mapaka.

Aidha majina ya Kiebrania nayo pia yana maana. Malaki ni mtumishi au Mjumbe wa Yehova, Isaya ni Wokovu wa Yehova, Ezekiel inaamanisha Mungu hutia nguvu, Daniel Mungu ni Hakimu wangu.

Jina Isa maana yake ni hii.

Katika Qurani yenye jumla ya juzuu **30** Surah **114** aya **6236** maneno yenye kutamkika **76,440** herufi **322,373** jina Isa linatamkwa *lisa* au *Aysi* limetajwa mara **25. Isa** pia ameitwa masihi mara **93.** Lakini tunaposoma Qurani iliofarsiriwa na Imam Baidawi **voI.1** ukurasa wa **160** ameeleza kuwa Isa jina la Kiarabu maana yake ni Wekundu unaozidiana na weupe.

4.Maana ya jina Yesu

Jina Yesu linatokana na lugha ya Kiebrania '*Yehoshua*' katika lugha ya Kigiriki wanasema '*Iesous*' inatamka '*Yesous*' yaani Yesu. Katika lugha ya

Kiarabu wanasema "*Yasu.*" kwa kiingereza ni "*Jesus*" Maana yake "*Bwana anaokoa au Bwana ni Mwokozi*" Soma aya hizi..

Mathayo 1:18-21 na Luka 2:8-11. Bwana maana yake Mungu ndiye mwokozi *Isaya 43:6, 10-11.* Katika Biblia ambayo ina jumla ya Surah 1189 aya 31,102 vitabu 66 39, Agano la kale na 27 agano jipya neno Mwokozi kiiengereza wanasema Saviour limetajwa mara 55. ikumbuke kwamba katika agano jipya jina Yesu au kiebrania Yehoshua kiarabu Yashua au Yasu limetajwa mara 1275 katika aya zipatazo 1226. Zingatia pia kuwa agano jipya lina jumla ya aya 7930 na Sura 260 hivyo hapa tunaona jina Yesu maana yake ni Mwokozi na jina Isa ni wekundu uliozidiana na weupe. Kwa kuwa maana ya haya majina tofauti bila shaka Isa siyo Bwana Yesu.

5 Je, kuzaliwa kwa Bwana Yesu ni sawa na Isa?

1.Taarifa za Malaika kabla ya kuzaliwa kwao, kadiri ya Qurani na Biblia.

Jibrili alivyomtokea Mama wa Isa	**Gabrieli alivyomtokea Mama wa Yesu**
Aliend kwa Mariamu aliyekuwa msikitini *Qurani 19:16-17 Saratul Mariam*	1. Alienda kwa Mariamu aliyekuwa Nyumbani kwake .*Luka 1:26-28*
1. Mariamu Mama wa Isa haijulikani aliishi kijiji gani wala mji gani wala hata nchi haijulikani. Isitoshe Qurani inasema kuwa Jibrili ndiye aliyemleta utume Muhammed asiwapelekee Mayahudi (hana kosa*), Soma Qurani 2:97 Suratul Al-Baqarah*	2. lakini Mariamu Mama yake Yesu alitokewa na malaika Gabrieli akiwa katika kijiji cha Nazareti mji wa Galilaya nchi ya Israel *Luka 1:26* Mariamu Mama wa Yesu ni Myahudi.
2.Jibrili hakutoa salamu kwa Mariamu Mama wa Isa ila alijimithilisha kwa umbo la binadamu aliye kamili *Qurani 19:7 Suratul Mariam*	2. Malaika Gabrieli alimsalimia Mariamu Mama wa Yesu *Luka 1:28.*
3. Jibrili alimwambia Mariamu kwamba mimi ni mjumbe wa mola wako ili nikupe Mwana Mtakatifu *Qurani 19:19 Suratul Mariam* 4. Jibrili alisema kwa Mariamu kuwa ili tumfanye mtoto muujiza kwa wanadamu *QuranI 19:21Suratul Mariam.* Isitoshe Jibrili hakutaja jina la Mwana kwa Mariamu. Bali alisema ili nikupe Mwana Mtakatifu.	3. Lakini malaika Gabrieli alimwambia Mama waYesu kuwa utachukua mimba *Luka 1:31* 5. Malaika Gabrieli alisema kwa Mariamu Mama wa Yesu kuwa mtoto jina lake utamwita Yesu *Luka 1:31, 2:21* Gabrieli hakusema kuwa atampa Mwana Mariamu. Bali alisema Roho mtakatifu atakujilia juu yako, yaani mtoto atazaliwa kwa uwezo wa Mungu.

2. Tofauti ya kuzaliwa kwa Isa na Yesu ni hii.

Isa bin Mariam.	**Yesu Kristo.**
1. Isa alizaliwa katika shina la mtende *Qurani 19:23 Suratul Mariam.*	1. Yesu kazaliwa katika hori la kulishia *ng'ombe Luka 2:7*
2. Kuzaliwa kwa Isa haijulikani kama mimba ya mama yake ilichua muda gani maana malaika Jibrili alisema nikupe mwana mtakatifu mara akachukua mimba na kuzaa *Qurani 19:22-23 Suratul Mariam.*	2. Lakini Mariamu Mama wa Yesu siku zake za kuzaa zilitimia *Luka 2:6-7*
3.Qurani haionyeshi kama Isa alitabiriwa na manabii kuwa atazaliwa	3. Lakini Biblia inatuthibitishia kuwa manabii walitabili kuzaliwa kwa Yesu, *Isaya 7:14, 9:6* utabili huu ulitolewa na Nabii Isaya *miaka 750* kabla ya Yesu kuja kuzaliwa nao ulitimia *Mathayo 1:18-23*
4. Isa haijulikani alizaliwa katika kijiji gani wala mji, wala nchi aliyozaliwa Qurani haikueleza.	4. Biblia inatujulisha kuwa Yesu alizaliwa Bethelehemu ya Uyahudi katika Mji wa Daudi umbali wa *maili 5* toka kusini mwa Yerusalemu nchi ya israel *Tazama Luka 2:8-16*. Kuzaliwa kwake mahali hapo pia ni kutimiza unabii uliotowe na *Nabii Mika miaka 750-686* kabla ya kristo kuja wakati wa wafalme – hawa wakitawala – Jotham, Ahaz na Hezekia wafalme wa Yuda. Yesu mwenyewe alizaliwa kama *mwaka wa 4* wakati wa Mfalme Herode Mkuu akitawala Yuda tangu
4. Isa aliongea na watu akiwa mtoto mchanga, na kusema kuwa yeye ni mja wa Mungu amepewa kitabu na amefanywa Nabii *Qurani 19:30-33 Suratul Mariam.*	5. Yesu hakuongea na mtu akiwa mtoto mchanga. Alianza kuwauliza maswali na kutoa majibu akiwa na wazee Hekaluni akiwa na miaka 12 *Luka 2:42-49.*

Hivyo tunaona kwamba kuna tofauti nyingi tu kati ya Bwana Yesu na Isa.Swali kwako mfuatiliaji je, Isa bin Maryamu ndiye Bwana Yesu Mwokozi? Tafakari.

6. *Je, Isa bin Mariam ni Mwana wa Mungu*

Kama kuna jambo ambalo Allah Mungu anayeabudiwa na waislamu analikataa sana kupitia Qurani basi jambo hilo si lingine bali ni uwana wa Mungu. Allah anasema hivi.

Quani 6:101 Suratul Al-An-am [Wanyama]
Yeye ndiye Mwumba wa mbingu na ardhi. inamkinikanaje awe na mwana, hali hana mke. Naye ndiye aliye umba kila kitu (sio baadhi yake kavizaa). Naye ni mjuzi wa kila kitu.

Qurani 9:30 Suratul At-Tawba [Kutubu]
Na mayahudi wanasema "uzeri ni mwana wa Mwenyezi Mungu;"na 'Wakristo wanasema Masihi ni Mwana wa Mwenyezi Mungu" Haya ndiyo wasemayo kwa vinywa vyao (pasina na kuyapima). Wanayaiga maneno ya wale waliokufuru kabla yao, Mwenyenzi Mungu uwaangamize. Wanageuzwa namna gani hawa!

Hili ni agizo la kutisha kwamba Wakristo na Wayahudi tuangamizwe kwa kuwa tumaamini Mungu ana Mwana au wana, lakini Wakristo tunaoamini hivyo kwa sababu Mungu wetu

1. Yehova alifundisha kuhusu Bwana Yesu hivi:

Kutoka 4:22 … *Israeli ni mwanangu mimi...*
Mathayo 17:5 ….*Huyu ni mwanangu mpendwa wangu…*

2. Malaika wa Mungu alisema hivi.

Luka 1:30-31,35
Malaika akamwambia usiogope Mariamu,kwa maana umepata neema kwa Mungu.Tazama utachukua mimba na kuzaa mtoto mwanamume;na jina lake utamwita Yesu. Malaika akajibu akamwambia,Roho Mtakatifu atakujilia juu

yako,na nguvu zake Aliye juu zitakufunika kama kivuli;kwa sababu hiyo hicho kitakachozaliwa kitaitwa kitakatifu Mwana wa Mungu.

Hivyo Isa siyo Mwana Mungu lakini Yesu ni mwana wa Mungu. Kwa hivyo Yesu siyo Isa.

7. Je, Mamlaka ya Yesu ni sawa Isa?

1. Qurani inasimulia kuhusu Isa bin Maryamu hivi.

Qurani 5;75 Suratul Al Maidah (Meza)
Masihi bin Maryamu "si chochote ila mtume (tu)." (Na) bila shaka mitume wengi wamepita kabla yake (Hawajaona?) na mamake ni mwanamke mkweli (na) wote wawili walikuwa wakila chakula (na kwenda choo. Basi waungu gani wanaokula na kwenda choo?) Tazama jinsi tunavyo wabainishia aya, kisha tazama jinsi wanavyogeuzwa (kuacha haki).

Hapa tunaona Qurani inasimulia kuwa masihi Isa si chochote ila mtume tu.Hivyo hana Mamlaka. .

3. *Mamlaka ya Bwana Yesu ni haya.*

Mathayo 28:18
Yesu akaja kwao akasema nao akawambia, "nimepewa mamlaka yote mbinguni na duniani.

Malaika Gabrieli alisema hivi.

Luka 1:30-33
Malaika akamwambia, "Usiogope Mariamu kwa maana umepata neema kwa Mungu. Tazama utachukuwa mimba na kuzaa mtoto mwanamume; na jina lake utamwita Yesu. Huyu atakuwa mkuu ataitwa Mwana wa Aliye juu, na Bwana Mungu atampa kiti cha enzi cha Daudi baba yake. Atamiliki nyumba ya Yakobo hata milele na ufalme wake utakuwa hauna mwisho

Bwana Yesu mwenye alisema hivi.

Yohana 17:1-2
Maneno hayo aliyasema Yesu;akainua mikono yake kuelekea mbinguni,akasema,Baba saa imekwisha kufika Mtukuze mwanao,ili Mwana wako naye akutukuze wewe;kama vile ulivyompa Mamlaka juu ya wote wenye mwili,ili kwamba wote uliompa awape uzima wa milele

Warumi 14:9
Maana Kristo alikufa akawa hai tena kwa sababu hii awamiliki waliokufa na walio hai pia.

Hivyo basi Yesu ana mamlaka kwa watu wote wenye mwili na pia ni mfalme wa milele.

7. *Ikiwa Yesu ndiye Isa je,Isa alikufa?*

Jambo moja lenye kuleta utata miongoni mwa waislamu ni kuhusu kufa kwa Isa. Waislamu wa jumuiya ya Ahamadia wao wana amini kuwa Isa alikufa kifo cha kawaida kule India na siyo msalabani. lakini waislamu wa madhehebu ya Suni, Shia,Shafi, na mengineyo wanaamini kuwa Isa bin Maryamu hajakufa wakinukuu aya hii…

Qurani 4:157-158 Suratul An-Nisaa (Wanawake)
Na kwa (ajili ya)kusema kwao sisi tumemuua masihi Isa mwana wa Maryamu, mtume wa Mungu. Hali hawakumuua wala hawakumsulubu bali walibabaishiwa (mtu mwingine wakamdhani nabii Isa.) Na kwa hakika wale waliokhitalifiana katika (hakika)hiyo (ya kumuua nabii Isa) wamo katika shaka nalo (jambo hilo kusema kauwawa]. Wao (kabisa) hawana yakini juu ya (jambo)hili (la kuwa kweli wamemuua nabii isa) isipokuwa wanafuata dhana tu.Na kwa yakini hawakumuua. Bali mwenyenzi Mungu alimnyanyua kwake. Na mwenyenzi Mungu ni mwenye nguvu (na)mwenye hikima.

Aya hii inasimilia kuwa Isa hawakumuua wala hawakumsulubu lakini ukianza kusoma aya ya

156 inasimulia hivi...

Qurani 4:156 Suratul AnNisaa (Wanawake]
Na kwa sababu ya kufukuru zao na kumzingizia Maryamu uwongo mkubwa (kuwa kamzaa nabii Isa kwa kuzini)

Hiki ni kisa cha kuhusu kuzaliwa kwa Isa, yaani dhama za utotoni ndio maana aya zinazofuatia zinasema hawakumua. lakini tukiendelea kusoma aya nyingine inasimulia hivi.

Qurani 21:7-8 Suratul Al Anbiyaa (Manabii)
Hatukuwatuma (hatuwapa utume) kabla yako ila wanaume (wa kibinadamu, si malaika) tiliowafunulia (tuliowaletea wahyi). Basi waulizeni wenye kumbukumbu (ya mambo ya zamani) ikiwa nyinyi hamjui. Wala hatukuwajalia (hao mitume kuwa] miili isiyo kula chakula, wala hawakuwa wenye kukaa milele(wasife).

Qurani 21:34 Suratul Al Anbiyaa
Nasi hatukumfanya mwanadamu yeyote kabla yako aishi milele.Basi ukifa wewe, wao wataishi milele?

Aidha Qurani inasema mitume waliokuja na hoja zilizo wazi wazi waliuwa *Qurani 3:183* kadiri ya Qurani hiyo hiyo Isa alikuja na hoja waziwazi tazama *Qurani 5:110*

Isa mwenyewe alitabili mambo makuu matatu haya...

Qurani 19:33 Suratul Maryamu
Na amani iko juu yangu siku niliyozaliwa na siku nitakayo kufa na siku nitakayofufuka kuwa hai.

Lipo fundisho kuwa Isa atarudi tena duniani aoe, azae watoto,ndipo afe harafu afufuliwe. Lakini fundisho hili ni dhana tu. Hakuna aya yoyote katika Qurani inayofundisha hivyo. Kumbuka Qurani inasema, "hatukufanya mwanadamu yeyote kabla ya Muhammad aishi milele asife kufa. Swali Je, Isa ni mwanadamu au la? Na je, ikiwa ndivyo aliishi kabla ya Muhammad au baada ya Muhammad? Vyovyote ilivyo iwe Isa amekufa au hakufa bado Isa siyo Yesu.

Bwana Yesu alisulubiwa na kufa na kufufuka siku ya tatu.

Yohana 19:18,33

Wakamsulibisha huko,na wengine wawili pamoja,mmoja huku na mmoja huku, naYesu katikati. Lakini walipomjia Yesu na kuona ya kuwa amekwisha kufa,hawakumvunja miguu.

Mathayo 28:5-6

Malaika akajibu,akawaambia wale wanawake,Msiogope ninyi;kwa maana najua yakuwa mnamtafuta Yesu aliyesubiwa. Hayupo hapa; kwani amefufuka kama alivyosema.Njoni,mpatazame mahali alipolazwa.

Aya hizi zote zinatudhibitishia kuwa Bwana Yesu alikufa na kufufuka.Hivyo Isa siyo Yesu.

9. Ujue umuhimu wa kumwamini Bwana Yesu

Baada ya kujifunza kwa urefu kuhusu tofauti kubwa kati ya Isa na Bwana Yesu. *Na kugundua kuwa Isa siyo Bwana Yesu hata kidogo.* Pengine sasa unaweza kubaki na mawazo kuwa huyu Isa mbona Qurani inamwita Nabii! tena inasema ni mtume. *Tazama Qurani 19:33 na 61:6.* Pia Isa kapewa injli *Qurani 57:27.* Je, kwa nini nisimwamini? Tukisoma Biblia inayotuongoza Wakristo haitupasi kushtuuka na kuamini tu ili mradi mtu ameitwa mtume au nabii, jambo kubwa ni kupima huo utume wake au huo unabii wake, je umetokana na nani? Tukiongozwa na aya hii…

1 Yohana 4:1

wapenzi msiiamini kila roho bali zijaribuni hizo roho kwamba zimetokana na Mungu. Kwa sababu manabii wa uongo wengi wametokea duniani.

Bwana Yesu alituonya kuwa watatokea manabii wa uongo *Mathayo 24:24.* Nao tutawatambua kwa matunda yao, *Yaani mafundisho.*

Kuhusu Mitume Biblia inatufundisha hivi...

2 Wakorintho 11:13-14

Maana watu kama hao ni mitume wa uongo watendao kazi kwa hila,wanaojigeuza wawe mfano wa mitume wa Kristo.Wala si ajabu.Maana shetani mwenyewe hujigeuza awe mfano wa malaika wa nuru.

Majibu kuhusu hoja ya kusema Isa kapewa injili ni haya…

Wagalatia 1:6-9

nastaajabu kwa kuwa mmemwacha upesi hivi yeye aliyewaita katika neema ya Kristo, na kuigeukia injili ya namna nyingine.Wala si nyingine;lakini wapo watu wawatabishao na kutaka kuigeuza injili ya Kristo. Lakini ijapokuwa ni sisi au Malaika wa mbinguni akiwahubiria ninyi injili yeyote isipokuwa hiyo mliyoipokea na alaaniwe. Kama tulivyotangulia kusema, na sasa nasema tena, mtu awaye yote akiwahubiria ninyi injili yeyote isipokuwa hiyo mliyoipokea, na alaaniwe.

Kadiri ya Biblia injili ya kweli ni ile inayofundisha ya kuwa.Yesu alikufa,na kufufuka ili atuokoe.Injili isiofundisha hivyo ni ya uongo.Tafakari kuhusu Isa!

Kumfuata Yesu kuna umuhimu mkubwa maana Yesu mwenyewe anasema hivi…

Yohana 14:6

Yesu akamwambia,Mimi ndimi njia,na kweli,na uzima mtu haji kwa Baba,ila kwa njia ya mimi.

Isitoshe Bwana Yesu ndiye atakayemlipa kila mtu.

2 Wakorintho 5:10

kwa maana imetupasa sisi sote kudhihirishwa mbele ya kiti cha hukumu cha Kristo, ili kila mtu apokee ijara ya mambo aliyoyatenda kwa mwili, kadiri alivyotenda, kwamba ni mabaya au mema.

Ikumbukwe kuwa Isa bin Maryamu hana sifa hizi hata moja kadiri ya Qurani. Hivyo basi ninategemea umeweza kujua kuwa, *Isa bin Maryamu siyo Bwana Yesu hata kidogo.*

Nimatuimaini yangu kuwa utafikisha ujumbe huu kwa watu wa mataifa ili wamwamini Bwana na Mwokozi wetu Yesu Kristo,ili waokolewe. Bwana akubariki sana.

Ni mimi katika utumishi wa Bwana Yesu, Max Shimba

Yesu sio Isa Bin Maryam. Juzuu ya 1, Sehemu ya Nane, Uthibitisho wa 1, Nukuu: Toleo la Mtandao, Mwaka *2016, March 28, Max Shimba Ministries*

Quran inasema Yesu alizeekea hapa duniani, Je, haya madai ni kweli?

Leo tunajifunza Vioja vya Allah na Koran. Koran kupitia Allah na Mtume wake Muhammad inaleta UTATA pale ilipo sema eti Yesu alizeeka.

Soma kwanza hii aya.

Quran 5:110. Na pale Mwenyezi Mungu atapo sema: Ewe Isa bin Maryamu! Kumbuka neema yangu juu yako, na juu ya mama yako, nilipo kutia nguvu kwa Roho Takatifu, ukazungumza na watu katika utoto na uzeeni. Na nilivyo kufunza kuandika na hikima na Taurati na Injili. Na ulipo tengeneza udongo sura ya ndege, kwa idhini yangu, kisha ukapuliza ikawa ndege kwa idhini yangu; na ulipo waponesha vipofu na wakoma kwa idhini yangu; na ulipo wafufua wafu kwa idhini yangu; na nilipo kukinga na Wana wa Israili ulipo wajia na hoja zilizo wazi, na wakasema walio kufuru miongoni mwao: Haya si lolote ila ni uchawi mtupu!

Hapo juu tumesoma kutoka Quran kuwa Yesu alizeeka. Sasa angalia UTATA huu hapa:

Huduma ya Yesu ilidumu hadi alipokuwa na miaka 33. Hii ni aya ilikubalika na Yusuf Ali katika maoni yak. 388 juu ya Sura 3:46.

Je, kweli Allah anaweza kufanya makosa ya namna hii?

You Judge if Allah is God.

For Max Shimba Ministries

Yesu wa Quran alizeekea hapa duniani. Juzuu ya 1, Sehemu ya Nane, Uthibitisho wa 2, Nukuu: Toleo la Mtandao, Mwaka *2016, March 28, Max Shimba Ministries*

Je, kwanini Allah na Nabii Muhammad wanamchukia Isa Bin Maryam wa kwenye Quran?

Ndugu msomaji,

Labda hukuwai jiuliza jambo hili, KWANINI ALLAH ALISEMA ISA BIN MARYAM SI CHOCHOTE?

KWANINI ALLAH HAKUWAI SEMA KWA MANABII WENGINE KUWA WAO SI CHOCHOTE, BALI ALIMDHIHAKI KWA CHUKI MBAYA ISA BIN MARYAM?

Hebu tusome kwanza aya kutoka Suratul Al Maidah:

Qur'an katika Suratul Al-Maidah, 5:75 'Masihi mwana wa Maryam si chochote ila ni Mtume. Wamekwisha pita Mitume kabla yake. Na mama yake ni mwanamke mkweli. Wote wawili walikuwa wakila chakula. Angalia jinsi tunavyo wabainishia Aya, kisha angalia vipi wanavyo geuzwa. http://www.quranitukufu.net/005.html

Eti, Isa Bin Maryam si chochote na anageuzwa. Hivi kuna aya gani zingine kwenye Quran zinaita mitume wengine si chochote na wanageuzwa?

Hivi kwanini Allah na Muhammad wanamchukia Isa Bin Maryam namna hii? Huyu Isa bin Maryam aliwafanya nini Allah na Muhammad kiasi cha kusema eti "WAMEKWISHA PITA MITUME KABLA YAKE". Kwani Isa Bin Maryam alikuwa anashindana na Allah na mtume wake Muhammad, mpaka kusema eti wamekwisha pita mitume kabla yake? Nani hajui hilo kuwa kulikuwa na mitume kabla ya Isa bin Maryam? Mbona Allah hakusema maneno haya machafu na ya dhihaka kwa Muhammad?

Eti, Isa na Mama yake walikuwa wanakula chakula!! Hivi wapi Isa na Mama yake walisema hawali chakula? Allah mbona unaonyesha kupaniki namna hii?

Angalia jinsi Allah anavyo endeleza chuki zake kwa Isa Bin Maryam, MARA ASEMA KAZALIWA CHINI YA MTENDE, MARA ASEME ISA KAUBWA KWA KUSEMA KUWA NA ISA AKAWA.

UTATA WA KWANZA: ISA KAZALIWA CHINI YA MTENDE

Tofauti ya kuzaliwa Isa ni hii

- Isa alizaliwa katika shina la mtende, Qr, 19:23 Kisha uchungu ukampeleka kwenye shina la mtende; akasema: Laiti ningeli kufa kabla ya haya, na nikawa niliye sahaulika kabisa!

http://www.quranitukufu.net/019.html

Umesoma mwenyewe kuwa Isa anazaliwa chini ya Mtende. SASA ONA MAAJABU YA ALLAH HAPA CHINI.

UTATA WA PILI: ISA BIN MARYAM KAUMBWA Qr. 3 au surat Imran 59

“Bila shaka hali ya Isa kwa Mwenyezi Mungu ni kama hali ya Adam; alimwumba kwa udongo kisha akamwambia: “Kuwa”; basi akawa”

http://www.quranitukufu.net/003.html

Ngugu msomaji, Isa bin Maryam haijulikani alikujaje maana Allah anaweka UTATA mkubwa sana. Mara asema kazaliwa na Maryam, mara asema kaumbwa kwa kusema kuwa na Isa akawa, hivi Isa Bin Maryam alimkosea nini Allah mpaka afanywe namna hii? Allah, kwanini unamchukia Isa Bin Maryam namna hii?

Allah anaendelea kusema kuwa eti, Isa atakapo kuja tena ataoa na kuzaa watoto. Hii nayo ni chuki kubwa kubwa kutoka kwa Allah.

Soma:

ISA BIN MARYAM ATAKAPORUDI, ATAOA NA KUZAA WATOTO

Mishkat Al- Masabih, vol 2 uk.1159 na Sahih Muslim, vol. 1 uk 92 wanadai kwamba Isa atakaporudi ataishi miaka arobaini (40), muda ambao atakuwa ameoa na kuzaa watoto, na atafanya ibada ya hija.

Hivi kwanini Allah anapenda kulazimisha mambo? Kama Isa Bin Maryam alitaka kuwa na Mke, si angeoa alipo kuja mara ya kwanza? Lakini Allah na Muhammad wanatuambia uongo eti Isa anakuja Kuoa, hivi, kwani kuoa ni lazima?

Ndugu msomaji, nategemea unaziona chuki kubwa kubwa za Allah kwa Isa Bin Maryam, ETI ISA BIN MARYAM SI CHOCHOTE, kama vile Isa Bin Maryam alikuwa anajigamba kwa Allah kuwa yeye ni zaidi? Hivi Allah kwanini unamchukia Isa bin Maryam?

Labda kwasababu Isa bin Maryam aliumba ndege kutoka UDONGO na Muhammad hakuwai fanya muujiza hata chembe moja.

Labda kwasababu Isa bin Maryam alizaliwa bila ya Baba na Allah hana uwezo wala ubavu wa kuwa na Mwana bila ya MKEWE Allat.

Zipo sababu nyingi tunaweza zitumia kama ushahidi wa Allah na Muhammad kumuonea WIVU Isa Bin Maryam.

Swali kwa Allah na Waislam: *Kwanini Allah alisema " Masihi mwana wa Maryam si chochote ila ni Mtume"? Kwani Allah alifikiria Isa ni nani? Allah si anadai alimuumba yeye, mbona inaonekana kama vile Allah anajibizana na mtu? Allah, hivi Isa Bin Maryam ni nani kwako? Maana inaonekana kuwa umepaniki na humjui Isa Bin Maryam.*

HIVI KWANI ISA BIN MARYAM ALIJIITA NANI? Mpaka uanze kutoa maneno makali na dhihaka namna hii ambayo hukuwai sema kwa Mtume mwengine?

Eti, Isa Bin Maryam si chochote, hivi, Isa bin Maryam alisema yeye ni nani mpaka uanze kujihami namna hii NA KUSEMA "ISA SI CHOCHOTE"?

Eti, Isa na Mama yake wanakula chakula: Kwani ISA NA MAMA YAKE walisema hawali chakula?

Allah, kwanini unamchukia Isa Bin Maryam namna hii?

Sina la ziada zaidi ya kuwaonea huruma Waislam wanao fuata Allah na marehemu Muhammad wenye chuki kubwa kubwa tena kwa viumbe anavyo wana dai kuwa vimeumbwa na Allah.

Poleni sana Waislam kwa msiba huu.

Katika huduma Yake,

Mungu awabariki sana.

Ni mimi Max Shimba, mtumwa wa Yesu Kristo, Mungu Mkuu.

For Max Shimba Ministries Org,

Kwanini Allah na Muhammad wanamchukia Isa Bin Maryam? Juzuu ya 1, Sehemu ya Nane, Uthibitisho wa 3, Nukuu: Toleo la Mtandao, Mwaka *2016, March 28, Max Shimba Ministries*

SEHEMU YA TISA= UISLAM NI DINI YA WAARABU PEKEE

Allah kateremsha ay ana kusema Uislam ni dini ya Waarabu pekee na kwa uma ya Waarabu

Katika hii mada ninawaletea ushaidi kuwa Uislam ni dini ya Waarabu peke yao.

Waislamu bila kuchoka wamekuwa wakidai kuwa Uislamu utatawala dunia nzima. Katika kufanya hivyo, wao watakuwa wamekwenda kinyume na maneno ya Allaha kama yarivyo teremshwa kwenye Qur'an. Kwa hiyo, ni haki kwa kusema wao ni Makafiri.

Quran 10: 47. Na kila umma una Mtume. Alipo wajia Mtume wao walihukumiwa baina yao kwa uadilifu, wala hawakudhulumiwa.

Angalia hii aya pia

Quran 14: 4. Na hatukumtuma Mtume ila kwa ulimi wa kaumu yake ili apate kuwabainishia. Basi Allah humuacha akapotea amtakaye, na akamwongoa amtakaye. Naye ni Mtukufu Mwenye nguvu na Mwenye hikima.

Kama aya hizi ni kweli, basi Uislamu si kwa mashirika/mataifa/ummah yasiyo ya Waarabu. Quran inasema kwamba kila watu wamepokea ujumbe wao kutoka kwa Mungu katika lugha yao wenyewe ili waweze kuelewa na Qur'ani akaishuka kwa Waarabu ili Waarabu waweze kulewa nini Allah anasema.

Dhana hii ya Allah kushusha Kitabu kwa kila lugha ni muhimu sana kwasababu imejirudia mara nyingi na ndio msingi wa hili somo.

Quran 16: 36. Na kwa hakika kwa kila umma tuliutumia Mtume kwamba: Muabuduni Mwenyezi Mungu, na muepukeni Shetani. Basi kati yao wapo alio waongoa MwenyeziMungu. Na kati yao wapo ambao ulio wathibitikia upotovu. Basi tembeeni katika ardhi, muangalie ulikuwaje mwisho wa wanao kanusha. Quran 5: 48. Na tumekuteremshia wewe, kwa haki, Kitabu hichi kinacho sadikisha yaliyo kuwa kabla yake katika Vitabu na kuyalinda. Basi hukumu baina yao kwa aliyo yateremsha Mwenyezi Mungu, wala usifuate matamanio yao ukaacha Haki iliyo kujia. Kila mmoja katika nyinyi tumemwekea sharia yake na njia yake. Na lau kuwa Mwenyezi Mungu angeli taka ange kufanyeni nyote umma mmoja, lakini ni kukujaribuni kwa aliyo kupeni. Basi shindaneni kwa mambo ya kheri. Kwa Mwenyezi Mungu ndio marejeo yenu nyote, na atakuja kuwaambieni yale mliyo kuwa mkikhitalifiana.

Quran 36: 5. Uteremsho wa Mwenye nguvu, Mwenye kurehemu. 6. Ili uwaonye watu ambao baba zao hawakuonywa, basi wao wamekuwa wenye kughafilika.

Hizi aya zimekamilka na kueleza kiuwazi kuhusu kuja kwake kwa Waarabu pekee. Allah katika Koran anasema kwamba kila watu wamekuwa na Mtume wao wenyewe ambao aliwaonya katika lugha zao wenyewe, na kwamba amemtuma Muhammad kwa wale ambao bado hawajaanza mwongozo wowote, na ambao baba zao hawakuonywa, yaani Waarabu. Kwa njia hii watakuwa hawana udhuru wowote na hawezi kusema, lakini hatukuwai kupokea ujumbe wowote.

Endelea kusoma Koran hapa chini:

Quran 6: 156. Msije mkasema: Hakika mataifa mawili kabla yetu yameteremshiwa Kitabu; na sisi tulikuwa hatuna khabari ya waliyo kuwa wakiyasoma.

157. Au mkasema: Lau kuwa tumeteremshiwa sisi Kitabu tungeli kuwa waongofu zaidi kuliko wao. Basi imekufikieni bayana kutoka kwa Mola wenu Mlezi, na uwongofu, na rehema. Basi nani aliye dhaalimu mkubwa zaidi kuliko yule anaye kanusha Ishara za Mwenyezi Mungu, na akajitenga nazo? Tutawalipa wanao jitenga na Ishara zetu adhabu kali kabisa kwa sababu ya kujitenga kwao.

Quran ni wazi ilitumwa kwa Waarabu. Wale ambao si Waarabu hawawezi kuielewa Koran, hayo ni maneno ya Allah. Waislamu wanasisitiza kuwa hakuna tafsiri ya Qur'ani inaweza kuwa sahihi. Hivyo, haiwezi kamwe kuwa wazi kwa mashirika yasiyo ya Waarabu na haikutumwa kwa mashirika/ummah yasiyo ya Waarabu.

Uthibitisho mwingine kuwa Qur'ani ilitumwa tu kwa ajili ya Waarabu ni katika mistari ifuatayo hapo chini:

Quran 26: 198. Na lau kuwa tungeli iteremsha juu ya mmoja wa wasio kuwa Waarabu, 199. Na akawasomea, wasingeli kuwa wenye kuamini.

Kama ambavyo Waarabu wana haki ya kuto amini kitabu chechote kile kilichotumwa kwa lugha ambayo si yakwao, ikimaanisha Kiarabu, vivyo hivyo, mashirika yasiyo ya Waarabu nao wana haki ya kuto iamini Koran, kitabu kilichoandikwa kwa lugha ya Kiarabu. Ndio kwasababu Koran inasema Allah atatuma mjumbe kwa kila lugha ili wao wenyewe kwa wenyewe waweze kuelewa.

Kuhakikisha hakuta kuwa na kutokuelewana, Allah anashusha hii aya 05:19 Quran: Enyi Watu wa Kitabu! Bila ya shaka amekujilieni Mtume wetu akikubainishieni katika wakati usio kuwa na Mitume, msije mkasema: Hakufika kwetu mbashiri wala mwonyaji. Basi amekujieni mbashiri na mwonyaji. Na Mwenyezi Mungu anao uweza wa kila kitu.

Kwa mujibu wa Qur'an watu wote wamepokea ufunuo. Aya ya hapo juu inasema Qur'an ni kwa wale ambao kamwe hawakupokea ufunuo, iliwasije kusema, `kuwa sisi hatuja wai kutumiwa mbashiri na hakuna mjuonyaji aliye tumwa kwetu'.

Jambo hili ni wazi, lakini Allah anataka liwe wazi hata na kwa asiye na ufahamu wowote ule aelewe kuwa Koran ilitumwa kwa Waarabu pekee kwa kuzitaja sehemu halisi za kijiografia ambazo Muhammad alitumwa kama Mtume wa Allah.

Quran 6:92. Na hiki ni Kitabu tulicho kiteremsha, kilicho barikiwa, chenye kuhakikisha yaliyo tangulia, na ili uuwonye Mama wa Miji na walio pembezoni mwake. Na wenye kuamini Akhera wanakiamini hichi, nao wanazihifadhi Sala zao.

Leo, tumejifunza kuwa, Koran ilitumwa kwa Waarabu pekee na si kwa Mataifa yote. Sasa, nina uhakika baadhi ya Waislamu wanaweza kuleta aya nyingine zinazosema kwamba Uislamu ni kwa wanadamu wote. Kama Waislam watafanya hivyo, basi waelekuwa kwa kufanya hivyo ni kuthibitisha kwamba aya hapo juu ni za uongo.

Ama Quran ni pakiti ya uongo na utata au ni tu kwa Waarabu wa Makkah na jirani yake kama alivyo sema Allah ambaye ni mungu wa Waislamu.

Katika huduma yake,

Max Shimba

Uislam ni dini ya Waarabu Pekee. Juzuu ya 1, Sehemu ya Tisa, Uthibitisho wa 1, Nukuu: Toleo la Mtandao, Mwaka *2013, Max Shimba Ministries*

SEHEMU YA KUMI – FARAO ALIKUWA MUISLAM KUTOKANA NA QURAN

Kumbe Farao alikuwa Muislam

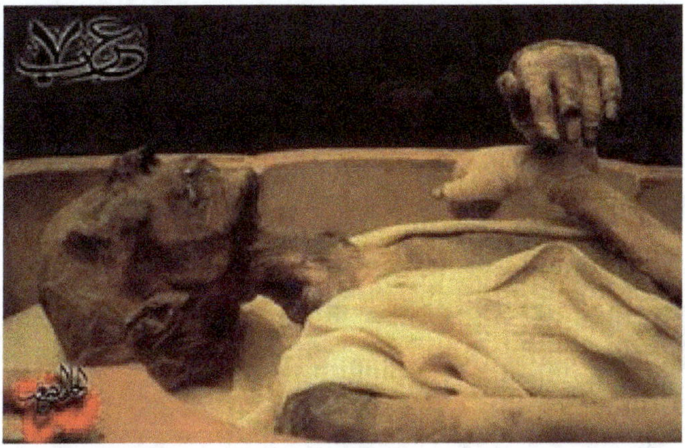

Ndugu msomaji,

Kutokana na ushahidi wa Surat Yunus aya ya 90-92, iliyo teremka Makka na kufanyiwa turjuma na Sheikh Ali Muhsin Al-Barwani inakiri kuwa Farao aka Firauni alisilimu na kuwa Muislam.

Surat Yunus 90. Tukawavusha bahari Wana wa Israili, na Firauni na askari wake wakawafuatia kwa dhulma na uadui. Hata Firauni alipo kuwa anataka kuzama akasema: Naamini kuwa hapana mungu ila yule waliye muamini Wana wa Israili, na mimi ni miongoni mwa walio nyenyekea!
91. Ala! Sasa? Na hali uliasi kabla yake na ukawa miongoni mwa mafisadi!

92. Leo, basi, tutakuokoa kwa mwili wako, ili uwe Ishara kwa ajili ya walio nyuma yako. Na hakika watu wengi wameghafilika na Ishara zetu

Aya hizo hapo juu kama zilivyo kwenye Surat Yunus zinatufahamisha kuwa Farao aka Firauni alisilimu na kuwa Muislam, lakini nilipo endelea kuisoma Quran kwa makini, nikakutana na shaka kubwa sana ndani ya Quran. Hebu soma kwanza ......aya kutoka Surat An Nisaai amabazo zinapinga aya kutoka Surat Yunus hapo juu.

Surat An Nisaai 17. Hakika toba inayo kubaliwa na Mwenyezi Mungu ni ya wale wafanyao uovu kwa ujinga, kisha wakatubia kwa haraka. Hao ndio Mwenyezi Mungu huwakubalia toba yao, na Mwenyezi Mungu ni Mjuzi na ni Mwenye hikima.

18. Wala hawana toba wale wafanyao maovu mpaka yakamfikia mmoja wao mauti, kisha hapo akasema: Hakika mimi sasa nimetubia. Wala wale wanao kufa na hali wao ni makafiri. Hao tumewaandalia adhabu chungu.

Allah kupitia Surat An Nisaai analeta shaka na utata kwa kusema kuwa, toba inayo kubaliwa ni ile uliyo fanya dhambi kwa ujinga, lakini wote tunafahamu kuwa Farao yeye alikuwa anajua nini anafanya, hivyo hawezi kuingizwa kwenye kundi la wajinga.

ENDELEA KUSOMA UTATA NDANI YA QURAN

Surat Ghaafir 83. Walipo wajia Mitume wao kwa dalili zilizo wazi walijitapa kwa ilimu waliyo kuwa nayo. Basi yakawazunguka waliyo kuwa wakiyafanyia maskhara.

84. Walipo iona adhabu yetu walisema: Tumemuamini Mwenyezi Mungu kuwa ni wa pekee, na tunaikataa miungu tuliyo kuwa tukiishirikisha naye.

85. Lakini imani yao haikuwa yenye kuwafaa kitu wakati ambao wamekwisha iona adhabu yetu. Huu ndio mwendo wa Mwenyezi Mungu ulio kuwa kwa waja wake. Na hapo walio kufuru walikhasiri

Allah anaendelea kupinga ya zake mwenye kwa kusisitiza kuwa, yeye huwa hasamehi watu ambao wamekwisha ionja adhabu, lakini cha kushangaza, WAISLAM HAWA HAWA, huwa wanaombea Maiti msamaha wa dhambi, sasa Allah atawasamehe vipi maana teyari wamesha ionja adhabu ya kifo?

Kufuatana na wasomi wa dini ya Uislam, wengi wao nakubali kuwa Allah alimuokoa Farao na kumsamehe dhambi zake na kuwa Muislam. (Muhammad Asad, The Message of the Qur'an [Dar al-Andalus Limited, 3 Library Ramp, Gibraltar 1993], p. 306, fn. 112)

Ndugu zanguni, kila ninapo isoma Quran, huwa napata na kukutana na utata mkubwa sana kiasi cha kujiuliza, hivi ni kweli Allah aliumba na yeye ni mjuzi wa yote? Mbona Quran yake imejaa shaka na utata mkubwa?

Nawasihi Waislam wote duniani, mje kwa Yesu ambaye yeye hana utata wala hana shaka ndani yake. Maana Yesu ni JIBU, NJIA NA YEYE NI MWOKOZI WETU NA MUNGU MKUU.

Je! Unataka kumpa Yesu maisha yako sasa hivi ili akuokoe na kukupatia uzima wa milele? Je! Unajua maana ya kumpokea Yesu maishani mwako?

Kumpokea Yesu maana yake ni KUKIRI kwamba Yesu ni MWOKOZI, na pia hakuna mwingine awezaye kuokoa isipokuwa Yesu pakee. Biblia Takatifu inatuambia kwamba:

"Wala hakuna wokovu katika mwingine awaye yote, kwa maana hapana jina jingine chini ya mbingu litupasalo sisi kuokolewa kwalo." (Matendo 4:12)

Kama unataka kuokoka sasa hivi; Tafuta mahali palipo na utulivu, na usome kwa kutamka kwa kinywa chako sala ifuatayo: (ukiweza unaweza kupiga magoti unapoomba sala hii)

"Ee Mungu wangu ulie Mtakatifu. Ninakuja mbele zako. Mimi ni mwenye dhambi. Naomba unisamehe dhambi zangu zote nilizokukosea katika maisha yangu yote. Ninatubu kwa dhati ya kweli kutoka rohoni mwangu. Naomba damu ya Yesu Kristo iliyomwagika msalabani kwa ajili yangu initakase sasa katika roho yangu na nafsi yangu na mwili wangu. Nimefungua moyo wangu. Bwana Yesu Kristo nakukaribisha ndani yangu. Ingia kwa uwezo wa Roho Wako – Uwe Bwana na

Mwokozi wangu kuanzia sasa na siku zote. Nakuomba unifanye niwe vile utakavyo mimi niwe. Ahsante kwa kunisamehe na kwa kuniokoa. Nimejitoa kwako nikutumikie katika siku zote za maisha yangu. Shetani hana mamlaka tena juu yangu katika jina la Yesu Kristo. Amina."

Ikiwa umesoma sala hii kwa kukusudia kabisa na kwa imani, basi wewe umeokoka na dhambi zako zote zimesamehewa kabisa. Damu ya Yesu iko juu yako sasa.

Baada ya kuokoka

Unapoanza maisha haya mapya katika Yesu Kristo nakushauri mambo yafuatayo:

(a) Zungumza na Mungu kwa maombi kila siku (Yohana 15:7).

(b) Soma Neno la Mungu (Biblia) kila siku (Matendo ya Mitume 17:11).

(c) Mruhusu Roho Mtakatifu akutawale (Wagalatia 5:16-25; Warumi 8:14-17).

(d) Umtumaini Mungu kwa kila jambo katika maisha yako (1Petro 5:7; Zekaria 4:6).

(e) Usiache kukusanyika na kushirikiana na wengine waliompokea Yesu Kristo kuwa Mwokozi wao ili uimarike zaidi (Waebrania 10:25).

(f) Ikemee dhambi na ujitenge nayo. Ukiamini, kwa jina la Yesu unaweza kuishi maisha matakatifu (Yakobo 4:7-8).

(g) Jidhihirishe wazi kwa watu kwamba wewe umeokoka na pia shuhudia kwa watu injili (Mathayo 10:32-33; Warumi 1:16).

Hongera kwa kuokoka, tangu sasa umekuwa kiumbe kipya. Nakutakia baraka tele katika jina la Yesu Kristo, amina.

Mungu awabariki sana.

Ni mimi Max Shimba, mtumwa wa Yesu Kristo, For Max Shimba Ministries Org,

Farao alikuwa Muislam. Juzuu ya 1, Sehemu ya Kumi, Uthibitisho wa 1, Nukuu: Toleo la Tovuti ya Max Shimba Ministries, Mwaka *2016, March 20, Max Shimba Ministries*

Je, ni kweli kuwa Mke wa Farao ndie aliye mchukua Musa na sio Binti yake?

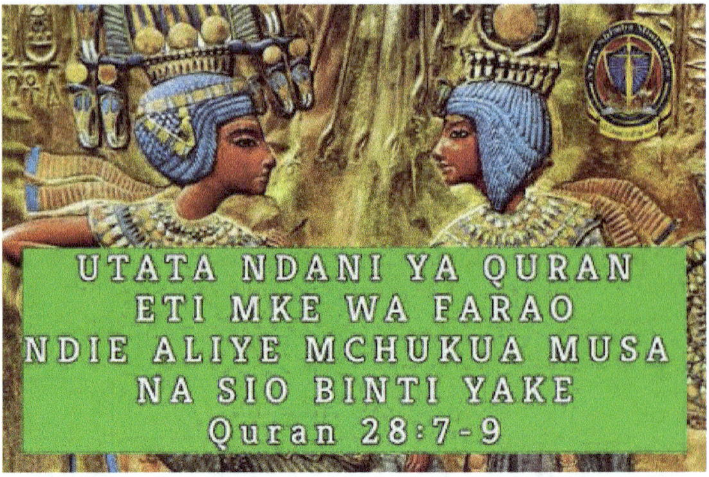

HUU NI MSIBA MKUBWA SANA KWA WAISLAM

Kupingana kwa Qur'an

Ni Nani Aliyemchukua Musa:

Binti ya Farao au Mke wa Farao?

Kulingana na Biblia Takatifu, Farao alipotaka kuwaua watoto wote wa kiume wa Kiebrania, Mungu alimwokoa Musa kwa kumfanya binti ya Farao amlee mtoto huyo kama mtoto wake mwenyewe:

'Basi akaenda mtu mmoja wa nyumba ya Lawi, akamtwaa mwanamke Mlawi kuwa mkewe; huyo mwanamke akachukua mimba, akazaa mtoto mwanamume, naye alipoona ya kuwa ni mtoto mzuri, akamficha muda wa miezi mitatu. akachukua kikapu cha manyasi na kukipaka lami na lami, akamtia mtoto ndani yake, akakiweka kati ya mianzi kando ya ukingo wa mto. Basi binti Farao

akashuka kuoga mtoni, na wasichana wake wakitembea kando ya mto, akakiona kile kikapu katikati ya matete, akamtuma mjakazi wake, akakitwaa. mtoto, na tazama, mtoto analia, akamhurumia, akasema, Huyu ni mmoja wa watoto wa Waebrania.' Ndipo dada yake akamwambia binti Farao, Je! nikunyonyeshee huyo mtoto?' Binti Farao akamwambia, 'Nenda.' Yule msichana akaenda na kumwita mama ya mtoto. binti ya h akamwambia, 'Mchukue mtoto huyu ukaninyonyeshee, nami nitakupa ujira wako.' Kwa hiyo mwanamke huyo akamchukua mtoto huyo na kumnyonyesha. Mtoto alipokua, akamleta kwa binti Farao, naye akawa mwanawe. Akamwita jina lake Musa, kwa sababu akasema, Nilimtoa majini." Kutoka 2:1-10

"Hata alipokwisha kuachwa nje, binti Farao akamchukua, akamlea kama mwanawe mwenyewe." Matendo 7:21

Quran inakuja zaidi ya miaka elfu mbili baadaye ili kupingana na maelezo ya awali ya kihistoria:

Na tukampa wahyi mama yake Musa: Mnyonyeshe, na unapomkhofu basi mtupe mtoni, wala usiogope wala usihuzunike. Hakika! Tutamrudisha kwako na tutamfanya (mmoja) katika Mitume wetu. Na wakamnyanyua watu wa Firauni ili awe adui yao na masikitiko. Farao na Hamani na majeshi yao walikuwa wakitenda dhambi siku zote. ***Na mke wa Firauni akasema: (Atakuwa) ni faraja kwangu na kwako.*** *Usimwue. Labda anaweza kuwa na manufaa kwetu, au tunaweza kumchagua awe mwana. Nao hawakutambua. S. 28:7-9 Pickthall*

Quran inadai kwamba mke wa Farao, sio binti yake, alimchukua Musa! Kwa kuwa msimamo wa kibiblia ni kwamba Musa aliandika vitabu vitano vya kwanza vya Biblia ya Kiebrania, ni nani bora kuliko Musa kujua ni nani aliyemchukua?

Na kwa kuwa Biblia ya Kiebrania iliandikwa karibu zaidi na wakati tukio hili lilipotokea, na kwa kuwa Musa alikuwa mkombozi wa Israeli ambaye anaheshimiwa na Waisraeli, na kwa kuwa wangeijua historia yao kuliko Muhammad na Waislamu, na kwa kuwa Quran inawaambia waumini. kuitafuta Biblia na Mayahudi ili kupata maelezo kuhusu historia yao takatifu, au kuthibitisha kama Quran inasema ukweli:

Na ikiwa wewe (Muhammad) una shaka katika hayo tunayo kuteremshia, basi waulize wasomao Kitabu kabla yako. Hakika imekujia Haki kutoka kwa Mola wako Mlezi. Basi usiwe miongoni mwa wanaositasita. S. 10:94

Na hakika tulimpa Musa Ishara tisa zilizo wazi. basi waulize wana wa Israili. Alipo wajia, Firauni akamwambia: Hakika mimi nakuona ewe Musa kuwa ni mtu asiye na akili. S. 17:101 Shakiri

Na kwa vile Quran pia inadai kwamba Yesu alithibitisha Biblia ya Kiebrania aliyokuwa nayo mikononi mwake:

Atamfundisha Kitabu, hikima, Taurati na Injili." ... Nasadikisha Maandiko yaliyotangulia - Taurati - na ninabatilisha makatazo yaliyowekwa juu yenu. Nakujieni na dalili inayotosha kutoka kwa Mola wenu Mlezi. watamchunga MUNGU, na wanitii mimi." S. 3:47, 49 Khalifa

Baada yao tukamtuma Isa bin Maryamu, yenye kusadikisha Kitabu kilichotangulia, yaani, Taurati. Na tukampa Injili yenye uwongofu, na nuru, na inayosadikisha Vitabu vilivyotangulia, yaani, Taurati, na inayozidisha uongofu wake na nuru yake, na iwatie nuru watu wema. S. 5:46 Khalifa

Na kwa kuwa tunajua Maandiko hayo ambayo Yesu alithibitisha yalikuwa yapi, yanafanana na yale tuliyo nayo leo, kwa hiyo tunaweza kuhitimisha kwamba Kurani ina makosa na Biblia Takatifu ni sahihi.

Shalom

Dr. Max Shimba for Max Shimba Ministries

Je, na Mke wa Farao ndie aliye mchukua Musa? Juzuu ya 1, Sehemu ya Kumi, Uthibitisho wa 2, Nukuu: Toleo la Tovuti ya Max Shimba Ministries, Mwaka *2016, March 20, Max Shimba Ministries*

SEHEMU YA KUMI NA MOJA – QURAN YACHAKACHUWA KUHUSU YUSUFU NA VIJANA WAWILI GEREZANI

Quran yachakachua kuhusu Yusufu na vijana wawili gerezani

Vijana wawili?

Katika hadithi kuhusu Yusufu, tunasoma kuhusu kufungwa kwake kama adhabu kwa tukio hilo na mke wa Aziz:

Wakaingia pamoja naye vijana wawili gerezani. Mmoja wao akasema: Hakika mimi nilijiona (katika ndoto) nikiminya mvinyo. Mwingine akasema: Hakika mimi nilijiona (katika ndoto) nikibeba mkate juu ya kichwa changu na ndege wanakula. (Wakasema): "Tuambie tafsiri ya haya. Hakika sisi tunakudhania kuwa wewe ni katika Muhsinûn (wafanyao wema). [Tafsiri ya Hilali/Khan]

-- *Sura 12:36*

Katika Mwanzo 40 hadithi inasimuliwa kwa undani na hapo tunajifunza kwamba watu hao wawili walikuwa mkuu wa wanyweshaji na mwokaji mkuu wa Farao.

Kuna matatizo mawili katika ayah hapo juu. Kwanza, inapingana na Torati ambayo katika Mwanzo 39:19-40:3 inaweka wazi kwamba Yusufu alikuwa tayari katika gereza hili kwa muda mrefu kabla ya watu hawa wawili kukamatwa na kuwekwa katika gereza moja. Qur'an inadai waliingia gerezani pamoja na Yusufu.

Pili, ingawa umri wao haukutajwa katika Biblia, hakuna uwezekano mkubwa kwamba wafanyakazi hawa wakuu wa mahakama ya Farao (mnyweshaji mkuu na waokaji mkuu) wote walikuwa "vijana" kama Qur'an inavyowaeleza.

Shalom

Dr. Max Shimba for Max Shimba Ministries, Inc.

Yusufu gerezani. Juzuu ya 1, Sehemu ya Kumi na Moja, Uthibitisho wa 1, Nukuu: Toleo la Tovuti ya Max Shimba Ministries, Mwaka *2016, March 20, Max Shimba Ministries*

SEHEMU YA KUMI NA MBILI- KUSALI NA VIATU MSIKITINI NI HALALI

Je, kusali na viatu katika jengo la ibada ni makosa?

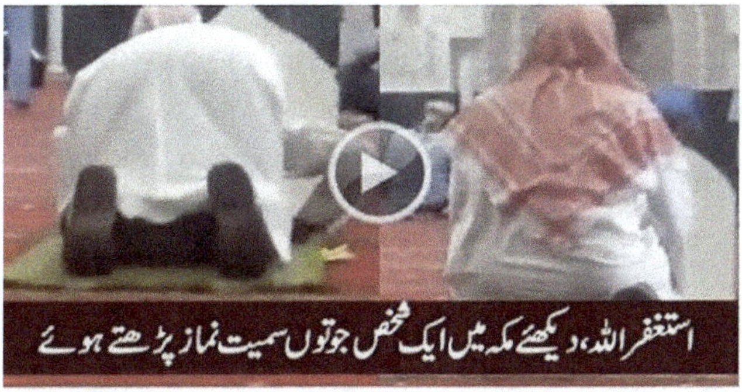

Ndugu msomaji,

Ni kwa muda mrefu sasa kumekuwa na sauti zinazopazwa kila kona ya ncha ya dunia toka kwa ndugu na rafiki zetu wapendwa wa Kiislam, wakihoji juu ya kile wanachokiita kuwa ni tendo la Wakristo kupuuzia au kutotii ukweli wa Biblia kwa madai kwamba maandiko matakatifu ya Biblia kupitia agizo fulani lililotolewa kwa nabii Musa yanaelekeza Wakristo kutekeleza matendo yao ya ibada kwa kuvua viatu vyao waingiapo makanisani.

Katika mada hili tutaangazia mambo muhimu yatakayo saidia kutoa mwangaza na majibu ya msingi juu ya hoja hiyo tete.

Mapitio ya mada:-

Chimbuko la hoja hiyo katika Biblia na Qur an.

Farsafa juu ya tukio Musa kuvua viatu / nini kusudi la tukio hilo?

Je' Musa alivua viatu katika matendo halisi ya ibada katika utumishi wake?

Je' mtume Muhammad naye alisali na viatu au bila viatu? Bwana Yesu / Manabii na Mitume katika farsafa ya ibada na kuvaa viatu.

Kwa kuatilia kwa makini vipengele hivyo vya uchambuzi hadi mwisho ni imani yangu kuwa hautabaki kama ulivyo ikiwa u Muislam au ni Mkristo, ninachokusihi ni kufungua moyo wako ili kweli za maandiko zipate nafasi ndani yako.

Uchambuzi wa mada

Hebu sasa bila ya kupoteza muda tuanze kwa kuangalia kipengele namba moja kama vilivyoainishwa katika muongozo wa mapitio ya mada:-

Chimbuko la hoja hiyo katika Biblia na Qur an.

Kuibuka kwa hoja hii chanzo chake ni matokeo ya ndugu zetu na marafiki wa Kiislam kugeukia matumizi ya Biblia katika harakati zao mbali mbali za uenezi wa Uislam duniani.

Kuanzia kule Durban - Afrika ya kusini' mwana mihadhara mashuhuri marehemu Ahmed Deedat ndiye mwanzilishi mkuu wa hoja hizi chini ya shirika lake la uenezi wa Uislam IPC – (Islamic Propagation Centre), bwana Deedat ameandika majarida na vitabu vingi vinavyohoji na kukosoa msingi mzima na misimamo wa mafundisho ya teolojia ya Kikristo, ambapo katika kitabu kimojawapo pia ameibua hoja hii juu ya kile anachodai kutokuwepo kwa uhalali wa mtu kuingia kwenye jengo la ibada akiwa na viatu miguuni mwake.

Katika hoja yake hiyo Deedat kama ilivyo wanaharakati wengine wa uenezi wa Uislam hivi leo ananukuu kile anachokiita kuwa ni ushahidi wa katazo hilo la kusali na viatu katika kitabu hiki cha nabii Musa ndani ya Biblia:-

Kutoka 3:4-5
Bwana alipoona kuwa amegeuka ili atazame, Mungu akamwita kutoka katikati ya kile kijiti, akasema, Musa' Musa' naye akasema mimi hapa. (5) Naye akasema, usikaribie hapa. Vua viatu vyako miguuni mwako, maana mahali hapo unaposimama ni nchi takatifu.

Katika maandiko ya kitabu cha msahafu pia maelezo ya kisa hicho cha Musa yamenukuliwa kama tunavyosoma:-

Qur an 20:11
Basi alipofika akaitwa, ewe Musa, bilashaka mimi ndiye Mola wako' basi vua viatu vyako kwa kuwa wewe huko katika bonde takatifu la tuwa...

Hivyo kupitia maelezo ya maandiko hayo Wanaharakati hao wa uenezi wa dini wamesikika wakifundisha kwa ujasiri kuwa jamii ya Wakristo imepotoka kwa kuingia katika majengo ya ibada na viatu huku wakiacha maelekezo hayo ya Biblia kupitia tukio hilo la Musa maelekezo ambayo kwa mtazamo wao huyaona kuwa ndiyo yanayotoa muongozo wa ibada ya kusali bila ya kuvaa viatu miguuni.

Katika uchambuzi wa mada hii tutaangalia mawazo hayo kwa ulinganifu wa kina ili kuondokana na utata huu uliotawala katika masikio ya watu wengi.

Farsafa juu tukio hilo la Musa kuvua viatu, na je' nini kusudi lake?

Wazo la wajenga hoja juu ya tukio hilo linaangukia moja kwa moja katika dhana ya fundisho la ibada.

Na kwa kiwango cha usomaji na uchunguzi wao wamejikuta wakihitimisha hoja hiyo kwa kuondoka na wazo hilo kwamba kusudi la andiko hilo lilkuwa ni kuelekeza namna ya kuabudu kwa kutovaa viatu miguuni.

Ukweli halisi

Pamoja na maelezo au niite mapendekezo ya waalimu hao mbalimbali, binafsi kadri ya uchunguzi wa kina nilioufanya ili kuelewa farsafa au muktaza halisi wa tukio hilo, nimegundua kuwa hakuna usahihi au uhalali wowote wa kuhusisha tukio hilo la Musa kuamriwa kuvua viatu machungani (mlima horebu) na fundisho la mfumo wa ibada makanisani au kwenye majengo mengine ya ibada.

Ili kupata ufumbuzi wa hilo hebu turejee kwanza historia ya maisha ya Musa

Musa alikuwa mtoto wa tatu kati ya watoto wa mzee Amrani na mkewe mcha Mungu aliyeitwa Yokobedi, historia inaonyesha kuwa Musa alizaliwa kwa 593 KK katika bara la Afrika nchini Misri, akiwa mtoto wa miezi mitatu aliokotwa na binti wa Farao na kulelewa katika jumba la kifalme Misri (Matendo 7:20-22).

Musa aliishi katika himaya hiyo ya Kifalme kwa miaka 40' yaani toka mwaka 593 KK hadi 1553 KK, na baadae alikimbilia Midiani baada ya kumuua Mmisri mmoja aliyemkuta akimpiga Mwebrania alipokuwa ameenda kutazama ndugu zake huko, na huko Midiani aliishi kwa mkwewe Yethro aliyekuwa akifanya kazi ya Ukuhani ambaye ndiye aliyemwolea binti yake mmoja wa mwisho miongoni mwa mabinti 7 aliyeitwa Sipora, Musa aliishi hapo ukweni kwa muda wa miaka 40' tangu mwaka 1553 KK hadi 1513 KK na ndipo akiwa na umri wa miaka 80' alitokewa akiwa machungani na kutakiwa kwenda kuwakomboa Israel toka nchi ya Misri (Kutoka 3:1-15).

Mambo machache ya msingi tunajifunza katika historia hiyo ya Musa.

Musa alikwenda kutazama ndugu zake na kukuta Mmisri akimpiga Mwebrania na ndipo akampiga Mmisri yule na kumuua (Kutoka 2:11).

Kama sehemu ya makimbilio Musa akakimbilia Midiani – ambapo ni mwisho wa magharibi mwa jangwa la Arabu, Ghuba ya Akaba kuingia mkono wan chi ya Sinai kwa mkwewe aliyeitwa 'Reueli au Yethro.

Mkwe wa Musa Yethro alikuwa ni kuhani, hivyo Musa aliishi na kuhani kwa miaka "40'.

Mambo ya kiugunduzi

Kadri ya historia ya maisha na mizunguko hiyo ya Musa tunaweza kugundua mambo ya msingi yanayoweza kujenga msingi wa ufumbuzi wa mada hii, lakini kubwa zaidi ni kuwa Musa baada ya kufanya kosa lile la kuua alikimbia na kwenda kuishi kwa kuhani Yethro.

Tendo hilo la Musa kuishi kwa kuhani Yethro' linatupa msingi wa kuelewa kusudi hasa la Musa kutakiwa kuvua viatu kama lililenga fundisho la mfumo wa ibada au la'_ufumbuzi huo tunaupata kwa kujiuliza maswali yafuatayo;-

Endpo Musa aliishi kwa kuhani' swali Je' nini kazi ya kuhani? Kadri ya Biblia tunagundua kuwa kuhani kazi yake ni:-
- Kusimamia na kuendesha ibada za upatanisho wa dhambi kadri ya mfumo na utaratibu uliowekwa na Mungu katika hekalu la dunia/ kwa kifupi ni msimamizi na mwendeshaji wa ibada.

Hivyo kutokana na jukumu hilo la kuhani tunaweza kupiga picha ifuatayo juu ya maisha ya Musa akiwa kwa kuhani huyo tukilinganisha na tukio la mlima Horebu, kwa kuzingatia mwenendo wa maisha ya makuhani kuwa:-

- Kwa kuishi huko na kuhani' basi huenda nabii Musa alikuwa akihusishwa au kushiriki katika maisha ya ibada za nyumbani kwa kuhani huyo kwa kuzingatia msimamo wa makuhani katika matendo ya kidini tokea katika ngazi ya familia.

- Kwa hali hiyo kama kuvua viatu ingalikuwa ni sehemu ya mfumo wa ibada basi Musa angekuwa ameshajifunza au kuona kwa kuhani huyo Yethro' katika ibada za nyumbani na hivyo kusingekuwa na haja ya Mungu kutoa maelekezo tena kwa Musa juu ya kuvua viatu pale Horebu endapo pia kusudi la kuwepo kwake kule porini lingekuwa ni kutekeleza matendo ya ibada.

Lakini pamoja na hoja hizo za msingi bado inapaswa ieleweke kuwa tukio hilo la agizo la kuvua viatu kwa Musa lilitolewa kwa Musa pindi akiwa katika shughuli za kawaida za kimaisha za kuchunga wanyama tena kipindi ambacho bado hakuwa na nafasi yeyote ya utumishi kwakuwa uteuzi wake ulikuwa bado, na kwa hali halisi Musa alikuwa mlimani tena kwenye mapori kwakuwa alikuwa akilisha wanyama na hakuwa kanisani wala katika eneo la mazingira ya kiibada.

Pamoja na hayo kile kinachoonekana kuwachanganya wapendwa wangu na ndugu Waislam ni agizo tu kwa Musa kutakiwa kuvua viatu vyake, na kwa hali hiyo kulichikulia kwamba tendo hilo kuwa ndicho kinapaswa kuwa kielelezo cha mifumo ya ibada zetu za makanisani na katika majengo mengine ya ibada.

Sababu ya kina / kwanini kuvua viatu katika Biblia?

Kile nilichotangulia kusema awali ni swala la uaminifu na moyo wa dhati katika kusoma maandiko, kimsingi Biblia ina majibu kwa kila swali la imani hivyo jukumu letu ni kuichunguza kwa makini tu.

Na katika kufikia kina halisi cha uchunguzi wa neno la Mungu hasa kwa hoja zenye utata kama hii, ni vyema kanuni ya usomaji wa Biblia inayoelekezwa na kitabu cha Mhubiri ikazingatiwa. rejea:

Mhubiri 7:27
Tazama, asema mhubiri, "mimi nimeyaona hayo kwa kulinganisha na hili, ili kuitafuta jumla."

Mhubiri anaweka bayana kuwa kanuni ya msingi katika usomaji wa maandiko imejengwa katika mfumo wa kanuni ya kulinganisha maandiko mbalimbali katika harakati za kutafuta fafsiri au maana ya kile ulichosoma, na kwa kutumia kanuni hiyo ya Biblia nitaomba sasa tuungane kusoma nukuu hii ya andiko la kitabu cha nabii Ruthu ili kugundua chimbuko na sababu ya kina juu ya tamaduni hii ya kuvua viatu, na yakuwa ilikuwa na madhumuni gani basi kwa wana wa Israel na hata Mungu amtokee Musa kwa kuanza na agizo hilo hilo la kuvua viatu.

Ruthu 4:7
Basi ilikuwa desturi zamani za kale katika Israel, kwa habari za kukomboa na kubadiliana, ili kuyahakikisha yote; mtu huvua kiatu chake na kumpa mwenziwe; ndivyo walivyohakikisha neno katika Israel.

Pamoja na kwamba kinachoshikiliwa zaidi na wajenga hoja ni utakatifu wa eneo kuwa ndiyo sababu iliyofanya Musa kutakiwa kuvua viatu, lakini kile anachoeleza Ruthu ndiyo sababu ya kiasili na kina hasa, kwakuwa kimsingi Biblia kama tutakavyoona mbele bado tena inaonyesha Mungu akiagiza yeye mwenyewe na wakati mwingine kupitia malaika akiwataka manabii na mitume kuvaa viatu vyao katikati ya utakatifu na uwepo wake.

Katika andiko hilo nabii Ruthu anataja mambo kadhaa yanayolengwa au kukusudiwa katika tendo la kuvua viatu kama ifuatavyo:- Ruthu 4:7.

- Ilikuwa ni utekelezaji wa desturi ya zamani katika Israeli
- Ilikuwa ni uthibisho wa utayari wa kazi ya kukomboa au mambo ya rehani.

- Ilikuwa ndiyo ishara ya kuthibitisha mambo katika Israeli

Kwa kile kinachomaanishwa kupitia tendo hilo la kuvua viatu kwa Waisrael kadri ya ufafanuzi wa andiko hilo la Ruthu, utangundua kuwa wale wanaojenga hoja ya kuwalaumu wale wanaoingia katika majengo ya ibada na viatu hivi leo, wanafanya hivyo ikiwa ni matokeo tu ya kutotumia muda wa kutosha kuchunguza mambo kwa kina kabla ya kuibua hoja au mafundisho.

Hivyo kile alichofanya Musa kwa kutii agizo hilo la kuvua viatu ilikuwa ni kuonyesha utayari wake wa kuwa kiongozi wa njia kwa Wana wa Israel katika harakati za kuwakomboa toka katika utumwa wa Farao. Vinginevyo kama dhana kuu ingekuwa ni utakatifu wa eneo basi tungekuwa na swali la kujiuliza kwamba:-

“Kwakuwa nchi yote ilikuwa ni takatifu je’ Musa alihifadhi viatu hivyo wapi?

Au je ni wapi imeandikwa kuwa Musa alikimbia kutoka nje ya ardhi hiyo ya Horebu kwenda kutupa viatu vyake ili kutonajisi utakatifu wa eneo hilo?”

Na kwa msingi huo basi ni bayana kuwa tendo hilo la kuvua viatu lililenga zaidi kupima utayari wa Musa kwaajili ya kupatiwa jukumu hilo la kuwakomboa wana wa Israel kama ambavyo kitabu cha Ruthu kinaeleza kuwa ilikuwa ni uthibisho pia kwa habari ya kukomboa.

Hata hivyo kwajumla tukio lenyewe halikuwa tukio la Musa kuabudu au kufundishwa mfumo wa ibada badala yake kile kinachoonekana hilo lilikuwa ni tukio la kumtawadha nabii Musa kwa jukumu la kukomboa watu wa Mungu.

Tukio kama hilo linaweza kufanana na kile tunachofanya mara kadhaa tunapokamilisha kuchagua viongozi wetu kwa upande wa uongozi wa Serikali.

Jifunze kwa mfano;

Kwa kawaida huwa baada ya kumchangua raisi wa nchi pamoja na taratibu nyingine, huwa anapoapishwa huonekana pia akivalishwa shuka begani na kushikishwa ngao na mkuki na wazee wa jadi kisha kuketi katika kigoda.

Kimsingi tendo hilo ni tendo linalotendwa kwa siku moja tu likiwa na lengo la kutoa kiashiria kuwa huyo aliyeko mbele sasa ni kiongozi wa nchi. Na baada ya hapo kiongozi huyo huvua mavazi hayo na kuendelea na majukumu yake....

Hivyo kile kilichotendeka kwa Musa kama ilivyo kwa tamaduni zetu hizo, ni tukio la kutawadhwa na kuthibitishwa kuwa sasa ni kiongozi wa umma wa Israel na hivyo matukio hayo ya kumthibitisha maana yake inakomea katika eneo husika la tukio hilo... hivyo kwamaana hiyo tendo hilo lisingepaswa kuhusianishwa na mifumo ya kawaida ya ibada.

Je' Musa alivua viatu katika matendo halisi ya ibada katika utumishi wake?

Hii ni moja ya sehemu muhimu sana katika uchambuzi wa mada hii, katika sehemu hii ndipo pia tunaweza kukaza wazo la msingi juu ya dhumuni hasa la agizo la Musa kuvua viatu kama tulivyokwishaona hapo nyuma, kwakuwa kimsingi kama agizo hilo lililenga mfumo endelevu wa ibada basi niwazi kwamba hatutarajii kuona Mungu huyo huyo akitoa agizo jingine la kumtaka tena Musa kuvaa viatu katika matendo ya ibada.

Lakini hapa ni kinyume, na ndipo pia tunakuwa bayana na kuona ukweli wa uchambuzi tuliofanya hapo nyuma na kuona jinsi ambavyo tukio hilo halikulenga kuelekeza mfumo wa ibada ya kuvua viatu katika majengo yetu.

Matukio ya mbele yote yanayohusu ibada za nabii Musa yanataja jinsi Musa alivyofanya au kuruhusiwa kuyafanya ibada zake akiwa amevaa viatu vyake, na tukio kubwa maarufu zaidi ni lile la ibada ya kwanza ya pasaka katika nchi ya Misri, kumbuka ibada hiyo ndiyo imefanya msingi wa ibada ya leo ya pasaka kupitia kafara ya damu ya Yesu ambayo inaadhimishwa na Wakristo karibu katika makanisa yote. Ibada hii Musa aliambiwa aifanye akiwa amevaa viatu...

Kutoka 12:11-12
Tena mtamla hivi, mtakuwa mmefungwa viuno vyenu, "mmevaa viatu vyenu miguuni", na fimbo zenu mikononi mwenu, nanyi mtamla kwa haraka ni pasaka ya Bwana (12) maana nitapita katika nchi ya misri usiku huo.....

Maelezo hayo ya Biblia ni bayana, tena Mungu mwenyewe kwa kinywa chake anamwagiza nabii Musa kuendesha ibada ya pasaka na tena basi ibada hiyo anatakiwa kuifanya yeye na Wana wa Israel wakiwa wamevaa viatu vyao.........

Kwa andiko hilo tungeweza hata kuhitimisha mada hii kwakuwa kila kitu sasa kiko bayana, lakini tunaweza kuendelea kufanya mikazo zaidi ili kwamba ndugu msomaji wangu umalize mashaka yote juu ya hili, na basi kwa kulinganisha agizo lile la kuvua viatu lililodhaniwa kuwa ndiyo fundisho la mfumo wa ibada na tukio hili halisi la ibada tunaweza kujiuliza maswali ya fuatayo:-

- Kama tendo la Musa kuambiwa vua viatu vyako lililenga mambo ya ibada na kumtaka Musa awe akivua viatu katika matendo ya ibada:

Je' sasa ni Mungu yupi tena anayemtaka Musa kuvaa viatu katika ibada hiyo ya pasaka na tena Mungu huyo akiahidi kupita hapo Misri usiku huo na huku tayari wana wa Israel wakiwa wamevaa viatu vyao?

- Na je' inaaminisha nini vitabu vyetu vinapomtambulisha Mungu kuwa si mwenye kigeugeu endapo kama maagizo hayo ni ya kujipinga? Rejea; (Quran 17:77/ Yakobo 1:16-18)

Ndugu msomaji wangu hayo ni maswali ya changamoto na kumsha ufahamu wetu, lakini kama tulivyokwishaona ni kuwa kamwe agizo lile la kuvua viatu halikulenga kuelekeza mfumo wa ibada kwa Wakristo, na badala yake ilikuwa ni tukio la kumtawadha Musa ili kupewa dhamana ya kuwakomboa Israeli toka utumwa wa Farao. (Rejea' Ruthu 4:7 Basi ilikuwa desturi zamani za kale katika Israel, kwa habari za kukomboa na kubadiliana, ili kuyahakikisha yote; mtu huvua kiatu chake na kumpa mwenziwe; ndivyo walivyohakikisha neno katika Israel.) Nabii Musa akiwa jangwani

Baada ya kutoka Misri chini ya nabii Musa wana wa Israel walikuwa na mikutaniko mbalmbali ya kiibada Jangwani...

Quran 7:138

Na tukawavusha wana wa Israil baharini (wakasalimika na balaa za Firauni) na wakawafikia watu waliokuwa wakiabudu masanamu yao. Wakasema "Ewe Musa! Tufanyie waungu na sisi (yaani masanamu.... (Nabii Musa akasema) Hakika ninyi ni watu mufanyao ujinga...........

Matendo 7:38

Yeye ndiye aliyekuwa katika kanisa jangwani, pamoja na yule malaika aliyemtokea..

Maandiko hayo kimsingi yanaweka bayana juu ya kuwepo kwa matendo ya ibada kwa wana wa Israil baada ya kuvuka bahari ya shamu na kuendelea na msafara jangwani, andiko la Qur an linataja jaribio la watu waasi kuwataka wana wa Israel kujihusisha na ibada ya sanamu tendo linalotajwa na Qur an kuwa lilikataliwa na nabii Musa.

Kwa upande mwingine maandiko ya Biblia nayo yanaonyesha kuwa wana wa Israeli walikuwa katika umoja wa kanisa ambao kimsingi ni umoja wa watu walioitwa kutoka gizani na kujiunganisha pamoja wakimwabudu Mungu. (Greec: Ekllessia)

Habari gani juu ya viatu?

Kumbukumbu 29:4-5

- Lakini Bwana hakuwapa macho ya kuona.
- Name miaka arobaini nimewaongoza jangwani..

- Nguo zenu hazikuchakaa mwilini..
- Viatu vyenu havikuchakaa miguuni mwenu...

Andiko hilo la kumbukumbu linaonyesha muujiza ambao Mungu aliwatendea wana wa Israeli, ambapo miongoni mwa matendo hayo ya miujiza ni tendo la kufanya viatu vya wana wa Israel kutochakaa katika miguu yao, kipindi chote cha miaka arobaini ya jangwani.

Hivyo hoja ya msingi hapo ni kuwa kumbe wana wa Israel wakiwa hapo jangwani bado walikuwa na viatu, swali la msingi ni kuwa:-

Je' ni mahali gani katika maandiko ambapo Mungu aliwalekeza wana wa Israel waingiapo kwenye kanisa la jangwani wawe wanavua viatu hivyo vinavyotajwa?

Na endapo ushahidi huo wa kutakiwa kutovaa viatu hivyo wakati wa ibada basi wale wanaojenga hoja ya kukosoa wanaoingia na viatu hawatakuwa na uhalali wa kujenga hoja hiyo kwakuwa ni hoja isiyo na utetezi wa kimaandiko.

Je' mtume Muhammad naye alisali na viatu au bila viatu?

Hii ni hoja ya msingi sana katika uchambuzi wote wa mada hii, kwakuwa pamoja na mitazamo yetu juu ya maswala ya kidini lakini tunakubaliana kuwa manabii tunaowaamini kadri ya makundi ya imani zetu ndiyo wanaotoa sura nzima ya kanuni na masharti juu ya mwenendo wa wafuasi katika imani zao hivyo kadri ya vile inavyoaminika kuwa wao hupokea maelekezo kwa Mungu...

Hivyo katika kipengele hiki tutaangalia kwa upana wake juu ya ibada za mtume Muhammad anayeaminiwa na jamii ya ndugu zetu Waislam ili kuona naye anatoa kielelezo gani kitakacho tusaidia kupata suluhisho la utata wa hoja hii katika ulimwengu wetu wa imani.

Maandiko mawili ya msingi katika Qur an ndiyo yatakayotupatia kanuni na njia ya kutafiti hoja hii:-

Quran 33:21

Bilashaka mnao mfano mwema (riwadha nzuri) kwa mtume wa Mwenyezi Mungu....

Katika andiko hilo la kwanza tunaona kuwa Qur an ikimtaja Muhammad kama ndiye anayepaswa kuwa mfano au kilelezo katika matendo ya kidini na hivyo jamii ya Waislam inapaswa kuiga toka kwake.

Andiko hilo pamoja na mambo mengine linatupatia kibali au uhalali wa kuchunguza ili kuona mwenendo wa ibada za mtume Muhammad mwenyewe ambazo kimsingi ndizo zinapaswa kuigwa na wapendwa wetu Waislam. Hata hivyo ni vyema ieleweke kuwa maandiko ya masahafu wa Qur an hayataji kwa upana mwenendo wa matendo ya ibada ya mtume, lakini yanatoa mwongozo wa kanuni ya kufanya. Hebu soma ayah ii:-

Quran 42:10

Mkihitirafiana katika jambo lolote, rejeeni katika kitabu cha Mwenyezi Mungu na hadithi za mtume.

Hivyo njia inayotajwa na andiko hilo ni kutafuta ufumbuzi juu ya hoja yeyote kwa kurejea katika vitabu vilivyo nje ya Qur an vilivyopitishwa kama vitabu halali vya teolojia ya Uislam, vinavyoitwa vitabu vya hadithi.

Hebu sasa tuandalie katika vitabu hivyo vya hadithi kuelewa ukweli huo:-

Nukuu 1'
Book' Sahih Al-Bukhari (Arabic English – Dr Muhsin Khan – Islamic University, Al Medina Al Munawwra / Al Maktabat Al Salafiat)

Vol 1' Chapter 24/ (Hadith) no 383'

Narrated Abu Maslama, Sai'id Yazid Al Azid: I asked Anas bin Malik whether the Prophet had ever prayed with His shoes on. He replied "Yes."

Tafsiri
Imesimuliwa na Abu Maslama, Sai'id Yazid Al Azid; Nilimuuliza Anas bin Malik endapo mtume alishawahi wakati wowote kusali na viatu vyake. Akajibu" Ndiyo."

Simulizi hiyo isiyo na maneno mengi inaweka bayana juu ya namna mtume Muhammad alivyoendesha ibada zake za swala, na yakuwa kumbe Muhammad mwenyewe aliabudu na viatu vyake na hakuwa akivua viatu wakati wa ibada.

Hebu tuone nukuu nyingine:

Book' Sahih Al-Bukhari (Arabic English – Dr Muhsin Khan – Islamic University, Al Medina Al Munawwra / Al Maktabat Al Salafiat)

Vol 1' Chapter 25/ (Hadith) no 384 / 385

(384) Narrated Ibrahim: Hammam bin Al Harith said, "I saw Jarir bin 'Abdullah urinating. Then he performed ablution and passed his (wet) hands over his Khuffs, stood up and prayed. He was asked abaut it. He replied that he had seen the Prophet doing the same."

Tafsiri
Imesimuliwa na Ibrahimu; Hammam bin Al Harith alisema, nilimuona Jarir bin' Abdallah akiungana na wengine na kisha akatawadha na kupitisha mkono uliolowa maji juu ya viatu vyake, kisha akasimama na kuswali. Alipoulizwa juu ya hilo. Alijibu kwamba alimuona mtume akifanya kitendo kama hicho".....

(385) Narrated Al –Mughira bin Shu'ba: Ihelped the Prophet in perfoming ablusion and passed his wet hands over his kuhuffs and prayed.

Tafsiri

Imesimuliwa na Al – Mughira bin Shu'ba: nilimsaidia mtume katika kutawadha na ndipo akapitisha mikono yake iliyoloana juu ya viatu vyake na kusali.

Kwajumla haditi zote hizo zinazotambuliwa na kukubalika katika teolojia ya Uislam, zinaweka wazi juu ya hali halisi ya mfumo wa ibada wa mtume Muhammad kuwa desturi yake ilikuwa ni kusali akiwa na aina hiyo ya viatu vyake vinavyotambuliwa kama Khuffu' hivyo hoja hiyo iko bayana kabisa.

Bwana Yesu / Manabii na Mitume katika farsafa ya ibada na kuvaa viatu.

Nikualike ndugu msomaji wangu tunapolekea ukingoni mwa achambuzi wa mada hii baada ya kujipatia majibu ya msingi juu ya hoja hii ya kusali au kutokusali na viatu.

Katika sehemu hii ya mwisho tutapitia kwa kifupi ili kuona jinsi mitume na manabii walivyotenda huko nyuma kwa habari ya matendo mbalimbali ya kidini na swala hili la uvaaji wa viatu, hii ikiwa ni pamoja na kujibu hoja ya msingi inayohusiana na dhana kwamba huenda panapokuwepo utakatifu basi viatu havipaswi kuwepo.

Hebu kabla hatujaenda mbali turejee kidogo kuangalia matukio machache ya manabii katika uhusiano na swala la uvaa wa viatu.

Ezekieli 24:17

Ugua lakini si kwa sauti ya kusikiwa, usifanye matanga kwaajili yake aliyekufa; jipige kilemba chako; ukavae viatu vyako.....

Katika andiko hilo nabii Ezekieli anaelekezwa na Mungu juu ya kanuni sahihi ya ibada na hapo hoja kuu ilikuwa ni juu ya ibada ya maombolezo, katika maelekezo yake kwa Ezekiel Mungu ana ainisha yaliyo sahihi kufanyika katika ibada hiyo ya maombolezo nay ale yasiyopaswa kufanyika..

Yaliyokatazwa:
- Ugua lakini si kwa sauti ya kusikiwa
- Usifanye matanga kwaajili ya aliyekufa
Yaliyoruhusiwa"
- Jipige kilemba chako (hiyo ni kadri ya desturi ya Kiyahudi)
- Kavae viatu vyako..

Hivyo kadri ya andiko hilo Mungu mwenyewe ndiye anayetoa maelekezo kwa Ezekieli kumkumbusha kuvaa viatu vyake katika ibada hiyo ya maombolezo, na maelekezo hayo yalifuatia baada ya kumjulisha yasiyopaswa kufanywa katika ibada hiyo ya maombolezo, na hivyo basi tendo la kuvaa viatu linaangukia katika upande ule wa matendo yaliyoruhusiwa kufanywa wakati wa ibada hiyo ya maombolezo, hivyo hakukuwa na shida yeyote ya swala la uvaaji wa viatu mbali na tukio tu la Musa lililolenga kumtawadha kuwa kiongozi wa Israel

Kisa kingine katika Biblia ni kile kinachomhusu nabii Isaya ambaye aliagizwa kutembea akiwa hana viatu tena uchi, ikiwa ni tukio la kidini la kuonya juu ya uovu wa wanadamu na ugumu wao wa kuamini na kutubu, tendo hilo lililohusisha pamoja na kutembea uchi lakini Isaya kutotakiwa kuvaa viatu linatajwa na Biblia kuwa ni tendo la Ishara ya ajabu. (rejea Isaya 20:3)

Je" eneo lenye utakatifu viatu haviruhusiwi?

Hii ni hoja ya msingi kuiangalia walau kwa kifupi, sababu ya kuangalia hoja hii pamoja na mambo mengine lakini ni tendo la kigezo hiki kuchukuliwa kama ndiyo sababu kuu ya kukaza madai ya kuvua viatu wakati wa ibada.

Lakini katika sehemu hii tutaona kisa kimoja tu kinachotoa jibu zima la hoja hii nacho ni kile kinachohusu tukio la Petro gerezani; hebu tuone kwa kifupi:-
Matendo 12:5-9

- Petro alikuwa amefungwa gerezani..
- Kanisa lilikuwa likomba kwaajili yake..
- Malaika alitumwa kumtoa Petro gerezani..
- Ndipo chumba cha Petro "kikajaa nuru kutoka mbunguni"....

- Akiwa katika nuru hiyo (takatifu) ya mbinguni, Malaika akamwamuru avae viatu vyake kisha amfuate....

Kisa hicho cha Petro kinajibu hoja hiyo bila ya kuacha swali lolote, kadri ya kisa hicho Biblia inaweka wazi kuwa mara Malaika alipoingia tu kwenye chumba cha gereza ndipo nuru ikafurika mle mchumbani, na jambo la kushangaza ni tendo la Malaika katikati ya nuru hiyo anamwagiza Petro kuvaa viatu vyake' yaani maana yake ni kuwa Petro alivaa viatu hivyo huki akizungukwa na nuru hiyo takatifu aliyokuja nayo Malaika toka mbinguni.

Hivyo hiyo ni kumaanisha kuwa hapakuwa na tatizo lolote juu ya uwepo wa viatu katika nuru hiyo takatifu ya mbinguni iliyofurika katika chumba hicho cha gereza, na kubwa zaidi ni tamko la Malaika lililomtaka Petro kumfuata mara baada ya kumaliza zoezi la kuvaa viatu yaani kwa lugha nyingine ni kuwa Malaika bado aliendelea kumtaka Petro kudumu katika mafuriko ya nuru hiyo akiwa na viatu vyake kwa tendo hilo la kudumu kuambatana naye hadi nje ya gereza hilo.Wito wangu kwa watu wa Mungu bado ni kuwasisitiza kusoma maandiko kwa usahihi, ili kuepuka kuwaondoa wengine kwenye hali ya Mungu.

Kwa ushahidi huo ni wazi hakuna tatizo kuingia na viatu mahala penye utakatifu.

JE, YESU ALIVUA VIATU ALIPO INGIA KWENYE MAHEKALU?

Hakuna ushahidi wa Yesu kuvua viatu katika majengo ya ibada. Biblia inaonyesha kuwa Yesu alikuwa akivaa viatu na hakuna mahali alipovua viatu hivyo ili kutekeleza kwanza matendo ya ibada, ni vyema ikiwa ni mkristo au hata kama ni Muislam kuzingatia kuwa hoja yoyote unayojenga ikiwa ina lengo la kutaka kuonyesha mapungufu ya Wakristo katika utekelezaji wa maamrisho ya kidini, lazima kwanza hoja hiyo iwe na vyanzo vya kimandiko ikihusisha maelekezo ya kiongozi mkuu wa Ukristo yaani Bwana Yesu mwenyewe.

Rejea*; Quran 5:47*
Watu wa injili wahukumu kwa yale aliyotelemsha Mwenyezi Mungu ndani yake, na wasiohukumu kwa (kufuata) yale aliyotelemsha Mwenyezi Mungu basi hao ndio maasi.
Andiko hilo la Qur an linaweka bayana kuwa hukumu zozote dhini ya watu wa Injli zinapaswa kutokana na msingi wa Injili yenyewe, hivyo hii ni kumaanisha kuwa kama swala la kusali na viatu lingekuwa linapingana na msingi wowote wa mafundisho ya Injili ya Yesu basi hoja hiyo ya kusali na viatu ingekuwa sahihi na yenye nguvu.

Hivyo hii ni tofauti na wale wanaohoji leo kuonekana kutokuwa na kipengele chochote cha kusonda jamii ya Wakristo katika hoja hii kuwa kwa tendo la kusali na viatu wamekiuka kanuni Fulani zilizoamriwa na maandiko hayo.

Lakini badala yake tunaona Yesu mwenyewe akiwa na viatu ambavyo hakuna kifungu cha maandiko kinachoonyesha kuwa aliwahi kuvua viatu hivyo kwaajili ya kutekeleza ibada;

Matendo 13:25.... Siwezi kulegeza viatu vya miguu yake...

Hitimisho:Nichukue fursa hii mpendwa msomaji wangu kukushukuru kwa kutumia muda wako kufuatilia uchambuzi huu, ni wito wangu endapo hapo nyuma uliyumbishwa kiufahamu juu ya hoja hii sasa usimame imara, na kama huenda hukuwahi kuwa Mkristo na huenda hoja hii ilichangia kusitisha maamuzi yako sasa fungua moyo wako umpokee Yesu.

Biblia inamaliza kwa kusema:

Yeremia 2:25: Zuia mguu wako usikose kiatu......

Mungu awabariki sana.

Ni mimi Max Shimba, mtumwa wa Yesu Kristo, Mungu Mkuu. For Max Shimba Ministries Org,

Kusali na Viatu Msikitini. Juzuu ya 1, Sehemu ya Kumi na Mbili, Uthibitisho wa 1, Nukuu: Toleo la Tovuti ya Max Shimba Ministries, Mwaka *2016, March 18, Max Shimba Ministries*

SEHEMU YA KUMI NA TATU- UTATA WA SAYANSI KUHUSU KUTUA KWA JUA KWENYE QURAN

Je, Jua linatua kwenye chemchem ya maji yenye tope?

Ili kumpima Allah kama kweli aliumba kila kitu, leo tutamia Sayansi na tuone kama atapasi "Litmus Test". Maana ni rahisi sana kujua kama Uislam ni dini ya Mwenyezi Mungu au ulitengenezwa tu na Muhammad.

SOMA:

Surat Al Kahf 18:86 inasema kuwa jua huzama kwenye chemchemi ya maji yenye tope. Unadhani hii ni sahihi. Jua lina joto la zaidi ya nyuzijoto 6000 kwenye uso wake. Lakini maji yakifika nyuzijoto 100 yanageuka mvuke. Je, maji yanayotajwa kwenye surat Al Kahf ni maji gani? Unadhani ni Mungu aliyeumba jua na maji ndiye anayesema haya?

http://www.quranitukufu.net/018.html

SASA MUHAMMAD NA YEYE ANASEMA KUWA JUA LINAZAMA KWENYE CHEMCHEM YA MATOPE

Dhu al-Qarnaiyn [Zul Qarnain] "alishuhudia kuzama kwa jua kwenye sehemu yake ya kupumzikia kwenye bwawa lenye ute mweusi na wenye harufu mbaya sana." al-Tabari juzuu ya 5 uk.173-174 (Tazama Sura 18:82-97).

Katika Al Tabari hapo juu tumesoma kuwa jua hupumzika kwenye bwawa lenye ute mweusi. Unadhani hii ni sahihi. Jua lina joto la zaidi ya nyuzijoto 6000 kwenye uso wake. Lakini maji yakifika nyuzijoto 100 yanageuka mvuke. Je, maji yanayotajwa na Muhamamd kwenye hadith hii ni maji gani? Unadhani ni Mtume wa Mwenyezi Mungu aliyeumba jua na maji ndiye anayesema haya?

MUHAMMAD ANASEMA KUWA ETI JUA LINAPOROMOKA TOKA KITI CHA ENZI MPAKA KWENYE BAHARI.

"[Muhammad] Aliendelea. Wakati jua linachomoza, linainuka juu ya kibandawazi (kinachokokotwa na farasi) toka kwenye moja ya chemchemi hizo likiwa pamoja na malaika 360 .... Wakati Mungu anataka kuvijaribu jua na mwezi, ili kuwaonyesha watumishi wake ishara na kwa njia hiyo kuwataka waache kutokumtii Yeye na kuanza kutii, jua huporomoka ghafla toka kwenye kibandawazi na kuanguka kwenye kina cha bahari, ambacho ni cha mduara.

Wakati Mungu anataka kuongeza umuhimu wa ishara kuwatisha zaidi watumishi wake, jua lote hunguka, na hapawi na sehemu yake yoyote inayobaki kwenye kibandawazi. Huko ndiko kupatwa kukamilifu kwa jua, wakati ambapo mchana hujiwa na giza na nyota hutokeza." al-Tabari juzuu ya1 uk.236.

Tunaendela na kumuumbua Allah na Muhammad: Kwenye hadith hapo juu, Muhammad anasema kuwa Jua linakokotwa na Farasi. (i) Jua lina kipenyo cha (radius of the sun is) 432,450 miles (696,000 kilometers) na ukubwa wa 1.4 x 1027 cubic meters. Ikimaanisha kuwa ni sawa na dunia milioni moja na nukta tatu (About 1.3 million Earths could fit inside the sun.). Uzito wa jua ni sawa 1.989 x 10 kipeo cha 30. [Nisawa na uzito wa dunia mara 333,000]

(ii)Lakini Allah anadai eti hilo Jua lenye huo uzito na huo ukubwa linabebwa na farasi. Zaidi ya hapo, joto la jua peke yake litawaunguza hao Farasi na kuwa masizi.

(iii) Allah anaendelea kudai kuwa Jua hilo lina anguka kwenye kina cha Bahari. Hivi jua lenye ukubwa mara milioni moja nukta tatu zaidi ya dunia, linawezaje kuingia kwenye kina cha bahari ambayo ni sehemu tu ya dunia?

Ndugu msomaji, je, wewe bado unaendelea kumfuata huyu Allah amabye hajui hata sayansi ya kawaida tu?

Muislam anasema eti, Allah kaumba kila kitu, huku akishindwa vibaya sana sayansi ya kawaida tu, tena ya darasa la Tano. HUU NI MSIBA MKUBWA SANA KWA WAISLAMU NA MUHAMMAD WAO.

ALLAH HAJUI SAYANSI NA HIVYO BASI HAWEZI KUWA MWENYEZI MUNGU ALIYE UMBA KILA KITU.

Max Shimba, mtumwa wa Yesu Kristo, Mungu Mkuu.

Max Shimba Ministries Org.

Kutua kwa Jua. Juzuu ya 1, Sehemu ya Kumi na Tatu, Uthibitisho wa 1, Nukuu: Toleo la Tovuti ya Max Shimba Ministries, Mwaka *2011, Max Shimba Ministries*

Je, Dunia ni tambarare?

ALLAH ANASEMA KUWA DUNIA NI KAMA ZULIA, KUMBE ALLAH HAKUUMBA DUNIA

Elewa kuwa namba za aya zinatofautiana kwenye matoleo tofauti ya Kurani. Namba hizi za aya zifuatazo zimetolewa kwenye (toleo lililorekebishwa la) Yusuf 'Ali. Nimesahihisha matumizi ya herufi kubwa.

ETI DUNIA IPO KAMA ZULIA:

Sura 20:53 "Yeye aliyeiumba dunia kwa ajili yako kama zulia ameisambaza"
VIOJA VINAANZA, ALLAH KAUMBA DUNIA KAMA ZULIA 'CARPET'
Sura 50:7 "Na dunia – tumeisambaza 4946, na tumeweka milima juu yake ..."
Rejeo la Yusuf 'Ali la 4946 chini ya ukurasa linasema, "Linganisha xiii. 3; na xv. 19 na rejeo la 1955.

Sura 67:15 "Ni Yeye aliyeifanya dunia iweze kuthibitiwa 5571…" Tafsiri nyingine zinatumia neno "usawa." Rejeo la 5571 la Yusuf Ali chini ya ukurasa linasema, "Zalul inatumiwa kwenye ii.71 kwa mnyama aliyefunzwa na anayeweza kuthibitiwa: hapa linatumika kuielezea dunia, na nimelitafsiri kama 'inayoweza kuthibitiwa'…."

ETI MWEZI UNATOA MWANGA

Sura 71:15 "'Je hamuoni jinsi Allah alivyoumba mbingu saba moja juu ya nyingine 'NA ALIUMBA MWEZI UWE MWANGA KATI YAO, na aliumba jua liwe taa ing'aayo? "Hata kama ikichuliwa kuwa hii ni lugha ya kufananisha, hakuna kitu chochote chenye kuashiria mafundisho ya kisasa ya unajimu.

ETI MWEZI UNATOA MWANGA KWENYE AYA HAPO JUU YA SURA 71 AYA 15. HUU NI MSIBA.

DUNIA NI ZULIA, ASTAGHAFURILLAH.

Sura 71:19 "'Na Allah aliiumba dunia kwa ajili yako kama zulia (lililosambazwa),5718…" Rejeo la 5718 la Yusuf 'Ali chini ya ukurasa linasema, "linganisha xx 53.

Sura 78:6-7 "Sisi [Allah] je hatujaumba dunia pana kama eneo kubwa wazi 5890, na milima kama vigingi?" Rejeo la 5890 la Yusuf 'Ali chini ya ukurasa linasema, Tazama rejeo la 2038 hadi xvi. 15. Linganisha pia xiii. 3 na xv. 19. Eneo kubwa wazi lenye nafasi pana linaweza kulinganishwa na zulia, ambalo milima ni kama vigingi

Zul-Karnain kwenye Sura ya 18 na Sayansi ya Unajimu Sura 18:85-86 "Njia (mojawapo) ambayo [Zul-qarnain] aliifuata, hadi, wakati alipofika machweo ya jua, alikuta linazama kwenye chemchemi ya maji meusi na machafu: karibu na sehemu hiyo aliwakuta watu: Sisi [Allah] alisema: 'Oh Zul-qarnain! (Wewe unayo mamlaka) ama kuwaadhibu ama kuwatendea wema." Neno "Murky" limetafsiriwa pia kama chemchemi ya maji "nyeusi" na yenye "udongo." Msemo "chemchemi ya . . . maji" pia imetafsiriwa kama "chemchemi.". M. H. Skahir ameitafsiri kuwa "bahari nyeusi."

Sura 18:89-90 "Kisha [Zul-qarnain] aliifuata njia (nyingine), hadi alipofika kwenye mawio ya jua, alilikuta likichomoza juu ya watu ambao hatukuwapa kitu chochote cha kujikinga dhidi ya jua."

Watoa maelezo wa Kiislam wanatofautiana juu ya Zul-qarnain (mtu wa pembe mbili) kuwa ni nani hasa. Wengine wanafikiri kuwa ni Alexander Mkuu, wengine wanafikiri ni Cyrus wa Uajemi, na wengine wanafikiri kuwa ni mfalme wa Yemeni. Hata hivyo haijalishi. Vyovyote itakavyokuwa, Zul-qarnain aliweza kwenda mahali halisi ambako jua linachomozea. Jambo hili linathibitisha maoni ya Kurani kuwa dunia ina umbo bapa. Kitu muhimu zaidi ni kuwa alikwenda mahali jua linapozamia, na akakuta kuwa linazama kwenye chemchemi nyeusi na yenye matope.

Ukiwauliza wanajimu endapo jua linazama kwenye chemchemi yenye matope watakwambia "hapana.'

Hitimisho: Kurani inafundisha mambo yafuatayo:

Dunia ina umbo bapa, imeenea kama zulia na imefungwa kuwa bapa kwa vigingi ambavyo ni milima

Dunia ina njia yake ambayo imewekewa mipaka wakati wa mchana, kisha huzama kwenye chemchemi nyeusi na yenye matope wakati wa usiku na huenda kwenye kiti cha enzi cha Allah.

Baadaye jua huchomoza kutoka kwenye sehemu moja maalum Ukiachia nyota (sayari) tano "zenye kwenda nyuma",

nyota zimening'inizwa kama taa

Muhammad aliwafundisha Waislam wa mwanzo jambo hili kama ukweli halisi, siyo sitiari au mlinganisho.

ALLAH AMESHINDWA KUTUTHIBITISHIA KUWA ALIUMBA DUNIA ZAIDI YA KUONYESHA KUWA HAJUI DUNIA INA UMBO GANI.

Kumbe Allah hakuumba dunia.

Ni mimi Max Shimba mtumwa wa Yesu Kristo, Mungu Mkuu.

Dunia ni Tambarare. Juzuu ya 1, Sehemu ya Kumi na Tatu, Uthibitisho wa 2, Nukuu: Toleo la Tovuti ya Max Shimba Ministries, Mwaka *2011, Max Shimba Ministries*

Je, ni kweli dunia ina Mashariki mbili na Magharibi mbili?

AIBU YA MWAKA KWA MUHAMMAD NA ALLAH

ALLAH ANADAI ETI DUNIA INA MASHARIKI MBILI NA MAGHARIBI MBILI?

Je, nikweli Dunia tunayo ishi ina mashariki mbili na magharibi Mbili, au ni UKOSEFU WA ELIMU?

Tuanze kusoma aya kutoka Quran inayodai hivyo:

Sura Ar-Rahman, Ayah 17-Mola Mlezi wa mashariki mbili na wa magharibi mbili.

HAYA TUTAZAME SAYANSI YA DUNIA INASEMA NINI KUHUSU MIELEKEO YA DUNIA

Mashariki ni wapi?

Mashariki ni moja kati ya mielekeo minne mikuu ya dira. Mwelekeo wake ni upande jua linapochomoza asubuhi.

Jina "mashariki" limetokana na neno la Kiarabu مشرق mashriq linalomaanisha "mahali jua linapokucha".

Mashariki kawaida huwa upande wa kulia kwenye ramani.

Magharibi ni wapi?

Magharibi ni moja kati ya mielekeo minne mikuu ya dira. Mwelekeo wake ni upande wa machweo ya jua.

Magahribi ni pia neno la kutaja saa ya sala ya jioni ya Waislamu na sala hii yenyewe.

Jina "magharibi" limetokana na neno la Kiarabu مَغْرِب maghrib linalomaanisha sehemu upande wa machweo.

Magharibi kawaida huwa upande wa kushoto kwenye ramani.

DIRA NI NINI?

Dira ni kifaa cha kutambua mwelekeo. Ni chombo muhimu kwa kutafuta njia baharini au kwenye ardhi pasipo na alama zinazoonekana kama vile jangwani.

Dira huwa na mielekeo mikuu 4 ambayo ni Kaskazini, Mashariki, Kusini na Magharibi.

Mielekeo ya kati hutajwa kama kaskazini-mashariki / kaskazini-magharibi na kusini-mashariki / kusini-magharibi (kwa Kiingereza Northeast NE/ Northwest NW na Southeast SE/ Southwest SW).

Inawezekana kutaja mieleko makini zaidi kwa mfano Kusini-kusini-magharibi (South-south-west SSW) au Magharibi-kusini-magharibi (west-south-west WSW).

-Sura Al-Ma'arij, Ayah 40-Basi naapa kwa Mola Mlezi wa mashariki zote na magharibi zote kwamba Sisi tunaweza.

Hapa Muhammad ambaye sie msemaji wa Quran anapingana na madai yake ya kwanza kuwa kuna Sura Ar-Rahman, Ayah 17-Mola Mlezi wa mashariki mbili na wa magharibi mbili.

Mbali na pande hizi nne, kunazo pande nyingine.

Tazama dira ifuatayo, pande a - h hutamkwa vifuatavyo;

1) Kaskazini

2) Kaskazini kaskazini mashariki

3) Kaskazini mashariki

4) Mashariki kaskizini mashariki

5) Mashariki

6) Mashariki kusini mashariki

7) Kusini mashariki

8) Kusini kusini mashariki

9) Kusini

10) Kusini kusini magharibi

11) Kusini magharibi

12) Magharibi kusini magharibi

13) Magharibi

14) Magharibi kaskazini magharibi

15) Kaskazini magharibi

16) Kaskazini kaskazini magharibi

Ili kukumbuka kwa urahisi dhania kuwa unasema,

"Kaskazini ya kaskazini mashariki kaskazini ya kaskazini mashariki n.k"

Jua huchomoza upande wa mashariki na hutua/huzama upande wa magharibi.

Jua linapochomoza twasema Kumekucha au Kumepambazuka au mawio.

Ni vizuri kuelewa uhusiano wa upande wa jua, wakati na upande wa kivuli k.v: Asubuhi Jua huwa upande wa mashariki. Kivuli huwa upande wa magharibi.

Alasiri Jua huwa upande wa magharibi. Kivuli huwa upande wa mashariki.

Jua linapotua au linapozama husemwa kumekuchwa au kumekutwa. Wakati huo ni machweo au machwa au magharibi.

Kaskazini ndio utosi wa dira. Yaani dira huanzia Kaskazini.

Jina jingine la Kaskazini ni Shimali au Shemali na Matlahi ni jina lingine la Mashariki.

Jua huwa mkabala na kivuli, yaani iwapo jua li kusini, kivuli kitakuwa kaskazini.

ZOEZI A

a) Asubuhi moja nikielekea shuleni, kivuli changu kilikuwa mbele yangu.

Je, shule ilikuwa upande upi? __________

Nyumbani kwangu kulikuwa upande upi?_______

b) Jioni moja nikitoka machungani, kivuli changu kilikuwa upande wangu wa kulia, Je nilikuwa nikielekea upande upi?

c) Juma anaishi kusini mashariki ya Fatuma. Kwa hivyo Fatuma anaishi upande gani wa Juma?

d) Jua huzama upande upi?

ZOEZI B

a) Ni upande upi unaopatikana katikati ya kusini na magharibi?

b) Ni upande upi ulio katikati ya magharibi na mashariki?

c) Ni upande upi ulio katikati ya kaskazini mashariki na kaskazini?

d) Ni upande upi unaopatikana katikati ya kusini magharibi na magharibi?

e) Ni upande upi unaopatikana katikati ya kaskazini na mashariki?

NDIO MAANA NAENDELEA KUSEMA ALLAH SIO MUNGU.

Shalom,

Dr. Max Shimba mtumwa wa Yesu Kristo Mungu Mkuu 2:13

Eti dunia ina Mashariki na Mgharibi mbili. Juzuu ya 1, Sehemu ya Kumi na Tatu, Uthibitisho wa 3, Nukuu: Toleo la Tovuti ya Max Shimba Ministries, Mwaka *2011, Max Shimba Ministries*

ALLAH AMECHAKACHUWA KUHUSU SAYANSI NA UUMBAJI?

1. Kurani iliitarajia sayansi ya kisasa: Jua na mwezi ziko kwenye mkondo na huzunguka kwenye mhimili wao (Sura 21:33; 36:27-40). Kurani pia inafundusha nadharia ya mlipuko mkubwa uliosababisha kuumbwa kwa dunia (Sura 21:30; Sura 51:47,48). Neno la Kiarabu falak linamaanisha "mkondo." Wanajimu wanatuambia kuwa jua huzunguka kwenye kitovu cha kundi la nyota kila baada ya miaka karibu milioni 250. Neno la Kiarabu yasbahuna (linatokana na sabaha) linamaanisha kuzunguka mkondo wake.

1 Itikio: Jambo hili ni ndoto za mchana kwa sababu mbili. 1) Maneno hayako bayana: falak ni neno la Kiarabu lenye kumaanisha njia, kuendelea kwenye mkondo, na yasbahuna inaweza kumaanisha kuharakisha, ingawa maana yake ya moja kwa moja zaidi ni kuogelea. 2) Muhammad alituambia wazi kabisa maana yake, na inamaanisha kuwa jua na mwezi vinasafiri juu ya dunia, vikiwa vimepanda kibandawazi kwenye anga la dunia.

Tena, kuna vyanzo viwili vya maneno aliyosema Muhammad.

"Mungu aliumba bahari iliyo fasrakh tatu (kilomita 18) toka mbingni. Mawingu yamethibitiwa, inasimama angani kwa amri ya Mungu. Hakuna tone lake lolote linalomwagika. Bahari zote hazitembei, lakini bahari hutembea kwa mwendokasi wa mshale. Inao uhuru wa kutembea angani kwa uwiano sawa, kana kwamba ni kamba iliyovutwa kwenye eneo kati ya mashariki na magharibi. Jua, mwezi, na nyota zinazorudi nyuma [sayari 5] zinakimbia kwenye kilindi cha tumbo lake. Hivi ndivyo neno la Mungu (linavyomaanisha): 'KIla kimojawapo huogelea angani.' 'Anga' ni mzunguko wa magari yanayokokotwa na farasi kwenye kilindi cha tumbo la hiyo bahari." al-Tabari juzuu ya 1, uk.235.

Abu Dhar alisimulia: Nabii aliniuliza jioni moja, 'Unajua mahali jua linakokwenda (wakati linapozama)?" Nilimjibu, "Allah na Mtume wake wanafahamu hilo vizuri zaidi." Aliniambia, "Linakwenda (yaani linasafiri) hadi linasujudu chini ya kiti cha enzi, na linapata ruhusa ya kuchomoza tena, na linaruhusiwa na kisha (muda utakuja wakati ambapo) litakuwa linataka kusujudu lakini kusujudu kwake hakutakubaliwa…" Bukhari juzuu ya 4 kitabu cha 54 sura ya 4 na.441, uk.283. Sahih Muslim juzuu ya 1 kitabu cha 1 sura ya 73 na.297-300, uk.95-96 pia lina maelezo ya kina ya maongezi ya Muhammad na Abu Dharr.

2. Kurani inauelezea mhimili wa jua karibu na kitovu cha kundi letu la nyota

2 Itikio: Jua halina mhimili wake peke yake kwenye kundi letu la nyota. Kama Kurani ilikuwa inajaribu kufundisha sayansi ya kisasa, ingepaswa kusema kuwa jua, mwezi, dunia, na nyota zinazorudi nyuma (sayari) zinazunguka pamoja kwenye mhimili mmoja.

Tena, tunafahamu kabisa kitu ambacho Muhammad alikimaanisha, kwa sababu alituambia, kama Bukhari juzuu ya 4 kitabu cha 54 sura ya 4 na.441, uk.283 na al-Tabari juzuu ya 1, uk.235 ilivyorekodi.

3. Sehemu ya kupumzikia jua inamaanisha kuwa linaangaza kwenye upande mwingine wa dunia

Tena, tunafahamu kabisa kitu ambacho Muhammad alimaanisha, kwa sababu alituambia kama Bukhari juzuu ya 4 kitabu cha 54 sura ya 4 na.441, uk.283 na al-Tabari juzuu ya 1, uk.235 ilivyorekodi.

4. Sehemu ya jua kupumzikia inamaanisha uharibifu mkamilifu wa jua

4 Itiko: Mtu wa kawaida anayesoma hili, kwenye lugha yoyote ile, anaweza kufikiri kuwa inaongelea mzunguko wa vipindi, sio uharibifu mkamilifu.

5. Lugha ya ufananisho: Jua, mwezi, na sayari huweka alama ya njia angani. Aya hizi hazikuwa na lengo la kuunga mkono au kupinga sayansi ya kisasa, bali zilikuwa ni maelezo ya kishairi zikisema tu kwamba Allah alihusika na vitu ambavyo watu walikuwa wakiviona.

5 Itikio: Mtazamo huu ungeweza kuwa sahihi isingekuwa maneno ambayo Bukhari na al-Tabari wameandika kuwa Muhammad aliyasema. Kama Bukhari na al-Tabari walikosea kuhusiana na hili, basi kuna kigezo gani cha kusema kuwa walikuwa sahihi kwa jambo lolote.

Ndio maana nasema kuwa Allah sio Yehova Mwenyezi Mungu aliye umba kila kitu.

Allah kachakachuwa kuhusu uumbaji.

Ni mimi Max Shimba mtumwa wa Yesu Kristo, Mungu Mkuu.

Utata kuhusu jua na dunia. Juzuu ya 1, Sehemu ya Kumi na Tatu, Uthibitisho wa 4, Nukuu: Toleo la Tovuti ya Max Shimba Ministries, Mwaka *2011, Max Shimba Ministries*

SEHEMU YA KUMI NA NNE- ALLA HAJUI MALAIKA WANA MABAWA MANGAPI?

Malaika ana mabawa ngapi?

Quran inadai kuwa Mwenyezi Mungu amewaumba Malaika kuwa na mbawa hadi nne, na si zaidi ya hayo:

Sifa njema zote ni za ALLAH, Muumba wa mbingu na ardhi, ambaye amewaajiri Malaika kuwa Mitume wenye mbawa, mbili, tatu, na nne (mathna wa thulatha wa rubaAAa). ANAongeza katika uumbaji WAKE apendavyo; kwani ALLAH ni Muweza wa kila kitu. S. 35:1 Sher Ali

Usemi wa Kiarabu wa "mbili, tatu, na nne" unafanana na ule unaotajwa katika Sura 4:3:

Na ikiwa mnaogopa kuwa hamtofanya uadilifu kwa mayatima, basi oeni mnaowapenda wanawake wawili, watatu na wanne (mathna wa thulatha wa rubaAAa); Na mkiogopa kuwa hamtafanya uadilifu, basi (oeni) mmoja tu au iliyomilikiwa na mikono yenu ya kulia. hili linafaa zaidi, ili usije ukakengeuka kutoka kwenye njia iliyo sawa. S. 4:3

Hakuna Mwislamu anayekataa kwamba kifungu hiki kinaweka ukomo wa idadi ya wake ambao mwanamume anaweza kuwa nao kwa wakati wowote kuwa wanne, isipokuwa kwamba mtu huyo anaweza kuwatendea haki. Kwa kuzingatia hili, uthabiti unadai kwamba mtu aelewe Sura 35:1 kwa njia sawa, kwamba malaika hawana zaidi ya mbawa nne.

Hata hivyo, kwa kutoa madai haya, Quran inapingana na Biblia Takatifu kuhusu suala hili kwa vile kuna malaika ambao kwa hakika wana mbawa sita:

"Katika mwaka ule aliokufa mfalme Uzia, nalimwona Bwana ameketi katika kiti cha enzi, kilicho juu sana na kuinuliwa, na pindo zake zikalijaza hekalu. Juu yake walisimama maserafi; kila mmoja alikuwa na mbawa sita; kwa mawili alifunika uso wake, na kwa mawili alifunika miguu yake, na kwa mawili akaruka.Na mmoja akaita kwa mwenzake, na kusema, Mtakatifu, Mtakatifu, Mtakatifu, ni BWANA wa majeshi; dunia yote imejaa utukufu wake.' Misingi ya vizingiti ikatikisika. kwa sauti yake aliyeita, na nyumba ikajaa moshi, nikasema, Ole wangu, kwa maana nimepotea, kwa maana mimi ni mtu mwenye midomo michafu, nami ninakaa kati ya watu wasio safi. midomo, kwa maana macho yangu yamemwona Mfalme, BWANA wa majeshi!' Ndipo mmoja wa hao maserafi akaruka kwangu, mwenye kaa la moto mkononi mwake, alilolitwaa kwa koleo juu ya madhabahu." Akanigusa kinywa changu na kusema. : Tazama, hili limekugusa midomo yako, na hatia yako imeondolewa, na dhambi yako imesamehewa."— Isaya 6:1-7

Zaidi ya hayo, zile zinazoitwa riwaya za sauti pia zinapingana na Quran katika nukta hii kwani ahadith inasema kwamba Jibril ana mbawa mia sita!

Imepokewa kutoka kwa Abu Ishaq-Ash-Shaibani:

Nilimuuliza Zir bin Hubaish kuhusiana na Kauli ya Mwenyezi Mungu: "Na alikuwa yuko mbali zaidi ya urefu wa pinde mbili au karibu zaidi, ndivyo

(Mwenyezi Mungu) alifikisha Wahyi kwa mja wake (Jibril) kisha akafikisha (Jibriyl). (hiyo kwa Muhammad). (53.9-10) Kwa hayo, Zir akasema, "Ibn Mas'ud alitufahamisha kwamba Mtume amemuona Jibril akiwa na mbawa 600." (Sahih al-Bukhari, Juzuu ya 4, Kitabu cha 54, Namba 455)

Amesimulia Abdullah:

Kuhusiana na Aya: 'Na alikuwa katika umbali wa pinde mbili tu au (hata) karibu zaidi; Vivyo hivyo (Mwenyezi Mungu) alifikisha Wahyi kwa mja wake (Jibril) na kisha (Jibril) akaifikisha (hiyo kwa Muhammad…)' (53:9-10). Ibn Mas'ud ametuhadithia kwamba Mtume alimuona Jibril akiwa na mbawa mia sita. (Sahih al-Bukhari, Juzuu ya 6, Kitabu cha 60, Namba 379)

Na alikuwa mbali ila pinde mbili au karibu zaidi. Vivyo hivyo Mwenyezi Mungu alifikisha Wahyi kwa mja wake (Jibril) kisha (Jibril) akamfikisha kwa Muhammad." (53.10) Akasema: "Abdullah (bin Mas'ud) alitufahamisha kwamba Muhammad amemuona Jibril mwenye mbawa mia sita. " (Sahih al-Bukhari, Juzuu ya 6, Kitabu cha 60, Namba 380)

Na:

(Toleo moja linasema:) Katika Mti wa Loti wa Kikomo cha Mbali kabisa Mtume alimuona Gibril (katika umbo lake la kimalaika): Alikuwa na mbawa mia sita. Kila bawa moja lingeweza kufunika anga nzima. Mapambo kutoka kwa mbawa zake yalitapakaa kila upande, kama vile lulu adimu na yakuti aina ya Mwenyezi Mungu peke yake ndiye Ajuaye… ya Al-Sham, Maono ya Mwenyezi Mungu, Al-Sayyid Muhammad Ibn 'Alawi al-Maliki, tafsiri na maelezo ya Dr. Gibril Fouad Haddad [As-Sunna Foundation of America 1999], p.85)

Kulingana na Aisha hii ilitokea kuwa moja ya nyakati ambazo Muhammad aliona umbo halisi la Gabrieli:

Amesimulia Masruq:

Nikamwambia Aisha, "Ewe Mama! Je, Mtume Muhammad alimuona Mola wake?" Aisha akasema, "Hayo uliyosema yanafanya nywele zangu kusimama! Jua kwamba mtu akikuambia moja ya mambo matatu yafuatayo, yeye ni mwongo: Yeyote anayekuambia kuwa Muhammad alimuona Mola wake, ni mwongo." Kisha Aisha akasoma Aya:

'Hakuna maono yanayoweza kumshika, lakini uwezo wake uko juu ya maono yote. Yeye ndiye Mjuzi wa kila kitu." (6.103) "Haiwi kwa mwanaadamu kusema naye Mwenyezi Mungu ila kwa wahyi au nyuma ya pazia." (42.51) 'Aisha akasema: Na anayekwambieni kuwa Mtume anajua yatakayotokea kesho, basi huyo ni muongo." Kisha akasoma:

'Hakuna nafsi inayoweza kujua itachuma nini kesho.' (31.34) Akaongeza: Na anaye kuambieni kwamba ameficha baadhi ya maamrisho ya Mwenyezi Mungu, ni mwongo. Kisha akasoma: 'Ewe Mtume! Tangaza (ujumbe) ulio teremshwa kwako kutoka kwa Mola wako Mlezi.' (5.67) 'Aisha aliongeza. "Lakini Mtume alimuona Jibril katika sura yake ya kweli mara mbili." (Sahih al-Bukhari, Juzuu ya 6, Kitabu cha 60, Namba 378)

Amesimulia Aisha:

Yeyote aliyedai kuwa (Mtume) Muhammad alimuona Mola wake Mlezi, anafanya kosa kubwa, kwani alimuona Jibril katika umbo lake halisi AMBALO ALIUMBWA NDANI YAKE akifunika upeo wa macho yote. (Sahih al-Bukhari, Juzuu ya 4, Kitabu cha 54, Namba 457)

Amesimulia Masruq:

Nilimuuliza Aisha "Vipi kuhusu Kauli Yake:-- "Kisha akakaribia (Jibril) na akakaribia, Na alikuwa mbali ya urefu wa pinde mbili au (hata) karibu zaidi?" (53:8-9) Akajibu, "Ni alikuwa Jibril ambaye alikuwa akija kwa Mtume katika sura ya mtu, lakini katika tukio hilo, alikuja katika sura yake halisi na halisi na (alikuwa mkubwa sana) kiasi kwamba alifunika upeo wa macho wote." (Sahih Al-Bukhari, Buku la 4, Kitabu cha 54, Nambari 458)

Hatimaye:

Riwaya ya al-Tirmidhiy kutoka kwa al-Sha'bi inataja misimamo miwili katika muktadha:

Ibn 'Abbas alikutana na Ka'b [al-Ahbar] huko 'Arafa na akamuuliza kuhusu jambo fulani, hapo Ka'b akaanza kumpigia kelele Allahu Akbar! Mpaka milima ikamjibu. Ibn 'Abbas akasema: "Sisi ni Bani Hashim! Ka'b akasema: "Mwenyezi Mungu amegawanya maono Yake na hotuba Yake kati ya Muhammad na Musa. Musa alizungumza Naye mara mbili na Muhammad alimuona mara mbili. Masruq akasema: "Baadaye nilikwenda kwa 'Aisha na kumuuliza: 'Je, Muhammad alimuona Mola wake?' Akajibu: 'Umesema jambo ambalo linazifanya nywele zangu kusimama.' Nikasema: 'Usikimbilie!' akasoma [aya zinazohitimisha kwa] Aya hiyo <Hakika aliona mojawapo ya Ishara kubwa zaidi za Mola wake Mlezi> (53:18) Akasema: "Hii inakupeleka wapi? Mola wake Mlezi, au akaficha aliyo amrishwa, au alijua yale matano aliyoyataja Mwenyezi Mungu. Hakika Mwenyezi Mungu iko kwake ujuzi wa Saa ya Kiyama, huteremsha mvua [na anayajua yaliyomo matumboni. Hakuna nafsi inayojua itachuma nini kesho, na nafsi yoyote haijui itafia katika ardhi gani, hakika Mwenyezi Mungu ni Mjuzi, Mjuzi]> (31:34) – amesema uwongo mkubwa, bali alimwona Gibril ambaye hakuona katika UMBO LAKE HALISI isipokuwa mara mbili: mara moja kwenye Mti wa Loti wa Mpaka wa Mbali (sidra al-muntaha) na mara moja huko Jiyad [huko Makka], AKIWA NA MABAWA YAKE MIA SITA, alikuwa ameijaza anga." (I Mafundisho na Imani za slamic: Juzuu ya 1: Manabii katika Barzakh, Hadith ya Isra' na Mir'aj, Sifa Kubwa za Al-Sham, Maono ya Mwenyezi Mungu, uk.147-148; msisitizo wa mtaji ni wetu)

Sasa wengine wanajaribu kulifanyia kazi hili kwa kusema kwamba maandishi ya Sura 35:1 haimaanishi kwamba malaika wana mbawa mbili, tatu au nne, lakini kwamba Mwenyezi Mungu huteremsha makundi ya Malaika wakiwemo wawili, watatu au wanne. Kwa maneno mengine, kifungu hiki kinarejelea idadi ya malaika ambao wanatumwa pamoja. Tafsiri hii, ikiwa ni sahihi, inapingana na aya zifuatazo:

Ulipo waambia Waumini: Je, haikutoshi kuwa Mola wako akusaidieni kwa Malaika elfu tatu walio teremshwa? Ndiyo! Mkisubiri na mkawa macho, na wakakujieni kwa mwendo wa haraka, Mola wenu Mlezi atakusaidieni kwa Malaika elfu tano waharibifu. S. 3:124-125 Shakiri

Mlipomwomba msaada Mola wenu Mlezi, naye akakuitikieni (akawaambia): Mimi nitakusaidieni kwa Malaika elfu safu safu. S. 8:9 Pickthall

Kwa hakika sisi hatufahamu kwamba kuna sehemu hata moja ndani ya Quran inayozungumzia tukio ambalo Malaika walioteremshwa na Mwenyezi Mungu wanasemekana kuwa ni wawili, watatu au wanne. Kawaida idadi yao bado haijabainishwa. Wakati pekee tunasoma juu ya malaika wawili pamoja ni hadithi ya Harut na Marut. Kwa upande mwingine, aya zilizo hapo juu zinataja nambari ambazo ni za juu zaidi.

Bado, wengine hujaribu kupata werevu na kudai kwamba mstari wa mwisho wa mstari unafafanua maana ya maandishi:

Sifa njema zote ni za MWENYEZI MUNGU, Muumba wa mbingu na ardhi, na mwenye kuweka katika Malaika kuwa wajumbe wenye mbawa - mbili, tatu, na nne (mabawa). Huongeza kuumba apendavyo. MUNGU ni muweza wa yote. Khalifa

Imependekezwa kuwa sehemu ya mwisho inaonyesha kwamba Mwenyezi Mungu anaweza kuzidisha mbawa za Malaika akitaka.

Tatizo la madai haya ni kwamba inakubalika kuwa mstari huu kwa hakika unastahiki yale yaliyotangulia kuhusu Malaika, kinyume na kusema tu kwamba Mwenyezi Mungu anaweza kuongeza zaidi katika uumbaji wake kwa kadri atakavyoona inafaa, kwani maandishi yanamtaja Mwenyezi Mungu kuwa ndiye mwanzilishi. wa mbingu na ardhi. Kwa kuzingatia hili, mtu anaweza kudhania kuwa Mwenyezi Mungu huongeza uumbaji wake sio kwa mbawa za malaika, lakini kuhusiana na kuongezeka kwa wanadamu, wanyama, mimea, kuundwa kwa nyota na kadhalika. Tafsiri hii ina maana kamili katika mwanga. ya kile kinachofuata mara baada ya:

Enyi wanaume! Kumbuka neema ya Mungu kwako! Je! yuko muumba asiye kuwa Mwenyezi Mungu ili akupeni riziki kutoka mbinguni na ardhini? Hapana mungu ila Yeye, basi vipi mnapotoshwa na Haki? ... Mwenyezi Mungu ndiye anaye zituma pepo zikayainua mawingu, na tukayapeleka kwenye ardhi iliyo kufa, na kwa hayo tukaihuisha ardhi baada ya kufa kwake. Mtu akitafuta utukufu na nguvu, utukufu na nguvu zote ni vya Mungu. Kwake Yeye humpandisha (yote) Maneno matakatifu. Yeye ndiye anaye tukuza kila jambo la Uadilifu. Wanao panga vitimbi watapata adhabu kali. na vitimbi hivyo vitabatilika. Na Mwenyezi Mungu amekuumbeni kwa udongo. kisha kutoka kwa tone la manii; kisha akakufanyeni wawiliwawili. Na mwanamke hachukui mimba wala hajitwiki ila kwa ujuzi Wake. Wala mtu hakawiwi siku nyingi, wala haikatikiwi sehemu katika maisha yake, bali iko katika amri. Haya yote ni rahisi kwa Mungu. Wala haziwi mbili maji yanayotiririka, kimoja kitamu, kitamu, kinapendeza kunywa, na kingine ni chumvi na chungu. Na katika kila (aina ya maji) mnakula nyama mbichi na laini, na mnachomoa mapambo ya kuvaa. na unaziona merikebu humo zikipuliza mawimbi ili mtafute fadhila za Mwenyezi Mungu ili mpate kushukuru. Anauingiza Usiku katika Mchana, na anauingiza Mchana katika Usiku, na amelitiisha jua na mwezi (kwa Sheria yake) na kila kimoja kinakwenda kwa muda maalumu. Huyo ndiye Mungu Mola wenu Mlezi. Ufalme wote ni wake. Na hao mnao waomba badala yake hawana uwezo hata kidogo. S. 35:3, 9-13 Y. Ali

Huoni kwamba Mwenyezi Mungu ameteremsha mvua kutoka mbinguni? Kwa hayo tunatoa mazao ya rangi mbali mbali. Na katika milima kuna njia nyeupe na nyekundu, za vivuli mbalimbali vya rangi, na nyeusi kali katika hue. Na miongoni mwa watu na wanyama watambaao na mifugo wana rangi mbalimbali. Hakika wanao mcha Mwenyezi Mungu miongoni mwa waja wake ni wenye ilimu. Hakika Mwenyezi Mungu ni Mwenye nguvu, Mwenye kusamehe. S. 35:27-28 Y. Ali

Baada ya yote, kuna tofauti kati ya uumbaji na kiumbe. Msemo hausemi: Anawaongezea kiumbe/viumbe wake chochote apendacho, yaani kuweka mbawa zaidi juu yao baadae (baada ya kuumbwa), bali ina maana kwamba anaweza kuongeza zaidi/viumbe vingine/tofauti katika uumbaji wake kwa vyovyote vile. wakati.

Zaidi ya hayo, tafsiri hii inapuuza ukweli kwamba ujenzi sawa sawa unapatikana katika Sura 4:3 ambapo hakuna anayekataa kwamba maana ya wazi ya kifungu hicho ni kwamba idadi kubwa ya wake ambayo mtu anaweza kuwa nayo ni wanne. Kwa kuwa ujenzi huo huo umetumika katika Sura 35:1 inakuwa vigumu sana kuepuka hitimisho kwamba rejeleo hili linaeleza waziwazi kwamba mabawa manne ndio mabawa mengi zaidi ambayo malaika anaweza kuwa nayo. Hiyo ni isipokuwa, bila shaka, Mwislamu anataka kuwa na msimamo na kudai kwamba hakuna maandiko yoyote kati ya haya yanayopendekeza kwamba wanne ndio idadi ya juu zaidi, na hivyo kuashiria kwamba mwanamume anaweza kuwa na wake zaidi ya wanne kwa wakati mmoja!

Zaidi ya hayo, hata kama tungedhania kwa ajili ya hoja kwamba kifungu cha mwisho cha sentensi kinarejelea kwa Mwenyezi Mungu kuumba mbawa za ziada kwa ajili ya Malaika, hili bado halingethibitisha uhakika wa Waislamu. Hayo yote yanamaanisha kuwa Mwenyezi Mungu anaweza kuzidisha mbawa za Malaika bila kuzidi manne, yaani anaweza kumfanya Malaika mwenye mbawa mbili awe na tatu, mwingine mwenye matatu awe na manne lakini asipite hatua hii kwa vile ameitengeneza hivyo. kwamba mabawa mengi ambayo malaika anaweza kuwa nayo kwa wakati mmoja ni manne.

Mbali na hilo, inaonekana kwamba sababu halisi ya kwa nini Waislamu walikuja na jibu hili ni kwa sababu waliona kwa uwazi mgongano baina ya aya hii katika Quran na ahadith. Inatia shaka sana kwamba mtu yeyote angeunganisha sehemu ya mwisho ya sentensi kuhusu Mwenyezi Mungu kuongeza uumbaji wake na Mwenyezi Mungu kuongeza mbawa za Malaika zaidi ya nne kama Hadith haikutajwa kwamba Jibril alikuwa na mbawa mia sita.

Inaonekana kuna uwezekano zaidi kwamba kama kusingekuwa na riwaya zozote kuhusu Jibril kuwa na mbawa nyingi kiasi kwamba Waislamu wasingekuwa na tatizo kukiri kwamba idadi kubwa ya mbawa ambazo malaika anaweza kuwa nazo ni nne. Hii ni zaidi sana wakati muundo wa Kiarabu ni sawa na ule unaopatikana katika Sura 4:3 ambayo inaweka wazi idadi ya juu zaidi ya wake ambayo mtu anaweza kuwa nayo kuwa wanne.

Tunakubali kwamba jibu hili la Waislamu ni la dharula tu, ubishi unaoungwa mkono na maoni ya mwanachuoni mashuhuri wa Kisunni Ibn Kathir ambaye aliandika yafuatayo kuhusu Sura 35:1:

<mbili au tatu au nne.> maana yake, miongoni mwao wapo wenye mbawa mbili, wengine wana tatu na wengine wana nne. Baadhi wana zaidi ya hayo, kama ilivyoelezwa katika Hadithi inayotaja kwamba Mtume wa Mwenyezi Mungu alimuona Jibril, amani iwe juu yake, katika Usiku wa Israa akiwa na mbawa mia sita. Kati ya kila jozi ya mbawa kulikuwa na umbali kama huo kati ya mashariki na magharibi. Allah anasema...

<Huongeza katika kuumba apendavyo. Hakika Mwenyezi Mungu ni Muweza wa kila kitu.> As-Suddi kasema, "Huwazidishia mbawa zao na huwaumba apendavyo. (Chanzo; msisitizo mkubwa na wa italiki ni wetu)

Ona kwamba Ibn Kathir anasema kwamba baadhi ya malaika wana zaidi ya mbawa nne kwa msingi wa Hadith, si kwa sababu ya maandishi yenyewe. Hii inaangazia hali ya dharura ya kweli ya mabishano ya Waislamu.

Muhimu zaidi, ikiwa Waislamu bado wanasisitiza kwamba tafsiri yao ya Sura 35:1 ni sahihi basi wanazidisha tatizo. Baada ya yote, madai kwamba Muhammad aliona sura halisi ya Jibril yanapingana kabisa na Quran ambayo inasema kwa uwazi kwamba wanadamu hawawezi kuona umbo la kweli la malaika ndio maana wanachukua sura ya kibinadamu!

Na wanasema: Kwa nini hakuteremshiwa Malaika? Na lau tungeli mteremsha Malaika, basi bila ya shaka wangelihukumiwa mara moja, na wasingepewa muhula. Na lau tungeli mjaalia kuwa Malaika tungemfanya mtu, na tungeli watia shaka katika jambo ambalo wamekwisha litia mkanganyiko. S. 6:8-9 Hilali-Khan

Jalal wawili walitoa sababu kwa nini malaika lazima wachukue sura ya kibinadamu:

Na lau tungelimteua Malaika aliyeteremshwa kwao, bila ya shaka tungelimfanya Malaika kuwa mtu, yaani, [Tungelimtuma] katika sura ya mwanadamu, wangeweza kumwona, kwa kuwa hakuna mwanadamu anayeweza kumwona malaika; na lau tungeli mteremsha na tukamfanya mtu, bila ya shaka tungeli wachanganya, na tungeli ficha, yale wanayo jichanganya kwao wenyewe, wanapo sema: Huyu si ila ni binaadamu kama nyinyi. (Tafsir al-Jalalayn; chanzo; msisitizo wa ujasiri na mstari ni wetu)

Ibn Kathir anaandika:

Na lau tungeli mjaalia kuwa Malaika tungemfanya mtu, na bila ya shaka tungeli watia nia katika jambo ambalo wamekwisha litia fujo.

Maana yake, Tukimtuma Malaika pamoja na Mtume mwanaadamu, au tukimtuma Malaika kuwa Mtume kwa watu, atakuwa na umbo la mwanaadamu ili waweze kuzungumza naye na kunufaika na mafundisho yake. Katika hali hii, Malaika (katika umbo la mwanadamu) naye atawaletea mkanganyiko, sawa na mkanganyiko waliojiletea wenyewe kwa kuwakubali wanadamu kuwa Mitume! Mwenyezi Mungu alisema,…

<Sema: Lau wangeli kuwako katika ardhi Malaika wanatembea kwa amani na salama, bila ya shaka tungeli wateremshia Malaika kuwa ni Mtume kutoka mbinguni." (17:95)

Ni rehema itokayo kwa Mwenyezi Mungu kwa viumbe wake kwamba hutuma kila aina ya viumbe, Mitume miongoni mwao, ili waweze kuwalingania watu wao kwa Mwenyezi Mungu, na watu wao waweze kuzungumza nao, kuwauliza na kunufaika nao. . Katika Aayah nyingine Allah amesema...

<Hakika Mwenyezi Mungu amewafanyia neema kubwa Waumini pale alipotuma Mtume baina yao miongoni mwao, anaye wasomea Aya zake na awatakase.> [3:164]

Ad-Dahhak amesema kuwa Ibn Abbas alisema kuhusu Ayah [6:9 hapo juu]: "Lau akitumwa Malaika kwao angekuja katika umbo la mwanadamu, hii ni kwa sababu hawataweza kutazama malaika kwa sababu ya nuru." (Tafsir Ibn Kathir (Imefupishwa)(Surat An-Nisa, Aya ya 148 hadi mwisho wa Surat Al-An'am), iliyofupishwa na kundi la wanazuoni chini ya usimamizi wa Shaykh Safiur-Rahman Al-Mubarakpuri [Darussalam Publishers & Distributors, Riyadh, Houston, New York, Lahore, Toleo la Kwanza: Januari 2000], Sehemu ya 6, 7 & 8, Juzuu ya 3, uk. 317-318; msisitizo wa ujasiri na upige mstari ni wetu)

Kuhusiana na Sura hii marehemu Muhammad Asad alisema:

8 Tnn., "Tungeli wachanganya yale wanayoyafanya kuwa ya kutatanisha". Kwa vile haiwezekani kwa mwanadamu kuwaona malaika jinsi walivyo, yule mleta ujumbe wa kimalaika wa dhahania angelazimika kuchukua sura ya mwanadamu - na kwa hivyo mahitaji yao ya

"uthibitisho" wa moja kwa moja wa ujumbe ungebaki bila kutimizwa, na. mkanganyiko wao wenyewe unaosababishwa haujatatuliwa. (Chanzo; msisitizo wa ujasiri ni wetu)

Anarudia jambo hili katika ufafanuzi wake kwa Sura 19:17 ambayo inataja Roho wa Mungu kumtokea Mariamu kama mwanadamu:

14 Kama inavyoonyeshwa katika surah 2, maelezo ya 71, na surah 16, maelezo ya 2, neno ruh mara nyingi humaanisha "uongozi wa Mungu". Mara kwa mara, hata hivyo, hutumiwa kuelezea njia ambayo uvuvio huo unatolewa kwa wateule wa Mungu: kwa maneno mengine, malaika (au nguvu ya malaika) ya ufunuo. Kwa kuwa - kama inavyodokezwa katika 6:9 - wanadamu wanaoweza kufa hawawezi kumwona malaika katika udhihirisho wake wa kweli, Mungu alimfanya aonekane kwa Mariamu "katika sura ya mwanadamu aliyeumbwa vizuri", yaani, katika umbo la kufikiwa na mtazamo wake. Kulingana na Razi, jina la malaika kama ruh ("roho" au "nafsi") linaonyesha kwamba aina hii ya viumbe ni ya kiroho tu, bila kitu chochote cha kimwili. (Chanzo; msisitizo wa ujasiri ni wetu)

Hii, pengine, inaeleza kwa nini Quran inawataja Malaika kuwatokea Mitume katika sura za wanadamu kama wafuatao:

Mitume wetu walipomjia Lut'i alihuzunika kwa ajili yao na akajiona hana uwezo wa kuwalinda. Akasema: Hii ni siku yenye dhiki. Na watu wake wakaja wakimkimbilia, na walikuwa wamezoea kufanya machukizo kwa muda mrefu. Akasema: Enyi watu wangu! Hawa ndio mabinti zangu, hao wametakasika zaidi kwenu (mkiolewa)! Basi mcheni Mwenyezi Mungu, wala msinifunike aibu kwa wageni wangu! Je! " Wakasema: Unajua sisi hatuna haja na binti zako. Hakika wewe unajua tunayo yataka. Akasema: "Laiti ningekuwa na uwezo wa kukukandamiza au ningejisalimisha kwa msaada wenye nguvu." (Mitume) wakasema: "Ewe Lut'! Sisi ni Mitume kutoka kwa Mola wako Mlezi! Hawatakufikieni. Sasa safiri na ahali zako, hali imebakia sehemu ya usiku, wala asiangalie nyuma yeyote katika nyinyi. mke (atabaki nyuma): Yatatokea kwake yanayo wapata watu. Asubuhi ndio wakati wao uliowekwa: Je! Ilipo fika amri yetu, tuliipindua (miji) juu chini, na tukainyeshea kiberiti kigumu kama udongo wa kuokwa, kilichotandazwa, tabaka juu ya tabaka - S. 11:77-82 Y. Ali.

Lakini kama hakuna mwanadamu anayeweza kumuona malaika isipokuwa katika umbo la mwanadamu basi hii ina maana kwamba Muhammad hangeweza kuiona sura halisi ya Jibril. Lakini kama hakuona umbo la kweli la Jibril basi riwaya hizo zote zinazodai kuwa alizifanya lazima zitakuwa na makosa! Hivyo, hata mtu ajaribu vipi kuoanisha madai haya yanayokinzana bado kutakuwa na matatizo kati ya kile ambacho Quran na Hadith inasema.

Shalom

Dr. Max Shimba for Max Shimba Ministries

Allah hajui Malaika wana Mabawa Mangapi? Juzuu ya 1, Sehemu ya Kumi na Nne, Uthibitisho wa 1, Nukuu: Toleo la Tovuti ya Max Shimba Ministries, Mwaka *2011, Max Shimba Ministries*

SEHEMU YA KUMI NA TANO – UTATA KUHUSU JUA

ALLAH AFANYA KOSA KUBWA LA KISAYANSI NA JIOGRAFIA KUHUSU KUTUA/ZAMA KWA JUA

Ndugu msomaji,

Zul-Qarnain na Kutua kwa Jua katika Sura 18:85-86

Je, ni kweli kuwa jua linazama katika chemichemi za maji zenye tope au giza, au Koran ina makosa, au kuna maelezo mengine? Kwanza tutaangalia maana ya wazi Sura ya 18:85-86, na kisha tutaangalia maelezo na majibu ya baadhi ya Waislam kuhusu jambo hili.

Unajimu Kidogo

Inawezekana kuwa haijulikani kwa mapana kwamba watawala wa kislam wa Abbasid, Waarabu na Waajemi waliendelea sana katika unajimu, wakizipa majina nyota nyingi, hata walinukuru na kusahihisha baadhi ya orodha za hesabu za watawala wa Misri (Ptolemy's tables). Hata hivyo jua ni kubwa mara nyingi zaidi ya dunia nzima, na dunia husafiri ikilizunguka jua. Jua halizami katika chemichemi za maji zenye tope.

Zul-Qarnain ni Nani?

Hatuna ushahidi kama Muhammad alimwambia mtu yeyote kuwa Zul-Qarnain alikuwa nani hasa. Waislam wana mitazamo minne tofauti.

Alexander Mkuu (wa Makedoni) ni mtazamo wa Waislam wengi zaidi. Zul-Qarnain humaanisha kuwa ni "mtu mwenye pembe mbili." Kuna hadithi ya kubuniwa isemayo kuwa Alexander Mkuu alikuwa mungu na alikuwa na pembe mbili za kondoo dume zilizokuwa zinakua pembeni mwa kichwa chake. Licha ya ukweli kwamba hii haikuwa kweli (na ni tatizo kupata kofia ya vita—helimeti inayoweza kutosha), hadithi hii ilijulikana, na waislam wengi hudhani kuwa Allah katika sura ya 18 Alexander alitajwa kwa jina hili, mungu.

Koreshi I Muajemi ni mtizamo mwingine. Ufalme wake hasa ulikuwa ufalme uliohusisha makundi mawili: Wamedi na Waajemi, lakini zaidi ya hayo hakuna uthibitisho kuwa pembe mbili zinamhusu yeye.

Mfalme wa Yemeni ambaye alivaa kofia ya vita yenye pembe mbili za kondoo dume, ni mtazamo walionao baadhi ya Waislam.

Mtu asiyejulikana ni mtizamo wa nne. Hata hivyo inaonekana si vema sana kutoa maelezo juu ya watu ambao msemaji hajawahi kuyasikia.

Hitimisho: Haijalishi kuwa Zul-Qarnain alikuwa nani hasa. Kama aligundua kuwa jua hutua kwenye chemichemi za maji zenye tope, na huwa halizami kwenye chemichemi za maji zenye tope, kwa hiyo huu ni ubatili, bila kujali mtu ambaye Muhammad alimzungumzia. Sura 18 Mawazo na Majibu

Wazo la I: Jua huzama kwenye chemichemi za maji zenye tope! Kwa Waislam wa awali, Koran iliwafundisha kuwa jambo hili linatokea hasa. Mwanahistoria wa kiislamu wa awali al-Tabari juzuu ya 1 uk.234 anaonesha hili. Kama mfano wa pili, "[Dhu al-Qarnaiyn] alishuhudia kuzama kwa jua katika sehemu yake ya kupumzika ndani ya bwawa jeusi na tope la kunuka." Kwa mujibu wa al-Tabari juzuu ya 5 uk.173-174. Dul Qarnain [Zul Qarnain] anapatikana pia kwenye al-Tabari juzuu ya 1 uk.371.

Jambo jingine linaloingiliana na hili, dunia hukaa juu ya samaki mkubwa kwa mujibu wa al-Tabari juzuu ya 1 uk.220 (839-923 K.K.).

Wazo la 2: Jua lilionekana kwa Alexander likitua katika ziwa la Ithaca Makedonia

Wazo hili hubashiri kuwa Zul-Qarnain alikuwa Alexander, na kwamba Alexander alikuwa Muislam mzuri. Wazo hili haliendani na ukweli kwamba Alexander alikuwa na hekalu lililotengenezwa kwa ajili yake. Pia Alexander alikwenda kuteka kaskazini na magharibi mwa Ithaca ambayo ni Albania ya sasa.

Kibaya zaidi katika wazo hili, Wayunani walifanya makazi mamia ya maili magharibi mwa Ithaca ambayo ni Hispania, Sicily, n.k. za asa, miaka mia tano kabla ya Alexander. Kitu gani kingemfanya Myunani mwenye akili sana afikiri kuwa jua lilizama katika ziwa la Makedonia wakati meli za kiyunani zilikuwa zinaenda mbali zaidi magharibi mwa nchi ya Alexander? Kwa nyongeza, Tertullian katika Hoja Juu ya Nafsi [A Treatise on the Soul] sura 49 uk.227 anasema kwamba Aristotle, aliyeishi wakati ule ule, anataja shujaa kutoka kisiwa cha Sardinia mbali magharibi mwa Makedoni lakini ni kama kwenye latitudi ile ile.

Wazo la 3: "Chemichemi ya maji yenye tope" ni Bahari ya Atlantic

Bahari ya Atlantic haina tope na si nyeusi, bali ni bluu-kijani. Pia si chemichemi bali ni bahari. Jua huwa halizami katika bahari. Cha muhimu zaidi, Alexander, Koreshi I wa Uajemi na wafalme wa Yemeni hawakuwahi kwenda kwenye Bahari ya Atlantic na Sura ya 18:85-86 inasema kuwa Zul Qarnain aliona au alishuhudia hili. Sababu yoyote kati ya hizi nne inatosha kulindoa wazo hili, hivyo basi kwa Waislam wanapendekeze hili? Hiki ndicho kiwango ambacho wanajaribu kwenda ili kuonyesha kuwa Sura ya 18:1-2 sio potofu. Ikiwa Allah [Mungu] wa uislam alikuwa na wazo hili katika Koran, na Allah alijua kuwa hili ni wazo potofu, hivyo jambo hili litakuwa uongo. Kama Allah wa uislam hakujua ukweli huu, wasingelikuwa na ufahamu na hakika wasingekuwa na uwezo wa kujua kila kitu. Kama mistari hii isingetoka kwa Allah [Mungu] wa uislam, basi Koran ingekuwa na makosa dhahiri, kwa sababu inathibitisha upotofu huu kutoka kwa Allah wakati sivyo hivyo. Bila shaka, ikiwa kweli si Allah wa uislam, na Mungu wa kweli si mwandikishi wa Koran, basi Allah wa uislamu hakusema uongo kwa sababu hayupo.

Wazo la 4: "Chemichemi ya maji yenye tope" ni Koreshi I alikoangalia Bahari Nyeusi (Black Sea)

Hata kama Koreshi I alikwenda magharibi mwa ufuko wa mashariki mwa Bahari Nyeusi (Black Sea), na jua lingeonekana vipi likitua katika Bahari Nyeusi, ikiwa alikuwa ameshaupita ufuko wa mashariki kuelekea kusini na mashariki? Hatuna ushahidi kuwa Koreshi aliwahi kusafiri kwenda ukanda unaojumuisha Georgia, Amernia, Azerbaijan, n.k. za sasa, zilizo mashariki mwa Bahari Nyeusi. Muislam angekuwa na hoja yenye udhaifu kidogo kama angesema kuwa Koreshi aliliona jua likichomoza kutoka kwenye Bahari Nyeusi, kwa sababu alivuka hadi Uyunani, lakini Koran inaongelea kuzama kwa jua. Hata hivyo Bahari Nyeusi sio chemichemi, kila mtu kuanzia wamisri na wengineo kaskazini ya mbali, walijua kuwa jua halikuzama kwenye Bahari Nyeusi.

Wazo la 5: "Chemichemi ya maji yenye tope" ni Koreshi I alikoangalia Bahari ya Aegean

Lakini Waajemi walikuwa wakiwafahamu vema Waatene, Waspartani, (asili ya Wayunani), na Wayunani wengine. Waajemi wangelijua kuwa Wayunani hawakuwa upande mwingine wa jua.
Wazo la 6: Hakika "Chemichemi ya maji yenye tope" ni mfalme wa alikoangalia Bahari Nyekundu

Wayemeni (Wasaba/Waseba) wakati wote waliwafahamu Waabisinia (Waethiopia) ng'ambo ya mto. Ikiwa walifikiri kuwa jua lilizama katika Bahari Nyekundu (Red Sea) basi Waabisinia wangelikuwa watu waliokuwa upande mwingine jua lilikokuwa.
Wazo la 7: "Chemichemi ya maji yenye tope" ni usemi wa kufananisha na kitu kingine

Ikiwa kitu hiki hakikuwa halisi, bali ni kifananishi cha kitu au vitu vingine, basi Koran imeshindwa kuelezea kuwa hakikuwa kweli, na wazo hili lilikuwa la kupotosha. Zaidi ya yote, hakuna mtu anayeweza kusema kwa hakika kuwa kitu hiki kilifananishwa ni nini hasa.

Hakuna kitu chochote kwenye Koran kinachoonyesha kuwa kitu hiki si halisi, na Waislam wengi wa awali walikichukulia kuwa kitu halisi, yaani ukweli halisi. Kwa kuzingatia kuwa walijua maana hasa ya jambo hili kutoka kwa wafuasi wa Muhammad, kwa hiyo walipotoshwa na Sura ya 18.

Wazo la 8: Muhammad alikuwa akisimulia juu ya ndoto yake
Wazo hili halimfahamu Zul-Qarnain kuwa ni nani hasa. Ikiwa Muhammad alikuwa anasimulia juu ya ndoto yake, jua lingeweza kutua popote alipotaka litue. Hata kama haifahamiki ni muhusika gani dhahania aonaye kitu kilicho potofu kabisa, na watu wanaoamini kuwa ni kitu cha kweli, atatufundishaje sisi juu ya kuiamini kweli.

Hata hivyo, ikiwa mtu atasema kuwa walimwona mtu fulani aitwaye 'Ali akifanya kitu cha ajabu ajabu, na mamilioni ya watu wakamwamini kwa karne nyingi. Je, mtu huyo ataweza kuwa mwongo ikiwa alisahau kuwaambia watu kwamba, "ilikuwa ndoto yangu tu na sikumwona Ali akifanya hivyo kwa macho yangu."?

Hitimisho
Bila kujali kama Zul-Qarnain alikuwa Alexander Mkuu au mtu

mwingine, Korani yaeleza jambo hili kama ukweli kuwa jua huzama katika chemichemi za maji yenye tope. Hata watu wa zamani miaka 1,000 kabla ya Muhammad walijua kuwa jua halikuzama upande huu wa Hispania. Wazo hili halikuwa kifananishi cha kitu kingine kwa sababu hakuna Muislam wa zamani aliyepatikana kuwa hakulichukua jambo hili kuwa halisi au kutoa maana yake kama usemi wa kufananisha na kitu kingine, na Waislam wote wa zamani waliamini kuwa Koran haikutolewa kwa ajili ya kudanganya.

Orodha ya Vitabu vya Tafsiri ya Korani

1. Arberry, Arthur J. The Koran Interpreted. Macmillian Publishing Co., Inc. 1955.
2. Dawood, N.J. The Koran. Penguin Books. 1956-1999.
3. Malik, Farooq-i-Azam. English Translation of the Meaning of AL-QUR'AN : The Guidance for Mankind. The Institute of Islamic Knowledge. 1997
4. Pickthall, Mohammed Marmaduke. The Meaning of the Glorious Koran. Dar al-Islamiyya (Kuwait) (no date given)
5. Rodwell, J.M. The Koran. First Edition. Ivy Books, Published by Ballantine Books. 1993.
6. Shakir, M.H. The Qur'an. Tahrike Tarsile Qur'an, Inc. 12th U.S. Edition 2001.
7. Sher Ali, Maulawi. The Holy Qur'an. Islam International Publications Limited (Ahmadiyya) 1997
8. Yusuf 'Ali, Abdullah. The Holy Qur-an : English translation of the meanings and Commentary. King Fahd Holy Qur-an Printing Complex. (Al Madina Saudi Arabia) 1410 A.D.

Vitabu Vingine vya Rejea

Encyclopaedia Britannica. Encyclopaedia Britannica, Inc. 1958.
The History of al-Tabari : An Annotated Translation. Ehsan Yar-Shater, General Editor. State University of New York Press 1989-

Mungu awabariki sana.

Ni mimi Max Shimba, mtumwa wa Yesu Kristo,

For Max Shimba Ministries Org,

Utata kuhusu jua. Juzuu ya 1, Sehemu ya Kumi na Tano, Uthibitisho wa 1, Nukuu: Toleo la Tovuti ya Max Shimba Ministries, Mwaka *2016, Max Shimba Ministries*

SEHEMU YA KUMI NA SITA- UISLAM NA SAYANSI

Uislam na Sayansi: Mitazamo Iliyosahauliwa Imekumbukwa

Uislam na Sayansi: Mitazamo Iliyosahauliwa Imekumbukwa

Toleo la Juni 2006

Je, maneno kama aljebra, alkali, pombe, astrolabe, naphtha, na zircon kitu gani kinachoyapatanisha hasa? Maneno haya yote ni ya Kiingereza yaliyotoholewa kutoka katika Kiarabu na maneno ya Kiajemi yanayoturudisha nyuma kwenye miaka ya 700-1150 BK, wakati kituo cha kujifunza Sayansi bila shaka kilikuwa Mashariki ya Kati.

Watu wengi yawezekana wasijue mchango muhimu uliotolewa kwa sayansi na hesabu kutoka Mashariki ya Kati. Ifuatayo ni orodha fupi ya mafanikio ya mambo haya, na kisha hutafiti kauli za kisayansi zilizomo katika Korani. Lakini kuna maendeleo mengi makubwa ya kitabibu ambayo hayajatajwa hapa; huleta sifa kwa mjadala wake wenyewe.

Sayansi ya Mashariki ya Kati ya Zamani

Hata Wasumeria wa kwanza (3500-2000 KK) walikuwa na mchanganuo wa wanyama wote waliowajua. (Wadudu wakubwa kama vile nzige walijumuishwa pamoja na ndege, kama viumbe warukao.) Wamisri wa zamani na Wababeli walitumia nyota ili kuwasaidia kujua ni wakati gani wangeanza kupanda. Watu hao wa zamani walikuwa na maendeleo kadhaa katika kutengeneza meli, ufugaji wa wanyama, na upasuaji, hata upasuaji wa kichwa. Wamisri walitumia dawa ya meno tangu mwaka 2500 KK. Mitatu kati ya michango muhimu sana ya kisayansi ni kuandika, kulima pamoja na sayansi na teknolojia ya vitu yabisi kama vyuma.

Pengine mafanikio ya juu zaidi kielimu ya ulimwengu wa zamani yalikuwa maktaba ya mji wa Alexandria. Hapa kulitunzwa mamia ya maelfu ya juzuu za nakala asilia au nakala za fasihi nyingi za ulimwengu wa watu wa wakati ule.

Uhandisi na Uhandisi Majengo wa Zama za Kale

Wamisri walikuwa na gubeti tangu 2500 KK. Katika uhandisi majengo, kila mtu anajua mapiramidi ya kuvutia nchini Misri na mahekalu (Ziggurats) ya Sumeria na Babeli.

Kitu kisichojulikana sana ni kuwa Kaskazini-mashariki mwa Iran kulikuwa na bwawa kubwa, lililoibuka hasa katika mwaka 1800 KK, kushinikiza wahamiaji wengi katika nchi za India na Iran. Bwawa nchini Yemen liliufanya ufalme wa Sheba kuwa kituo maalum cha kilimo na biashara hadi hapo lilipovunjwa pia zaidi ya karne moja kabla ya Muhammad. Ujenzi wa mifereji, bustani zinazoning'inia, na miji yenye kuta nene ni mambo ya kuvutia hata leo. Na kwa hakika, kama ungeliweka Mji wa Ashuru, Ninawi kati ya Ufaransa na Ujerumani wakati wa Vita Kuu ya Kwanza, pasingekuwa na upande wowote ambao ungeweza kuuteka. Hatimaye ulitekwa, lakini ni kwa sababu tu mto wa Khosr ulipofurika na mafuriko yake yalivunja sehemu ya ukuta wa mji huo..

Mashariki ya Kati ya Kale na Hesabu

Haya majengo ya kiuhandisi yasingeweza kujengwa kama pasingekuwa na msaada wa hesabu. Wababeli wa zamani walikuwa na mfumo wa kuhesabu hadi 60. Walipendelea namba zinazoshabihiana; kwa mfano, wangegawa a/b kama *1/b. Wababeli wa zamani walikuwa wa kwanza kutumia aljebra kwa hesabu za mistari na hesabu za mchanganyiko wa namba na herufi (quadradic problems). Chati iitwayo Plimpton 322 ni chati ya namba za Pythagorean (a^2 + b^ + c^2). Wababeli walibuni vipimo vya namba za mraba kama uchoravyo mstatili na kisha kuhesabu ukubwa wa eneo. Kimahesabu, watu hawa hawakutumia kitu chochote zaidi ya vipimo vya mraba (squares). Wakati huo huo Wababeli walikuwa na thamani tofauti ya pai (pi), na iliyokuwa sahihi zaidi ilikuwa 3.125. Mwanamahesabu wa Kiarabu wa karne ya 10 Abu'l-Wafa' alisema watu waliotoa elimu ya kimahesabu walikuwa mafundi sanaa (wanasanaa) na wasanii.

Hesabu za maumbo ya pembetatu za Wamisri zilikuwa bora kuliko za Wababeli, kwa sababu Wamisri walikuwa na ufahamu juu ya kona, na walikuwa na ile thamani ya pai ya 31/7 au 3.16. Hii si mbali na 3.14159. Na hii imo katika nyaraka za Rhind Paparas—paparas (mwaka wa 1650 KK) na Paparas ya Moscow iliyokuwapo wakati ule ule. Majengo mengi ya Kimisri yalikuwa na pande za 3 kwa 4, lakini hawakujua juu ya nadharia ya Pythagoras (Pythagorean theorem). Sayansi na hesabu nyakati za zamani zilikuwa za "kivitendo". Pengine hii ndiyo sababu, kwa shauku tu, hapakuwa na yeyote aliyekuwa na wazo la "sifuri" hadi ilipogunduliwa nchini India.

Aljebra Zilitoka Wapi?

Hesabu ya aljebra ya kwanza tunayoifahamu ilikuwa imehifadhiwa katika Paparas ya Rhind iliyotolewa nakala na mwandishi wa Kimisri aliyeitwa Ahmes (mwaka wa 1650 KK.). Huu ni muda mrefu sana kabla Musa hajazaliwa. Wakati huo huo Wayunani walikuwa wakipendelea zaidi hesabu za maumbo, Wachina walikuwa wakikokotoa hesabu za mchanganyiko wa namba na herufi kabla Kristo hajazaliwa, na Wahindu (kwenye miaka ya 628-1150 BK) walikokotoa na kupata majibu ya maswali tata zaidi ya hesabu. Huko Baghdadi Muhammad ibn Musa al-Khowarizmi/Khawarizmi (mwaka wa 825 BK), Abu Kamil (mwaka wa 900 BK) na al-Karkhi (mwaka wa1100 BK) waliziendeleza hesabu za aljebra zaidi. Kwa kiasi kikubwa sana ziliziambukiza hesabu za Ulaya wakati Robert wa Chester alipotafsiri kitabu cha al-Khowarizmi kwenye mwaka wa 1140 BK kiliitwa kwa Kilatini *Liber Algorism*, maana yake kwa ujumla ni "Kitabu cha al-Kowarizmi." Na neno algorism baadaye lilikuwa algorithm and aljebra [kwa lugha ya kimahesabu].

Hapa chini jedwali laorodhesha baadhi ya wanasayansi wa Mashariki ya kati na wale wa Kiarabu pamoja na wanamahesabu.

Avicenna (Ibn-Sina) 979/980-1037 BK	Licha ya kuwa tabibu muhimu sana kati ya enzi za Warumi na enzi ya leo, alikuwa mwanasayansi pia, mwanafalsafa, na mjenga hoja aliyeandika takriban kazi sanifu zipatazo 200. Albert Magnus wa England alijifunza mengi kutoka kwake
Averroes (Abu al-Walid Muhammad bin Ahmad ibn Muhammad ibn Roshd) 1126-1198 BK	Alimsujudu [mwanafalsafa] Aristotle. Alisema mengi juu ya umaskini na masumbuko kutokana na jinsi Waislam walivyowachukulia
Avempace (Ibn Gabirol) 1021-1058 BK	Mwanafalsafa wa Kiyahudi na Kihispania aliyemwuunga mkono
al-Karkhi miaka ya 1100 BK	Michango mbalimbali katika kwa hesabu za Aljebra

Kemia/Alkemia na Fizikia

Makhalia wa Abbasid wa Baghdadi walikuwa na shulu ya Alkemia kwenye ya karne ya 9 au ya 10. Kazi za kwanza kabisa za Alkemia ya Kiarabu nusu ni za Kiarabu na nusu ni Kisiria. Khalid mwana wa Yezid (alikufa mwaka 708 BK) mwanafunzi wa mtawa wa Kisiria Marianus, alikuwa mwandishi wa kwanza wa Kiislam juu ya Alkemia, kufuatana na kitabu *Kitab-al-Fihrist.* Vipaji vya Wanaalkemia viliharibiwa kwa kujaribu kubadili madini ya "risasi" na vitu vingine kuwa dhahabu, lakini katika mchakato huo waligundua mambo mengi hii ni pamoja na Kemia pia. Wafuatao ni baadhi ya wanakemia maarufu wa Kiajemi na Kiarabu.

Geber (Jabir ibn-Hayyan) Kwenye miaka ya 760-815	Mwanaalkemia wa Kiarabu aliyechuja chachu kitaalam na kutengeneza tindikali itokanayo na maji na naitrojeni. Alianza utafiti juu ya kubadili maumbo ya vitu yabisi (metals) na alivutiwa sana na kimiminika kiitwacho
Ibn al Haytham Alikufa mwaka 1039 BH [Baada ya Hija]	Alisomea mambo ya shinikizo, sumaku na sayansi ya mambo ya mwanga. Alisema kuwa huwa tunaona kwa kutumia mwanga unapoyaingia macho yetu, si miale ambayo
Quth al-Din 1236 BK	Alielezea umbo la upinde wa mvua
Rhazes (Al-Razi) kwenye miaka ya 850-925	Mkemia wa kiajemi (na mwana anga) aliyetengeneza chokaa ya kuta za nyumba ya Paris na alijifunza madini ya shaba na kristole (crystalline) yaani antimony
Abdul Salam of Pakistan. 1926-1996 BK	Alishiriki tuzo ya Nobel ya mwaka 1979 katika Fizikia. Alikuwa Qadiani ambaye Waislamu wengi humchukulia kama wenye mafundisho potofu wasio waislamu

Geber (Jabir ibn-Hayyan) (alikufa mwaka 808 BK 193 BH [Baada ya Hija]) alikuwa Msufi mwenye imani ya kujikana mwenyewe kwa ajili ya mambo ya kiroho. Alikuwa na maabara huko Dameski. Vitabu vyake 200, vinane kati ya hivyo vilikuwa vya kemia, kujumlisha vitabu juu ya usindikaji, kutengeneza rangi, na uzito pamoja vipimo mbalimbali. Ama kwa hakika, wengine waiita kemia jina la utani "usanifu wa Jabir." Alitengeneza mezani iliyoweza kupima hadi uzito wa 1/6 ya gramu. Wakati watu wa Ulaya wa baadaye walidhani kuwa Phlogiston iliongezwa kwenye vitu vilipounguzwa, lakini Jabir alielewa kwa usahihi kwamba nguvu ya vitu vilivyoungua ilikuwa ikitoka, na kuacha mabaki ya majivu yasiyounguzika. Aligundua karatasi isiyounguzwa na moto, kizuia kutu, na kilichozuia maji kwenye nguo. Kwa uhalisia, alikuwa na wito wa karibu toka kwa watu japo alishauri kuwa maabara ya kikemia yalipaswa kuwa mbali na miji.

'Izz al Din al Jaldaki (alikufa mwaka 1360 BK 762 BH) yeye alipendekeza utumiaji wa vifuniko vya mdogo na pua (masks) ili kujilinda dhidi ya hewa hatari zinazotokana na utendaji kazi wa kikemikali, na kwamba maji yaweza kufanywa salama kwa kuyafanya mvuke kisha kuupoza kuwa maji tena. Kemikali zingeweza kuongezwa kwenye sabuni ili kuzuia nguvu za kikemikali zinazoharibu nguo. Yeye aliweza kutenga dhahabu na shaba kwa kujua kuwa dhahabu ni madini pekee ambayo hayawezi kuyeyuka ndani ya tindikali ya kinaitrojeni. Aliandika vitabu vingi, na viwili kati ya hivyo vilikuwa zaidi ya kurasa 1,000 kila kimoja.

Ibn al Haytham (alikufa mwaka 1039 BK / 431 BH) alikaribishwa na mtu katili na maarufu Khalifa al-Hakim kwenda Misri baada ya kuongelea juu ya faida za mto Nile. Alipendekeza kujengwa kwa Bwawa la Aswan ili kuboresha umwagiliaji. Hata hivyo Al-Hakim alilikataa pendekezo hilo. Al-Haytham alichunguza msukumo wa hali ya hewa na uzito wa sumaku ya dunia. Alisoma juu ya mwanga na kuakisiwa kwake pamoja na mambo ya mwanga kwa ujumla. Al-Haytham aliandika takriban vitabu 200, 47 vya hesabu na 58 vya uhandisi. Elimu ya Ibn al-Haytham ya fizikia ni ya kukumbukwa ukizingatia kuwa Muhammad aliyosema katika hadithi zake juu ya moto na majira mbalimbali. Na hivi ndivyo isemavyo *Sahih Muslim* juzuu ya 1 kitabu cha 4 na. 1290 uk. 309. "Abu Huraira alitaarifu kuwa: Mtume wa Allah (na amani iwe juu yake) alisema: Moto ulilalamika mbele za Bwana ukisema:

'O Bwana, baadhi ya sehemu zake zimeteketeza watu wengine.' Kwa hiyo uliruhusiwa kupumua kwa namna mbili, namna mojawapo ya kupumua ni wakati wa hari na nyingine ni wakati wa majira ya joto (summer). Hii ndiyo sababu utakuta kuna joto jingi sana (wakati wa joto-summer) na baridi nyingi sana (wakati wa hari-winter)."

Unajimu

Kama majina ya kiingereza ya Aldebaron, Rigel, Atik, Algerib, Caph, Deneb, Sadr, na nyota zingine zaidi ya 40 yanaonekan kuwa ni ya kiarabu, ni kwa sababu ndiyo zilivyo. Kwa kuangalia katika jangwa wakati wa giza la usiku, wanajimu wa Kiarabu waligundua nyota nyingi ambazo hazikujulikana hapo awali. Waarabu na Waajemi walisoma sayansi mbalimbali, lakini walionekana kuwa na upendeleo maalum katika unajimu. Wafuatao ni baadhi ya wanajimu waliokuwa maafuru zaidi.

Abu-Maaschor (Albumazar) 805-885 BK	Kazi zilizotafsiriwa katika Kilatini, ikiwemo *Flores Astrologici*, na kutokana kazi hiyo tunapata neno astrolojia (astrology). Alifikiri kuwa ulimwengu uliumbwa wakati sayari 7 zilipoumbwa zikiambatana na nyota.
Al-Khowarazmi (kwenye mwaka 825 BK	Alikuwa msomi katika nyanja za masomo mengi, alichapisha kitabu cha kwanza cha Kiarabu chenye maelezo juu ya unajimu.
Muhammad ben Begir al-Batani (Albategnius) Kwenye miaka ya 850-929 BK	Alisahihisha baadhi ya orodha za hesabu za Watolemi. Ndiye aliyeleta hesabu za maumbo ya pembetatu katika Mashariki ya Mbali. Kazi zake zilichapishwa katika Kilatini na Melanchthon.
Avempace (Ibn Gabirol) 1021-1058 BK	Mwanafalsafa wa Kiyahudi na Kihispania aliyempenda Aristotle

Hatua ya kwanza ya unajimu wa Kiislamu ulianza kuvuka vizuizi vilivyokuwa katika *Ibn-i-Majah* juzuu ya 5 na. 3726 uk. 149: kujifunza juu ya unajimu ni kujifunza juu ya nguvu za kimiujiza (mazingaombwe). *Sunan Abu Dawud* juzuu ya 5 sehemu ya 1480 na. 3896 uk. 1095 katika Kiingereza yasema kitu kile kile, isipokuwa inatumia neno "astolojia."

Baada ya hayo, Waislamu walikusanya kazi mbalimbali za Kiyunani, Kiajemi na hata wanajimu wa Kihindi. Kitabu cha kwanza cha Kiyunani juu ya unajimu (yasemekana kiliandikwa na Hermes Trismegistus) na kutafsiriwa katika Kiarabu mwaka 742 BK (125 BH) Khalifa wa Kiabbasid al Mansur alikuwa mnajimu wa Kiajemi Nawbakht, na baadaye mwanawe wa kiume, aliambatana naye.

Wanajimu wengine ni pamoja na 'Ali Ibn 'Isa al Astrolabi, kutokana na huyu tunapata neno astrolabe, japokuwa chombo hiki kwa ajili ya kupima latido na miinuko yenye vipimo sawa kiligunduliwa kwa mara ya kwanza 300-100 KK.

Mnamo mwaka 772 BK, al Mansur alimtumia Abu Yahya al Batriq kutafsiri kazi za Ptolemi Claudi na vitabu vingine vya Kiyunani al Mansur alikuwa ameviomba kutoka kwa Mfalme wa Benzatini. Mohammad al-Farazi alitafsiri hata kitabu cha Kihindi juu ya unajimu. Kwa kujenga juu ya yote haya, Khowarizmi (kwenye mwaka wa 825 BK) aliandika kazi yake *Orodha ya Ukokotoaji na Kupanga Mpangilio wa Nafasi za Viumbe wa Mbinguni.*

Hata hivyo baadaye Waarabu na Waajemi walifanya mambo mengi zaidi ya kurudia tu elimu ya mambo yaliyopita. Fakhr al Din **al Razi** (aliyekufa 1209 BK 606 BH) alihoji tamko la Aristotle kwamba nyota hazibadili nafasi zake na ziko mbali na dunia, pia tamko lisemalo kuwa miondoko ya viumbe vingine vya mbinguni yote hufanana na ni sawa sawa. Hii ilikuwa miaka 300 kabla ya Kopernika, aliyekufa mwaka 1543 BK *Sayari* uk. 12 inasema kuwa huko nyuma katika mwaka 275 KK. Aristarko wa Samos alisema mbingu hulizunguka jua, na si dunia, lakini kila mmoja enzi zile "alijua" kuwa jambo hilo lilikuwa uchizi. Baadhi ya Wayunani na Warumi walifundisha kwamba dunia ilikuwa mviringo, na kuwa watu waliishi katika mkabala wa pande za mzunguko wa dunia pia.

Wayunani na Warumi wengine walifundisha kuwa dunia ilikuwa mviringo, na kwamba watu waliishi katika mkabala wa pande za mzunguko wa dunia pia, kufuatana na Lactantius (260-325 BK) Kitabu cha *Kanuni za Kimungu* Sehemu ya 24 uk. 94.

Sura 2:258 inasema Ibrahimu alisema Allah ndiye husababisha jua litokeze kutoka Magharibi. Mchango wa maoni ya al-Razi sura 2:258, yasema kuwa hakuna uthibitisho kuwa jua hutokeza Mashariki wala Magharibi, kwa sababu mwendo wake halisi yawezekana ukawa tofauti kabisa na tunachokiona.

Al-Battani/Batani kutoka Dameski aligundua ni jinsi mwaka, uliohesabiwa kutegemea jua, ulivyokuwa mrefu, lakini alikosea thamani ya urefu wake halisi kwa dakika 2 na sekunde 22. Waislamu walijenga sehemu nyingi kubwa za tathimini na matazamio, lakini kubwa kuliko zote duniani kwa wakati ule ilijengwa Maraghah mnamo mwaka 1258 BK (657 BH).

Kwa upande mwingine, mwanzo wa kushikwa kwa jua au mwezi ulitolewa [si sahihi kabisa] katika *al-Tabari* juzuu ya 1 uk. 236.

Maandiko Mbalimbali na Unajimu

Ukristo, Uyahudi na Uislamu vyote hufundisha kuwa kuna Mungu aliuumba ulimwengu katika mpangilio sanifu, Zaburi 91:1-2 yasema, "Mbingu zatangaza utukufu wa Mungu; anga zahubiri kazi ya mikono yake."

Korani 41:53 katika tafsiri ya Yusuf 'Ali' yasema, "Muda si mrefu Tutawaonesha ishara Zetu katika Mikoa (ya mbali zaidi) ya dunia, na katika nafsi zao wenyewe, hadi itakapodhihirika kwao..." Hata hivyo, katika tafsiri nyingine yasema, "Tutawaonesha wanadamu ishara/mipangilio Yetu katika upeo wa mitizamo/ulimwengu vile vile ndani yao wenyewe hadi watakaposhawishika kuwa huu ufunuo ni kweli" Tafsiri ya N.J. Dawood inafanana katika kuiongelea dunia, kama ilivyo tafsiri ya Ahmadiyya wa Maulawi Sher Ali inayosema, ". . . Ishara katika sehemu zote *za dunia,...*" (herufi ulalo zatokana na nakala asilia.)

Badala ya "Pande za (mbali zaidi) (za dunia), inasema ""ulimwengu" katika tafsiri ya Mohamad Farooq-i-Azam Malik. Tafsiri ya Arberry ilichukua mtizamo wa papo hapo, ikisema "Ishara Zetu katika peo za macho…" Licha ya hayo hata hivyo, Korani yasema kuwa Allah huonesha ishara katika mambo ya asili mahali fulani mbali sana nasi.

Vimondo

"Mbingu ya chini sana ina taa [nyota], na 'Tumetengeneza [Taa] hizo (kama) makombora ya kutokomeza mbali Waovu, na kuandaa kwa ajili yao Adhabu ya Moto Uwakao.'" Sura ya 67:5

"Uumbaji wa nyota hizi ni kwa makusudi matatu, nayo ni upambaji wa anga, kama makombora kuwapiga mashetani, na kama ishara za kuwaongoza wasafiri. Hivyo, kama mtu yeyote atajaribu kutafuta tafsiri tofauti, atakuwa amekosea na huko itakuwa akipoteza juhudi zake…" *Bukhari* juzuu ya 4 kitabu cha 54 sehemu ya 3 kabla ya na. 421 uk. 282.

Vimondo (nyota zilipukazo na cheche angani) wakati mwingine hurushiwa mashetani wanaojaribu kusikiliza siri za mbinguni. *Sahih Muslim* juzuu ya 1 kitabu cha 4 na. 902 na rejea ya 674 uk. 243.

Vimondo ni kwa ajili ya kuwapiga malaika [wabaya] kabla hawajasambaza walichokisikia. Wakati mwingine malaika wabaya huwaambia siri manabii wa uongo [wachawi], isipokuwa, kabla hawajapigwa. *Ibn-i-Majah* juzuu ya 1 kitabu cha 1 na.194 uk.110.

Radi hushambulia jinni (majinni) *Sahih Muslim* juzuu ya 4 kitabu cha 24 na.5538 uk.1210.

Nyota hulinda dhidi ya Shetani *al-Tabari* juzuu ya1 uk. 223.

Jiografia

Baadhi ya wachora ramani maarufu wa Kiarabu walikuwa Ya'quibi, Ibn Haukal, Mas'udi, Makdisi / Mokaddasi, Ibm Khurdadhbih wa Samarra, Abakri, Yakut, na Abulfeda. **al-Idrisi** alikuwa mwanajiografia mwenye uelewa mpana sana, aliyemwonesha Hastings Uingereza na Paris, Ufaransa [barani] Ulaya, na Cantona [nchini] China. Katika karne ya kumi mwanabaharia wa Kihispania na Kiarabu alijaribu kukatisha bahari ya Atlantic kutoka Lisbon.
Kwa upande mwingine, dunia hukaa juu ya samaki mkubwa kufuatana na historia ya Kiislamu *al-Tabari* juzuu ya 1 uk.220 (839-923 BK). Hivyo, kama walivyo Watu wa Ulaya, Waajemi na Waarabu walikuwa na hadithi za kitamaduni nyingi za kupambana nazo.
Sura ya 18:85-86 inasema kuwa mtawala Zul-Qarnain, alifuata kuchwa kwa jua na kugundua kuwa lilizama chini ndani ya chemichemi za tope. Sasa hivi tunajua kuwa jua halizami katika chemichemi za tope, lakini Waislamu wa enzi za kale waliamini hili kama lilivyo, kama inavyosema *al-Tabari* juzuu ya 1 uk.234. Na kama mfano wa pili, "[Dhu al-Qarnaiyn] alivyoshuhudia kuchwa kwa jua katika sehemu ya kupumzika kwake ndani ya dimbwi la jeusi na ukungu wa kunata kama tope." Kufuatana na *al-Tabari* juzuu ya 5 uk.173-174.

Chakula cha Kisayansi

Wakati baadhi ya viungo hulimwa Mashariki ya kati, Mashariki ya Kati ilikuwa na mlango wazi kwa namba kubwa ya viungo vya Asia. Hata leo chakula cha Mashariki ya kati huwa ni aina nyingi na vya ladha tofauti tofauti za kuvutia kwa sababu ya uzoefu wa viungo mbalimbali kwa karne nyingi zilizopita. Kahawa ilitumika kwa mara ya kwanza Mashariki ya kati. Kwa kuwa kahawa kinywaji kinachosisimua, viongozi wa dini ya Kiislamu walijaribu kupiga marufuku matumizi yake hapo mwanzoni. Waislamu wa kawaida walidai kuwa kahawa ilikuwa nzuri, kwa sababu iliwasaidia kuwa macho kwa ajili ya maombi usiku, na kisha pole pole viongozi wa dini ya Kiislamu walibadilisha nia zao.

Kutengeneza Jambia

Nje ya Japan, majambia au panga nzuri zaidi ulimwenguni ziliitwa majambia ya Kidameski kutoka Siria. Majambia hayo yalikuwa yametokana na siri ya "kufua vyuma", kwamba chuma kilichopozwa pole pole chaweza kuwa kigumu na kikali zaidi kuliko chuma kilichopozwa haraka sana. Kwa bahati mbaya, njia waliyoitumia kukamilisha jambo hilo ilikuwa kuchoma jambia lililokuwa moto na jekundu "ndani ya mwili wa mtumwa mwenye misuli na afya".

Mizinga ya Kijeshi

Waislamu waliivamia Constantinople angalau mara kumi kuanzia mwaka 670 BK, lakini hawakuweza kuiteka kamwe, -hadi waipokutana na mfanyabiashara wa Kichina. Mfanyabiashara huyo alikubali kuwauza Wabenzantini 10,000 waliokuwa wametekwa ndani ya mji wenye baruti; [Waislamu] hawakukubali kwani walisema walikuwa wameshapata moto kutoka kwa Wayunani, hii ilikuwa mafuta ya petroli iliyochujwa na iliweza kuelea juu ya maji na ingeweza kuwashwa. Kwa hiyo yule mfanyabiashara aligeuka na kuwauzia baruti hiyo Waturuki wapatao 80,000 hadi 100,000, waliotengeneza mabomu/mizinga ya kienyeji na hivyo kuangushwa kuta mwezi Mei 29-30 1453 BK. Waturuki waliwashinda Wayunani katika miaka saba iliyofuata, na walipigana hata kuelekea Kaskazini kama vile Austria tangu 1526-1528.

Falsafa na Hoja za Kweli

Wakati Wakristo wa Kinestoria walipofukuzwa toka Siria na Mtawala Zeno, wengi wao walikwenda kutulia Uajemi na kisha Baghdadi. Wengi wao walitunza elimu ya dawa na falsafa ya Kiaristotle.

Avempace, aliyejulikana pia kama Ibn Gabirol (1021-1058 BK) alikuwa mwanafalsafa wa Kiyahudi aliyeishi katika eneo la Kiislamu nchini Hispania. Alikuwa mtetezi wa falsafa ya Aristotle pia. Mwislamu Averroes (1126-1198 BK) alikuwa mtu aliyemsujudu Aristotle kwa hali ya juu sana. Thomas Aquinas (kwenye miaka ya 1125-1274), ambaye alikuwa kipenzi wa Aristotle pia, aliandika kazi iitwayo *Juu ya Upekee wa Ufahamu Kielimu dhidi ya Waverrosti.* Mulla Sadra alibadilisha wazo la kifalsafa la Irani kutoka kuwa Mplatoniki na kuwa Muaristotle kama alivyofanya Thomas Aquinas barani Ulaya.

Kosmolojia-Hoja ya Kalem kuhusu Uwepo wa Mungu

Kalem maana yake ni "a milele" katika Kiarabu na hoja ya Kalem kikosmolojia ni hoja ambayo Wakristo na Waislamu pia wanaweza kuitumia kuonesha kuwa kuna Mungu. Norm Geisler katika *Baker Encyclopedia of Christian Apologetics*uk.399 yaiita hoja hii kuwa ni "hoja ya kikosmolojia yenye muundo tambarare."

1. Kila kilichoumbwa kilikuwa na chanzo cha uumbwaji wake.
2. Ulimwengu kulikuwa na muda ambapo ulipoumbwa.
3. Kwa hiyo ulimwengu ulikuwa na chanzo cha uumbwaji wake.

Wazo hili lapingana na wale wote wasioamini katika uwepo wa Mungu, wanaojaribu kusema kuwa kitu fulani chaweza kuwepo bila kusababishwa na chochote kabisa. Watu waliounga mkono hoja ya Kalem ni pamoja na Waislamu Alfarabi, Al-Ghazali, Avicenna, na mwanatheolojia Mkristo Bonaventura. Mwanafalsafa Mkristo aliyeona udhaifu katika hoja hii alikuwa Thomas Aquinas. Yeye alitambua kuwa iliwezekana kuwa Mungu angaliweza kuifanya dunia katika kipindi cha milele iliyopita, na hapakuwa na uthibitisho kutokana na uumbaji wa asili kuwa Mungu aliumba ulimwengu katika muda fulani maalum au katika kipindi cha milele. Aquinas alitetea zaidi toleo la juu la hoja ya kikosmolojia. Kila kitu kilicho na chanzo (ikiwa kiliumbwa katika muda fulani maalum au katika kipindi cha milele iliyopita) kilikuwa kimeumbwa na kitu fulani.

Zoolojia: Sayansi ya Wanyama

Watu wa mabara yote dunia waliishi kwa kuamini bila uthibitisho kamili juu ya mambo mbalimbali. Wachina walikuwa na madragoni wao (wazuri) yaani miungu. Watu wa Ulaya nao walikuwa na madragoni wao wabaya, majitu ya kufikirika baharini (sea monisters), na vinginevyo vilivyoitwa cockatrix. Waarabu waliamini katika muungu mithili ya mnyama mwenye pembe moja usoni na mkia wa simba na katika ndege wazuri ajabu wakubwa kama tembo wenye mayai ambayo hata majini walikataa kuyabeba. Majini yalitengenezwa kutokana na moto wakati wanadamu walitengenezwa kutokana na uchafu (udongo). Hata hivyo Mugharrihum walikuwa na majini ndani yao. *Abu Dawud* juzuu ya 3 na.5088 rejea ya 4436 uk.1415-1416.

Nzige ni matokeo ya chafya za samaki kufuatana na hadithi *Ibn-i-Majah* juzuu ya 4 na.3227 uk.409

Sura ya 16:69 yasema kuwa katika matumbo/miili ya nyuki kuna kinywaji kitamu (asali) ambacho ni kizuri kwa uponyaji wa wanadamu. Hiyo ni ishara kutoka kwa Allah. Kwa hakika asali ilitengenezwa hasa nje ya mwili wa nyuki; na hii ndiyo sababu wana masega ya asali. Ng'ombe, hutoa maziwa kati ya mfumo wa uchafu na maziwa. Sura 16:66.

Hakuna wanyama waishio juu ya uso wa dunia wala viumbe wote warukao angani, walio na makazi maalum kama wanadamu wafanyavyo, kufuatana na sura ya 6:38.

Punda wa jike, aliuawa kwa kupondwa mawe na nyani wengine kwa kujamiana kusiko halali. *Bukhari* juzuu ya 5 kitabu cha 58 sehemu ya 26 na. 188 uk. 199. Haijulikani kuwa jambo hili halikuwa halali kufuatana na sheria ya nani.

Ikiwa mtoto kafanana zaidi na baba au mama kwa upande mwingine kulitegemea "mihebuko" yao wakati wa kujamiiana. *Bukhari* juzuu ya 5 kitabu cha 58 sehemu ya 49 na.275 uk.190; *Bukhari* juzuu ya 6 kitabu cha 60 sehemu ya 8 na.7 uk.9.

Pua

"Alisimulia Abu Huraira: Mtume alisema, 'Ikiwa mtu yeyote kati yenu ataamka toka usingizini na kujitawadha, anapaswa kuosha pua yake kwa kuweka maji ndani yake na kuyapenga nje mara tatu, kwa sababu Shetani amekaa kwenye sehemu ya juu ya pua usiku mzima." (1)

Imani hii ya zamani inaendelea hadi leo, kama rejea (1) ioneshavyo. Inasema, "Tunapaswa kuamini kuwa Shetani hukaa juu ya sehemu ya pua ya mtu, japo hatuwezi kuelewa ni kwa vipi, kwa kuwa hii ni sawa na ulimwengu usioonekana ambao hatujui chochote juu yake isipokuwa kile Allah anachotuambia kupitia Mtume wake." *Bukhari* juzuu ya 4 kitabu cha 54 sehemu ya 10 na.516 uk.328.

Shetani hukaa katika pua za watu usiku inapatikana pia katika *Sahih Muslim* juzuu ya 1 kitabu cha 2 na.462 uk.153 (pia rejea 450), *Sunan Nasa'i* juzuu ya 1 na.91 uk.167

Kusukutua kwa kuyasukuma maji kwenye kaa la mdomo na puani hufukuza dhambi nje ya mdomo na pua. *Ibn-i-Majah* juzuu ya 1 kitabu cha 1 na.282 uk.163. Lakini uhakikishe umesafisha pua yako mara nyingi iwezekanavyo. *Ibn-i-Majah*juzuu ya 1 kitabu cha 1 na. 406 uk.228. Kupenga na hedhi ni matendo ya Shetani. *Ibn-i-Majah* juzuu ya 2 na.969 uk.87. Wakati hedhi yaweza kuwa na mambo ya kiusafi, kusema kuwa wanawake kwa maumbile yao hutenda matendo ya Shetani kila mwezi kuzidi kiasi.

Kwa maana hiyo, kupiga mwayo hutoka kwa Shetani kufuatana na *Bukhari* juzuu ya 8 kitabu cha 73 sehemu ya 125 na.242 uk.157 na juzuu ya 8 kitabu cha 73 sehemu ya128 na.245 uk.158

Jicho Ovu na Korani

Jicho ovu ni hali halisi. *Bukhari* juzuu ya 7 kitabu cha 71 sehemu ya 36 na.636 uk.427, juzuu ya 7 kitabu cha 71 sehemu ya 86 na.827 uk.538. Soma pia *Bukhari* juzuu ya 4 kitabu cha 55 sehemu ya 9 na.590 uk.386.

Jicho ovu ni kweli. *Ibn-i-Majah* juzuu ya 5 na.3506, 3507 uk.39.

"...Ushawishi wa jicho ovu ni hali halisi." *Sahih Muslim* juzuu ya 3 kitabu cha 24 na.5426 uk.1192. Soma pia *Sahih Muslim* juzuu ya 3 kitabu cha 24 na.5424-5427 uk.1192.

Amir bin Rabia alisemekana kuwa alitoa jicho ovu kwa mtu fulani. *Ibn-i-Majah* juzuu ya 5 na.3508 uk.40.

Hata hivyo nywele za Muhammadi zilikuwa tiba ya jicho ovu. *Bukhari* juzuu ya 7 kitabu cha 72 sehemu ya 65 na.784 uk.518.

Wakati Muhammadi aliponyolewa nywele zake, wafuasi wake walitaka kudaka kila kipande cha unywele wake kwa ajili ya kukitunza. Muhammadi kwa ukarimu alisambaza nywele zake kwa watu. *Sahih Muslim* juzuu ya 2 kitabu cha 7 na.2991-2994 uk.656-657.

Ndumba hutibu jicho ovu. *Ibn-i-Majah* juzuu ya 5 na.3510, 3511 uk.41; juzuu ya 5 na.3512 uk.42.

Albadiri inaruhusiwa dhidi ya jicho ovu na inge *Ibn-i-Majah* juzuu ya 5 na.3513-3518 uk. 42-44.

Muhammad alitumia ndumba [nguvu za kimazingaombwe] dhidi ya jicho ovu na wanyama jamii ya mjusi wenye sumu *Ibn-i-Majah* juzuu ya 5 na.3525 uk.48.

Muhammad alimpa 'Aisha ndumba ili kutibu jicho ovu. *Sahih Muslim* juzuu ya 3 kitabu cha 24 na. 5445,5447-5450 uk.1196.

Muhammad aliamini katika jicho ovu, na kulikuwa na hirizi dhidi yake *al-Tabari* juzuu ya 39 uk.134.

Sura mbili za mwisho (113 and 114) ziliandika juu ya ubaya wa jicho ovu kufuatana na *Ibn-i-Majah* juzuu ya 5 na.3517 uk.41.

Hata hivyo, sura za 113 na 114 hazimo katika toleo la Ibin Mas'ud katika Korani (*The Fibrist* uk.57). Kuondolewa huko hakukuwa kwa bahati mbaya. Ilitaarifiwa kuwa Ibn Mas'ud alisema, "Hirizi mbili-Sura za [113, 114] si Kitabu cha Mungu." (www.AnsweringIslam.org/distortionInTheQuran.htm)
Ibn Mas'ud alikuwa katibu muhtasi wa Muhammad. Muhammad aliwaambia watu wengine wajifunze kutoka kwa Ibn Mas'ud na wengine watatu. (*Bukhari* juzuu ys 6 kitabu cha 60 sehemu ya 8 na.521 uk.486-487).

Mambo Yasiyo ya Kawaida

Mtu anapaswa kutumia mafuta maalum ya kufishia macho mara nyingi isivyokawaida *Ibn-i-Majah* juzuu ya 5 na.3498 uk.35-36.

Tumia mafuta maalum ya kusafishia macho au mawe mororo (pebbles) mara nyingi isivyo kawaida. *Abu Dawud* juzuu ya 1 na.35 uk.8.

Mawe mengi isivyo kawaida kwa ajili ya kujisafisha mwenyewe ni vema zaidi *Sahih Muslim* juzuu ya 2 kitabu cha 7 na.2982 uk.655.

Jisafishe mwenyewe kwa udongo mara nyingi isivyo kawaida [dongo gumu]. *Sunan Nasa'i* juzuu ya 1 na.43 uk.149.

Wakati wa kwenda haja, mtu anapaswa ajipanguse kila wakati na mawe mororo mara nyingi isivyo kawaida. *Sahih Muslim* juzuu ya 1 kitabu cha

2 na.458-463 uk.153-154.... Mawe matutu kufuatana na *Abu Dawud* juzuu ya 1 sehemu ya 21 na.40 uk.10.

Muhammad kwa kawaida alikula tende mara nyingi isivyo kawaida. *Bukhari* juzuu ya 2 kitabu cha 15 sehemu ya 4 na.73 uk.38.

Kwenye maombi, hakikisha kuwa unamaliza na rakah mara nyingi isivyo kawaida. *Sahih Muslim* juzuu ya 1 kitabu cha 4 na.1632-1644 uk.362-364.

Usiku omba rakah mara nyingi isivyo kawaida. *Sunan Nasa'i* juzuu ya 2 na.1295 uk.392; juzuu ya 2 na.1711-1712 uk.398 juzuu ya 2 na.1714-1718 uk.399-400; juzuu ya 2 na.1724 uk.403-404; juzuu ya 2 na.1725-1730 uk.404-405; juzuu ya 2 na.1759 uk.415.

Jitakase pua yako mara nyingi isivyo kawaida. *Ibn-i-Majah* juzuu ya 1 kitabu cha 1 na.406 uk.228.

Mwislamu anahitaji kuomba maombi mara nyingi isivyo kawaida. *Ibn-i-Majah* juzuu ya 2 na.1169-1170 uk.194-195.

Imani Zingine za Kishirikina

"Mtu ataliyekula tende zilizo katikati ya ukanda wa lava hizi mbili asubuhi, hakuna sumu itakayomdhuru hadi itakapokuwa jioni." *Sahih Muslim* juzuu ya 3 kitabu cha 21 na.5080 uk.1129. juzuu ya 3 kitabu cha 21 na.5081 pia yaongezea mambo yakimazingara.

Baadhi ya mazingara ni sawa, kwa sababu Sa'id bin Jubair alitumia hirizi alipoumwa na inge. Alijifunza kwa Muhammad. *Sahih Muslim* juzuu ya 1 kitabu cha 1 na.625 uk.141.

Muhammad aliwapa Waansar mazingaombwe [kama vile albadiri] kwa ajili ya kuondoa sumu ya inge. *Sahih Muslim* juzuu ya 3 kitabu cha 24 na.5442-5444, 5448 uk.1192, 1196.

Dumba hufanya kazi, lakini si kwa matumizi ya Waislamu. *Ibn-i-Majah* juzuu ya 5 na.3530 uk.51-52.

Nyoka husababisha kutoka mimba kabla ya kukomaa. *Ibn-i-Majah* juzuu ya 5 na.3534-3535 uk.54-55.

Vaa ndala ya kulia kwanza, na kisha vua ndala ya kushoto kwanza. *Ibn-i-Majah* juzuu ya 5 na.3616 uk.95-96.

Mtu anayesema mambo fulani hatasumbuka kutokana na dhiki ya ghafla siku au usiku huo. *Abu Dawud* juzuu ya 3 na.5069 uk.1411.

Gabriel alimponya Muhammad kutokana na kila ndumba na jicho ovu dhidi yake kwa kutumia ndumba. *Ibn-i-Majah* juzuu ya 5 na.3533 uk.47.

Kumfuata Nabii Aliyewahi Kurogwa?

Muhammad kuna wakati alirogwa: "Ilielezwa na 'Aisha: nguvu za kimazingaombwe zilifanywa dhidi ya Nabii kwa hiyo akaanza kufikiri kwamba alikuwa akifanya kitu ambacho kwa hakika hakuwa akikifanya. Siku moja alimwomba akimsihi (Allah) kwa kipindi kirefu na kisha akasema, 'Najihisi kuwa Allah amenivuvia jinsi ya kujitibu mwenyewe.'..." *Bukhari* juzuu ya 4 kitabu cha 54 sehemu ya 10 na.490 uk.317. Pia soma juzuu ya 4 sehemu 34 na.400 uk.267, juzuu ya 8 sehemu ya 56 na.89 uk.56-57, juzuu ya 8 sehemu ya 59 na.400 uk.266-267. juzuu ya 7 sehemu ya 47-49; na.658-660 uk. 441-443.

Kuna habari zaidi katika maelezo haya. Ilielezwa na 'Aisha: Nabii aliendelea kwa kipindi hiki na kile alidhani kuwa alikuwa ameshajamiiana na mkewe, lakini kwa hakika alikuwa hajafanya hivyo. Siku moja aliniambia, "O 'Aisha! Allah amenielekeza kuhusu jambo hili nililomwuuliza. Ndipo waliponijia wanaume wawili, mmoja wao alikaa karibu na miguu yangu, aliyekuwa kichwani pangu akauliza (huku akinisonda kwa kidole) 'Kuna tatizo gani na mtu huyu?' Yule mwingine alijibu, 'Lubaid bi A'sam." Wa kwanza akauliza, 'Ni malighafi gani ilitumika.' Mwingine akajibu, 'ngozi ya sehemu ya kiume ya mti wa tende na suke lake pamoja na nywele zilizoshikamanishwa pale, na Kutunzwa chini ya jiwe katika kisima cha Dharwan.'" Kisha Nabii alikwenda kwenye kisima na akasema, "Hiki ni kisima sawa na kile nilichooneshwa kwenye ndoto. Vilele vya tende za mtende ule zilionekana kama vichwa vya mashetani, na maji yake yalionekana kama mvuke wa Henna."…'Aisha aliongeza, "(Mwanamazingaombwe) Lubaid bin A'sam alikuwa mtu kutoka Bani Zuraiq, na mshirika wa Wayahudi." *Bukhari* juzuu ya 8 kitabu cha 73 sehemu ya 56 na.89 uk.57 Pia soma *Bukhari* juzuu ya 8 kitabu cha 73 sehemu ya 59 na.400 uk.266.

Labid bin el-Asam Myahudi alimweka Muhammad chini ya kupiga ramli. *Ibn-i-Majah* juzuu ya 5 na.3435 uk.60-61.

Muhammad alirogwa *Sahih Muslim* juzuu ya 3 kitabu cha 24 na.5428-5429 uk.1192-1193; *Sahih Muslim* juzuu ya 2 kitabu cha 4 na.1888 uk.411.

Pia ikiwa mtu alisema uongo kwa kukusudia kwa Muhammad, hatima ya watu hao ilikuwa Jehanam (akhera). *Ibn-i-Majah* juzuu ya 5 na.3754 uk.161-162, pia *Abu Dawud* juzuu ya 3 sehemu ya1372 na.3643 uk.1036. Kwa hiyo, kwa kuzingatia hili, Muislam anapaswa kuwa mwangalifu ikiwa atasema kitu anapaswa kuamini na kufuata yote ya *Bukhari*, *Sahih Muslim*, *Ibn-i-Majah*, ambayo hujenga mengi yaliyo msingi wa Sharia ya Muislam.

Imani katika Mungu ina maana ni Kuachana na Imani zote za Kishirikiana

Vitabu vya Rejea

Al-Bukhari ***Sahih Al-Bukhari***. kilichotafsiriwa na Muhammad Muhsin Khan na kuchapishwa na al Maktabat Al Salafiat Al Madinato Al Monawart. (tarehe haijaonyeshwa) (juzuu 9) (Na mkusanyiko wa hadithi zenye mamlaka zaidi za Sunni [Sunni Hadiths]).

Arbury, A.J. ***The Koran Interpreted***. Macmillan Publishing Co., Inc., 1955. (tafsiri ya Yusuf Ali kwa kawaida ndiyo iliyo sahihi zaidi kuliko hii.)

Campbell, William. ***The Qur'an and the Bible in the light of history and science***. Arab World Ministries. 1986, 2002. Dk. Campbell ni dakitari wa afya anayeongea Kiarabu na amefanya kazi Afrika Kaskazini.

Encyclopaedia Britannica. Encyclopaedia Britannica, Inc. 1958 juzuu ya 13 uk.7-8.

English Translation of the Meaning of AL-QUR'AN: The Guidance for Mankind. By Mohammad Faroog-I-Azam Malik. The Institute of Islamic knowledge 1997.

Geisler, Norman L. ***Baker Encyclopedia of Christian Apologetics***. Baker Books 1999.

Holy, QUR-AN, The. (Kiarabu na Kiingereza) Nakala iliyorudiwa na kuhaririwa na Presidency of Islamic Researches, IFTA, Call and Guidance. King Fahd Holy Qur-an Printing Complex. (Tafsiri ya Kiingereza ya Abdullah Yusuf Ali) 1410 BH.

Muslim, Imam. (iliyotolewa katika Kiingereza na 'Abdul Hamid Siddiqi) ***Sahih Muslim***. International Islamic publishing House. (tarehe haijaonyeshwa) (juzuu 4).

Nasa'i, Imam Abu 'Abd-ur-Rahman Ahmad. ***Sunan***

Nasa'i imetafsiriwa na Muhammad Iqbal Siddiqi. Kazi Publications, 1994.

Sagan, Carl, Jonathan Norton Leonard. ***Planets***. Time-Life Books, 1969.

Sunan Abu Dawud. Kimetafsiriwa na Ahmad Hasan. Sh. Muhammad Ashraf Publishers,1984-1996.

Sunan Ibn-i-Majah. Kimetafsiriwa na Muhammad Tufail Ansari. Kazi Publications. 121-Zulqarnain Chambers (Pakistan), 1994.

Van Nostrand's Scientific Encyclopedia, 4th edition. D. Van Nostrand Company, Inc. 1968.

World Book Encyclopedia. World Book, Inc. 1990

Yahya Bin Sharaf An-Nawawi, Imam Abu Zakariya (mkusanyaji), S.M. Madni Abbasi (mfasiri) ***Riyadh-Us-Saleheen***. International Islamic Publishing House, (tarehe haijaonyeshwa) (juzuu 2).

http://www.nlm.nih.gov/hmd/arabic kwa historia ya dawa katika ulimwengu wa Kiislam na Kiajemi.

http://www.masnet.org/history.asp?id=1033

SEHEMU YA KUMI NA SABA- BAHARI MBILI

MAJI YA BAHARI MBILI KUTO KUCHANGANYIKA. JE, HII NI MIUJIZA YA ALLAH AU NI UKOSEFU WA ELIMU?

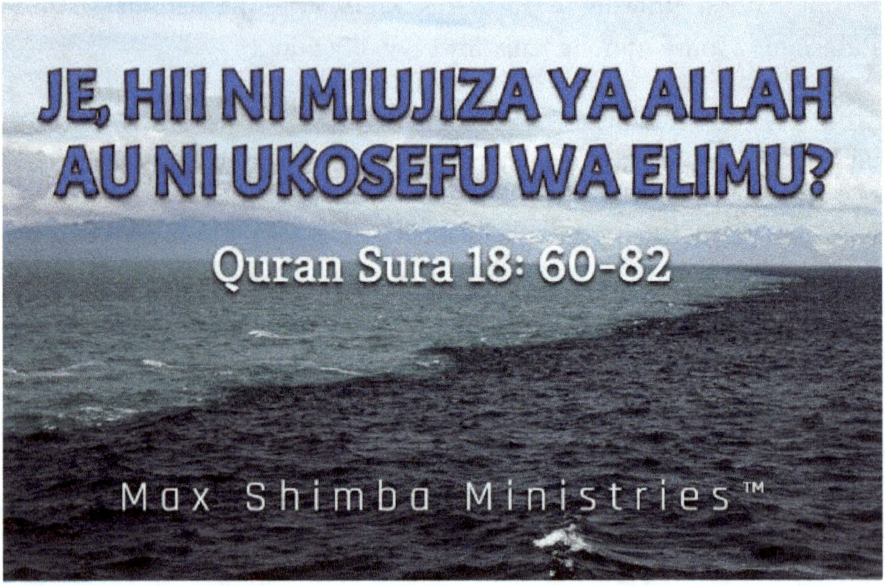

MAJI YA BAHARI MBILI KUTO KUCHANGANYIKA.

JE, HII NI MIUJIZA YA ALLAH AU NI UKOSEFU WA ELIMU?

Leo nitajibu hoja dhaifu ya Waislam kuhusu madai ya maji ya Bahari mbili kuto kuchanganyika. Je, hii ni miujiza au ni ukosefu wa elimu ya fizikia?

Ili kufahamu nini kilitokea kuhusu kuto changanyika kwa maji, ni vema kwanza tujifunze Fizikia ya darasa la Nne kuhusu Densiti.

ALLAH katika Qurani Sura ya 18 aya 60 mpaka 82

"Nakumbukeni Musa alipomwambia kijana wake wake nitaendelea na safari mpaka nifike katika ya maungano ya bahari mbili au niendele karne na karne mpaka nikutane na huyo ninayetaka kukutana naye."

Basi, Waislam walipo ona picha ya ya bahari mbili (madai yao), wakaunganisha na hii aya kuwa ni miujiza ya Allah. Kwa bahati nzuri, hapa katika huduma ya Max Shimba Ministries, tunawasomi walio bobea wa Sayansi, Hisabati na Biologia. Hivyo leo tunawajibu Waislam kwa kutumia sayansi.

Tuanze na kanuni ya Densiti:

DENSITI NI NINI?

DENSITI = MASI/MJAO

DENSITI

Densiti ni kipimo cha kulinganisha masi na mjao wa gimba fulani. Alama yake ya kifizikia huwa ni ϱ (rho).

Gimba lenye densiti kubwa huwa na mada nyingi katika mjao fulani. Gimba lenye densiti ndogo huwa na mada kidogo katika mjao uleule. Densiti kubwa husababisha ya kwamba sisi tunaita kitu "kizito".

Vipimo kwa kawaida vya densiti huwa ni g/cm3 na kg/m3.

Kwa kutumia maantiki:

Maji yasiyo na chumvi ndani yake huwa na densiti 1. Lita 1 huwa na masi ya kilogramu 1.

MASI NI NINI?

Masi katika elimu ya fizikia ni tabia ya mata, na kwa njia hii pia tabia ya gimba au dutu.

Kipimo sanifu cha kimataifa cha masi ni kilogramu. Alama yake katika fomula kwa kawaida ni {m}.

MJAO NI NINI?

Mjao (kwa Kiingereza volume) unaeleza ukubwa wa gimba la hisabati (mchemraba, tufe, mcheduara) kwa kupima nafasi ya yaliyomo yake.

Hupimwa katika vizio vya ujazo kama mita ujazo (m^3) au sentimita ujazo (cm^3).

Kila gimba lenye urefu, upana na kimo huwa na mjao.

MAJI YA CHUMVI:

Maji ya chumvi ni maji yenye kiasi cha myeyusho wa chumvi ndani yake. Kwa kawaida kila aina ya maji huwa na kiwango cha chumvi iliyoyeyushwa.

Kwa wastani, maji katika bahari ya dunia yana chumvi kwa karibu 3.5% (35 g / L, 599 mM). Hii ina maana kwamba kila kilo (takriban lita moja na kiasi) ya maji ya bahari ina takriban 35 gramu (1.2 oz) ya chumvi zilizoharibiwa (Zaidi ya sodiamu (Na+) Na kloridi (Cl-) Ions). Wastani wa wiani juu ya uso ni 1.025 kg / L.

Maji ya bahari ni denser/mazito kuliko maji safi na maji safi yana (wiani 1.0 kg / L saa 4 ° C (39 ° F)) kwa sababu chumvi zilizoharibiwa huongeza wingi kwa kiasi kikubwa. Sehemu ya kufungia ya maji ya bahari inapungua kama ongezeko la chumvi linapo ongezeka. Katika salinity ya kawaida, inafungia nyuzi 2 ° C (28 ° F). Maji ya bahari ya baridi (katika hali ya kioevu) ilikuwa mwaka 2010, katika mkondo chini ya glacier ya Antarctic, na kipimo cha -2.6 ° C (27.3 ° F). Maji ya bahari ya pH ni kawaida kwa kiwango cha kati ya 7.5 na 8.4. Hata hivyo, hakuna kiwango cha pH kinachokubaliwa kwa kiwango kikubwa kwa maji ya bahari na tofauti kati ya vipimo kulingana na mizani tofauti ya kumbukumbu inaweza kuwa hadi vipimo 0.14.

MAJI MATAMU:

Maji matamu ni maji yasiyo na chumvi nyingi ndani yake.

Kwa kawaida maji ya mvua, ya mtoni au ziwani huitwa "maji matamu" maana yake ya kwamba kimsingi inafaa kwa kunywa au kumwagilia mimea hata kama mara nyingi inaweza kupatikana na matope au machafuko ndani yake. Kinyume chake ni maji ya chumvi jinsi inavyopatikana baharini au katika maziwa kadhaa.

Kitaalamu maji huitwa "matamu" kama kiwango cha chumvi ndani yake ni chini ya asilimia 1 au gramu moja ya chumvi katika lita ya maji. Sehemu kubwa ya maji matamu yanayopatikana duniani ni theluji na barafu ambayo ni hasa mvua iliyowahi kuganda katika hali ya hewa baridi

SASA NITAELEZA KWA LUGHA YA KAWAIDA ILI WOTE WAELEWE KWANINI MAJI HAYA HAYACHANGANYI KWA HARAKA.

Kwanza ningependa mfahamu kuwa, SIO bahari mbili zinakutana. Hili dai la Waislam ni uongo na ukosefu wa elimu. Hii picha inayo tumiwa ni kukutana kwa "glacial melt water" na "off shore waters" ya ghuba ya Alaska.

Sababu ya tukio hili la ajabu ni TOFAUTI ya DENSITI YA MAJI, Joto la maji, ujazo wa chumvi katika hayo maji yaliyo yeyuka kutoka Barafu, na maji ya ghuba ya Alaska, yanashindwa kuchanganyika kwa sababu ya tofauti ya densiti yao.

Maji ya bahari huwa na kiwango cha chumvi cha asilimia 3.5 iliyoyeyushwa ndani yake. Wataalamu mara nyingi hutaja kiwango cha 0.1 % kuwa maji matamu.

Kwasababu maji haya yote ni ya baridi "temperature" sana kinacho tokea ki kwamba, mchangayiko wake unachukua muda.

Mmumunyo au myeyusho (kwa Kiingereza solution) ni tokeo la kuchanganya kabisa dutu mbili hadi kupata mchanganyiko wa aina moja usioonyesha sehemu zake. MFANO RAHISI: ni kukoroga sukari katika maji. Hapo sukari haionekani tena imechanganika kabisa na maji. Ikiwa maji ni baridi, sukari itachukua mda mrefu sana kuchanganyaki kulinganisha na maji ya moto au vuguvugu.

Hivi ndivyo inatokea katika ghuba kule Alaska ambapo maji yote ni baridi na majimyeyuko kutoka barafu yenye chumvi ndogo sana inachukua muda mrefu sana kuchanganyika na maji ya ghuba yenye chumvi ya asilimia mpaka 3.5

Je, huu ni muujiza au ni sayansi ya kawaida tu?

Ndio maana naendelea kusema Allah sio Mungu.

Shalom,

Max Shimba mtumwa wa Yesu Kristo Mungu Mkuu. Tito 2:13

SEHEMU YA KUMI NA NANE- UNAJIMU NA QURAN

Unajimu na Quran

Baadhi ya Waislam wanasema Kurani ina ukweli wa kisayansi kuhusu mizunguko ya jua, mwezi, (na nyakati nyingine sayari). Ninapenda kuchunguza jambo hili, na tutazunguka pande tofauti tofauti kabla ya kufikia uamuzi. Lakini jambo la msingi ni kuwa: isipokuwa Muislam awe ameziona hizi aya kama misemo ya kufananisha, aya hizi hazitakubali, hazithibitishi usahihi wa kisayansi wa Kurani.

Sura 36:37-40 inasema, "Na ishara yao ni usiku: Tulijitoa pale toka mchana, na tazama wakazamishwa kwenye giza; 38 na jua linafuata mkondo wake wa kawaida kwa muda liliopangiwa; hii ni amri yake (yeye), aliyeinuliwa kwenye nguvu, yeye ajuaye vyote. 39 Na mwezi- tumeupimia majumba makubwa (kupita toka upande mmoja hadi mwingine) hadi unabadilika kuwa kama sehemu ya chini ya kikonyo cha mtende kilichozeeka (na kunyauka). 40 Jua haliruhusiwi kuukuta mwezi na usiku hauwezi kwenda haraka hata kuupita mchana: Kila kimoja huelea tu kwenye mkondo wake wenyewe (kwa mujibu wa sheria)." (Tafsiri ya Yusuf Ali, toleo la kwanza) [Maneno yaliyo kwenye mabano yamo katika mabano kwenye tafsiri.]

Baadhi ya Waislam wanasema kuwa "jua hufuata njia yake kwa muda ambao limepangiwa" na neno "mkondo" likiwa limewekwa mwishoni. Hata hivyo, hatuwezi kusema vitu vingi sana kuhusu "mkondo" wa jua kwa sababu tafsiri ya Yusuf Ali ina rejeo (la 17) chini ya ukurasa linalohusiana na neno hili likisema "mzunguko, njia." Pia, toleo la Yusuf Ali lililofanyiwa marekebisho linasema "mahali pa kupumzika" badala ya "kipindi."

Ni kwa Jinsi Gani Baadhi ya Waislam Huitafsiri Kurani kwa Uhuru?

Tovuti ya Wasufi

http://www.sufi.co.za/modern_science_and_islam.htm

hupita kiwango ikisema

"Vitu hivi vyote dunia, mwezi na sayari zote na wakati wote hutembea kwenye mikondo (au mihimili) yake ni matufe yaeleayo" (Ansari)

Inaongeza maneno "(vyote hivi ni sayari)" na "(au mihimili yake)" kwenye mabano, kwa sababu hayamo kabisa kwenye Kiarabu. Hebu tuliache hili kwa kuwa ni tafsiri isiyo sahihi, na tujiulize "Sura 36:37-40 inafundisha nini hasa?" Inaweza kuwa moja ya vitu hivi vitatu:

Mikondo ya jua na mwezi: Kurani inafundisha kuwa jua na mwezi vilienda bila kupumzika kwenye njia/mikondo vikiizunguka dunia kwa kipindi maalum kilichopangwa.

Kuogelea kuelekea sehemu linaposimama: Jua huogelea kwenye mawingu wakati wa mchana, na huelekea sehemu linapopumzika usiku, na kurudi mahali pake lilipokuwa asubuhi iliyotangulia. Vivyo hivyo mwezi huogelea kwenye njia yake.

Misemo ya kufananisha: Kama sehemu iliyotangulia, ila hili limekusudiwa kama maelezo ya jinsi vitu vinavyoonekana kuwa, si jinsi vilivyo hasa.

Hebu Turudi kwenye Kiarabu

Njia/Mkondo: Yusuf Ali anaelezea neno la Kiarabu linalojadiliwa kwenye rejeo la 3983 chini ya uk.1326. Ali anasema, "*Mustaqarr* linaweza kumaanisha: (1) kikomo cha muda, kipindi kilichopangwa kabla, kama kwenye vi. 67, au (2) mahali pa kupumzikia au utulivu; au (3) mahali pa kuishi, kama kwenye ii. 36. Nafikiri maana ya kwanza ndio yenye kufaa zaidi hapa; lakini wafafanuzi wengine wanapendelea maana ya pili. Katika hali hiyo ulinganisho utakuwa kati ya jua linaloshindana mbio wakati linaonekana kwetu, na kupumzika wakati wa usiku ili kujiandaa kuanza upya mbio zake siku inayofuata. Kukaa kwake pamoja na upande wa pili wa dunia kunaonekana kwetu kama kipindi cha mapumziko."

Kutembea/kuogelea/kuzunguka: *yasbahuna* inaweza kumaanisha kuharakisha, ingawa maana yake ya moja kwa moja zaidi ni kuogelea.

Ogelea/zunguka: Mtoa maoni maarufu wa Kiislam Ibn Taymiyah (aliyekufa mwaka 1328 BK) aliandika, "jua, nyota na sayari zina umbo la duara (istidaaratul-aflaak) – kama ulivyo usemi wa wanajimu na wataalam wa hesabu (ahlul-hay'ah wal-hisab)..... [Neno] falak [kwenye lugha ya Kiarabu] linamaanisha kitu cha duara" (*Majmu'ul-Fatawa* juzuu ya 6, uk. 566-567).

Si "muujiza wa kisayansi" kwamba jua na mwezi ni "*falak*" kwa sababu a) Neno 'dunia kulizungika jua' kwa Kiarabu si *falak* bali *mahrek*. b) Neno *falak* halikutoka kwenye Kurani; lilikuwa ni neno lililochukuliwa toka lugha ya kigeni.

Mtu mmoja alichangia yafuatayo: "Asili [ya Kiarabu -- falaka] ... toka kwenye chanzo kimoja cha kale cha Kisemiti tunapata [Kiakadia -- pilakku]; [Kiebrania -- pelek]; [Kiarabu -- falkatun], yote yakimaanisha mduara wenye kwenda kwa haraka, na chimbuko lingine la tofauti [la Kiarabu -- falakun]; [Kiethiopia -- falaka] likimaanisha nusu nyingine ya mbingu. Kwa hiyo wataalam wa maneno wamekuwa na desturi ya kutafuta kuhusisha [neno la Kiarabu -- falkun] na chanzo hiki, wakifikiri kuwa limeitwa hivyo tokana na umbo lake la duara."

Pia, neno *falak* lilitumiwa na Waarabu, kabla ya Muhammad kuzaliwa likimaanisha kuelea kwa jua, nyota na sayari kwenye "dari la anga la duara (kuba)." Watu walioishi kabla, na wakati wa Muhammad waliamini kuwa ulimwengu una mfano wa Kiaristote/Kiptolem ambamo dunia ipo katikati ikiwa imezungukwa na dari 7 za duara (kuba). Na jua, nyota na sayari ziliaminiwa kuwa zinazunguka kwenye miduara, au midura yenyewe iliaminiwa kuwa inazunguka kwenye njia moja. Kwa kuwa Kurani inasema kuwa kuna mbingu saba inaonyesha mtazamo wa Muhammad kuhusu "mfumo wa unajimu" unafanana na mfano wa Ptolem na Aristote, ambayo iliaminiwa kuwa ni kweli katika kipindi hicho cha historia.

Maoni yangu (kwa sasa): Ingawa neno la Kiarabu haliko bayana kabisa, maneno haya hayaelezi kitu chochote ambacho watu wa kale kabla ya Muhammad kuzaliwa hawakuwa wameishasema.

Hata hivyo, kama tukidhani kuwa Muhammad na wafuasi wake wa kwanza hawakuielewa Kurani (wazo salama kabisa), na kwamba maoni ya kisayansi ya Kurani ni thabiti, tuna njia mbili za kufika kwenye uamuzi unaofaa. Kwanza, Waislam wa mwanzo walisema nini kuhusiana na jambo hili, na pili, sehemu iliyobaki ya Kurani inasema nini.

Muhammad na Waislam wa Mwanzo Walisema Nini kuhusu Jua?

Utakwenda wapi kutafuta maana sahihi ya Kurani? Zamakhshari? al-Tabari? Baidawi? Kama ungekuwa Muislam wa mwanzo ungeweza kwenda kwa Muhammad mwenyewe! Sikia jinsi Muhammad alivyoeleza, kwa mujibu wa Bukhari na al-Tabari.

"Abu Dhar alisimulia: Nabii aliniuliza wakati wa machweo ya jua, 'Unafahamu mahali ambako jua linakwenda (wakati wa kuchwa)?' Nilijibu, 'Allah na Mtume wake wanafahamu vizuri zaidi.' Alisema, 'Linakwenda (yaani linasafiri) hadi linasujudu chini ya kiti cha enzi, na linapata kibali cha kusimama tena, na linaruhusiwa na kisha (muda utakuja ambapo) litakuwa linakaribia kusujudu lakini kusujudu kwake hakutakubaliwa …'" *Bukhari* juzuu ya 4 kitabu cha 54 sura ya 4 na.441 uk.283.

Tafsiri nyingine ya kifungu hicho hicho cha *al-Bukhari* inasema: "Abzur Ghifari (ra) alisimulia: siku moja Nabii Muhammad (amani na iwe juu yake) aliniuliza, 'Abzar unafahamu jua linakwenda wapi baada ya kuzama?' Nilimjibu, 'Sifahamu, Mtume wa Allah ndiye yeye tu anayeweza kusema vizuri zaidi.' Kish Nabii (SA) alinijibu, 'Baada ya kuzama, jua hubaki likisujudu chini ya **Aro'sh** (kiti cha enzi cha Allah) na linasubiri amri ya Allah ili lichomoze tena upande wa mashariki. Siku itakuja wakati ambapo jua halitapata ruhusa zaidi toka kwa Allah ya kuchomoza tena na Qeyamot (Siku ya Kiyama) itakuja duniani.'"

al-Tabari juzuu ya 1 uk.231 inasema, "Nilimuuliza Mjumbe wa Mungu [Muhammad] '[Jua] linazama wapi?' Alinijibu: 'Linazama mbinguni na kisha linachomoza kutoka mbingu kwenda mbingu nyingine hadi linachomoza kwenye mbingu ya juu zaidi, mbingu ya saba. Hatimaye, linapokuwa chini ya kiti cha enzi, linaanguka chini na kusujudu, na malaika wanaolisimamia wanasujudu pamoja nalo. Kisha jua linasema, Bwana wangu, ni wapi unakoniamuru nichomozee, ni upande ule nilikozamia au nilikochomozea?' Aliendelea. Jambo hili ndilo (linalokusudiwa na) neno la Mungu: 'Na jua: Hukimbilia mahali linapotakiwa kuwepo (usiku)' linaposhikiliwa chini ya kiti cha enzi – 'Jambo hilo limeamriwa na Yeye Mwenye Nguvu na Mwenye Kujua' Bwana kwa mamlaka yake ya kifalme, Bwana ambaye 'anavijua' viumbe vyake. Aliendelea, Gabriel alileta kwenye jua vazi lenye kung'aa tokana na mwanga utokao kwenye kiti cha enzi, kwa kufuata vipimo vya saa na siku. Ni refu zaidi wakati wa majira ya joto na fupi zaidi wakati wa majira ya baridi, na lenye urefu wa wastani wakati wa majira ya kupukutisha majani na wakati wa majira ya kuchipua majani. [Mitindo ya majira ya kuchipua majani, kupukutisha majani na majira ya baridi!] Aliendelea. Jua huvaa vazi hio, kama mmoja wenu anavyovaa zavi lake. Kisha, huwa huru kuzunguka kwenye anga la mbinguni mpaka linapochomoza kutokea upande linaochomozea. … Njia hiyo hiyo hufuatwa na mwezi wakati wa kuchomoza kwake … Lakini Gabriel huuletea vazi kutoka kwenye mwanga wa miguunil. Hivi ndivyo neno la Mungu (linavyomaanisha) 'Amelifanya jua kuwa angavu na mwezi kuwa mwanga.'"

Jua na mwezi ni alama za Allah. *Abu Dawud* juzuu ya 1 kitabu cha 2 na.1173 uk.304; *Sunan Nasa'i* juzuu ya 2 na.1462,1464 uk.272; juzuu ya 2 na.1465, 1466 uk.273; juzuu ya 2 na.1475 uk.278; juzuu ya 2 na.1477 uk.280; juzuu ya 2 na.1481 uk.283; juzuu ya 2 na.1485-1486 uk.286-287; juzuu ya 2 na.1488-1489 uk.287,289; juzuu ya 2 na.1500 uk.297; juzuu ya 2 na.1502 uk.299; juzuu ya 2 na.1505 uk.300; juzuu ya 2 na.1506 uk.301.

Dhu al-Qarnaiyn [Zul Qarnain] "alishuhudia kuzama kwa jua kwenye sehemu yake ya kupumzikia kwenye bwawa lenye ute mweusi na wenye harufu mbaya sana." *al-Tabari* juzuu ya 5 uk.173-174 (Tazama Sura 18:82-97).

al-Tabari juzuu ya 1 uk.234 pia inasema kuwa jua huzama kwenye chemchemi yenye matope. Msemo "yenye matope" ni *hami'ah*, unaomaanisha udongo mweusi wa mfinyanzi, lakini *hamiyah* ni neno lenye kufanana nalo linaloweza kumaanisha kitu cha moto. (Tazama rejeo la 442 chini ya uk.234)

"[Muhammad] Aliendelea. Wakati jua linachomoza, linainuka juu ya kibandawazi (kinachokokotwa na farasi) toka kwenye moja ya chemchemi hizo likiwa pamoja na malaika 360 …. Wakati Mungu anataka kuvijaribu jua na mwezi, ili kuwaonyesha watumishi wake ishara na kwa njia hiyo kuwataka waache kutokumtii Yeye na kuanza kutii, jua huporomoka ghafla toka kwenye kibandawazi na kuanguka kwenye kina cha bahari, ambacho ni cha mduara. Wakati Mungu anataka kuongeza umuhimu wa ishara kuwatisha zaidi watumishi wake, jua lote hunguka, na hapawi na sehemu yake yoyote inayobaki kwenye kibandawazi. Huko ndiko kupatwa kukamilifu kwa jua, wakati ambapo mchana hujiwa na giza na nyota hutokeza." *al-Tabari* juzuu ya1 uk.236.

Je Muhammad na Waislam wa Mwanzo Wanatuambia Nini kuhusu Mbingu?

Nabii [Muhammad] alijibu: 'Ali, kuna nyota tano: Jupiter (al-birjis), Saturn (zuhal), Zebaki (utarid), Mars (Bahram), na Venus (al-zuhrah). Nyota hizi tano huinuka na kukimbia kama jua na mwezi na hushindana nazo pamoja. Nyota nyingine zote zimening'inizwa toka mbinguni kama taa zilivyoning'inizwa toka kwenye misikiti..." *al-Tabari* juzuu ya 1 uk.235-236.

"Mungu aliiumba bahari fasrakh tatu (kilomita 18) kutoka mbinguni. Mawimbi yamedhibitiwa, yanasimama angani kwa amri ya Mungu. Hakuna tone hata moja linalomwagika. Bahari zote hazitembei, lakini bahari hutiririka kwa kiwango cha mwendokasi wa mshale. Imeachwa kutembea angani kwa ulinganifu, kana kwamba ni kamba ilinayotokeza kwenye eneo kati ya mashariki na magharibi. Jua, mwezi, na nyota zenye kurudi nyuma [sayari 5] huzunguka kwenye kina cha mawimbi ya bahari. Hivi ndivyo neno la Mungu (linavyomaanisha): 'Kila moja huogelea kwenye mduara.' 'Mduara' ni mzunguko wa kibandawazi kwenye kina cha mawimbi ya ile bahari." *al-Tabari* juzuu ya 1 uk.235.

Maoni kutoka kwa Waislam wa mwanzo: Jua huenda hasa kwenye sehemu ya kupumzika wakati wa usiku, na kwamba jua na mwezi "huelea" hasa kwenye bahari yenye maji angani.

Sehemu Nyingine za Kurani Zinasema Nini?

Elewa kuwa namba za aya zinatofautiana kwenye matoleo tofauti ya Kurani. Namba hizi za aya zifuatazo zimetolewa kwenye (toloe lililorekebishwa la) Yusuf 'Ali. Nimesahihisha matumizi ya herufi kubwa.

Sura 20:53 "Yeye aliyeiumba dunia kwa ajili yako kama zulia ameisambaza"

Sura 50:7 "Na dunia – tumeisambaza[4946], na tumeweka milima juu yake …"

Rejeo la Yusuf 'Ali la 4946 chini ya ukurasa linasema, "Linganisha xiii. 3; na xv. 19 na rejeo la 1955. Dunia ni ya mviringo, lakini inaonekana kuwa imenyooka kama eneo kubwa la wazi, kama zulia lililoshikiliwa imara na uzito wa milima." Hivyo ikiwa unaamini kuwa jambo hili linadai kuwa dunia ni tambarare au la, Yusuf 'Ali anasema kuwa aya hii inasema kuwa dunia inaonekana kuwa kama zulia tambarare.

Sura 67:15 "Ni Yeye aliyeifanya dunia iweze kuthibitiwa[5571]…" Tafsiri nyingine zinatumia neno "usawa." Rejeo la 5571 la Yusuf Ali chini ya ukurasa linasema, "Zalul inatumiwa kwenye ii.71 kwa mnyama aliyefunzwa na anayeweza kuthibitiwa: hapa linatumika kuielezea dunia, na nimelitafsiri kama 'inayoweza kuthibitiwa'…."

Sura 71:15 "'Je hamuoni jinsi Allah alivyoumba mbingu saba moja juu ya nyingine 'Na aliumba mwezi uwe mwanga kati yao, na aliumba jua liwe taa ing'aayo?" Hata kama ikichuliwa kuwa hii ni lugha ya kufananisha, hakuna kitu chochote chenye kuashiria mafundisho ya kisasa ya unajimu.

Sura 71:19 "'Na Allah aliiumba dunia kwa ajili yako kama zulia (lililosambazwa),[5718]…" Rejeo la 5718 la Yusuf 'Ali chini ya ukurasa linasema, "linganisha xx 53.

Sura 78:6-7 "Sisi [Allah] je hatujaumba dunia pana kama eneo kubwa wazi[5890], na milima kama vigingi?" Rejeo la 5890 la Yusuf 'Ali chini ya ukurasa linasema, Tazama rejeo la 2038 hadi xvi. 15. Linganisha pia xiii. 3 na xv. 19. Eneo kubwa wazi lenye nafasi pana linaweza kulinganishwa na zulia, ambalo milima ni kama vigingi …."

Zul-Karnain kwenye Sura ya 18 na Sayansi ya Unajimu

Sura 18:85-86 "Njia (mojawapo) ambayo [Zul-qarnain] aliifuata, hadi, wakati alipofika machweo ya jua, alikuta linazama kwenye chemchemi ya maji meusi na machafu: karibu na sehemu hiyo aliwakuta watu: Sisi [Allah] alisema: 'Oh Zul-qarnain! (Wewe unayo mamlaka) ama kuwaadhibu ama kuwatendea wema." Neno "Murky" limetafsiriwa pia kama chemchemi ya maji "nyeusi" na yenye "udongo." Msemo "chemchemi ya . . . maji" pia imetafsiriwa kama "chemchemi.". M. H. Skahir ameitafsiri kuwa "bahari nyeusi."

Sura 18:89-90 "Kisha [Zul-qarnain] aliifuata njia (nyingine), hadi alipofika kwenye mawio ya jua, alilikuta likichomoza juu ya watu ambao hatukuwapa kitu chochote cha kujikinga dhidi ya jua."

Watoa maelezo wa Kiislam wanatofautiana juu ya Zul-qarnain (mtu wa pembe mbili) kuwa ni nani hasa. Wengine wanafikiri kuwa ni Alexander Mkuu, wengine wanafikiri ni Cyrus wa Uajemi, na wengine wanafikiri kuwa ni mfalme wa Yemeni. Hata hivyo haijalishi. Vyovyote itakavyokuwa, Zul-qarnain aliweza kwenda mahali halisi ambako jua linachomozea. Jambo hili linathibitisha maoni ya Kurani kuwa dunia ina umbo bapa. Kitu muhimu zaidi ni kuwa alikwenda mahali jua linapozamia, na akakuta kuwa linazama kwenye chemchemi nyeusi na yenye matope.

Ukiwauliza wanajimu endapo jua linazama kwenye chemchemi yenye matope watakwambia "hapana.'

Hitimisho: Kurani inafundisha mambo yafuatayo:

Dunia ina umbo bapa, imeenea kama zulia na imefungwa kuwa bapa kwa vigingi ambavyo ni milima

Dunia ina njia yake ambayo imewekewa mipaka wakati wa mchana, kisha huzama kwenye chemchemi nyeusi na yenye matope wakati wa usiku na huenda kwenye kiti cha enzi cha Allah.

Baadaye jua huchomoza kutoka kwenye sehemu moja maalum Ukiachia nyota (sayari) tano "zenye kwenda nyuma", nyota zimening'inizwa kama taa

Muhammad aliwafundisha Waislam wa mwanzo jambo hili kama ukweli halisi, siyo sitiari au mlinganisho.

Madhumuni ya Nyota na Vimondo

"Mbingu za chini kabisa zina taa [nyota], na 'Tumeziumba (taa) hizi kama makombora ya kuwafukuzia waovu, na tumetayarisha Adhabu ya Moto Uwakao kwa ajili yao.'" Sura 67:5.

"Kuumbwa kwa nyota hizi kuna madhumuni matatu, yaani, kulipamba anga, makombora ya kuyapiga mashetani,na alama za kuwaongoza wasafiri. Kwa hiyo kama mtu yoyote anajaribu kupata tafsiri nyingine amekosea na anapoteza nguvu zake tu..." *Bukhari* juzuu ya 4 kitabu cha 54 sura ya 3 kabla na.421, uk.282.

Wakati mwingine vimondo hurushwa kwa mashetani ambao wanajaribu kusikiliza siri za mbinguni. *Sahih Muslim* juzuu ya 1 kitabu cha 4 na.902 na rejeo la 674 chini ya uk.243.

Vimondo vinapaswa kuwapiga malaika [wabaya] kabla hawajaeneza mambo walyoyasikia. Wakati mwingine malaika wabaya huwaambia watabiri kabla ya kuwapiga. *Ibn-i-Majah* juzuu ya 1 kitabu cha 1 na.194, uk.110.

Vimondo huyashambulia majini (genies) *Sahih Muslim* juzuu ya 4 kitabu cha 24 na.5538, uk.1210.

Nyota hulinda dhidi ya shetani. *al-Tabari* juzuu ya 1, uk.223.

Muhammad Anaupasua Mwezi Vipande Viwili

"Hitaji la wapagani kwa Nabii kuwa awaonyeshe miujiza. Nabii aliwaonyesha kupasuka kwa mwezi. 'Abdullah bin Massud alisimulia: Wakati wa maisha ya Nabii mwezi ulipasuliwa vipande viwili na Nabii alisema kuhusiana na hilo, 'Shuhudia (jambo hili).'" *Bukhari* juzuu ya 4 kitabu cha 56 sura ya 26 na juzuu ya 4 kitabu cha 56 sura ya 26 na.830, uk.533.

"Anas alisimulia kwamba watu wa Maka walimwomba Mtume wa Allah awaonyeshe muujiza, na kwa ajili hiyo aliwaonyesha mwezi unaopasuka." *Bukhari* juzuu ya 4 kitabu cha 56 sura ya 26 na.831, uk.533.

"Ibn 'Abbas alisimulia: Mwezi ulipasuliwa vipande viwili wakti wa uhai wa Nabii." *Bukhari* juzuu ya 4 kitabu cha 56 sura ya 26 na.832, uk.534.

Mwezi unaopasuka. *Bukhari* juzuu ya 6 kitabu cha 60 sura ya 225 na.290, uk.273 na rejeo la 1 chini ya uk.273; juzuu ya 6 kitabu cha 60 sura ya 287 na.387-391, uk.365-366; juzuu ya 6 kitabu cha 60 sura ya 261 na.345, 349, uk.331; *Bukhari*juzuu ya 6 kitabu cha 60 sura ya 265 na.368-370, uk.331, 336.

Kuupasua mwezi *Sahih Muslim* juzuu ya 4 kitabu cha 37 na.6721, 6724-6730, uk.1467-1468.

Sura 54:1 inasema, "Saa (ya hukumu) imekaribia, na mwezi ulipasuliwa vipande viwili. (toleo lililorekebishwa la Yusuf 'Ali).

Tambua kuwa kupasuliwa vipande viwili kunamaanisha kuwa mwezi uligawanywa nusu kwa nusu, na kitenzi kilichotumika hapa ni cha wakati uliopita. Hatuna kumbukumbu za watu wengine wowote ulimwenguni, ikiwa ni pamoja na jirani zao wa Misri, Syria, au Uajemi ambao waliuona mwezi uliopasuliwa vipande viwili. Kurani na hadithi hazisemi ni jinsi gani mwezi uliweza kurudi kuwa kitu kimoja tena.

Yusuf 'Ali, kwenye rejeo la 5128 chini ya ukurasa, anasema, "Maelezo matatu yametolewa kwenye *Mufradat*, na pengine yote matatu yanahusika hapa: (1) kwamba mwezi ulionekana ukiwa umepasuka vipande viwili kwenye bonde la Maka machoni pa Nabii, washirika wake, na baadhi ya watu wasiokuwa waumini; (2) kwamba wakati uliopita wa kinabii huonyesha wakati ujao, kupasuka kwa mwezi vipande viwili ikiwa ni Ishara ya Hukumu inayokuja; na (3) kwamba msemo huu ni sitiari, ukimaanisha kuwa jambo hili liko wazi kama mwezi. Kwamba kupasuka kwa mara ya kwanza kulionekana na watu wasiokuwa waumini ni dhahiri kwenye aya ya 2. Kupasuka kwa mara ya pili litakuwa ni kuvunjwa kwa mfumo wa jua kwenye Uumbaji Mpya: Linganisha lxxv. 8-9."

Mifano Inayoenda Kinyume kwenye Kurani?

Hebu na tuziache aya zilizotangulia na tuangalie aya nyingine kwenye Kurani ambazo baadhi ya Waislam wanaamini kuwa zinaunga mkono kanuni za kisasa za unajimu. Ili kuwatendea haki, zifuatazo ni aya ambazo wanazitumia, pamoja na maitikio yake.

Sura 7:54 "...Huuvuta usiku kama mtandio juu ya mchana, kila mmoja akiwa anamtafuta mwingine kwa mfuatano wa haraka..." **Itikio:** ni kweli kwamba usiku na mchana vinafuatana, lakini jambo hili halisemi kitu chochote kuhusu sayansi au unajimu ambacho watu wa zamani hawakukifahamu.

Sura 13:2a na **Sura 31:10** zinasema kuwa Allah aliziinua mbingu bila nguzo zozote unazoweza kuziona."

Itikio: Ingawa si watu wote wa kale walioamini kuwa mbingu zilikuwa zimeshikiliwa na nguzo, jambo hilo linaeleza tu kuwa Mungu hakuwa na nguzo zozote zenye kuonekana zinazoweza kuonekana.

Sura 13:2b "...Amevitiisha jua na mwezi! Kila kimojawacho kutembea (kwenye njia yake) kwa muhula kilichopangiwa" **Itikio:** Kwamba jua na mwezi vina utaratibu ni jambo lililojulikana hata kwa watu wa kale.

Sura 21:30 "Je watu wasioamini hawaoni kuwa mbingu na nchi ziliungwa pamoja (kama Kitu Kimoja Kilichoumbwa) kabla sisi [Allah] hatujavigawa vipande viwili?" Waislam wanaona jambo hili kuwa ni matarajio ya Kurani ya nadharia ya mlipuko mkubwa uliyoifanya dunia iumbwe, yaani, 'the big bang theory.'

Itikio: Wamisri wa kale, Wahindu wa Arya, na watu wengine waliamini kuwa mbingu na dunia vilikuwa pamoja hazijagawanywa. Kusema tu kuwa mbingu na dunia ziliungwa pamoja (kwa maana ya kuwa nusu mbili) ni kama hadithi za kubuniwa za kale na si nadharia ya mlipuko mkubwa ulioifanya dunia iumbwe.

Sura 21:33 "Vyote (jua, mwezi, nyota na sayari) huelea juu ya, kila kimoja kwenye mkondo wake[2695] wa duara. Rejeo la 2695 la Yusuf Ali lililo chini ya ukurasa lina maelezo mazuri hapa. Linasema, "Nimeonyesha, tofauti na wengi wa wafasiri, sitiari ya kuogelea iliyodokezwa kwenye maneno ya asili..." Tafsiri ya Malik inasema, "vyote (jua, mwezi, nyota na sayari) hutembea kwa haraka sana kwenye mihimili yao yenyewe."

Itikio: Neno la Kiarabu lilifahamika kuwa "kuogelea" kama Yusuf Ali alivyolitafsiri kiusahihi, kama ilivyoonyeshwa na *al-Tabari* juzuu ya 1, uk.235; *al-Tabari* juzuu ya 1, uk.236. Aya hizi pia zinazungumzia jua na mwezi, siyo sayari na nyota, kwa hiyo si sahihi kabisa kuviweka (jua, mwezi, nyota na sayari) kwenye mabano kwenye tafsiri. Kurani haisemi kuwa kitu chochote hutembea kwenye njia/mhimili wake angani isipokuwa jua, mwezi na sayari zenye kurudi nyuma (sayari).

Sura 21:104 "Siku ambayo tunaziviringisha mbingu kama hati ya kukunja."

Itikio: Haieleweki kwangu ni kwa jinsi gani jambo hili linadhaniwa kuwa linatarajia unajimu wa kisasa, lakini mke wa kwanza wa Muhammad alielewa kuwa alisikia injili toka kwa mkristo mmoja, na Biblia, kwenye Ufunuo 6:14 na Agano la Kale kwenye Isaya 34:4. Hata hivyo, Wakristo, kwa jumla, hawafanyi juhudi ya kujaribu kuufanya unajimu wa kisasa ufanane na Ufunuo 6:14.

Sura 22:65 "...Hulishikilia anga[2847] lisianguke duniani isipokuwa kwa jani lake ..." Rejeo la Yusuf 'Ali la 2847 chini ya ukurasa linasema kuwa neno hili *samaa* linaweza kumaanisha (1) kitu kilicho juu, (2) mzizi, dari, (3) anga, mbingu, (4) mawingu au mvua. Anasema kuwa anaelewa maana ya mwisho hapa, ingawa mamlaka nyingi zinaelekea kulitafsiri kwa maneno kama "anga."

Itikio: Hivyo basi kwa mamlaka nyingi neno litakuwa "anga" ambalo linaendana sawa na maoni kuwa dunia ni tambarare. Kwa hiyo ingawa hatuwezi kusema kuwa aya hii inathibitisha kabisa maoni ya Kurani ya dunia tambarare, tokana na maana ya Kiarabu kutokuwa bayana kabisa, aya hii haiwezi kutumika kuthibitisha maoni ya Kurani ya sayansi ya kisasa.

Sura 25:61-62 "Amebarikiwa Yeye aliyeumba makundi ya nyota angani, na kuyaweka kwenye taa na mwezi ili yatoe mwanga. Na ni yeye aliyevifanya usiku na mchana vifuatane..."

Itikio: Kuliita jua taa hakusaidii kuthibitisha kuwa Kurani ina maoni ya kisayansi ya kisasa. Kwamba mchana na usiku vinafuatana ni kweli, lakini hili ni jambo lililojulikana hata na watu wa kale.

Sura 27:88 "...milima hii unayoiona na kudhani kuwa imejishikilia imara, itapita kama mawingu ..." (Malik) Mtetezi mmojawapo wa Kiislam ametokea kuamini kuwa jambo hili linadokeza mzunguko wa dunia.

Itikio: Aya inayotangulia inalitaja tarumbeta la mwisho, kwa hiyo muktadha huu ni wa nyakati za mwisho, siyo leo.

Sura 29:44 inasema kuwa kuumbwa kwa mbingu na dunia ni ishara ya kwa wanaoamini.

Itikio: Kuumbwa kwa mbingu na dunia kunaonyesha ukuu wa enzi wa Mungu kwa mujibu wa Zaburi 8:1, 3, 5; Zaburi 19:1-6. Muahammad alizijua Zaburi (*zubur*) za Daudi, hivyo hakuna jambo jipya hapa.

Sura 31:29, Sura 35:13, **Sura 36:37**, na **Sura 39:5** zote zinasema kuwa Allah aliuunganisha usiku kuwa mchana na mchana kuwa usiku. Pia zinasema kuwa jua na mwezi kila kimoja huzunguka kwenye njia zao zilizoamriwa. **Sura 55:5** pia inasema kuwa jua na mwezi huzunguka kwenye njia zao zilizoamriwa.

Itikio: Hakuna kitu chenye kuonysha kuwa hii siyo njia ya jua na mwezi angani. Mambo haya yalifahamika na kuchunguzwa na watu wa kale, hata watu wasiojua vitu vingi. Kuusema ukweli ambao hata wapagani waliisha kuuamini haithibitishi kuwa kitabu si sahihi. Hata hivyo, kurudia mambo ambayo yanajulikana na watu wote hakuthibitshi kuwa Kurani ilitabiri ufahamu wa sayansi ya kisasa.

Sura 51:47,48 "Tumejenga mbingu kwa uwezo: na hakika tunazo nguvu kubwa. Na tumeitandaza dunia (pana sana): Ni kwa uzuri gani tunaenea!" (Yusuf 'Ali). Tafsiri nyingine zinasema "kama zulia."

Itikio: Kuitandaza dunia, jambo ambalo wengine wanaliona kama kufundisha kuwa dunia ni tambarare, hakusaidii kuthibitisha kuwa Kurani inafundisha kanuni za kisayansi za kisasa. Kama mtu asiyekuwa Muislam, niko tayari kukiri kuwa jambo hili linaweza kuwa halifundishi uongo kuwa dunia ni tambarare, lakini ni njia ya kueleza kishairi. Waislam wamelitumia jambo hili kusema kuwa Kurani imefundisha nadhaaria ya mlipuko mkubwa ulioleta kupanuka kwa ulimwengu. Ukweli kuwa Mungu alizitandaza mbingu hauongelei kidhahiri nadharia ya mlipuko mkubwa ulioifanya dunia iumbwe, na kwamba Mungu alizitandaza mbingu imo kwenye Biblia, Isaya 42:5. Lakini Wakristo hawatumii maelezo hayo yasiyokuwa bayana kuthibitisha kutarajiwa kwa nadharia ya mlipuko mkubwa ulioleta kuumbwa kwa dunia.

Sura 55:33 inazitaja kanda za dunia ambazo watu na majini [genies] hawawezi kuingia bila kibali.

Itikio: Kanda za dunia hazitufundishi jiografia ya kisasa, ingawa inaonekana kama jinamizi la baharini au vizuizi vingine vinavyowazuia watu kusafiri kwenda baadhi ya sehemu za dunia. Kwa jinsi hiyohiyo, kanda za mbinguni hazina umuhimu mkubwa sana, isipokuwa kwamba Muhammad na tamaduni za Kiyahudi zinaongelea kuhusu mbingu ya saba.

Sura 71:15-16 "Je huoni jinsi Mungu alivyoumba mbingu saba moja juu ya nyingine, Na ameuumba mwezi uwe mwanga katikati yake, na amelifanya jua kuwa (Ng'aavu) kama taa?" Inadaiwa na baadhi ya Waislam kwamba safu saba za anga la dunia (troposphere, stratosphere, n.k.) ndizo mbingu saba.

Itikio: Licha ya mbingu saba kufanana katika na tamaduni ya Kiyahhudi, kuuita mwezi kuwa mwanga na jua taa hakuonyeshi maoni ya sayansi ya kisasa, ingawa jambo hili haliwezi kuthibitishwa kuwa uongo endapo litachukuliwa kuwa ni lugha ya kishairi. Pia, kama mbingu saba ndio safu saba za anga la dunia, itakuwa ni makosa kusema kuwa jua, mwezi, na nyota zipo mbinguni.

Kama wazo la ziada, ingawa Biblia haijazungumzia mbingu saba, tamaduni kadhaa za Kiyahudi zinazohusiana na Biblia lakini si sehemu ya Maandiko Matakatifu (Apocrypha) zinazungumzia mbinug saba: *2 Enoch* 20:1; 20:1; *Martyrdom and Ascension of Isaiah* 7:8; 9:1,6; 10:17; The *Testament of the Twelve Patriarchs* sura ya 3.3. Na *3 Baruch* 11:1

inazungumzia mbingu tano, ingawa haisemi kuwa hizo ndizo mbingu pekee zilizopo. Kwa hiyo hata kama ungekuwa ni muujiza wa kisayansi kwamba mbingu saba alizozizungumzia Muhammad ndizo safu saba za anga la dunia, ingekuwa ni muujiza mkubwa zaidi kwa vitabu vya kale zaidi kwani navyo vilizungumzia mbingu saba.

Sura 86:1-3 "Kwa mbingu na kwa mgeni mashuhuri wa usiku, na kitu gani kitakuelezea kuwa mgeni mashuhuri wa usiku ni nini? Ni nyota yenye kung'aa kwa ajabu. (Kama ambavyo Allah Mwenye nguvu anavyochunga kila nyota kwenye kundi lao, kwa namna hiyo hiyo) kuna malaika mlinzi aliyewekwa juu ya kila nafsi." (Malik) Baadhi ya Waislam wanadai kuwa jambo hili linafundisha kuwa jua ni nyota.

Itikio: Angalia vitu viwili: a) jua halijatajwa hapa, na b) maneno yote yaliyomo kwenye parandeshi yamefanywa kuongezwa kwenye tafsiri ya Kiingereza; hayamo kwenye maandiko ya asili ya Kiarabu!

Yusuf 'Ali (toleo lililorekebishwa) anatoa tafsiri sahihi zaidi hapa. "Kwa anga[6067] na mgeni mashuhuri wa usiku[6068] (humo); Na kitu gani kitaelezea kwako Mgeni mashuhuri wa usiku ni nini? – (Ni) nyota yenye kung'aa kwa ajabu; - hakuna nafsi isiyokuwa na mlinzi juu yake.[6069]"

Rejeo la Yusuf 'Ali la 606 chini ya ukurasa linasema, "...'Nyota yenye mng'aro wa ajabu' inaeleweka na baadhi ya watu kuwa ni sayari ya Saturn, kwa wengine tena ni nyota ya Sirius, au Pleids [Pleiades] au vimondo. Nadhani ni vema zaidi kuielewa 'Nyota' kwa mtazamo wa jumla, kwani nyota hung'aa kila usiku katika mwaka, na mng'ao wao wa ajabu unaonekana zaidi kwenye usiku wenye giza nene zaidi."

Baadhi ya Tafsiri Hazifanani na Ulimwengu Huu!

Hapa kuna maoni mengine ya Kiislam yaliyorekodiwa kwenye http://debate.org.uk/topics/history/interprt.htm. Tovuti hii ina habari nyingine pia nzuri.

"Chukulia kwa mfano *Muhammad Hanafi al-Banna* aliyegundua vidokezo vya ndege (Sura 17:1), setilaiti za bandia (Sura 41:53), safari baina ya sayari (Sura 55:33), na bomu la haidrojeni (Sura 74:33-38) (Jansen 1980:48).

Hivyo, haikushangaza wakati watu kama *Muhammad Kamil Daww* aliandika kuwa muujiza wa mambo ya "kisayansi" yaliyomo kwenye Kurani ulikuwa mkubwa kuliko muujiza wa uzungumzaji usiokuwa na kifani. Jambo hili limemshuhudia Muhammad kuwa ni mkweli, na kwa ajili hiyo usahihi wa maelezo yote ya kwenye Kurani.

Leo hii mtu anayefahamika zaidi kwa kuueneza ufafanuzi wa kisayansi ni daktari wa Kifaransa Maurice Bucaille. Kwenye kitabu chake, *The Bible, The Qur'an and Science*, amejaribu kuonyesha jinsi Biblia isivyokuwa ya kisayansi na wakati huohuo akiiinua hadhi ya Kurani kwa kutumia kigezo hicho hicho."

Lakini Baadhi ya Waislam Walikuwa Wanaeleweka Zaidi

Inafaa kusema kwamba Waislam wengine hawaamini tafsiri zilizotangulia. Baadhi yao wanaziona aya hizi kuwa zinazungumzia mambo ambayo yanaweza kuonekana kiurahisi kabisa angani.

Muhammad alisema: "Jiepusheni kuniongelea isipokuwa kwa mambo ambayo mnayajua. Mtu yoyote anayezulia uongo kwa makusudi na aandae sehemu yake kwenye jehanamu ya moto. Na yoyote anayeitafsiri Kurani kwa kufuata maoni yake mwenyewe na aandae sehemu yake kwenye jehanamu ya moto." Tirmiz EE, Tefsir 1, (2951) (amechangia).

"Ndiyo, Tunautupa Ukweli kwa nguvu dhidi ya Uongo, na unaugonga ubongo wake, na tazama, Uongo unaangamia! Ah! Ole wenu kwa ajili ya mambo ya uongo mnayotuzulia." Sura 21:19.

Ikiwa mtu yoyote atamzulia uongo Muhammad kwa makusudi, mahali pake patakuwa ni jehanamu. *Abu Dawud* juzuu ya 3 sura ya 1372 kitabu cha 19 na.3643, uk.1036. Pia *Bukhari* juzuu ya 2 kitabu cha 23 sura ya 33 na.378, uk.212-213.

"...Na yeyote atakayesema kwa makusudi kitu chochote cha uongo dhidi yangu [Muhammad], hakika atapata mahali pake kwenye (jehanamu) ya moto." *Bukhari* juzuu ya 8 kitabu cha 73 sura ya 109 na.217, uk.139-140.

Ushahidi wa uongo ni sawa na kudai kuwa Allah anao wenza. *Ibn-i-Majah* juzuu ya 3 kitabu cha 13 na.2372, uk.414.

Maoni ya Waislam na Maitikio Yake

1. Kurani iliitarajia sayansi ya kisasa: Jua na mwezi ziko kwenye mkondo na huzunguka kwenye mhimili wao (Sura 21:33; 36:27-40). Kurani pia inafundusha nadharia ya mlipuko mkubwa uliosababisha kuumbwa kwa dunia (Sura 21:30; Sura 51:47,48). Neno la Kiarabu *falak* linamaanisha "mkondo." Wanajimu wanatuambia kuwa jua huzunguka kwenye kitovu cha kundi la nyota kila baada ya miaka karibu milioni 250. Neno la Kiarabu *yasbahuna* (linatokana na *sabaha*)linamaanisha kuzunguka mkondo wake.

1 Itikio: Jambo hili ni ndoto za mchana kwa sababu mbili.
1) Maneno hayako bayana: *falak* ni neno la Kiarabu lenye kumaanisha njia, kuendelea kwenye mkondo, na *yasbahuna* inaweza kumaanisha kuharakisha, ingawa maana yake ya moja kwa moja zaidi ni kuogelea.
2) Muhammad alituambia wazi kabisa maana yake, na inamaanisha

kuwa jua na mwezi vinasafiri juu ya dunia, vikiwa vimepanda kibandawazi kwenye anga la dunia.

Tena, kuna vyanzo viwili vya maneno aliyosema Muhammad.

"Mungu aliumba bahari iliyo fasrakh tatu (kilomita 18) toka mbingni. Mawingu yamethibitiwa, inasimama angani kwa amri ya Mungu. Hakuna tone lake lolote linalomwagika. Bahari zote hazitembei, lakini bahari hutembea kwa mwendokasi wa mshale. Inao uhuru wa kutembea angani kwa uwiano sawa, kana kwamba ni kamba iliyovutwa kwenye eneo kati ya mashariki na magharibi. Jua, mwezi, na nyota zinazorudi nyuma [sayari 5] zinakimbia kwenye kilindi cha tumbo lake. Hivi ndivyo neno la Mungu (linavyomaanisha): 'KIla kimojawapo huogelea angani.' 'Anga' ni mzunguko wa magari yanayokokotwa na farasi kwenye kilindi cha tumbo la hiyo bahari." *al-Tabari* juzuu ya 1, uk.235.

Abu Dhar alisimulia: Nabii aliniuliza jioni moja, 'Unajua mahali jua linakokwenda (wakati linapozama)?" Nilimjibu, "Allah na Mtume wake wanafahamu hilo vizuri zaidi." Aliniambia, "Linakwenda (yaani linasafiri) hadi linasujudu chini ya kiti cha enzi, na linapata ruhusa ya kuchomoza tena, na linaruhusiwa na kisha (muda utakuja wakati ambapo) litakuwa linataka kusujudu lakini kusujudu kwake hakutakubaliwa..." *Bukhari* juzuu ya 4 kitabu cha 54 sura ya 4 na.441, uk.283. *Sahih Muslim* juzuu ya 1 kitabu cha 1 sura ya 73 na.297-300, uk.95-96 pia lina maelezo ya kina ya maongezi ya Muhammad na Abu Dharr.

2. Kurani inauelezea mhimili wa jua karibu na kitovu cha kundi letu la nyota

2 Itikio: Jua halina mhimili wake peke yake kwenye kundi letu la nyota. Kama Kurani ilikuwa inajaribu kufundisha sayansi ya kisasa, ingepaswa kusema kuwa jua, mwezi, dunia, na nyota zinazorudi nyuma (sayari) zinazunguka pamoja kwenye mhimili mmoja.

Tena, tunafahamu kabisa kitu ambacho Muhammad alikimaanisha, kwa sababu alituambia, kama *Bukhari* juzuu ya 4 kitabu cha 54 sura ya 4 na.441, uk.283 na *al-Tabari* juzuu ya 1, uk.235 ilivyorekodi.

3. Sehemu ya kupumzikia jua inamaanisha kuwa linaangaza kwenye upande mwingine wa dunia

Tena, tunafahamu kabisa kitu ambacho Muhammad alimaanisha, kwa sababu alituambia kama *Bukhari* juzuu ya 4 kitabu cha 54 sura ya 4 na.441, uk.283 na *al-Tabari* juzuu ya 1, uk.235 ilivyorekodi.

4. Sehemu ya jua kupumzikia inamaanisha uharibifu mkamilifu wa jua

4 Itiko: Mtu wa kawaida anayesoma hili, kwenye lugha yoyote ile, anaweza kufikiri kuwa inaongelea mzunguko wa vipindi, sio uharibifu mkamilifu.

5. Lugha ya ufananisho: Jua, mwezi, na sayari huweka alama ya njia angani. Aya hizi hazikuwa na lengo la kuunga mkono au kupinga sayansi ya kisasa, bali zilikuwa ni maelezo ya kishairi zikisema tu kwamba Allah alihusika na vitu ambavyo watu walikuwa wakiviona.

5 Itikio: Mtazamo huu ungeweza kuwa sahihi isingekuwa maneno ambayo Bukhari na al-Tabari wameandika kuwa Muhammad aliyasema. Kama Bukhari na al-Tabari walikosea kuhusiana na hili, basi kuna kigezo gani cha kusema kuwa walikuwa sahihi kwa jambo lolote.

Hitimisho

Baadhi ya Waislam (si wote) wanajaribu kuzitumia aya hizi kuthibitisha usahihi wa kisayansi wa Kurani. Isipokuwa tu kama umeona makosa kwenye uchambuzi huu, haitakuwa sahihi kiakili kujaribu kudai kuwa jambo hili linathibitisha usahihi wa kisayansi wa Kurani. Ukweli ni kwamba baadhi ya hizi aya zinapingana na yale tunayoyajua kupitia sayansi ya kisasa, labda kama utazielewa kuwa ni ushairi na lugha ya ufananisho. Hata hivyo, Bukharina al-Tabari wanaonyesha kuwa aya hizi zilieleweka kama zilivyo. Jua na mwezi zinaogelea angani juu ya dunia.

Hata hivyo, kitu cha muhimu zaidi ulimwenguni si vitu unayovijua bali Nani unayemjua. Jambo la maana si kanuni za watu ambazo unaziamini, bali ni kama unafuata kile ambacho Mungu wa kweli amekifunua. Kila mitazamo wa unajimu hadi kufukia karne ya kumi na tisa ulikuwa na makosa ndani yake. Ni nani atakayesema kuwa siku zijazo watu hawatasema maneno hayohayo kuhusu mtiazamo yetu wa kisayansi? Njia pekee tunayoweza kujua kweli ni kupitia kwa yale ambayo Mungu ametufunulia. Tunatumaini kuwa Mungu atatufunulia yale ambayo tunahitaji kuyajua, na kwamba ataitunza maana ya ufunuo Wake.

Bibliografia: Tafsiri za Kurani

1. Arberry, Arthur J. *The Koran Interpreted.* Macmillian Publishing Co., Inc. 1955.

2. Dawood, N.J. *The Koran.* Penguin Books. 1956-1999.

3. Malik, Farooq-i-Azam. *English Translation of the Meaning of AL-QUR'AN : The Guidance for Mankind.* The Institute of Islamic Knowledge 1997.

4. Pickthall, Mohammed Marmaduke. *The Meaning of the Glorious Koran.* Dar al-Islamiyya (Kuwait) (tarehe haijaonyeshwa).

5. Rodwell, J.M. *The Koran.* First Edition. Ivy Books, Published by Ballantine Books. 1993.

6. Shakir, M.H. *The Qur'an.* Tahrike Tarsile Qur'an, Inc. 12th U.S. Edition 2001.

7. Sher Ali, Maulawi. *The Holy Qur'an.* Islam International Publications Limited (Ahmadiyya) 1997.

8. Yusuf 'Ali, Abdullah. *The Holy Qur-an : English translation of the meanings and Commentary.* Revised & Edited by The Presidency of Islamic Researches, IFTA. King Fahd Holy Qur-an Printing Complex. (Al Madina Saudi Arabia) 1410 BH.

Marejeo Mengine

Campbell, Dr. William. *The Qur'an and the Bible in the Light of History and Science* (2nd edition). Arab World Ministries 2002.

The Translation of the Meanings of Sahih Al-Bukhari Arabic-English Vol.1 by Dr. Muhammad Muhsin Khan. Islamic University, Al-Medina Al-Munawwara AL MAKTABAT AL SALAFIAT AL MADINATO AL MONAWART
Tarehe haijaonyeshwa, hakina haki miliki.

The History of al-Tabari : An Annotated Translation. Ehsan Yar-Shater, General Editor. State University of New York Press, 1989.

http://debate.org.uk/topics/history/interprt.htm

Kiambatanisho – Tafsiri ya Sura 36:38-40

"Na jua huzunguka kwa kufuata masharti lililopewa; hiyo ni amri ya Mwenyezi, Mwenye kujua vyote. (39) Na (kwa upande wa) mwezi, Tumeuamuria hatua hadi hapo utakapokuwa tena kama tawi kavu na lilillozeeka la mtende. (40) Jua halijaruhusiwa kuupita mwezi wala usiku kutembea haraka kuliko mchana; na vyote vinaelea angani."Tafsiri ya **M.H. Shakir**.

Tafsiri ya Pickthall ina aya zilizo namba moja nyuma. "(37) Na jua huzunguka kuelekea kwenye sehemu ambayo linapumzikia. Hiki ndicho kipimo cha Mwenyezi, Mwenye busara. (38) Na mwezi Tumeteua kwa ajili yake majumba makubwa hadi hapo utakaporudi kama tawi la mtende la zamani lililojikunja." (39) Jua halipaswi kuupita mwezi, wala usiku kwenda haraka kuliko mchana. Vyote hivi vinaelea kimoja juu ya kingine kwenye mkondo." (Tafsiri ya **M.M. Pickthall**)

(38) Na ishara kwao ni usiku ambao kutoka humo tunachomoa mchana, na tazama! Wamo gizani. (39) Na jua linatembea kwenye njia *iliyoamriwa* kwa ajili yake. Hii ni amri ya Mwenyezi, *Mungu* Anayejua vyote."
Tafsiri ya **Maulawi Sher Ali** (Ahmadiyya)

(36:37-40) Ishara yao nyingine ni mwanga; Tunapouondoa mwangaza wa mchana kutoka kwake, na tazama! Wamo gizani. Jua hutembea kwenye njia yake, njia hii imekadiriwa kabla kwa ajili yake na Mwenyezi, Anayejua vyote. Kwa upande wa mwezi, tumeunda awamu kwa ajili yake hadi utakapokuwa tena kama tawi kavu la zamani la mtende. Jua haliwezi kuupita mwezi, wala usiku kwenda haraka kuliko mchana; kila kimoja huelea kwenye mhimili wake wenyewe." Tafsiri ya**Muhammad Farooq-i-Azam Malik**.

(37) Na Ishara kwao Ni Usiku: Tuliuondoa Mchana, na tazama! Walidumbukia kwenye giza; (38) Na Jua Hutembea kwenda kwenye sehemu ya kupumzikia, kwake Yeye: hii ni amri ya (Yeye) Aliyetukuka katika Nguvu, Anayejua vyote. (39) Na mwezi, - Tumepima vituo vyake (vya kupita unaposafiri) Hadi unaporudi kama sehemu ya chini iliyozeeka (na kunyauka) ya kikonyo cha mtende. (40) Jua haliruhusiwi kuukuta Mwezi, wala Usiku kwenda haraka kuliko Mchana: Kila kimoja kinaogelea (tu) kwenye mhimili wake (kwa mujibu wa sheria). (Tafsiri ya **Yusuf Ali** ya Kurani (uk.1326-1327) Iliyorekebishwa na

Kuhaririwa na Presidency of Islamic Researches, IFTA. King Fahd Holy Qur-an Printing Complex.)

(37) Na Ishara yao ni Usiku; Tunauondoa Mchana, na tazama! Wametumbukizwa kwenye giza; (38) Na jua hutembea kwenye njia yake kwa kipindi kilichoamriwa kwake: hii ni amri ya (Yeye), aliyetukuka kwa Nguvu, Ajuaye yote. (39) Na mwezi – Tumepima majumba yake makubwa[13] (ya kupita unaposafiri) hadi utakaporudi kama sehemu ya chini ya kikonyo cha mtende iliyozeeka (na kunyauka)." (40) Jua haliruhusiwi kuukuta mwezi, wala Usiku kwenda kwa haraka kuliko Mchana: kila kimoja huogelea (tu) kwenye mhimili[17] (wake wenyewe) (kwa mujibu wa Sheira).
Rejeo la 17 chini ya ukurasa linasema "Mzunguko, njia" Abdullah **Yusuf Ali** imechapishwa na MILLAT Book Centre

Hii inatofautiana na Yusuf Ali ya awali (iliyorekebishwa) kwenye "kwa kipindi kilichoamriwa kwa ajili yake" dhidi ya "kwenye sehemu ya kupumzika, kwa ajili yake" na "vituo" dhidi ya "majumba makubwa."

"Na ishara kwao ni usiku; Tunachomoa mchana toka kwake na, tazama! Wamo gizani. na jua – linaenda kwenye sehemu maalum ya kupumzikia; hii ni amri ya Mwenyezi, Yeye Ajuaye yote. Na mwezi- Tumepanga kwa vituo vyake, hadi utakaporudi kama mtende wa kununua uliozeeka. Jua linao wajibu wa kutokuupita mwezi, wala usiku kwenda haraka kuliko mchana, kila kimoja kinaogelea angani." Tafsiri ya **A.J. Arberry**.

"Ishara kwao ni usiku. Tunaondoa mchana kutoka kwake, na tazama! Wametumbukia kwenye giza; Na jua liliharakisha kwenda kwenye sehemu yake ya kupumzikia. Hii, amri ya Mwenyezi, Ajuaye vyote! Na kwa upande wa mwezi, tumeamuru vituo kwa ajili yake, hadi utakapobadilika kama tawi la zamani la mtende lililopinda. Jua halijaruhusiwa kuupita mwezi, wala usiku kwenda haraka kuliko mchana; bali kila kimoja kusafiri kwenye anga lake lenyewe." Tafsiri ya **J.M. Rodwell** ya Kurani.

"Usiku ni ishara nyingine kwa watu. Kutoka kwenye usiku Tunauondoa mchana – na wanatumbukizwa kwenye giza. Jua huharakisha kuelekea kwenye sehemu yake ya kupumzikia; njia yake imewekwa kwa ajili yake na Mwenyezi, Yeye Ajuaye yote. Tumeamuru nyakati za mwezi, ambao huingia ndani na mwishowe huonekana kama kijiti cha zamani kilichojikunja. Jua haliruhusiwi kuupita mwezi, wala usiku kwenda kwa haraka kuliko mchana. Kila kimoja huogelea kwenye mhimili wake wenyewe."

Tafsiri ya **N.J. Dawood** ya Kurani.

SEHEMU YA KUMI NA TISA- JE, USIKU NA MCHANA NI MIUJIZA?

ETI, USIKU NA MCHANA NI ISHARA NA MIUJIZA YA ALLAH

JE HII NI KWELI AU NI UKOSEFU WA ELIMU?

Baadhi ya Waislam wanasema Kurani ina ukweli wa kisayansi kuhusu mizunguko ya jua, mwezi, (na nyakati nyingine sayari). Ninapenda kuchunguza jambo hili, na tutazunguka pande tofauti tofauti kabla ya kufikia uamuzi.

وَجَعَلْنَا اللَّيْلَ وَالنَّهَارَ آيَتَيْنِ ۖ فَمَحَوْنَا آيَةَ اللَّيْلِ وَجَعَلْنَا آيَةَ النَّهَارِ مُبْصِرَةً لِتَبْتَغُوا فَضْلًا مِنْ رَبِّكُمْ

{12} "Na tumeufanya usiku na mchana ni ishara mbili, kisha tukaifuta ishara ya usiku na tukaifanya ishara ya mchana ya kuonea ili mtafute fadhla itokayo kwa Mwenyezi Mungu." (17:12)

Ishara maana yake nini?
Alama yenye kuwakilisha au kuashiria kitu fulani.

Hivyo basi, kama Usiku na Mchana ni ishara za Allah kama Quran inavyo dai, swali la msingi ni hili: Hii ishara ya usiku inamaana gani na au Allah anaashiria nini kwa binadamu au ni alama ya kuwakilisha au ashiria nini? Hii ishara ya mchana ina maana gani na au Allah ana ashiria nini kwa binadamu au ni alama ya kuwakilisha au ashiria nini?

Sura 36:37-40 inasema, "Na ishara yao ni usiku: Tulijitoa pale toka mchana, na tazama wakazamishwa kwenye giza; 38 na jua linafuata mkondo wake wa kawaida kwa muda liliopangiwa; hii ni amri yake (yeye), aliyeinuliwa kwenye nguvu, yeye ajuaye vyote. 39 Na mwezi-tumeupimia majumba makubwa (kupita toka upande mmoja hadi mwingine) hadi unabadilika kuwa kama sehemu ya chini ya kikonyo cha mtende kilichozeeka (na kunyauka). 40 Jua haliruhusiwi kuukuta mwezi na usiku hauwezi kwenda haraka hata kuupita mchana: Kila kimoja huelea tu kwenye mkondo wake wenyewe (kwa mujibu wa sheria)." (Tafsiri ya Yusuf Ali, toleo la kwanza) [Maneno yaliyo kwenye mabano yamo katika mabano kwenye tafsiri.]

Baadhi ya Waislam wanasema kuwa "jua hufuata njia yake kwa muda ambao limepangiwa" na neno "mkondo" likiwa limewekwa mwishoni. Hata hivyo, hatuwezi kusema vitu vingi sana kuhusu "mkondo" wa jua kwa sababu tafsiri ya Yusuf Ali ina rejeo (la 17) chini ya ukurasa linalohusiana na neno hili likisema "mzunguko, njia." Pia, toleo la Yusuf Ali lililofanyiwa marekebisho linasema "mahali pa kupumzika" badala ya "kipindi."

Je, ni kweli Jua linazunguka kama wanavyo dai Waislam na Allah wao?

SASA TURUDI KWENYE SAYANSI YA DARASA LA TANO

Usiku na mchana unapatikanaje?

Dunia (kutoka neno la Kiarabu; wakati mwingine pia: ardhi na kwa neno asili la Kibantu nchi) ni gimba la angani ambapo juu yake tunaishi sisi binadamu na viumbe hai wengine wengi, tukipata mahitaji yetu, kuanzia hewa ya kutufaa na maji.

Dunia ni mojawapo ya sayari zinazoelea katika anga ya ulimwengu. Kuna sayari nane zinazolizunguka jua, dunia yetu ikiwa sayari ya tatu katika mfumo wa jua na sayari zake.

Masafa baina yake na jua ni kilomita milioni 150 au kizio astronomia 1. Dunia huchukua siku 365.256 kulizunguka jua, na masaa 23.9345 kuuzunguka mhimili wake na upana wake ni kilomita 12,756.

Siku ni muda wa wakati wa saa 24 ambamo tunaona vipindi viwili; kile cha mwanga wa mchana na kile cha giza la usiku

Mchana na usiku unapatikanaje?
Mabadiliko haya ya mchana na usiku husabibishwa na mzunguko wa dunia kwenye mhimili wake. Upande wa dunia unaotazama jua unapata mwanga wa mchana lakini upande mwingine usiotazama jua unakuwa gizani.

Sisi pamoja na vitu vyote vilivyo juu ya uso wa dunia, yaani majengo, barabara, bahari, mito, milima, binadamu, misitu, majangwa na kila kitu unachoweza kuwaza kuwa kipo kwenye uso wa dunia, basi vyote huwa katika mwendo kadri dunia inavyojizungusha kwenye mhimili wake. Hivyo basi, wakati upande ule wa uso wa dunia tulipo unapogeukia au kutazamana na jua, basi kwetu inakuwa mchana, pale ambapo upande huo hatutazamani na dunia, basi tunapata usiku, yaani tunakuwa kwenye giza.

LAKINI, MADAI HAYA YA KISAYANSI YANAPINGWA VIBAYA SANA NA MUHAMMAD PAMOJA NA WAISLAM WOTE.

Al-Tabari juzuu ya 1 uk.234 pia inasema kuwa jua huzama kwenye chemchemi yenye matope. Msemo "yenye matope" ni hami'ah, unaomaanisha udongo mweusi wa mfinyanzi, lakini hamiyah ni neno lenye kufanana nalo linaloweza kumaanisha kitu cha moto. (Tazama rejeo la 442 chini ya uk.234).

" [Muhammad] Aliendelea. Wakati jua linachomoza, linainuka juu ya kibandawazi (kinachokokotwa na farasi) toka kwenye moja ya chemchemi hizo likiwa pamoja na malaika 360 .... Wakati Mungu anataka kuvijaribu jua na mwezi, ili kuwaonyesha watumishi wake ishara na kwa njia hiyo kuwataka waache kutokumtii Yeye na kuanza kutii, jua huporomoka ghafla toka kwenye kibandawazi na kuanguka kwenye kina cha bahari, ambacho ni cha mduara. Wakati Mungu anataka kuongeza umuhimu wa ishara kuwatisha zaidi watumishi wake, jua lote huanguka, na hapawi na sehemu yake yoyote inayobaki kwenye kibandawazi. Huko ndiko kupatwa kukamilifu kwa jua, wakati ambapo mchana hujiwa na giza na nyota hutokeza." al-Tabari juzuu ya1 uk.236.

Soma zaidi makala haya

http://www.maxshimbaministries.com/.../allah-na-waislam-hawaj...

Je, ni kweli jua huzama kwenye chemchem yenye matope, ndio maana tunapata USIKU kama Uislam unavyo dai, au ni kwasababu ya Dunia inavyo zunguka kwenye mhimili wake?

Je, Usiku ni ishara na miujiza ya Allah au ni matokea ya mzunguko wa dunia kwenye mhimili wake?

Je, mchana ni ishara na miujiza ya Allah au ni matokea ya dunia inapo zunguka kwenye mhimili wake?

Naam kwa elimu hii inathibitisha kuwa Allah sio Mungu na hakuumba chochte kile.

Shalom,

Max Shimba mtumwa wa Yesu Kristo Mungu Mkuu. Tito 2:13

SEHEMU YA ISHIRINI – ALLAH NA MUHAMMAD HAWAJUI SAYANSI YA UZAZI

MUHAMMAD NI MTUME WA ALLAH.

Kwa hivyo maneno ya Mtume Muhammad, Swalla Allahu alaihi wa sallam, ndiyo ya kweli kuwa **HAKUNA ALIYE NA HAKI YA KUABUDIWA ILLA ALLAH na KWAMBA HAKIKA MUHAMMAD S.A.W. NI MTUME WA ALLAH**.

NA KUWA ISSA MWANA WA MARIAM **SIO MWANA WA MUNGU** BALI NI MTUME WA ALLAH (aliyetumwa kwa Wayahudi, ambao walimkataa).

Maneno haya ndiyo (**Itiqadi**) anayotamka Mtu ili kuingia katika Uisilamu.

Sio kama wanavyoeneza maadui wa hii Dini kwamba, mtu huvunjiliwa nazi kichwani au hufedheheshwa wakati wa kujiunga kwake katika Dini ya Allah.

Hayo ni maneno ya uzushi wanayoyasema, ili kuwavalisha watu hatamu za ki-fikra kwa lengo la kuwatia (walio dhaifu kati yao) khofu au chuki ili kuwazuilia wanaotaka kujiunga au kujisalimisha kwa amri ya Mola wao. Mola Ambaye ndiye mwenye uwezo wote, na ndiye mlinzi asiyeshindwa.

Kwa hivyo ikiwa umeyafahamu hayo yaliyo katika makala haya na ungependa kuwa Muisilamu, nasi tunakunasihi (tunakushauri) usipoteze muda wako, kwa ubishi au uzushi wala upuuzi na watu wale wanaopenda mambo kama hayo.

Na badala yake ufanye haraka kuamini kwamba Mungu yupo, na kwamba Yeye ni Mmoja. Na hakuna Mungu mwengine ila Yeye. Hana Mshirika katika Ufalme Wake, wala hafai kuabudiwa asiyekuwa Yeye.

Na kuamini kwamba Allah Anazo sifa nyingi, zote za ukamilifu na wala hana hata sifa moja ya upungufu kama wanavyomsifu kwa sifa kama hizo baadhi ya Wahubiri kwa lengo la kupotosha Watu kuhusu itiqadi zilizo sahihi ili wafaulu kuchuma mali yao bila kujali kwamba matokeo ya kutenda mambo kama haya, kwa wote wanaopotoka na kupotasha ukweli wa maneno ya Allah, ni kuingia katika Moto wa Jahannam.

Kisha uamini na Mitume wa Mungu wote bila kuwabagua, kama walivyofanya (Wayahudi) kumhusu (Yesu) Nabii Issa. Na kama walivyofanya (Wakristo) kumhusu **Mtume wa Mwisho, Muhammad,** (Swalla Allahu alayhi wa Sallam).

Na mwisho tunakupasha habari njema (mapema), kwamba unakaribishwa, kwa moyo mkunjufu, na sisi ndugu zako katika IMAAN.

ASSALAAMU ALAYKUM WA RAHAMATULLAHI WA BARAKAATUH.

Risala hii imekamilika

Tarehe 27/3/2007 yaani 8/3/1428 H,

kwa Uwezo wa Allah, Sub-hanahu wa Taala. Naye Ndiye anayestahiki shukrani zote.

Mwandishi: SALEH M. KYAMBO

email : risala fupi @ tala.yahoo.com

Mobile : +254727 253 993

Or +966594370352

MUHAMMAD NA ALLAH HAWAJUI SAYANSI YA UZAZI WANADAI ETI MBEGU ZA KIUME ZINATOKA KWENYE UTI WA MGONGO

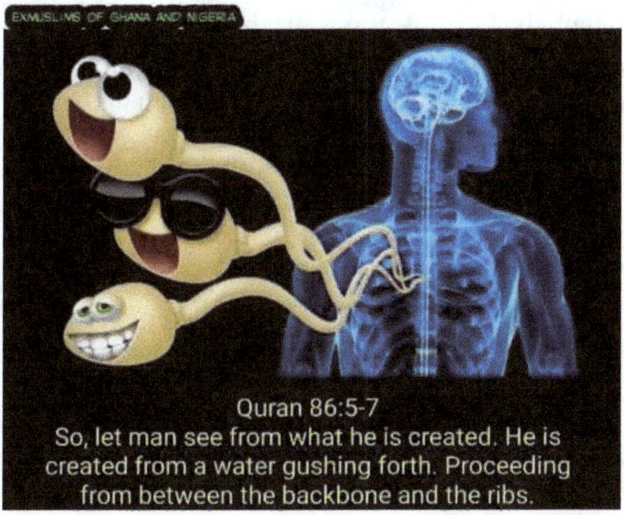

MUHAMMAD NA ALLAH HAWAJUI SAYANSI YA UZAZI

WANADAI ETI MBEGU ZA KIUME ZINATOKA KWENYE UTI WA MGONGO.

Hebu soma aya ya Allah kwanza:

Surat Al Tariq 5. Hebu naajitazame mwanaadamu ameumbwa kwa kitu gani? 6. Ameumbwa kwa maji yatokayo kwa kuchupa, 7. Yatokayo baina ya mifupa ya mgongo na mbavu.

Allah na Muhammad wanadai eti Mbegu za uuume "shahawa" zinazalishwa kwenye Uti wa Mgongo. Iweje Allah anashindwa kuelewa sayansi ya darasa la Nne?

SAYANSI INAKUJIBU KUWA:

Shahawa (ing. sperm, spermatozoon) ni mbegu za mwanaume zinazozalishwa katika korodani. Kila shahawa ni seli inayoweza kutembea nje ya mwili.

Kazi yake ni kubeba kromosomu zenye habari za jenetiki (yaani tabia za mwili inakotoka) na kupitia kwenye uterasi ya kiumbe cha kike na kuingia ndani ya ovidakti (mirija ya uzazi ya kike)huko ndani ya yai. Kuingia kwa shahawa ndani ya yai kunasababisha maungano ya DNA za yai na shahawa na ugawaji wa yai ambao ni chanzo cha kiumbe kipya.

Mfumo wa shahawa ni "kichwa" kidogo kinachobeba DNA na mkia mrefu ambao mwendo wake unasogeza shahawa mbele. Umbo hili linafanana na kiluwiluwi mdogo lakini ni seli 1 tu.

Cha ajabu ALlah anadai eti hizi mbegu hutengenezwa kwenye UTI WA MGONGO huku ikifahamika kuwa zinazalishwa kwenye KORODANI.

NDIO MAANA HUWA NASEMA, ALLAH SIO MWENYEZI MUNGU, NA MUHAMMAD NI BANDIA KABISA.

Shalom

Max Shimba mtumwa wa Yesu Kristo Mungu Mkuu. Tito 2:13

SEHEMU YA ISHIRINI NA MOJA – MCHWA WANAZUNGUMZA KATIKA QURAN

UTATA WA SAYANSI KWENYE QURAN KUHUSU MCHWA KUZUNGUMZA

Ugumu wa Qur'an:

Mchwa Hawezi Kuzungumza

Hatimaye walipo fika kwenye bonde la chungu, mmoja wa chungu akasema: Enyi chungu! ingia katika majumba yako, asije Sulaiman na majeshi yake akawaangusha bila ya kujua.

Hivyo alitabasamu, amused katika hotuba yake; na akasema: Ewe Mola wangu Mlezi! Basi niamrishe nishukuru neema zako ulizonineemesha mimi na wazazi wangu wawili, na nifanye wema upendao, na uniingize kwa Neema kwa safu za waja wako wema."

-- Sura An-Naml [Mchwa] (27):18-19

Lakini kuna ukweli huu wa kustaajabisha kuhusu mchwa ambao kinyume na Qur'an, mchwa huwasiliana kwa kutumia harufu, na si kugeuza sauti. Sulemani hangeweza kusikia mazungumzo yoyote kwa kuwa mchwa hawazai.

Zaidi ya hayo, kufikiria kwamba mchwa huwasilisha taarifa za hali ya juu kama vile Qur'an inavyodai inaonekana kuwa ni ya nchi ya hadithi za hadithi kuliko sayansi (k.m. chungu kuwa na uwezo wa kutofautisha kati ya Suleiman na askari).

Ingawa kimsingi mawasiliano yote kati ya mchwa ni kupitia ishara za kemikali, kuna, hata hivyo, spishi chache za mchwa ambao hutumia mawasiliano fulani ya sauti. Lakini ni ya aina gani na changamano?

Matumizi ya ishara za vibrational yanaendelezwa dhaifu kwa mchwa kwa kulinganisha na mawasiliano na pheromones. ... Aina mbili za utayarishaji wa sauti zimetambuliwa., Kurapu kwa mwili dhidi ya tabaka ndogo na upunguzaji, mwisho kuajiri faili na vikwaruzo vilitolewa kwa madhumuni ya mawasiliano. ... [uk. 255]

Imejulikana kwa muda mrefu, kutokana na majaribio ya ... kwamba mchwa ni viziwi karibu na mitetemo inayopeperuka hewani lakini ni nyeti sana kwa mitetemo inayopitishwa kwenye sehemu ndogo ... [uk. 257]

Hakuna ushahidi uliopo wa kuorodhesha milio ya stidulation kama kitu chochote zaidi ya ishara rahisi za umoja. Kwa maneno mengine, mchwa "hawazungumzi" kwa kurekebisha sauti kupitia wakati. ... sauti ... haionekani kutofautiana kati ya spishi au ndani ya kumbukumbu ya chungu mfanyakazi mmoja kwa wakati. ... stridulation katika mchwa hutoa mfululizo monotonous ya chirps na maana finyu. [uk. 257]

Mchoro wa kuashiria haujitegemea kichocheo cha kuchochea. Hiyo ni, mchwa hawabadilishi upigaji ngoma ili kutambua aina ya hatari kwa kiota. [uk. 256]

Yote hapo juu imechukuliwa kutoka:

Bert Hölldobler na Edward O. Wilson

Mchwa

Cambridge, Mass., Belknap Press ya Harvard University Press, 1990. xii, 732 p.,

ISBN 0674040759, Nambari ya Simu ya Maktaba: QL568 . F7 H57 1990

Sura ya 7, ukurasa wa 227-297 inazungumzia mawasiliano. Ukurasa wa 228 unatoa jedwali la ishara tofauti katika mawasiliano kati ya mchwa. Kati ya "ujumbe" 17 ulioorodheshwa 14 ni wa kemikali, 2 ni wa kugusa, 1 ni "kemikali au mguso". Katika masomo yote ya kina ya mchwa, "hotuba" (sauti ya modulated ya maana tata) haijawahi kuzingatiwa.

Mchwa aliye hai anapowekwa alama ya kemikali [ambayo hukua ndani ya mchwa waliokufa], yaani, kutuma ujumbe kwamba chungu huyu amekufa, chungu anayehangaika hata hivyo huchukuliwa na wengine na kupelekwa kwenye jalala la takataka. Kemikali huchukua nafasi ya kwanza kuliko kitu kingine chochote. Hakika hakuna mazungumzo ya kiakili kama inavyodaiwa katika kifungu hiki cha Qur'ani. Kitendo ni mwitikio kipofu kwa ujumbe wa kemikali [pheromones]. (Angalia Kutoka kwa Gaia hadi jeni za ubinafsi : maandishi yaliyochaguliwa katika sayansi ya maisha, yaliyohaririwa na Connie Barlow, Cambridge, Mass., MIT Press, 1991, 273 p, sura "Kutoka kwa mchwa hadi anthropolojia" na EO Wilson, ukurasa wa 153-154.)

Pendekezo nililopata: Mwanabiolojia mkuu wa Harvard Edward O. Wilson ametumia maisha yake kuwachunguza mchwa wanaovutia. Tazama duka lako la vitabu la karibu kwa kazi zake kadhaa zinazopatikana kwenye masomo yake ya mchwa. Ikiwa unaishi karibu na duka la vitabu la Barnes na Noble, wanahifadhi vitabu vyake.

Aya hii ndiyo pekee katika Qur-aan inayozungumzia mchwa na habari inayoifikisha ni potofu. Qur'ani inaonyesha tu uelewa juu ya kiwango cha kawaida cha ngano zingine zinazojulikana tangu wakati huo huo katika historia.

Shalom,

Dr. Max Shimba for Max Shimba Ministries

SEHEMU YA ISHIRINI NA MBILI – UTATA KUHUSU EMBROYO KWENYE QURAN

UTATA NA MGONGANO WA ASILI YA BINADAMU NA UHAI KWENYE QURAN

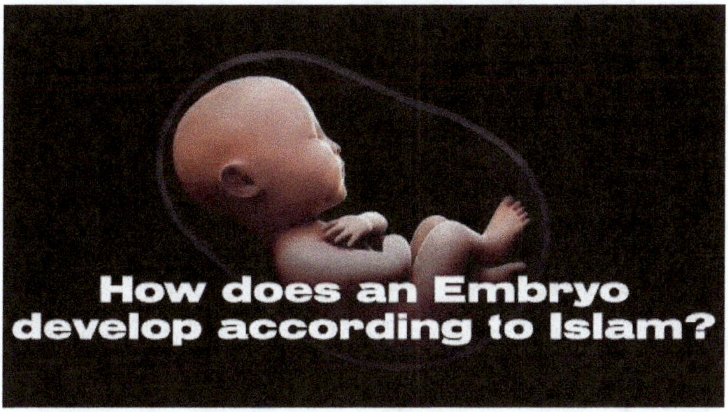

Embryology katika Qur'an

Mapema miaka ya 1980, Prof. Keith Moore, ambaye zamani alikuwa mtaalamu wa anatomist katika Chuo Kikuu cha Toronto, Kanada alitoa toleo maalum la kitabu chake cha embryology, toleo la kawaida ambalo limetumiwa sana katika shule za matibabu duniani kote. Yaonekana aliposoma kwa mara ya kwanza yale ambayo Qur'ani ilisema kuhusu ukuaji wa kiinitete cha mwanadamu "alistaajabishwa na usahihi wa taarifa zilizoandikwa katika karne ya 7 BK, kabla ya sayansi ya kiini-tete kuanzishwa"[1] . Mengi yameandikwa baadaye na Waislamu katika kujaribu kudhihirisha kwamba Qur'an, ambayo inadaiwa kuwa ufunuo wa mwisho wa Mwenyezi Mungu ina maelezo kuhusu jinsi wanadamu wanavyokua ndani ya tumbo la uzazi ambayo isingewezekana kujulikana wakati ilipoteremshwa. Muhammad. Hakika, kitabu cha hivi karibuni kinathibitisha kiwango ambacho haya yamekuwa yakitokea:

Shule ya matibabu ya Dubai hivi majuzi ilianzisha kozi ya lazima kwa wanafunzi wote: Dawa ya Kiislamu. Mpango huo unatafuta kuunganisha dawa zote za kisasa, ikiwa ni pamoja na genetics, na Koran. Kozi kama hizo zina asili yake katika Saudi Arabia ya kawaida. Wasaudi wametumia pesa nyingi katika mikutano ya matibabu ambayo wanasayansi wakuu wa Magharibi wanaulizwa kudhibitisha kwamba aya za Kurani, ambazo zinaonekana kuwa wazi kwa watu wa kawaida, kwa kweli ni vitabiri maalum vya sayansi ya kisasa. Video na vijitabu kutoka katika mikutano hiyo vimesambazwa katika ulimwengu wa Kiislamu na Wasaudi [2].

Ikiwa hakika ni kweli kwamba aya fulani zinatabiri kwa usahihi mawazo ya kisasa ya kisayansi ambayo hayakuweza kujaribiwa katika karne ya saba, basi ina maana kwamba Qur'an lazima iwe na mwandishi wa kiungu. Ni nia ya jarida hili kuchunguza ni nini hasa kilijulikana kuhusu kiinitete cha mwanadamu wakati wa Muhammad ili kuona kama nadharia yoyote iliyoelezwa ndani ya Qur'an ilikuwa ya kweli au inajulikana sana kabla ya wakati huu.

Asili ya maisha kwa mujibu wa Qur'an

Kuna angalau aya 60 zinazozungumzia kwa uwazi kuhusu uzazi na maendeleo ya mwanadamu, lakini hizi zimetawanyika katika Qur'an yote na mada nyingi zinarudiwa tena na tena, kama ilivyo kawaida kwa sehemu kubwa ya kitabu. Mahali pazuri pa kuanzia patakuwa nyenzo ambayo kwayo tumeumbwa. Mtu angetarajia Qur'an kuwa haina utata kuhusu jambo kama hilo la msingi, lakini aya zilizoorodheshwa zinaonyesha ni kiasi gani cha kutokuwa na uhakika kunaonekana kuwa katika asili yetu. Kumbuka kwamba isipokuwa pale ilipoonyeshwa tafsiri iliyotumika ni tafsiri ya Yusuf Ali (Toleo Lililorekebishwa la Saudia).

Je, inaweza kuwa kutoka duniani?

11:61 Yeye ndiye aliye kuumba katika ardhi

Au udongo mkavu (Salsaal ya Kiarabu)?

15:26,28,33 Tumemuumba mtu kwa udongo unaotoa sauti

17:61 ... Umeumba kwa udongo

32:7 Alianza kuumba mtu kwa udongo

Je, tulitoka kwa chochote?

19:67 Hakika tulimuumba bila kitu

Hapana, hatukufanya hivyo!

52:35 Je! hawakuumbwa bila kitu?

Je, tulitoka kwenye udongo?

23:12 Tumemuumba mtu kutokana na udongo wenye unyevunyevu.

23:12 Mwanadamu tumemuumba kutokana na udongo.

38:71 Ninakaribia kumuumba mwanadamu kutoka kwenye matope

Au maji?

25:54 Yeye ndiye aliyemuumba mtu kwa maji (pia tazama 21:30, 24:45)

Inaweza kuwa vumbi?

3:59 Amemuumba (Yesu) kwa udongo

30:20 Amekuumbeni kwa udongo

35:11 Mwenyezi Mungu amekuumbeni kwa udongo....

Labda tulifufuka kutoka kwa wafu au kutoka kwa mtu mmoja?

30:19 Yeye ndiye anaye mtoa aliye hai katika maiti

39:6 Amekuumbeni kutokana na nafsi moja (tazama pia 4:1)

Ili kutatua utata mkubwa kuhusu ni nini hasa tumeumbwa, imependekezwa kuwa yote yaliyo hapo juu ni akaunti za malipo, kwa njia sawa na kwamba mkate unaweza kusemwa kuwa wa unga, unga, kabohaidreti au molekuli. Hii inakwepa suala hilo hata hivyo. Maelezo ya sitiari ya Mungu kumfanya mwanadamu kutoka katika mavumbi ya ardhi ni ya kale na yametangulia Kurani kwa maelfu ya miaka; linapatikana katika Biblia katika Mwanzo 2:7. Kama hili lingekuwa halisi lingekuwa ni mgongano wa moja kwa moja wa kisayansi na wanamageuzi ambao wanashikilia kwamba uhai uliumbwa nje ya bahari, lakini Waislamu wanashikilia kwamba tuliumbwa kutoka kwa bahari na ardhi.

Kushuka kwa maji au shahawa

Katika sehemu kadhaa tunafahamishwa kuwa mwanamume ameumbwa kutokana na tone la umajimaji (shahawa, mbegu au manii):

16:4 Amemuumba mtu kwa tone la maji (Pickthall)

16:4 Amemuumba mwanaadamu kutokana na manii

32:8 Alifanya mbegu yake kutokana na unga wa maji yanayodharauliwa

35:11 ... kisha kutoka kwa maji kidogo (Pickthall)

53:46 (ameumba) kutokana na tone la mbegu linapomwagika (Pickthall)

53:46 Kutokana na tone la manii linapotua.

56:58 Je, mmeyaona mnayo yatoa (Pickthall)

56:58 Je! (Mbegu ya binadamu) mnayoitoa

75:37 Je, hakuwa yeye tone la maji linalochuruzika (Pickthall)

75:37 Je, hakuwa yeye tone la manii lililo tolewa?

76:2 Tunamuumba mtu kutokana na tone la umajimaji mzito (Pickthall)

76:2 Hakika tumemuumba mtu kwa tone la manii iliyochanganyika

77:20 Je! Hatukukuumbeni kutokana na maji yasiyofaa? (Al-Hilali na Khan)

80:19 Amemuumba kutokana na manii

86:6-7 Ameumbwa kwa tone linalotoka kati ya mgongo na mbavu.

Je, lolote kati ya haya lingeweza kujulikana kwa Waislamu wa karne ya sita wakati wa Muhammad? Hakika uzazi huo unahusisha utoaji wa tone la umajimaji umejulikana vyema tangu siku za mwanzo za ustaarabu. Katika Mwanzo 38:9 Biblia inatuambia kwamba Onani "alimwaga shahawa zake chini ili asimzalie ndugu yake watoto". Aya zinazoelezea asili ya uhai kama tone la umajimaji unaotolewa kwa hiyo si zaidi ya uchunguzi wa moja kwa moja wa kile kinachotolewa wakati wa tendo la ndoa. Hatuhitaji kutegemea maongozi ya Mungu kutujulisha ukweli huu.

Katika aya zilizoorodheshwa hapo juu nutfah inatumika wakati wa kuelezea umajimaji unaotoka wakati wa kujamiiana na kwa uwazi hii inaweza tu kumaanisha shahawa. Hata hivyo, Prof. Moore ana nia ya kutafsiri nutfah katika sura ya 76:2 kama "kiowevu kilichochanganyika" [3] na anaeleza kwamba neno hili la Kiarabu linarejelea majimaji ya kiume na ya kike ambayo yana gametes (mbei ya kiume na yai la kike). Ingawa ni kweli kwamba Wagiriki wa kale wasingeweza kuona manii au mayai ya mtu binafsi, haya yakionekana tu kwa darubini, Qur'an kwa mkazo haitaji manii au mayai; inasema tu nutfah. Hili linaweza kutafsiriwa shahawa, au kwa msukumo, ugiligili wa viini - ambalo lilikuwa neno lililotumika mapema kama Hippocrates [4] ambaye alizungumzia majimaji ya uzazi ya mwanamume na mwanamke (lakini ni wazi hangeweza kufahamu seli zilizomo kwenye viowevu hivyo.) Kama Moore anataka kutafsiri nutfah kama maji ya vijidudu, anasisitiza bila kukusudia kwamba Qur'an inaazima neno hili kutoka kwa Wagiriki.

Sura 86:6 inavutia kwani inadai kwamba wakati wa tendo la ndoa ambalo kabla ya hapo mwanamume ameumbwa, "maji yanayotiririka" au shahawa hutoka kati ya viuno na mbavu. Shahawa inaonekana inatoka katika eneo karibu na figo na mgongo, ambalo ni tatizo halisi kwa tunajua kwamba korodani ni maeneo ya uzalishaji wa manii (ingawa Wagiriki wa kale hawakusadiki sana. Aristotle kwa mfano aliamini kwa kufurahisha kwamba zinafanya kazi kama uzani wa kuweka wazi njia za shahawa wakati wa kujamiiana [5]).

Ufafanuzi unaotolewa na Waislamu [6] kwa kauli ya ajabu katika sura hii inahusiana na ukweli kwamba korodani hutoka kwenye tishu katika eneo la figo, wakati mwanamume ambaye manii inatoka alikuwa yeye mwenyewe kiinitete. Kwa maneno mengine, kwa mtindo wa kuchanganyikiwa sana, mbegu za kiume hutoka eneo la kati ya kiuno na mbavu kwa sababu hapo ndipo korodani zinazozalisha mbegu za kiume zinajitengeneza.

Kuna maelezo ambayo sio magumu sana kwa aya hii hata hivyo. Daktari wa Kigiriki Hippocrates na wafuasi wake walifundisha katika karne ya tano KK kwamba shahawa hutoka kwa umajimaji wote wa mwili, unaosambaa kutoka kwa ubongo hadi kwenye uboho, kabla ya kupita kwenye figo na kupitia korodani hadi kwenye uume [7]. Kwa uwazi kwa mujibu wa mtazamo huu manii hutoka kwenye eneo la figo, na ingawa kwa hakika hakuna umuhimu wowote katika mafundisho haya leo, yalijulikana sana katika siku za Muhammad, na inaonyesha jinsi gani Qur'an inaweza kuwa na kauli potofu kama hiyo.

Bila shaka inaweza kubishaniwa dhidi ya haya yote kwamba marejeleo ya kutoka kiunoni ni tamathali ya usemi ya sitiari tu. Tunaweza kupata mifano ya hayo katika sura 7:172 “Mola wako Mlezi alipo watoa katika Wana wa Adam – kutoka viunoni mwao – vizazi vyao” au 4:23 “mmeharamishiwa (kuoa) ... wake wa wana wenu. kutoka viunoni mwako". Lakini kama ni hivyo basi inabidi ikubalike kwamba haya ni matumizi ya kawaida kwa tamaduni za Mashariki ya Kati [8]; katika Torati Mungu anaahidi Yakobo kwamba "wafalme watatoka viunoni mwako (chalatzecha)" (Mwa 35:11). Baadaye katika Biblia ahadi inatolewa kwa “mwana wa Daudi atakayetoka katika viuno vyako” (1 Wafalme 8:19) na katika Agano Jipya Petro anamrejelea mtu yule yule kama “mmoja kutoka katika uzao wa viuno vyake” (1 Wafalme 8:19) osphus ya Kigiriki). Hata hivyo, hii ni mifano ya matumizi ya sitiari ya neno "viuno" (Kiarabu sulb). Sura 86:6 inazungumza waziwazi kuhusu tendo la kimwili la kujamiiana; maji yanayotiririka na mbavu (tar a'ib) zote ni za kimwili sana na katika muktadha wa aya hii zinarejelea kwa uwazi kabisa eneo la uzalishaji wa shahawa kama ilivyofundishwa kimakosa na Hippocrates. Kwa hiyo tumepata mfano wa kwanza wa wazo lisilo sahihi la Kigiriki la kale likijitokeza tena katika Qur'an.

Ukuaji wa kiinitete katika Kurani

Sura 22:5 inasema “Tumekuumbeni kutokana na udongo, kisha kwa manii, kisha kwa pande la ruba, kisha kutoka katika kipande cha nyama, sehemu isiyo na sura… na tunampumzisha tumtakaye. matumboni kwa muda uliowekwa, kisha tunakutoeni kama watoto. Sura 23:13-14 inarudia wazo hili kwa kusema Mungu "akamweka kama (tone la) manii (nutfah) mahali pa kupumzika, imara; kisha tukaifanya manii kuwa pande la damu iliyoganda (alaqa); kisha kutokana na pande hilo tukaumba donge (mudghah), kisha tukaumba kutokana na donge hilo mifupa na mifupa tukaivika nyama, kisha tukaumba kiumbe mwingine kutoka humo." 75:38 pia inasema mwanadamu anakuwa alaqa na 96:2 inasema tumetoka alaq.

Moore hata hivyo anaenda mbali zaidi na kwa kushangaza anadai katika toleo la baadaye la kitabu chake cha kiada kwamba Qur'an "inasema kwamba kiumbe kinachotokea hutua tumboni kama mbegu, siku 6 baada ya kuanza kwake" [9]. Hili lingeshangaza sana ikiwa ni kweli. Kwa hakika Qur'an haisemi kitu kama hicho.

Inatubidi kuuliza nini maana sahihi ya maneno haya ili kujua kama aya hizo zina taarifa muhimu za kisayansi ambazo zimegunduliwa hivi karibuni tu, kama Moore na wengine wanavyodai. Kwa kulinganisha na maana ya nutfah, ni ngumu zaidi kuelewa maana ya alaqa. Mapendekezo mengi tofauti yametolewa: tone la damu (Pickthall, Maulana Muhammed Ali, Muhammad Zafrulla Khan, Hamidullah), uvimbe mdogo wa damu (Kasimirski), bonge la ruba (Yusuf Ali), na "ruba, kitu kilichosimamishwa au kuganda kwa damu" (Moore, op. cit.). Moore anapendekeza kwamba kuonekana kwa kiinitete cha siku 24 cha ujauzito hufanana na ruba, ingawa hii inaweza kujadiliwa. Kwa mtazamo wa upande kitovu kinachokua (sehemu ya kinasaba ya kiinitete) ni karibu sawa na sehemu ya "umbo la ruba" ambamo mwanadamu huundwa na placenta inayokua (ambayo pia inajumuisha tishu ambazo zinatoka kwa kiinitete) ni nyingi. kubwa kuliko kiinitete. Inadaiwa kuwa wahenga wa kale hawangeweza kuona kiinitete kikiwa na urefu wa milimita 3 na kukielezea kama ruba, lakini Aristotle alielezea kwa usahihi kazi ya kitovu, ambayo kiinitete "kinashikilia" kwenye ukuta wa uterasi. karne ya nne KK [10]. Haiwezekani kuamini pendekezo la Bachir Torki [11] kwamba alaq katika 96:2 ina maana ya viungo, ikirejelea msimbo wa jeni wa DNA, kwani hii inafanya upuuzi kutoka katika aya nyingine ambapo neno hilo limetumika, kama vile 22:5 ("Tulikufanyeni kutokana na tone la manii, kisha kutokana na hilo msimbo wa jeni, kisha kutokana na hilo bonge la nyama...").

Ili kupata ufafanuzi wa alaqa tunaweza kuangalia Qamus al-Muheet, mojawapo ya kamusi muhimu zaidi za Kiarabu zilizopata kukusanywa, na Muhammed Ibn-Yaqub al-Firuzabadi (AD 1329-1415) [12]. Anasema kuwa alaqa ina maana sawa na pande la damu. Katika 96:2 neno alaq limetumika, ambalo ni wingi wa pamoja na nomino ya maneno. Umbo la mwisho linatoa maana ya mwanadamu kuumbwa kutokana na vitu vinavyoshikamana au pengine udongo, jambo ambalo linapatana na uumbaji wa Adamu katika Biblia kutokana na mavumbi ya ardhi (Mwanzo 2:7) na baadhi ya aya nyingine za Kurani zilizoorodheshwa. juu. Hata hivyo, wafasiri wa Qur'an wote wameitafsiri alaq kama "donge" kinyume na "kung'ang'ania" katika 96:2 kwa sababu matumizi ya alaqa ya umoja mahali pengine inawalazimu kutumia "donge" hapa pia, licha ya mvuto wa ikimaanisha "kung'ang'ania" au kama ruba ambayo labda ni sahihi zaidi kisayansi.

Chanzo kingine cha habari ni wafasiri wa mwanzo wa Kiislamu. Ibn Kathir aliandika kwamba tone la maji (nutfah) lilipotua tumboni lilikaa humo kwa muda wa siku arobaini na kisha likawa tone jekundu (alaqa), likikaa humo kwa muda wa siku arubaini nyingine kabla ya kugeuka kuwa mudghah, kipande cha nyama kisichokuwa na umbo wala sura. fomu. Hatimaye ilianza kuchukua sura na umbo. Wote ar-Razi na as-Suyuti [13] walidai kwamba udongo ulirejelea uumbaji wa Adamu na kutokwa na mtu; nutfah inarejelea maji kutoka kwa dume na alaqa ilikuwa kipande cha damu iliyoganda. Ibn Qayyim al-Jawziyya (aliyekufa mnamo AD 1350) aliandika kwamba "kijusi ni mnyama mchanga aliye hai au aliyekufa ambaye wakati mwingine hupatikana ndani ya tumbo la mnyama aliyechinjwa, na damu yake ina msongamano" [14]. Daktari mwingine mkubwa, Ibn al-Quff aliandika baadhi ya sura 13 kati ya 60 kutoka "Juu ya Uhifadhi wa Afya" kuhusu kiinitete na ujauzito. Alijumuisha hatua zaidi ya maendeleo wiki moja baada ya mimba, hatua ya povu au raghwah. Hadi siku 16 kiinitete kilikuwa alaqa (donge) na baada ya siku 27 hadi 30 donge hilo linageuka kuwa bonge la nyama, mudghah [15]. Tarehe hizi lazima zichukuliwe kuwa za makadirio sana lakini hata hivyo ni uboreshaji mkubwa juu ya kile ambacho moja ya Hadith zinazotegemeka inasema kuhusu ukuaji wa fetasi, kama tutakavyoona baadaye.

Akiendelea na hatua inayofuata ya maendeleo, Razi alielezea mudghah kuwa ni kipande kidogo cha nyama chenye ukubwa wa kile ambacho mtu anaweza kutafuna. Wazo la kwamba mudghah maana yake ni nyama iliyotafunwa ni tafsiri ya baadaye, na isiyo sahihi kabisa ya neno hilo, lakini wazo hilo limeendelea kwa sababu inadaiwa kwamba somite ambao uti wa mgongo na miundo mingine ya shina hukua hufanana sana na alama za meno zinazopandikizwa kwenye plastercine. . Inapaswa kusemwa kwamba sio tu kwamba hii ni tafsiri ya kufikiria hata hivyo, lakini zaidi ya hayo, Moore hawezi kudai kwamba mudghah inapaswa kutokea kwa siku 26-27 kwani wakati huo kiinitete kina urefu wa 4mm tu. Mtu angelazimika kungoja karibu wiki 8 kabla ya kiinitete kuwa saizi ya nyama iliyotafunwa (ikiwa mdomo unafafanuliwa kuwa upana wa 20-30mm), ambayo ndiyo maana ya mudghah. Na katika Hadiyth ifuatayo, iliyopokelewa na Bukhari na Muslim, Muhammad anadai kwamba hatua ya mudghah hutokea kati ya siku 80 na 120. Lakini kwa wakati huu kijusi kinakuwa kikubwa zaidi kuliko donge la nyama ambalo ukubwa wake mtu anaweza kutafuna, na kuonekana. sana kama binadamu na tofauti kabisa na nyama.

Abdullah (b. Mas'ud) amepokea kutoka kwa Mtume wa Mwenyezi Mungu ... amesema: "Hakika kuumbwa kwenu ni kwa namna hii. Wajumbe wa mmoja wenu wanakusanywa siku arobaini tumboni mwa mama yake katika umbo la damu [manii?], kisha inakuwa pande la damu katika muda wa siku arubaini. Kisha inakuwa tonge la nyama na siku arobaini baadaye Mwenyezi Mungu anamtuma malaika wake humo..."

Hivyo kwa mujibu wa Muhammad, tone la manii hubakia tumboni kwa muda wa siku 40, kisha huwa donge la damu kwa siku 40 zaidi, kisha donge la nyama kwa siku 40 [16]. Imeonyeshwa kwamba mbegu za kiume zinaweza tu kuishi ndani ya njia ya uzazi ya mwanamke kwa muda usiozidi siku 7; Katika siku 80, kiinitete kimepata umbo la mwanadamu na haionekani kama donge la damu au nyama iliyojaa mdomoni.

Hatua ya mwisho ya maendeleo ya mwanadamu ambayo Qur'ani inaeleza ni kuumbwa kwa mifupa, na kuvikwa mifupa kwa nyama. Hata hivyo, kulingana na wataalam wa kiinitete wa kisasa akiwemo Prof. Moore, tishu ambayo mfupa unatoka, inayojulikana kama mesoderm, ni tishu sawa na ile ambayo misuli ("mwili") hutoka [17]. Hivyo mfupa na misuli huanza kukua wakati huo huo, badala ya sequentially. Ingawa sehemu kubwa ya tishu za misuli tuliyo nayo huwekwa chini kabla ya kuzaliwa, mifupa huendelea kukua na kukokotoa (kuimarisha kwa kalsiamu) hadi katika ujana wa mtu. Kwa hivyo mbali na mifupa kuvikwa nyama, ingekuwa sahihi zaidi kama Qur'an ingesema kwamba misuli ilianza kukua wakati huo huo kama mifupa, lakini ikakamilisha ukuaji wake mapema. Wazo la kwamba mifupa imevikwa nyama sio tu ya uwongo wa kisayansi kabisa, lakini imenakiliwa moja kwa moja kutoka kwa daktari wa kale wa Uigiriki Galen, kama tutakavyoona hivi karibuni.

Baadhi ya maelezo yanayowezekana

Aristotle aliamini kwamba wanadamu walitokana na kitendo cha shahawa ya kiume kwenye damu ya hedhi ya mwanamke [18] ambayo hutuacha na kitu fulani cha shida. Tukitafsiri alaqa kama "donge" ina maana kwamba Qur'an ina makosa kabisa kuhusu maendeleo ya mwanadamu, kwa vile hakuna hatua kabisa ambayo kiinitete huwa na pande la damu. Hali pekee ambayo kiinitete kinaweza kuonekana kama donge la damu ni wakati wa kuharibika kwa mimba, ambapo damu iliyoganda inayoonekana kujitokeza (ambayo nyingi hutoka kwa mama kwa bahati mbaya) huimarishwa na kwa ufafanuzi haiishi tena. Kwa hivyo ikiwa kiinitete kingeonekana kuwa kama donge la damu hakitawahi kukua tena kuwa mwanadamu; itakuwa ni misa iliyokufa ya nyama yenye kutoa mimba yenye damu. Kwa vile Muhammad alikuwa na wake kadhaa kuna uwezekano kabisa kwamba angekuwa anafahamu sana kuharibika kwa mimba. Vinginevyo inaweza kuwa ikidokeza imani isiyo sahihi ya Aristotle kwamba kiinitete kilitokana na mchanganyiko wa mbegu za kiume na damu ya hedhi ya mwanamke.

Moore anaepuka tatizo hili kwa kutafsiri alaqa kama ruba, kwa kuwa anafahamu vyema kwamba hakuna hatua ya kukua wakati kiinitete ni kuganda. Kama tulivyoona hata hivyo, hii ni kuhalalisha tu tafsiri yake kwamba kiinitete cha siku 24-25 ni alaqa yenye kung'ang'ania kama ruba na moja katika siku 26-27 ni mudghah yenye alama za meno. Tatizo zaidi la mtazamo huu ni kwamba ikiwa alaqa inatafsiriwa "ruba" kwa sababu inaonekana kuwa imeshikamana na ukuta wa uterasi, je, hii ina maana kwamba fetusi inashikilia tu ukuta wa uterasi kwa siku chache? Ni wazi kwamba inabakia kushikamana kwa muda wote wa miezi tisa ya ujauzito.

Kuna shida zingine na tafsiri ya Moore pia. Isitoshe ni madai ya Muhammad kwamba tarehe za alaqa na mudghah zilikuwa siku 40-80 na siku 80-120 za ujauzito mtawalia, badala ya siku 24-25 na siku 26-27. Pia inazua swali kwa nini, ikiwa Qur'ani kweli inatupa maelezo sahihi ya kisayansi ya maendeleo ya mwanadamu, inataja tu hatua nne, nutfah, alaqa, mudghah, pamoja na mavazi ya mifupa yenye nyama. Kati ya utungisho na siku ya 28 kwa mfano Moore anaorodhesha si chini ya hatua 13 katika kitabu chake cha kiada. Kwa nini Qur'ani haisemi lolote kuhusu hatua zozote zile kati ya hizi nyingine? Ukweli ni kwamba kadiri maana ya istilahi za Kiarabu inavyozidi kutatanisha, na jinsi maana nyingi zaidi zinavyoweza kuambatanishwa na maneno fulani, ndivyo inavyoweza kusemwa kuwa ni maneno sahihi zaidi ya kisayansi.

Hata hivyo, maelezo yenye kusadikisha zaidi, na yanayotia wasiwasi zaidi kwa wale wanaoshikilia kwamba Qur'ani ni Neno la milele la Mwenyezi Mungu, lisilodhibitiwa na lisiloingiliwa na mtu yeyote, ni kwamba Qur'ani inarudia tu mafundisho ya Wagiriki wenye ushawishi mkubwa. daktari Galen. Ikiwa ndivyo hivyo, sio tu kwamba Qur'ani ina makosa, bali pia inaiba fasihi ya kale ya Kigiriki!

Masimulizi ya hatua mbalimbali za embryology kama ilivyoelezwa na Qur'an, ar-Razi na al-Quff ni sawa na ile iliyofundishwa na Galen, akiandika karibu mwaka 150 AD huko Pergamo (Bergama katika Uturuki ya kisasa). Galen alifundisha kwamba kiinitete kilikua katika hatua nne kama ilivyoelezwa hapa chini.

Galen: De Semine kwa Kigiriki

Tafsiri ya Kiingereza:

Lakini hebu tuchukue akaunti tena kwenye muundo wa kwanza wa mnyama, na ili kufanya akaunti yetu iwe ya utaratibu na wazi, hebu tugawanye uumbaji wa fetusi kwa ujumla katika vipindi vinne vya wakati. Ya kwanza ni ile ambayo ndani yake. kama inavyoonekana katika uavyaji mimba na mgawanyiko, umbo la shahawa hutawala (Kiarabu nutfah). Kwa wakati huu, Hippocrates pia, mwenye kustaajabisha sana, bado haiiti muundo wa mnyama kijusi; kama tulivyosikia hivi sasa katika kesi ya shahawa iliyoharibika siku ya sita, bado anaiita shahawa. Lakini inapokuwa imejazwa damu (Alaqa ya Kiarabu), na moyo, ubongo na ini bado havijatamkwa na havina umbo bado vina mshikamano fulani na ukubwa wa kutosha, hiki ni kipindi cha pili; dutu ya fetusi ina umbo la nyama na sio tena umbo la shahawa. Ipasavyo ungegundua kwamba Hippocrates pia haiiti tena shahawa kama hiyo bali, kama ilivyosemwa, kijusi. Kipindi cha tatu kinafuata juu ya hili, wakati, kama ilivyosemwa, inawezekana kuona sehemu tatu zinazotawala kwa uwazi na aina ya muhtasari, silhouette, kama ilivyokuwa, ya sehemu zingine zote (mudghah ya Kiarabu). Utaona muundo wa sehemu tatu zinazotawala kwa uwazi zaidi, ule wa sehemu za tumbo kwa hafifu zaidi, na zaidi sana, ule wa viungo. Baadaye huunda "matawi", kama Hippocrates alivyoelezea, akionyesha kwa neno kufanana kwao na matawi. Kipindi cha nne na cha mwisho kiko kwenye hatua ambapo sehemu zote za viungo zimetofautishwa; na katika sehemu hii Hippocrates wa ajabu haiiti tena kijusi kiinitete pekee, bali tayari ni mtoto, pia anaposema kwamba kinatetemeka na kusogea kama mnyama ambaye sasa ameumbwa kikamilifu (Kiarabu 'kiumbe kipya') ...

... Wakati umefika kwa asili kueleza viungo kwa usahihi na kuleta sehemu zote kukamilika. Kwa hivyo ilisababisha nyama kukua juu na kuizunguka mifupa yote, na wakati huo huo ... ilifanya kwenye ncha za mifupa mishipa ambayo huifunga kila mmoja, na kwa urefu wake wote iliweka kuizunguka pande zote nyembamba. utando, unaoitwa periosteal, ambayo ilisababisha nyama kukua [19].

Kurani: Sura 23:13-14 kwa Kiarabu kwa kulinganisha

Tafsiri ya Kiingereza:

Kisha tukamfanya (kizazi cha Adam) kuwa ni Nutfah (matone yaliyochanganyika ya kijinsia cha mwanamume na mwanamke, na tukaiweka) katika pahali pa usalama (tumbo la uzazi la mwanamke). Kisha Tukaliumba Nutfah kuwa pande la damu (Alaqa, kipande cha damu nene iliyoganda), kisha Tukaliumba pande hilo kuwa donge la nyama (Mudghah), kisha Tukaliumba kutokana na bonge hilo la mifupa ya nyama, kisha Tukalivisha mifupa kwa nyama, kisha tukaitoa kama kiumbe kingine. Basi ametukuka Mwenyezi Mungu, Mbora wa Waumbaji!

Hatua ya kwanza, maumbile, inalingana na [nutfah], tone la shahawa; hatua ya pili, kijusi kilicho na mishipa ya damu na ubongo usio na umbo, ini na moyo ("wakati umejaa damu") inalingana na [alaqa], kuganda kwa damu; hatua ya tatu "ina umbo la nyama" na inalingana na [mudghah], tonge la nyama iliyotafunwa. Hatua ya nne na ya mwisho, puer, ilikuwa wakati viungo vyote viliundwa vizuri, viungo viliweza kusonga kwa uhuru, na fetusi ilianza kusonga [20]. Iwapo msomaji ana shaka yoyote juu ya uhusiano wa wazi unaoelezewa hapa kati ya hatua za Galenic na Qur'ani, inaweza kuelezwa kwamba ilikuwa ni madaktari wa mwanzo wa Kiislamu, akiwemo Ibn-Qayyim, ambaye kwanza aliona kufanana. Basim Musallam, Mkurugenzi wa Kituo cha Mafunzo ya Mashariki ya Kati katika Chuo Kikuu cha Cambridge anahitimisha

"Hatua za maendeleo ambazo Qur'ani na Hadithi ilizianzisha kwa ajili ya waumini zilikubaliana kikamilifu na maelezo ya kisayansi ya Galen... Hapana shaka kwamba mawazo ya zama za kati yalithamini makubaliano haya kati ya Qur'ani na Galen, kwa kuwa sayansi ya Kiarabu ilitumia Qur'ani hiyo hiyo. maneno ya anic kuelezea hatua za Galenic" [21].

Hatua za maendeleo - wazo la kisasa?

Imesemekana kwamba wazo la kiinitete kukua kupitia hatua ni la kisasa, na kwamba Qur'ani inatazamia embryolojia ya kisasa kwa kusawiri hatua tofauti. Hata hivyo waandishi wengi wa kale zaidi ya Galen walifundisha kwamba wanadamu walikuzwa katika hatua tofauti. Kwa mfano katika Talmud ya Kiyahudi tunajifunza kwamba kiinitete kina hatua sita za ukuaji. Samuel ha-Yehudi alikuwa daktari wa Kiyahudi wa karne ya 2, na mmoja wa wengi walio na shauku katika embryology [22]. Kiinitete kiliitwa peri habbetten (tunda la mwili) na hukua kama

golem (kitu kisicho na fomu, kilichokunjwa);

shefir meruqqam (fetus iliyopambwa - shefir ina maana ya mfuko wa amniotic);

'ubbar (kitu kimebebwa);

v'alad (mtoto);

v'alad shel qayama (mtoto mtukufu au anayeweza kuishi) na

ben she-kallu chadashav (mtoto ambaye miezi yake imekamilika).

Bado kwa faida ya sayansi ya kisasa sasa tunajua kwamba malezi ya mwanadamu ni mwendelezo usio na mshono kutoka kwa utungwaji mimba hadi kuzaliwa, kwa hiyo ndiyo sababu kuna machafuko mengi ya kisasa kuhusu uavyaji mimba na utafiti wa kiinitete. Kwa maana ikiwa tunakua kama mchakato unaoendelea haiwezekani kuweka mipaka ngumu na ya haraka kuhusu maisha yanaanza lini. Haya yanafanya upuuzi wa Aya ya Qur-aan isemayo (71:14) “Alipokuumbeni kwa hatua (mbalimbali)”.

Mifano zaidi ya kukopa kutoka kwa waandishi wa kale wa Kigiriki

Tukiangalia yale ambayo Wagiriki wa kale walifundisha tunaweza kuona wazi kwamba marejeo mengine yote ya embryology katika Qur'an na Hadith pia yanaweza kufuatiliwa nyuma yao moja kwa moja. Kwa mfano kuna Hadiyth ambayo Muhammad anaulizwa kwa nini kundi la ngamia wekundu lina ngamia wa kijivu kati yao, na ni kutokana na sifa iliyofichika. Lakini Aristotle aligundua kwamba watoto waliozaliwa ambao walionekana kuwa tofauti na wazazi wao mara nyingi wangechukua sura ya babu na nyanya zao [23], hivi kwamba tabia hiyo iliruka kizazi, kuwa kile tunachojua sasa kuwa cha kupindukia. Pia anatuambia kuhusu mwanamke kutoka Elis ambaye alichukua mume mweusi na ingawa binti yao hakuwa mweusi, binti ya binti yao alikuwa mweusi, akionyesha jeni ambalo liliruka kizazi kwa njia sawa kabisa na Muhammad alivyoelezea [24].

Hadiyth nyingine inasema: "Iwapo maji ya mwanamume yatapita juu ya mali ya mwanamke, mtoto atakuwa wa kiume kwa amri ya Mwenyezi Mungu, na wakati mwili wa mwanamke unashinda kitu kilichotolewa na mwanamume, mtoto wa kike hutengenezwa" [25]. Hakika hii hairejelei jeni zinazotawala na kupindukia hata kidogo, kama Waislamu fulani wamedai [26], lakini ni kurudia tu imani isiyo sahihi ya Hippocrates kwamba wanaume na wanawake huzalisha mbegu za kiume na za kike. Jinsia ya mtoto huamuliwa na ambayo manii hushinda nyingine kwa nguvu au wingi:

"... wenzi wote wawili kwa pamoja wana mbegu za kiume na za kike (mwanaume akiwa na nguvu zaidi ya mwanamke lazima atoke kwenye mbegu yenye nguvu zaidi). Hapa kuna nukta nyingine: ikiwa (a) wenzi wote wawili watatoa manii yenye nguvu zaidi basi mwanamume ndiye Na ikiwa (b) watatoa umbile dhaifu, basi matokeo yake ni mwanamke, lakini ikiwa (c) mwenzi mmoja atatoa aina moja ya manii, na mwingine, basi jinsia ya matokeo inaamuliwa na manii yoyote yenye nguvu kwa wingi. Kwani tuseme kwamba mbegu dhaifu ni kubwa zaidi kwa wingi kuliko ile yenye nguvu zaidi, basi ile mbegu yenye nguvu zaidi inazidiwa na ikichanganyikana na dhaifu, inatokeza kwa mwanamke.Ikiwa kinyume chake, mbegu yenye nguvu ni kubwa zaidi kwa wingi kuliko ile dhaifu, na kwa hiyo manii yenye nguvu ni kubwa zaidi. dhaifu huzidiwa nguvu, matokeo yake ni mwanamume" [27].

Hapo awali katika Hadiyth, Muhammad anasema kuwa maumbile ya uzazi ya wanaume ni nyeupe na ya mwanamke ni ya manjano. Hii inasikika kama yaliyomo, nyeupe na manjano, ambayo hupatikana ndani ya mayai ya kifaranga, na ambayo Aristotle alijulikana kuyapasua [28].

Baadaye katika Hadithi hiyo hiyo Malaika anaonekana ametumwa na Mwenyezi Mungu kukiunda kiinitete na kuuliza kitakuwa jinsia gani. Ijapokuwa kwamba ngono huamuliwa wakati wa kutungwa kwa mimba kulingana na ikiwa yai lililorutubishwa lina kromosomu mbili za X (ya kike) au kromosomu ya X na Y (ya kiume), na kwamba kuna utata fulani kuhusu umri wa kiinitete wakati malaika anaonekana. (Hudhaifa b. Usaid aliripoti kwamba Muhammad alisema siku 40 au pengine 50, sio 42, na Abu Tufail anashikilia kuwa Muhammad alimwambia Hudhaifa b. Usaid kwamba manii ilikaa tumboni kwa siku 40), Hippocrates alifundisha kwamba ilichukua siku 30 kwa sehemu za siri za kiume kuunda na 42 kwa kiinitete cha kike [29]. Haishangazi kwamba malaika anapaswa kungoja kwa siku arobaini na mbili kabla ya kujua jinsia ya mtoto. Kwa kweli, kabla ya wiki 7 za ujauzito, ovari na korodani huonekana kufanana na sehemu za siri za nje huanza kutofautiana kwa takriban wiki 9.

Sura 39:6 inasema kwamba Mungu alituumba kwa hatua katika giza lenye sehemu tatu. Kumekuwa na tafsiri nyingi za Aya hii, ikiwa ni pamoja na ile ya as-Suyuti aliyesema kuwa kulikuwa na utando tatu zinazoizunguka kijusi, moja ya kubebea virutubishi hadi kwake, nyingine ya kunyonya mkojo wake, na ya tatu ya kunyonya uchafu mwingine. Mahali pengine imependekezwa kuwa ni ukuta wa tumbo, ukuta wa uterasi na mfuko wa amniotic ambao fetusi hukaa. Hili linaonekana kabisa kwa macho, kama Hippocrates alivyoelezea kuwapasua mbwa wajawazito ili kupata watoto wa mbwa wamekaa kwenye mfuko wa amniotic ndani ya uterasi [30]. Tamaduni ya ajabu ya Malkia Cleopatra ilikuwa ni kupasua matumbo ya wajakazi wake wajawazito ili kuona watoto wao wachanga, kulingana na mila za Rabi na Plinius [31]. Zaidi ya hayo, Waroma walianzisha desturi ya kufungua tumbo la uzazi la mwanamke mwenye mimba ikiwa alikufa kabla ya kujifungua mtoto wake; mwanamke na mtoto wake wangezikwa kando, na hivyo kutoa neno "sehemu ya Kaisaria".

Imesemwa na Waislamu kwamba sura ya 80:20 inaeleza jinsi Mwenyezi Mungu amefanya iwe rahisi kujifungua mtoto, lakini hii inapingana na sura ya 46:15 ("mama yake akamzaa kwa kusitasita na akamzaa kwa kusitasita"). Kwa kweli 80:19 inazungumza juu ya asili ya mwanadamu kutoka kwa tone la manii, na 80:21 juu ya kifo chake na kuzikwa, kwa hiyo ni mantiki kabisa kwamba 80:20 inarejelea sio mchakato wa kuzaa (kuzaa) lakini kwa ujumla. ya maisha ya mwanadamu kufanywa mepesi kwake na Mungu. Katika muktadha hii inaleta maana nyingi zaidi, haipingani na 46:15 na haiendi kinyume na uzito wa ushahidi wa uzazi unaofanya kuzaa kuwa mojawapo ya mambo hatari sana ambayo mwanamke anaweza kufanya katika maisha yake. (Nchini Msumbiji, kuzaa ni sababu ya saba ya vifo kwa wanawake, na ulimwenguni pote mwanamke hufa katika uchungu wa kuzaa kila baada ya sekunde 53.) Fundisho la Biblia kwamba wanawake huzaa kwa uchungu mwingi (Mwanzo 3:16) ni la kweli zaidi.

Sura 46:15 pia inasema, "Muda wa mimba na kutengana [kuachishwa kunyonya] ni miezi thelathini" na sura 31:14 inatufahamisha kwamba "kujitenga kwake ni mwisho wa miaka miwili". Hii ina maana kwamba muda wa mimba ya kawaida ni miezi sita. Siku hizi kukiwa na huduma za hali ya juu za watoto wachanga inawezekana tu kwa idadi ndogo ya watoto wanaozaliwa katika wiki 24 za ujauzito kuishi, pamoja na ulemavu mbaya katika hali nyingi. Katika siku za Muhammad hakuna watoto wachanga ambao wangeweza kuishi katika umri kabla ya wakati huo, na Qur'an haina usahihi kabisa kuhusu muda wa ujauzito wa kawaida.

Sura 33:4 inasema kwamba Mwenyezi Mungu hajaweka mioyo miwili ndani ya mtu yeyote. Hata hivyo kurudiwa kwa moyo kumekubaliwa, ingawa kwa kusitasita na Geoffrey-Saint-Hilaire na wanatomisti mashuhuri wakiwemo Littre, Meckel, Colomb, Panum, Behr, Paullini, Rhodius, Winslow na Zacutus Lusitanus [32].

Katika sehemu nyingine Qur'an ina amri ambazo zimedaiwa kuwa za juu ajabu na zenye busara, wakati kwa hakika zilijulikana na kufuatwa na ustaarabu wa kale zaidi. Katika sura ya 2:222, Mwenyezi Mungu anamwambia Muhammad kwamba hedhi ni ugonjwa na wanaume wasifanye ngono na wake zao mpaka watoharike kutokana na hedhi zao. Hata hivyo miaka 2000 mapema Musa alipokea amri ya kutojamiiana wakati wa kipindi cha mwanamke (Torati: Mambo ya Walawi 18:19) lakini hii haikuwa kwa sababu za kiafya, bali kwa sababu za kidini, za sherehe. Kujamiiana wakati wa hedhi kuna uwezekano mkubwa wa kusababisha utasa wa kiume, endometriosis na uharibifu wa mirija ya uzazi, kama inavyodaiwa na baadhi ya Waislamu bila ushahidi wa kisayansi, hata kama inaweza kuwa mbaya kwa wanandoa. Lakini labda muhimu zaidi hedhi sio ugonjwa; kweli kumwaga kwa safu ya endometrial ya uterasi husaidia kuzuia saratani ya uterasi. Projesteroni lazima ijumuishwe katika tiba ya kubadilisha homoni (HRT) kwa wanawake waliokoma hedhi ili kushawishi kupata hedhi isiyo ya kawaida kila mwezi ili kuzuia mrundikano wa endometriamu ambayo inaweza kuwa saratani!

Lakini vipi Muhammad angeyajua mambo haya?

Ni jambo moja kukuta Qur'an inarudia mawazo yale yale ya kiinitete kama yale yaliyoelezwa awali na Wagiriki wa kale, lakini je, kuna njia yoyote ambayo kwayo tunaweza kuwa na uhakika kwamba nyenzo hizo zilijulikana kwa Waarabu wa siku za Muhammad? Kwa kuzingatia kwamba mengi ya yale ambayo Qur'ani inasema yanatokana na imani ya Galen, ni muhimu sana kwamba baadhi ya vitabu 26 vya kazi yake vilitafsiriwa katika lugha ya Kisiria mapema kama karne ya sita BK na Sergius wa Resh' Aina (Ra's al-Ain).) Sergius alikuwa kuhani Mkristo ambaye alisomea udaktari huko Alexandria na kufanya kazi huko Mesopotania, akifa huko Constantinople mnamo mwaka wa 532 BK [33]. Alikuwa mmoja wa Wakristo wa Nestorian (Syria) ambao walitafsiri korti ya matibabu ya Kiyunani katika Kisiria; wengine ni pamoja na Askofu Gregorius, al-Rahawy, al-Taybuti, Patriaki Theodorus na al-Sabakti [34].

Wanestoria walipata mateso kutoka kwa kanisa kuu na wakakimbilia Uajemi, ambako walileta tafsiri zao zilizokamilika za kazi za madaktari wa Kigiriki na kuanzisha shule nyingi za elimu. Maarufu zaidi kati ya haya kufikia sasa ilikuwa shule kuu ya matibabu ya Jundishapur katika eneo ambalo sasa ni kusini-mashariki mwa Iran, lililoanzishwa mnamo AD 555 na Mfalme Chosroes Mkuu wa Uajemi (pia anajulikana kama Anusharwan au Nushirvan), ambaye utawala wake wa muda mrefu ulidumu kutoka AD 531. hadi 579.

Kiungo kikubwa kati ya tiba ya Kiislamu na Kigiriki lazima itafutwe katika dawa ya Kisasania ya marehemu, hasa katika Shule ya Jundishapur badala ya ile ya Alexandria. Wakati wa kuinuka kwa Uislamu Jundishapur ilikuwa katika ubora wake. Ilikuwa kituo muhimu zaidi cha matibabu cha wakati wake, kikichanganya mila ya matibabu ya Kigiriki, Kihindi na Irani katika angahewa ya ulimwengu ambayo ilitayarisha uwanja wa tiba ya Kiislamu. Kuunganishwa kwa shule mbalimbali za tiba kulionyesha utangulizi ambao ungepatikana katika tiba ya Kiislamu ya baadaye [35].

Dawa ya Kiarabu, ili kukabiliana na upande mmoja tu wa swali hili, iliyokopwa kutoka kwa vyanzo vingi. Deni kubwa lilikuwa kwa Wagiriki ... Dawa ya Jundi Shapur pia ilikuwa ya Kigiriki. Lazima kulikuwa na tafsiri za Kisiria katika maktaba ya hospitali hapo muda mrefu kabla ya Waarabu kuja Uajemi ... Kulingana na Ibn Abi Usaybi'a wa kwanza kutafsiri kazi za Kigiriki katika Kisiria alikuwa Sergius wa Ra's-al-`Ayn [sic], ambaye alitafsiri kazi za kitiba na falsafa. Pengine alikuwa ndiye aliyefanya kazi kwa Chosroes the Great na ilikuwa tafsiri zake kwa uwezekano wote ambazo zilitumika katika Jundi Shapur [36].

Kwa mujibu wa wanahistoria wa Kiislamu, hasa Ibn Abi Usaybia na al-Qifti [37], mhitimu wa mapema aliyesherehekewa zaidi wa Jundishapur alikuwa daktari aitwaye al Harith Ibn Kalada, ambaye alikuwa rika la Muhammad. "Huenda alizaliwa karibu katikati ya karne ya sita, huko Ta'if, katika kabila la Banu Thaqif. Alisafiri kupitia Yemen na kisha Uajemi ambako alipata elimu yake ya sayansi ya matibabu katika shule kubwa ya matibabu ya Jundi-Shapur. na hivyo alifahamu kwa ukaribu mafundisho ya kitiba ya Aristotle, Hippocrates na Galen." [38]

Alipata umaarufu kwa kiasi fulani kutokana na mashauriano na King Chosroes [39]. Baadaye akawa sahaba wa Mtume Muhammad (s.a.w.w.) mwenyewe, na kwa mujibu wa hadithi za kitabibu za Kiislamu Muhammad alitafuta ushauri wa kimatibabu kutoka kwake [40]. Huenda hata alikuwa jamaa wa Mtume (saww) na "mafundisho yake bila shaka yaliathiri huyu wa pili" [yaani, Muhammad] [41]. "Maarifa ya utabibu kama vile Muhammed aliyokuwa nayo, huenda aliyapata kutoka kwa Haris bin Kalda [sic], Mwarabu, ambaye inasemekana kwamba aliondoka jangwani kwa muda na kwenda Jundi Shapur kusomea udaktari...Aliporejea Haris. akakaa Makka na akawa tabibu mkuu wa Waarabu wa jangwani. Iwapo aliwahi kusilimu haijulikani, lakini hili halikumzuia Mtume (saww) kuwatuma marafiki zake wagonjwa kwenda kumshauri." [42]

Harith Ibn Kalada hakuweza kuzaa mtoto yeyote, na inasemekana kwamba alimlea Harith al-Nasar (Nadr), ambaye inaonekana alikuwa binamu yake Muhammad, na pia daktari kitaaluma [43]. Inafurahisha kwamba Nadr alimdhihaki Muhammad, akisema kwamba hadithi za Qur'ani Tukufu hazikuburudisha na kufundisha kuliko hadithi za zamani za Kiajemi alizokua nazo. Labda alitambua kwamba Qur'ani ina vyanzo vya kibinadamu kwa baadhi ya hadithi zake? Kama matokeo ya hili Muhammad akawa adui yake aliyeapishwa, na Mtume akamuua kufuatia kutekwa kwake katika Vita vya Badr mwaka 624 [39].

Kwa hiyo tuna kiungo tu tunachohitaji ili kuonyesha jinsi "Tafsiri (katika Kisiria) za Sergius Ras el Ain, zilivyopenya hadi Jandi-Shapur. Katika miaka ya kwanza ya karne ya 7 [inawezekana zaidi mwisho wa karne ya sita], Harith. ben Kalada alisomea udaktari hapo na Muhammad alikuwa na deni kwa Harith sehemu ya ujuzi wake wa kitiba. [44] Kwa muhtasari: Sergius alikufa karibu wakati ambapo Chosroes Mkuu alianza utawala wake, na huenda hata aliajiriwa na Chosroes kutafsiri Galen kutoka Kigiriki hadi Kisiria. Nusu ya utawala wake Chosroes alianzisha Jundishapur, ambapo hati za Galen lazima hakika zilihifadhiwa katika tafsiri. Hadi mwisho wa utawala wake alikuwa na hadhara na Harith Ibn Kalada, ambaye baadaye alihusishwa na Muhammad.

Pia tunajua kwamba kwa mujibu wa Hadith za Kiislamu sehemu ya angaa aya moja katika Qur'an inayohusiana na ukuaji wa mwanadamu ilitoka kwa midomo ya mwanadamu. Wakati Muhammad alipokuwa akielekeza aya ya 23:14 kwa Abdullah Ibn Abi Sarh, yule wa mwisho alichukuliwa na uzuri wa kile alichosikia juu ya uumbaji wa mwanadamu, na Muhammad alipofikia maneno "kiumbe mwingine" sahaba wake alitamka "Mbarikiwa". kuwa Mwenyezi Mungu, mbora wa waumbaji!" Muhammad aliyakubali maneno haya kana kwamba yalikuwa ni mwendelezo wa wahyi wake na akamwambia Ibn Abi Sarh ayaandike, ingawa yalikuwa ni maneno ya sahaba wake kwa uwazi kabisa, si ya Muhammad au maneno ya Mwenyezi Mungu [45].

Hili kwa hakika linazua swali: kwa vile tunajua kwamba angalau aya moja ya Qur'ani ina maneno ya ziada ya mwanadamu tu, tunawezaje kuwa na uhakika kwamba hili halikutokea mahali pengine popote katika Qur'ani?

Baada ya kuanguka kwa Alexandria mnamo AD 642 ujuzi wa dawa za Kigiriki ulienea kwa kasi zaidi katika ulimwengu wa Kiarabu. Katika karne ya 9 Hunain Ibn Ishaq (AD 809-873) alifanya labda tafsiri ya Kiarabu ya Hippocrates na Galen [46], [47], [48] na al-Kindi aliandika zaidi ya nakala ishirini za matibabu, ikijumuisha moja haswa juu ya Hippocrates.

Kwa hakika, waandishi wa fasihi ya kitiba ya Kiarabu wanakubali kama vyanzo vyao mila kuu ya matibabu ya Kigiriki na Kihindi. Kwa mfano, mojawapo ya muunganisho wa mapema zaidi wa dawa wa Kiarabu ni "Paradiso ya Hekima" ya Ali at-Tabari [49], [50], iliyoandikwa na Mkristo aliyesilimu katika mwaka wa 850 hivi huko Samarra huko Mesopotamia. Ndani yake alisema kwamba alikuwa akifuata sheria zilizowekwa na Hippocrates na Aristotle kuhusu jinsi ya kuandika risala yake. Ina sura 360, na Hotuba ya nne, kuanzia sura ya 325 ina kichwa "Kutoka kwa Muhtasari wa Vitabu vya Kihindi". Sura ya 330, kutoka kwa Sushrata, "Mwanzo wa Kiinitete na Wanachama" inadai kwamba kiinitete hutokana na kuchanganya manii na damu ya hedhi (vis-a-vis Aristotle!) na inaelezea vipengele mbalimbali vya kiinitete. Mwanahistoria wa kitiba Arthur Meyer alitoa muhtasari wa mapokeo yote ya kiembryolojia ya Kiarabu aliposema kwamba at-Tabari "ilitegemea sana vyanzo vya Kigiriki, ambavyo vingeonekana kumaanisha kwamba angeweza kupata kidogo kutoka kwa Waarabu. bega kwa bega kwa zaidi ya miaka elfu moja bila ya Mwarabu anayejulikana, inatia shaka kama huyu alikuwepo." [51].

Kifungu cha ajabu kutoka katika maandishi ya mwanafalsafa wa zama za kati Ibn Qayyim al-Jawziyya kinaonyesha jinsi waandishi wa Kiarabu wa baadaye walivyowategemea sana madaktari wa Kigiriki; katika mazungumzo moja yenye kuendelea [52] maneno ya Hippocrates yanaeleza Qur'an na Hadithi, na ya mwisho yanatumika kuelezea Hippocrates. Kwa mfano:

"Hippocrates alisema ... 'tando zingine huundwa mwanzoni, zingine baada ya mwezi wa pili, na zingine mwezi wa tatu ...' Ndio maana Mungu anasema, 'Anakuumbeni tumboni mwa mama zenu, kwa moja. malezi baada ya nyengine katika viza vitatu." Kwa vile kila utando huu una giza lake, Mwenyezi Mungu alipotaja hatua za uumbaji na mabadiliko kutoka hali moja hadi nyingine, alitaja pia giza la utando.Wafasiri wengi wanaeleza: 'ni giza la tumbo, na giza la tumbo la uzazi, na giza la kondo la nyuma... Hippocrates alisema, 'masikio yamefumbuliwa, na macho, ambayo yamejawa na maji safi.' Mtume (s.a.w.w.) alikuwa akisema: "Mimi ninamuabudu aliye umba uso wangu na akauumba, na akanifungua masikio yangu na macho yangu n.k." [53].

Hapa kuna mtu anaandika akaunti ya matibabu ambayo inajumuisha Hippocrates (aina kali), Qur'an na Hadith (italics nzito), ufafanuzi juu yao (italics) na mawazo yake mwenyewe (aina ya kawaida) katika aya moja na sawa. Bila shaka wenye akili wa wakati wa Muhammad wangekuwa wanafahamu dawa za Kigiriki na Kihindi.

Wataalamu wengine wa kiinitete walijulikana lakini hawakuongeza chochote kipya kwa Galen, kwa mfano Abu Ali al-Hasan Ibn 'Abdallah Ibn Sina (AD 980-1037) ambaye aliandika Canon Medicinae. Clement wa Alexandria alijumuisha habari inayofahamika na aliamini kwamba kiinitete kiliundwa kupitia mchanganyiko wa shahawa na damu ya hedhi. Lactantius ya Nicomedia mnamo AD 325 ilifungua mayai katika hatua tofauti za ukuaji

Inaonekana kwamba hata Prof. Moore hajasadikishwa vya kutosha na "mambo" ya kisayansi katika Qur'an kuhatarisha sifa yake kama profesa anayeheshimika sana wa anatomia katika taasisi ya matibabu. Toleo la Kiislamu la kitabu chake cha kiada halipatikani hata katika Maktaba ya Uingereza au Maktaba ya Congress ya Marekani, achilia mbali maktaba nyingine za matibabu katika nchi za Magharibi [54], labda kwa sababu anafahamu kwamba si tu kwamba michango ya Kiislamu ndani yake inapingana na sayansi inayojulikana. , lakini pia yanapingana na yale ambayo ameandika katika toleo la kawaida la kitabu chake cha kiada. Na cha kushangaza katika biblia ya sura ya kwanza, "Historia ya embryology", katika matoleo ya kawaida na ya Kiislamu anarejelea kazi muhimu ya Needham juu ya historia ya embrolojia [55]. Needham hata hivyo hajafurahishwa na madai ya Kiarabu ya embryology na baada ya kuandika karibu kurasa 60 kuhusu embryology ya kale ya Kigiriki, Kihindi na Kimisri alitupilia mbali mapokeo yote ya Kiarabu katika chini ya ukurasa mmoja, na kuhitimisha kwamba "Sayansi ya Kiarabu, inasifika sana kwa mafanikio yake katika baadhi ya maeneo. nyanja kama vile optics na astronomia, haikuwa ya msaada mkubwa kwa embryology". Baada ya kuorodhesha baadhi ya aya katika Qur'an kuhusu embryology anazikataa kama "mwangwi wa karne ya saba wa Aristotle na Ayer-veda" [56], kwa maneno mengine mchanganyiko wa mafundisho ya Kigiriki na ya kale ya Kihindi. Katika toleo la hivi majuzi zaidi (1998) la The Developing Human, Moore pia anawaelekeza wasomaji wake kwenye kitabu ambacho kina insha nyingine ya Basim Musallam, ambayo inaonyesha tena jinsi sayansi ya Qur'an ya embryology ilivyokuwa sawa na ile ya Galen, na jinsi gani. Ushirikiano huu wa karibu haukuwahi kutiliwa shaka na wanazuoni wa kale wa Kiislamu [57].

Kwa kuhitimisha basi hakuna kauli hata moja iliyomo ndani ya Qur'an inayohusiana na embryology ya kisasa ambayo haikujulikana vyema kupitia uchunguzi wa moja kwa moja na matabibu wa kale wa Kigiriki na Kihindi karne nyingi kabla ya kuandikwa kwa Qur'ani. Zaidi ya hayo, mengi ya yale ambayo Qur'ani inayasema hasa kuhusu embryolojia si sahihi kisayansi. Kazi za matabibu wa kale zilitafsiriwa katika lugha ya Kisiria katika karne iliyomtangulia Muhammad, na kwa hiyo ziliweza kufikiwa na watu wasiozungumza Kigiriki. Tunajua kwamba mmoja wa Masahaba wa Mtume alikuwa ni daktari ambaye alipata mafunzo katika shule ile ile ya utabibu ambayo tafsiri za Kigiriki zilitunzwa na kufundishwa. Hata tunajua kwamba angalau aya moja inayoelezea embryology, sura ya 23:14 ina maneno ya sahaba mwingine wa Muhammad. Tunalazimika kuhitimisha kwamba, mbali na kuthibitisha madai ya uthibitisho wa kiungu wa Qur'an, taarifa zake za kiinitete kwa hakika hutoa ushahidi zaidi wa kusadikisha kwa asili yake ya kibinadamu.

Marejeleo

Keith L. Moore (Saunders, 1982) The Developing Human, toleo la 3 na Nyongeza ya Kiislamu, uk. viiic

J. Goodwin (Plume/Penguin, 1995) Bei ya Heshima - Wanawake wa Kiislamu Wanainua Pazia la Ukimya Juu ya Ulimwengu wa Kiislamu, uk. 145

Moore, sawa. cit., uk. 14a, 446f

Maandishi ya Hippocratic (Penguin Classics, 1983) p. 320

Aristotle (Kiingereza trans. A. L. Peck, Heinemann, 1953) Kizazi cha Wanyama, 717b

Mkutano wa Familia, 8 Julai 1995; maelezo yanayohusiana yanatolewa hapa.

Maandishi ya Hippocratic, op. dondoo, ukurasa wa 317-8

W. Campbell (Rasilimali za Mashariki ya Kati, 1986) The Qur'an and the Bible in the Light of History and Science, uk. 181-182

K. L. Moore, (Saunders, 1998) The Developing Human, toleo la 6, uk. 10

Aristotle, op. mfano, 740a

B. Torki (1979) L'Islam Religion de la Science, p. 178

Al Munjid fil Lugha wala'aam (Dar Al Mashreq sarl, Lebanon, 1987)

As-Suyuti, trans. Elgood (Ta-Ha, 1994) Dawa ya As-Suyuti ya Mtume, uk. 184ff

Iman Ibn Qayyim al-Jawziyya (Kiingereza trans. Mahammad Al-Akili, Pearl, 1993) Uponyaji wa Asili kwa Dawa ya Mtume, uk. 284

Sami K. Hamarneh (Cairo, 1974), Tabibu, Tabibu na Daktari wa Upasuaji Ibn al-Quff, uk. 105

al-Bukhari, 8.593; Muslim Kitab an-Nikah, MCII

K. L. Moore, op. cit.(1998), ukurasa wa 56, 63, sura ya 15 na 16.

Aristotle, op. mfano, 729a

Corpus Medicorum Graecorum: Galeni de Semine (Galen: On Semen) (Maandishi ya Kigiriki yenye tafsiri ya Kiingereza. Phillip de Lacy, Akademic Verlag, 1992) sehemu ya I:9:1-10 uk. 92-95, 101

A. W. Meyer (Stanford, 1939) The Rise of Embryology, p. 27

B. Musallam (Cambridge, 1983) Jinsia na Jamii katika Uislamu. uk. 54

J. Needham (Cambridge, toleo la 2 1959) Historia ya Embryology, uk. 77

Aristotle, op. mfano, 767b, 769a

Aristotle, op. mfano, 722a

Sahih Muslim CXXV (inayoitwa "Sifa ya dutu ya uzazi wa kiume na dutu ya uzazi ya mwanamke, na kwamba kizazi hutolewa na mchango wa wote wawili")

Mkutano wa Familia, op. mfano.

Hippocrates, op. cit., ukurasa wa 320-1

J. Needham, op. mfano, uk. 53

Hippocrates, op. mfano, uk. 329

Hippocrates, op. mfano, uk. 345

B. Palmer (ed.) (Paternoster Press, 1986), Medicine and the Christian Mind, p. 19

G. M. Gould, W. L. Pyle (Julian Press, 1896) Anomalies na Udadisi wa Dawa uk. 296

G. Sarton, (Williams na Wilkins, 1927) Utangulizi wa Historia ya Sayansi, gombo la I, ukurasa wa 423-424.

A. A. Khairallah (American Press, Beirut, 1946) Muhtasari wa Michango ya Kiarabu kwenye Dawa, uk. 24

H. Bailey (ed) (Cambridge University Press, 1975) Cambridge History of Iran, gombo la 4, uk. 414

C. Elgood (Camrbidge University Press, 1951) A Medical History of Persia, p. 98

Tazama kwa mfano Ibn Abi Usaybia, "Darasa za Madaktari" mwaka 649 AH/1242AD; au al-Qifti, "Historia ya Wanafalsafa", 624AH/1227AD.

M. Z. Siddiqi (Chuo Kikuu cha Calcutta, 1959) Masomo katika Fasihi ya Kitiba ya Kiarabu na Kiajemi, uk. 6-7

E. G. Browne (Cambridge University Press, 1962) Arabian Medicine, p. 11

M. J. L. Young et al., (Cambridge University Press, 1990) Cambridge History of Arabic Literature: Dini, Learning and Science in the `Abbasid Period, p. 342

A. A. Khairallah, op. mfano, uk. 22

C. Elgood, op. mfano, uk. 66

C. Elgood, op. mfano, uk. 68 (Bofya hapa kwa habari zaidi kuhusu hili)

L. LeClerc, Histoire de la M E ecine Arabe (Burt Franklin, New York; iliyochapishwa hapo awali Paris, 1876) juzuu ya I, uk. 123

Ufafanuzi wa al-Baidawi, Nuru za Ufunuo (Dar al Geel), uk. 184 (tazama kwenye sura 6:93 kwa maelezo ya 23:14; bofya hapa kwa habari zaidi kuhusu hili)

M. Meyerhof (1926) Nuru mpya juu ya Hunain Ibn Ishaq na kipindi chake, Isis, gombo la 8, ukurasa wa 685-724.

H. Bailey, op. mfano, uk. 415

E. G. Browne, op. mfano, uk. 24-26

M. Meyerhof (1931) "Paradise of Wisdom" ya Ali at-Tabari, mojawapo ya Maandishi ya kale zaidi ya Kiarabu ya Tiba, Isis, gombo la 16, uk. 6-54

Ali b. Rabban-al-Tabari, ed. M. Z. Siddiqi (Frankfurt am Main: Taasisi ya Historia ya Sayansi ya Kiarabu-Kiislam, Chuo Kikuu cha Johann Wolfgang Goethe, 1996, kilichochapishwa awali mwaka wa 1928)

Firdausu'l-Hikmat, au Paradise of Wisdom, katika gombo la 29, "Tiba ya Kiislamu"

A. W. Meyer, op. mfano, uk. 27

Ibn Qayyin (Damascus, 1971) Tuhfat: Tuhfat al mawdud bi ahkam al-mawlud, uk. 254-291

B. Musallam, op. mfano, uk. 56

Taarifa hizi zilikuwa sahihi kuanzia Novemba 1996. Ni dhahiri kwamba "usimamizi" huu ungeweza kusahihishwa kwa urahisi na juhudi za Waislamu katika kuitikia karatasi hii. Lakini wakati wa kuandika (toleo la kwanza la makala hii), zaidi ya miaka 14 baada ya kuchapishwa kwa "toleo lenye nyongeza za Kiislamu", toleo hili maalum la kitabu hicho halikuorodheshwa katika katalogi hizi za maktaba.

K. L. Moore, op. cit.(1998), uk. 15

J. Needham, op. mfano, uk. 82

B. Musallam, Kiinitete cha mwanadamu katika fikira za kisayansi na kidini za Kiarabu, katika, G. R. Dunstan (ed.) (Chuo Kikuu cha Exeter Press, 1990) Kiinitete cha binadamu: Aristotle na mila za Kiarabu na Ulaya, uk. 32-46

Dr. Maxwell Shimba for Max Shimba Ministries

MWISHO

www.ingramcontent.com/pod-product-compliance
Lightning Source LLC
LaVergne TN
LVHW010641051026
849532LV00001B/142
9798348200626